ஜே கே சார்

D1680851

கௌதமன்

டிஸ்கவரி பப்ளிகேஷன்ஸ்
எண்: 9, பிளாட் எண்: 1080A, ரோஹிணி பிளாட்ஸ்
முனுசாமி சாலை, கே.கே.நகர் மேற்கு,
சென்னை - 600 078. பேச: 99404 46650

வெளியீட்டு எண்: 0311

ஜே கே சார் (கட்டுரை)
ஆசிரியர்: கௌதமன்©
J K SIR (Essay),
Author: Gowthaman©
ISBN: 978-81-19541-37-9
1st Edition: Feb - 2024
Pages - 442

Publisher • Sales Rights

Discovery Publications
No. 9, Plot,1080A, Rohini Flats,
Munusamy Salai,
K.K.Nagar West, Chennai - 78.
Tamilnadu, India.
Mobile: +91 99404 46650

Discovery Book Palace (P) Ltd
No. 1055 - B, Munusamy Salai,
K.K.Nagar West,
Chennai - 600 078.
Ph: (044) 4855 7525
Mobile: +91 87545 07070

discoverybookpalace@gmail.com / www.discoverybookpalace.com

இந்த நூலில் பிரசுரமாகியுள்ள எந்த ஒரு பகுதியையும் எழுத்துபூர்வமான முன்அனுமதி பெறாமல் எடுத்தாள்வதோ, மறுபிரசுரம் செய்வதோ, மொழியாக்கம் செய்வதோ, ஊடகங்களில் மறுபதிப்புச் செய்வதோ, காப்புரிமைச் சட்டப்படி தடை செய்யப்பட்டுள்ளது. இந்த நூலிலிருந்து சில பகுதிகளை மேற்கோள்காட்டி நூல் அறிமுகம் செய்யலாம்.

உங்கள் மொபைல் போனிலிருந்து ஸ்கேன் செய்து 'டிஸ்கவரி புக் பேலஸ்' மொபைல் ஆப்பை டவுன்லோடு செய்து, புத்தகங்களை வாங்குங்கள்.

அன்பும் நன்றியும்

பல்வேறு ஊர்களுக்கும்
பல ஆண்டுகள்
ஜெயகாந்தனோடு
சுற்றித்திரிந்த என்னை
சகித்தமைக்கும்,
இந்தப் புத்தகத்தின்
முதல் வரியிலிருந்து
முடிவு வரை
நான் எழுத எழுத
உடனுக்குடன் படித்து,
பிழைகள் திருத்தி,
உள்ளடக்கம் குறித்து
தொடர்ந்து உரையாடி
உற்சாகம் தந்தமைக்கும்,
என்னைச் சகித்து வாழும் சகி,
உயிர் நிகர் இணையர்

லதா

முன்னுரை

ஓர் இலக்கியவாதியுடனான நேரடி நட்பனுபவங்களை, ஒரு வாசகனாக என் நினைவுகளின் துணையோடு மீட்டெடுத்து எழுதிய புத்தகம் இது.

இருபத்தொரு வயதிலிருந்து என்னை எழுதத் தூண்டிய நண்பர்களையும், உறவுகளையும் ஏமாற்றியே வாழ்ந்து வந்தேன். நான் ஏமாற்றியவர்களில் திரு.ஜெயகாந்தனும் ஒருவர். ஜெயகாந்தனின் மறைவுக்குப் பிறகு எழுத நினைத்து, உள்ளத்தில் ஊறித்ததும்பிய நினைவுகள் என்னை அவ்வப்போது உசுப்பினாலும், அசங்காமலே காலம் தள்ளினேன்.

ஐம்பத்தெட்டாவது வயதில்தான் டாக்டர் ஷாலினி எழுதிய 'கொஞ்சம் டார்வின் கொஞ்சம் டாக்கின்ஸ்' புத்தகத்தை வாசித்தேன். அதுதான் என்னை, 'மனிதனாகப் பிறந்த ஒவ்வொருவரும், எப்படி பிள்ளை பெற்று உலகில் விட்டுப் போகிறோமோ, அப்படித் தம் அனுபவங்களையும் உலகில் விட்டுப் போகவேண்டியது அத்தியாவசியக் கடமை' என்று உணர்த்தியது. பிள்ளைகளின் மூலம் 'ஜீன்ஸ்'ஸைக் கடத்துவதைப்போலவே, தம் அனுபவங்களை 'மீம்ஸ்' மூலம் கடத்தியதால்தான் 'மனிதகுல வாழ்வியல்' (Anthropology) இன்று செறிவான இடத்தை அடைந்திருக்கிறது. மீம்ஸ் மனிதகுல வாழ்வுக்குப் பயன்தரத் தொடங்கியது, கற்பாறைகளில் கீறிய அடையாளங்களில்கூட ஆரம்பித்திருக்கலாம். ஆனால், அது இன்று பல்வேறுபட்ட பரிமாணங்களை அடைந்துவிட்டது. அதில் ஒன்றுதான் எழுத்து.

உலகில் பிறந்து வாழ்ந்த ஒவ்வொருவரின் அனுபவங்களையும், அவரவர் தவிர வேறு யாரும் ஓரளவாவது சரிக்கு நெருக்கமாக எழுதமுடியாது என்பதை உணர்ந்தேன். இவை மட்டுமே என்னுள் எழுதியே ஆகவேண்டும் என்ற எண்ணத்தைத் தோற்றுவித்தது. தக்கதை தகவமைத்துக்கொள்ள வைப்பது காலத்தின் கையில் இருப்பதால் நமக்குப் பிற கவலைகள் தேவையற்றவை.

எந்தத் திட்டமும் இல்லாமல், இதை எழுதப் புகுந்த எனக்கே இது ஆச்சரியம்தான். மனதில் படிந்திருக்கும் பலமான நினைவுகள், மீண்டெழும் அதிசயங்களே என்னைத் தொடர்ந்து எழுத வைத்தன.

‘ஜே கே சார்’ எழுதப் புகும்போது, எதை எழுதக்கூடாது என்பவற்றை வரையறுத்துக் கொண்டே எழுதத் தொடங்கினேன்.

ஜே.கே. என்னுடன் பகிர்ந்துகொண்ட அந்தரங்கங்கள் ஒன்று. அவரது குடும்ப வாழ்க்கை மற்றொன்று. இவ்விரண்டையும் ஒதுக்கிய பின்னரே, இந்தப் புத்தகத்தை நான் எழுதத் துணிந்தேன்.

ஜெயகாந்தன் நால்வருணக் கோட்பாட்டை, காந்தியைப் போலவே விரும்பி ஏற்றவர். இருவருமே அதிலுள்ளவை என்று அவர்கள் நினைக்கிற, சில்லறை ரிப்பேர்களை, சரிசெய்வது சாத்தியம் என்றே நம்பியவர்கள். ஏற்றத்தாழ்வுகளை சரிசெய்து சாதிகளைப் பாதுகாப்பது, இந்தியச் சமூக அமைப்பின் சிறப்பெனக் கருதியவர்கள். சாதியைப் பீடித்த நோயின் ஒரே பிரச்சினை தீண்டாமைதான் என்று அலசி ஆராய்ந்து, கண்டுபிடித்து, அதை மட்டும் ஒழித்துவிட்டால், சாதியால் ஒரு பிரச்சினையும் இல்லையென்று மனதார நம்பியவர்கள்.

இருவருமே, *RSS* ஐ எதிர்த்தார்கள். சனாதனத்தை நேசித்தார்கள்.

‘இந்திய ஒருமைப்பாடு’ எனும் நூற்றாண்டுக் கனவை முன்னிறுத்தி, இந்திய மந்தைகளை ஓட்டி, ஒரே பட்டியில் அடைக்க முனைந்தார் காந்தி. இந்திய சந்தைகளைப் புதுப்பித்து, ஒருமைப்பாடு நிலைக்க முனைந்தார் நேரு. இந்த இருவரின் அடியொற்றி, இந்தியாவெங்கும் எழுந்து பரவிய ஏராளமான கற்பனாவாத இளைஞர்களில் ஜெயகாந்தனும் ஒருவர்.

ஜெயகாந்தன் மீது அபரிமிதமான அன்பு கொண்டோரும், தனிப்பட்ட காரணங்கள் ஏதுமின்றி காழ்ப்பு கொண்டோரும், ஒருமுறைகூட அவரோடு நேரில் பழகாமலே, பிறர் சொல்லக் கேட்டு ‘அவர் திமிர் பிடித்தவர்’ என்று பழிசொல்வோரும், ஏதோவொரு சந்தர்ப்பத்தில், அவரிடம் இடிபட்டதால் அவரைத் தூற்றி, திருப்தியுறும் படைப்பாளிகளும், பொதுவாகவே அவரது தன்னம்பிக்கையைக் கண்டு பொறாமை கொள்வோரும் தமிழ்நாட்டில் மட்டுமல்லாது உலகெங்கும் பரவி இப்போதும் வாழ்ந்து வருகிறார்கள்.

ஒருவர் திமிரோடு வாழ்வதும், பணிவாகப் பழகுவதும் அவரவர் வளர்ப்பு, சூழல் மற்றும் மரபணு சார்ந்த விஷயங்கள். அதுவும் இந்தக் காலத்தில் பணிவு என்பது மனிதனின் பண்பாக

அல்லாமல், மனிதனின் வாழ்முறை நடிப்பில் ஒரு ரசமாகவே மாறிப் போய்விட்டது. பணிவு என்பது ஒரு தந்திரப் பண்பாகவும், திமிர் என்பது நேர்மையின் அடையாளமாகவும் பார்க்க வேண்டிய காலத்தில்தான் நாம் வாழ்கிறோம்.

ஹிந்தி மற்றும் விடுதலைப்புலிகள் விஷயங்களில் அவரது நிலைப்பாடு, பெரும்பான்மையோடு ஒத்துப் போகாததும், அவரது படைப்புகளில் மனம் பறிகொடுத்தோரையும் அவரைப் பழி சொல்ல வைத்தது. அதனாலெல்லாம் அவர் தன் நிலைப்பாடுகளை மாற்றிக்கொள்ளவில்லை. அவர் என்றுமே எதிர்ப்புகளுக்கு அடிபணிந்ததில்லை.

அவர் நம்மைப் பிரிந்து, எட்டு ஆண்டுகள் கடந்த பின்னும், அவரது நிலைப்பாடுகள் சரியோ, தவறோ; அதுகுறித்து நம்மை ஆராயத் தூண்டுவதே அவரது சிறப்பான செயல்பாடுகளுக்கான அடையாளம்.

அவர் எந்த நிலையிலும், பிழைப்பு வாதியாகவோ, சந்தர்ப்ப வாதியாகவோ, காரியவாதியாகவோ, ஊழல் வாதியாகவோ மாறாமல் வாழ்ந்த அந்தப் பண்புதான், அவரது அரசியலின் நேரெதிர் நிலைப்பாட்டுக்கு நான் மாறியபின்பும், அவரைப் பற்றி புத்தகம் எழுதத் தூண்டியது.

ஜெயகாந்தனை பெருமைப் படுத்துவதோ, சிறுமைப் படுத்துவதோ எனது நோக்கமல்ல. அவருடனான எனது அனுபவங்களை நேர்மையோடு அணுகுவதும், என்னிடம் ஏற்பட்ட பல்வேறுபட்ட மாற்றங்களை, நானே திரும்பிப் பார்த்து, விரித்துரைக்க முயல்வதுமே இந்தப் புத்தகத்தின் நோக்கம்.

என்னுள் படிந்திருக்கும் பலநூறு படிமங்களான ஜெயகாந்தனின் நினைவுகள் அனைத்தும், தோண்டத் தோண்ட ஊறும் மணற்கேணிபோல் வெளியே வந்தவண்ணமே உள்ளன. அதை ஓரளவு வரிசைப்படுத்தியே எழுத முயன்றிருக்கிறேன். பல நிகழ்வுகளை எழுதலாமா? வேண்டாமா? என்ற நீண்ட நெடிய சுய ஆலோசனைக்குப் பிறகே எழுதினேன்; அல்லது புறந்தள்ளினேன். நான் தரிசித்த எல்லா உண்மைகளையும் எழுதுதல் சாத்தியம் இல்லைதான். ஆனால், எழுதிய நிகழ்வுகள் அனைத்தும் உண்மை மட்டுமே என்று நான் உறுதி கூறமுடியும். இந்தப் புத்தகத்துக்குப்

பின்னும் எழுதாமல் விட்டவை, ஏராளமாகவே உயிருள்ளவரை என்னெஞ்சில் குடியிருக்கும் சக்தி வாய்ந்தவை.

என்னைக் கவர்ந்த ஜெயகாந்தனின் கதைகள் ஒவ்வொன்றையும் பற்றி நான் எழுதப் புகுந்தால் இன்னும் ஆயிரம் பக்கங்கள்கூட எழுதலாம். இந்தப் புத்தகத்தை எழுதத் தொடங்கி, ஓரிரு அத்தியாயங்களை எழுதிய பிறகு, எனக்கு நானே இதை எழுதுவதற்கான நோக்கத்தை வரையறுத்துக்கொண்டேன். அந்த நோக்கம் முழு திருப்தியோடு முக்கால் வாசியாவது நிறைவேறி விட்டதாகவே என் மனம் கருதுகிறது. அவரது சில கதைகளைப் பற்றி எனக்குத் தோன்றிய சில இடங்களில் எழுதியிருந்தாலும், பல்லாயிரம் பக்கங்கள் கொண்ட அவரது எழுத்துகளை நான் மட்டுமே விவரித்து எழுதிவிடும் நோக்கம் எதுவும் எனக்கில்லை. அது போன்ற நோக்கம் கொண்டவர்கள் இனி வரும் காலங்களில்கூட பிறக்கக்கூடும்.

கடந்த ஒரு வருடத்துக்கும் மேலாக அவரை நினைக்காமல் என்னுடைய பெரும்பாலான நாட்கள் நகர்ந்ததில்லை. அவரோடு பழகிய நாட்களில்கூட அவர் என்னை இப்படி ஆக்கிரமித்ததில்லை. எனது கடந்தகால நினைவுகளை மீட்டெடுத்து, பதிவுசெய்ய கிடைத்த இந்த அரிய வாய்ப்பு, எனக்குச் சிறந்ததொரு அனுபவமாகவே அமைந்தது. ஜெயகாந்தன் என் நினைவுகளில் இறுதிவரை என்னோடு வாழ்வார்.

இருபது ஆண்டுகளுக்கு முன் நான் எழுதிய 'விழுவதும் எழுவதும்' என்ற நாவலுக்குப் பிறகு, இந்த 'ஜே.கே.சார்' எனும் எனது இரண்டாவது புத்தகத்தை வெளியிடும் பணியை மனமுவந்து ஏற்ற 'டிஸ்கவரி பப்ளிகேஷன்ஸ்' நிறுவனரான திரு.மு.வேடியப்பன் அவர்களுக்கு என் நன்றி என்றென்றும் உரியது.

தங்களின் கைகளில் தவழும் 'ஜே கே சார்' உங்களுக்கும் ஒரு புதிய அனுபவத்தைக் கொடுக்கும் என்று நம்புகிறேன்.

கௌதமன்

su.gowthaman@gmail.com

பொருளடக்கம்

1. வாங்கோளேன் — 11
2. சுய அறிமுகம் — 13
3. மறுபடியும் — 19
4. எனக்கு 29 அவருக்கு 59 — 26
5. நிலவும் மதுவும் — 35
6. நானே அறுத்த தொடர்பு — 42
7. தானே தழைத்த நட்பு — 48
8. மணிவிழா உரை — 56
9. ஹிந்தி பிரச்சாரம் — 65
10. உறைய வைக்கும் உரை — 74
11. பயணங்கள் தொடங்கியது — 82
12. திருப்பத்தூர் அன்பர்கள் — 89
13. மாட்டுக் கொட்டகை — 96
14. பழங்கிணறு — 101
15. கருவின் கரு — 108
16. மகிழ்ச்சி பொங்கும் திருச்சி — 116
17. மதுக்குழு நாடகம் — 123
18. சித்தாளும் சினிமாவும் — 132
19. சினிமாவுக்குப் போன ஜே கே — 141
20. திரைக்கு ஒரு திரை — 150
21. ஓர் உண்மை விமர்சனம் — 158
22. புதிய அலை தமிழ் சினிமா — 166
23. என் வீட்டில் — 176
24. அம்மா மண்டபம் — 182
25. மாம்பழ நினைவுகள் — 192
26. ஸ்கூட்டர் பயணம் — 202
27. பன்றிக்கறியும் மாட்டுக்கறியும் — 210
28. கண்ணாமூச்சி ஆட்டம் — 219

29.	வர்த்தமானன்	227
30.	சுபமங்களா	234
31.	பாரதியும் ஜெயகாந்தனும்	243
32.	ஓட்டைக் குடிசையில் ஒழுகும் மழையில்	257
33.	ஃபோட்டோ ஷீட்	262
34.	கோவை விஜயம்	268
35.	எனது உரை	275
36.	சுயதம்பட்டம்	283
37.	கடலூர்ப் பயணம்	290
38.	ஊர் சுற்றிப் புராணம்	298
39.	வாழ்விக்க வந்த காந்தி	306
40.	காந்தியும் நாராயணம்மாவும்	312
41.	இசைஞானி	320
42.	சூத்திர ரசனை	326
43.	வல்லிக்கண்ணன் என்கிற ராசுகி	333
44.	சோப்பெங்கப்பா	342
45.	இமயத்துக்கு அப்பால்	348
46.	டால்ஸ்டாய்	355
47.	ரஷ்யன் வோத்காவும் மீன்சினை உணவும்	366
48.	என் சினிமாக்கள்	373
49.	ஒருத்தி ரிலீஸ்	380
50.	நீங்க வரலன்னா விட்ருவோமா?	388
51.	கிண், கிணாட்றி, டொய்யாங்	396
52.	என் பேரு ஜெயகாந்தன்	404
53.	மணிக்கொடி சீனிவாசன்	410
54.	குறிப்பு சாமி	421
55.	இறுதிப் பிரிவு	429

1. வாங்கோளேன்

1980கள்.

அலெக்சாண்டர் புஷ்கின், லேவ் தல்ஸ்தோய், மக்ஸீம் கார்க்கி, மோகன்தாஸ் கரம்சந்த் காந்தி போன்ற காலமானவர்களையே, எனது மதிப்புக்குரிய நெருங்கிய நண்பர்களாகக் கொண்டு, நான் வாழ்ந்த காலம் அது.

1979ல், எனது மேல்நிலை வகுப்பு ஆங்கில ஆசிரியராகத் தொடங்கி, பின்னாளில் நெருங்கிய நண்பராக மாறிய ஒருவர், 1993ல் என்னைப் பார்க்க சென்னைக்கு வந்திருந்தார்.

“என்ன பிளான் வச்சிருக்கிற? டி.எம்.சௌந்தரராஜனைப் பார்ப்போமா? ஜெயகாந்தனைப் பார்ப்போமா?'' என்று கேட்டார். ஒரு திட்டமும் வைத்திராத எனக்கு சில நிமிடங்கள் அதிர்ச்சியாக இருந்தது.

1981லிருந்து சென்னையில் வசித்த எனக்கு, எவரையும் இப்படித் தேடிப்போய் பார்க்கும் பழக்கமே இல்லை. விழாக்களிலோ, இலக்கியக் கூட்டங்களிலோ பார்ப்பதோடு சரி.

“டி.எம்.சௌந்தரராஜனைக் கேட்கலாம்; பார்ப்பதில் சுகமில்லை. ஜெயகாந்தனைச் சந்திக்கலாம்'' என சட்டென்று பதில் தந்தேன். அவர் சிரித்து விட்டார்.

ஆப்பிள், ஆரஞ்சுப்பழங்கள் சகிதமாக மதியத்திலிருந்து, டெலிஃபோன் டைரக்டரியில் எடுத்த முகவரியோடு, கே.கே.நகர் முழுக்க நடந்தே சுற்றி, ஜெயகாந்தன் வீட்டைக் கண்டுபிடிக்க நாங்கள் மட்டுமல்ல; மாலையும் மயங்கிவிட்டது.

சாத்தியிருந்த இரும்பு கேட்டின் உள்ளே ஜெயகாந்தனின் மகனும், பின்னாளில் எனது நண்பருமான அப்பு என்கிற ஜெயசிம்மன், பந்து விளையாடிக் கொண்டிருந்தார்.

அவர் யாரென்றே தெரியாத நாங்கள்,

“ஜே கே சார் இருக்காங்களா?'' என்று கேட்டதும்,

“அவர் ஊரில் இல்லையே...'' என்ற அவரது பதில் எங்களை மிகுந்த சோர்வுக்கு உள்ளாக்கியது.

சோர்வைப் போக்க, நேரே வீட்டுக்கு வந்ததும், ஜெயகாந்தன் வயிற்றுக்குள் போயிருக்கவேண்டிய ஆப்பிள்களையும், ஆரஞ்சுகளையும் பேசிச் சிரித்தபடி, எங்களது வயிற்றினுள் தள்ளினோம்.

அதன்பின் அந்த ஆசிரிய நண்பர் ஊருக்குச் சென்றதும், ஜெயகாந்தனுக்குக் கடிதம் எழுதியிருக்கிறார். ஒருசில நாட்களில் பதில் கடிதம் வந்ததும், இரண்டு கடிதங்களையும் எனக்குப் படியெடுத்து அனுப்பி வைத்தார். அதனோடு வந்த அவரது கடிதத்தில், என்னைப்பற்றி அவர் ஜே.கே.வுக்கு எழுதிய கடிதத்தில் குறிப்பிட்டிருந்ததால், ஃபோன் செய்துவிட்டு, நேரில் போய் ஜே.கே.யைப் பார்க்கும்படி கூறியிருந்தார்.

நல்ல வெயிலடிக்கும் மார்ச் மாதக் கடைசியில், ஒரு ஞாயிறன்று ஃபோன் செய்தேன். கூட்டங்களில் பேசும் அவரது வெண்கலக் குரல் அமைதியாகக் கேட்டது. அறிமுகப் படலம் முடிந்ததும்,

“ஒங்கள இப்ப பாக்க வரலாமா சார்?'' என்றேன்.

“வாங்கோளேன்'' என்று ஒற்றை வார்த்தையில் முடித்தார். போனேன்.

அதற்குப்பிறகு, அவர் நம்மோடு வாழ்ந்த காலம் வரை, இருபத்தியொரு ஆண்டுகள் தொடர்ந்து அவரைப் பார்க்கப் போய்க் கொண்டே இருந்தேன்.

2. சுய அறிமுகம்

மார்ச், 1993.

ஒன்றரை ஆண்டுகளுக்கு முன் நடைபெற்ற எனது திருமணத்தில், யாரோ அன்போடு அளித்த ஒரு பாலியெஸ்டர் வேட்டி, கைமுட்டி வரை மடித்துவிடப்பட்ட ஒரு பாலியெஸ்டர் சட்டை, தங்கநிற பட்டை கொண்ட மின்னும் டைடன் வாட்ச், அண்ணா சாலையில், அண்ணா சிலைக்கு அருகமைந்த காதி கிராமோத்யோக் பவனில் வாங்கிய தோல் செருப்பு இவற்றுக்குள் நுழைந்துகொண்டு, ப்ராட்வேயில் எட்டு ஆண்டுகளுக்கு முன் ஆயிரத்து நூறு ரூபாய்க்கு நானே சென்று, பார்த்து வாங்கிய ஹீரோ சைக்கிளை, பதினொரு மணி மொட்டை வெயிலில் மிதித்துக் கொண்டு, தி.நகர், சாரி தெருவிலிருந்து, கே.கே.நகருக்குப் போய்க் கொண்டிருந்தேன்.

நான் என்றுமே அரசியலில் ஈடுபட்டதில்லை. ஆனால், வேடிக்கைப் பார்ப்பேன். கலையுலகில் கால்கூட வைத்ததில்லை. ஆனால், கலையுலகம் என்னுள் வாழ்ந்து வந்தது. ஆன்மா, ஆன்மீகம் போன்ற எனக்குப் புரியாத வார்த்தைகளுக்கு, எப்போதும் புறமுதுகு காட்டுபவன். இலக்கியவாதியும் அல்ல. ஆனாலும், ஜெயகாந்தன் ஈர்ப்பு வெகுவாகவே இருந்தது. அவரை சந்திக்க எனக்கிருந்த ஒரே உரிமை, நான் ஓர் இலக்கிய வாசகன் என்பது மட்டுமே. இந்த நினைவிலேயே வியர்க்க விறுவிறுக்க, 'வதக் வதக்' கென்று சைக்கிளை மிதித்துக்கொண்டிருந்தேன்.

'சின்னகேட்' என்று நம் முன்னோரால் செல்லமாய் அழைக்கப்பட்ட ரெயில்வே கேட்டில், (இப்போது புதிய சுரங்கப்பாதையும், மேம்பாலமும் வந்துவிட்டன) சைக்கிளோடு

குனிந்து, நிமிர்ந்து, கடந்து மேற்கு மாம்பலத்துக்குள் புகுந்து சென்று கொண்டிருந்தேன்.

அவரது கதைகள் பலவற்றையும் படித்து ஏழெட்டு ஆண்டுகளுக்கு மேலாகிவிட்டதே என்ற ஓர் உறுத்தல் உள்ளுக்குள் ஓடிக்கொண்டிருந்தது. 'நாம் என்ன இன்டர்வியூவுக்கா போறோம்?' என்ற தேறுதலும் குறுக்கே ஓடியது.

அவரை நான் முதன்முதலில் பார்த்தது நினைவுக்கு வந்தது.

இங்கிலாந்து இளவரசர் சார்லஸ் மற்றும் டயானா திருமணத்துக்கு சென்று விட்டு, மறுநாள் 12B பஸ்ஸில் திரும்பிக்கொண்டிருந்த போது, எல்டாம்ஸ் சாலையின் கிழக்கு முனையில் அமைந்த, கமல்ஹாசன் வீட்டுக்கு எதிரில் இருந்த பேருந்து நிறுத்தத்தில், இருட்டிய மாலை வேளையில்தான் அவரைப் பார்க்க வாய்த்தது.

பஸ் டிரைவரின் பின்பகுதி இருக்கையில் அமர்ந்திருந்த என்னை, பெண்கள் பகுதி இருக்கைகள் பக்கமிருந்து கேட்ட ஒரு பெண்மணியின் பதற்றமான ரகசியக் குரல்தான் திரும்பிப் பார்க்க வைத்தது.

"ஏய் ஜெயகாந்தன்டீ, அங்க பாரு, பஸ் ஸ்டாப்புல!''

அந்தக் குரல் யாருடையதென்று நான் திரும்பிப் பார்க்க வேயில்லை. என் கண்கள் பேருந்து நிறுத்தத்தை இருட்டில் துழாவின. அங்கு நின்று கொண்டிருந்த நான்கைந்து பேரில் அவரும் ஒருவர்.

கரிய நிற டெரிகாட்டன் பேன்ட், அரைக்கை டெரிகாட்டன் சட்டை, முறுக்கி விடப்பட்ட கரிய மீசை, பட்டையான கருப்பு ஃபிரேம் மூக்குக் கண்ணாடி, கையில் ஒரு ஹேன்ட் பேக் (கைப்பை) அல்லது வேறு ஏதாவதாகவும் இருக்கலாம். அசப்பில், ஓர் அரசு அலுவலரைப் போன்ற தோற்றம். ஓரிரு வினாடிகளில் ஆயில் பெயிண்டிங் ஓவியம் போல் என்னுள் இறங்கிவிட்டார்.

நான் ஜெயகாந்தனைப் பார்த்துவிட்டேன்!

எதிர்பாராத மகிழ்ச்சியை, என்னால் வெளிப்படுத்த முடியாமல் திணறினேன். அருகில் அமர்ந்திருந்த ஒரு பெரியவரைப் பார்த்து இளித்தேன். சிரித்தால் பதிலுக்குச் சிரிக்க பயப்படும் சென்னையல்லவா! ஒன்றும் புரியாமல் அவர் விழித்தார்.

சென்னையிலிருந்து வெகுதொலைவில் அமைந்த சிற்றூரான ஜெயங்கொண்டத்தில், சிறியதொரு நூலகத்துக்குள் வளர்ந்த எனக்கு, அவரது காட்சி, புதிதாகத் தொடங்கிய சென்னை வாழ்க்கை காட்டிய சிறப்பு தரிசனமாகத் தோன்றியது.

அதன் பிறகு, எங்களது குடியிருப்புக்கு அருகிலிருந்த பனகல் பார்க்கின் வடபுறத்தில் அமைந்த 12B பஸ் ஸ்டாப்பில் சில முறைப் பார்த்தேன். ஒரு நிமிட நடை தூரத்தில் வீட்டை வைத்துக்கொண்டு, நானும் பஸ்ஸுக்குக் காத்திருப்பது போல் ஓரமாய் நின்று நடித்தபடி, அவரை திருட்டுத்தனமாக 'ஸைட்' அடித்த தருணங்கள் அவை.

ஜே.கே. வீடு தொட்டுவிடும் தூரம் வந்துவிட்டதால், இப்போதே சார்லஸ் டயானா திருமணத்தைப் பற்றிச் சொல்லிவிடுகிறேன்.

1981ல் தி.நகரில் வசித்த எங்களது வாடகை வீட்டில் TV கிடையாது. பட்டினப்பாக்கத்தில் இருந்த எங்கள் சித்தி வீட்டில்தான் EC TV (அரசு நிறுவன தொலைக்காட்சிப் பெட்டி) இருந்தது. அம்புடுத்தேங்!

சுற்றுச்சுவர் ஓரமாக சைக்கிளை பதமாய் நிறுத்திவிட்டு, முன்பொருமுறை பார்த்துத் திரும்பிய கேட்டைத் திறந்து, ஏதோவொரு காலை எடுத்து வைத்து பிரவேசித்தேன் (உள் நுழைந்தேன்).

கேட்டிலிருந்து தாராளமாய் உட்தள்ளி கட்டப்பட்ட வீடு. ஒருவர் மட்டுமே அமருமளவுக்கு ஓர் ஊஞ்சல் பலகை. அந்த ஊஞ்சல் மட்டுமே ஆடுமளவுக்கான ஓர் ஆளோடி. வரவேற்பறையில் நுழையும் முன் ஒரு போர்டிகோ. பக்கவாட்டில் படிக்கட்டு. ஒரு மாடி. அதன் மேல் நன்கு அமைக்கப்பட்ட ஒரு குடிசை.

என்னை காத்திருக்கச் சொல்லிவிட்டு, எனது வருகை, மாடியிலிருந்த அவருக்கு அறிவிக்கப்பட்டது. காத்திருக்கும் போது, 'இவரப் படிச்சா போதாதா, எதுக்கு இதெல்லாம்' என்று தோன்றியது. அந்த ஊஞ்சல் என்னை வெகுவாக ஈர்த்தது. ஆனாலும் நான் மயங்கவில்லை.

படிக்கட்டில் சத்தம் கேட்டு திரும்பினேன். இடுப்புக்கு மேல் தூக்கி வயிற்றில் கட்டிய லுங்கியும், தோளில் ஒரு வெள்ளைத் துண்டுமாகக் காட்சி தந்தார் ஜெயகாந்தன். துண்டில் காங்கிரஸ் கரை. கழுத்தை ஒட்டிய ஒரு சிறிய, மெல்லிய தங்கச் செயின்.

நேராக இறங்கி வந்து, எனக்குப் பிடித்த அவர் வீட்டு ஊஞ்சலில் அமர்ந்தார். என்னையும் அமரச் சொன்னார். எதிரில் நானும் அமர்ந்தேன். நான் புன்னகையுடனேயே பார்த்துக் கொண்டிருந்தேன். அவர் சிரிக்கவே இல்லை.

என் கண்களைக் கொத்தியபடி, என் ஆசிரிய நண்பரைப் பற்றி விசாரித்தார்.

எனக்கு அவர் எழுதிய விபரத்தைச் சொன்னேன்.

"நீங்க என்ன பண்றீங்க?"

"மெடிகல்ஷாப் வச்சிருக்கேன் சார்."

"எங்க?"

"மகாலிங்கபுரத்துல சார். கோடம்பாக்கம் பிரிட்ஜ்லேந்து எறங்கி லெஃப்ட் திரும்புனா அஞ்சாவது கட சார்."

"வீடு?"

"டீ நகர் சார்."

அரை நிமிட அமைதி. நிதானமாக எழுந்து,

"மேல போய் இருங்க, வரேன்"

என்று வீட்டுக்குள் போய்விட்டார்.

நின்று நிறுத்தி ஒவ்வொரு படியாக ஏறினேன் (இரண்டிரண்டாய் தாவுவது என் இயல்பு). ஏறித் திரும்பியதும் வலதுபுறம் கதவடைக்கப்பட்ட ஒரு கழிவறை. இடப்பக்கம் படிக்கட்டு.

மீண்டும் மேலேறினேன். மேலே இடதுபுறம் குடிசைக்குள் செல்ல ஒரு மரக்கதவு. எதிரில் இரண்டு படியேறி கால் வைத்தால் ஒரு சிறிய மொட்டை மாடி. மாடியை உரசியபடி அசைந்தாடும் வேப்பமரமும், தென்னை மரமும். நான் கதவைத் திறந்து குடிசைக்குள் வந்ததும் உடல் கொஞ்சம் குளிர்ந்தது. என் வியர்வை பாலியெஸ்டர் துணிகளுக்குள் சிக்கி வெளிவர முடியாமல் படாதபாடு பட்டன.

அங்கே நின்றிருந்த இரண்டு பெரிய மர ரேக்குகளில் புத்தகங்களும், தூசிகளும் நிறைந்து வழிந்தன. அவரது பெரிய ப்ளோஅப் படம் கையில் புகையும் பைப்போடு பிரம்மாண்டமாக ஒரு பக்கத்தை அடைத்திருந்தது. அதில் சில பகுதிகள் பூஞ்சைகளால் சேதமாகியிருந்தன. இருப்பினும் அவரது கம்பீரத் தோற்றத்தை

பூஞ்சைகள் சிதைக்கவில்லை. மிகச் சிறிய ஒரு பூட்டு தொங்கிய பழைய மர அலமாரி ஒன்று ஓரமாய் நின்றது. நீண்டதொரு மர மேசை. ஒருசில இரும்பு மடக்கு நாற்காலிகள். என் சிறுவயதில், முதன் முதலில் ஒரு டாக்டர் வீட்டில் பார்த்தது போன்ற, ஒரு பழைய கோத்ரெஜ் சுழல் நாற்காலி. அது அவருக்கானது என்று தோன்றியது.

படிக்கட்டில் ஏறும் செருப்புகளின் அடியோசை.

சுழல் நாற்காலியில் வந்து அமர்ந்து, அரும்பியபடி இருந்த வியர்வையை துண்டால் துடைத்துக்கொண்டே, மருந்துக் கடையைப் பற்றி விசாரித்தார். சிறிதுநேர அமைதிக்குப் பின், நான் என் வாழ்வில் செய்த புரட்சி என்று நானே கருதிய செய்தியைச் சொன்னேன்.

“நான் இருபத்தஞ்சு வயசுல வீட்டவிட்டு ஓடிப்போயிட்டேன் சார்.''

நிதானமாக, “எங்களுக்கெல்லாம் வேற வழியில்ல; போயி திரிஞ்சோம். ஒங்களுக்கென்னங்க, நீங்க எதுக்குப் போவணும்?'' என்றார்.

ஆச்சரியமற்ற அவரது பதில், என்னை ‘புஸ்’ஸாக்கிவிட்டது.

என்னை வீட்டைவிட்டு ஓடித் திரியவைத்த, இந்திய அறிவுச் செல்வங்களுள் முக்கியமான ஒருவரும், எனது பிரிய நண்பரும், நான் பிறப்பதற்கு ஒரு வருடம் முன்பு காலமானவருமான, ‘ஊர்சுற்றிப் புராணம்’ எழுதிய ராகுல் சாங்கிருத்யாயனை நான் காட்டிக் கொடுக்கவில்லை.

புகைப்பதற்கான ஆயத்தங்களைச் செய்ய ஆரம்பித்தார்.

“சார், இதுக்கு நீங்க அடிக்ட்டா?'' என்று துடுக்குத்தனமாய்க் கேட்டேன்.

உடனே அவர், “சிலபேருக்கு தயிர்சாதம் ரொம்பப் புடிக்கும். அவங்ககிட்ட அடிக்ட்டான்னா கேப்பீங்க?'' என்றார்.

நான் கேட்டதே தவறென்று புரிந்தது. அவரது பதில் எனக்கு மிகவும் பிடித்துப்போனது. வித்தியாசமான ஒரு பைப்பில் அடைத்துப் பற்ற வைத்துப் புகையிழுத்தார். புதுமையாகவும், கவர்ச்சியாகவும் இருந்தது.

“சார், நான் இழுத்துப் பாக்கவா?''

"முன்னாடி புடிச்சுருக்கீங்களா?"

"இல்ல சார்... ஒரு தடவ ட்ரை பண்றேன்..."

ஒருமுறை உள்ளே இழுத்தவன், வாயை எடுக்காமலே இரண்டாவது முறை இழுக்க முனைய, கொஞ்சம் காற்று வெளி வந்துவிட்டது. பைப்பிலிருந்து நெருப்புப் பொறிகள் பறந்ததும், அவர் பதறிப்போய் என்னிடமிருந்து வாங்கிக் கொண்டார்.

நான், "சாரி சார்" என்றேன்.

அதை ஒன்றும் அவர் பெரிதாக எடுத்துக் கொள்ளவில்லை. அத்தோடு பேச்சு நின்றுவிட்டது. பத்துப் பதினைந்து நிமிடங்களில் எனக்கும் கிளம்பத் தோன்றியது.

"நான் பொறப்புட்றேன் சார்" என்றேன்.

"அப்டியா! சரி" என்று முடித்துவிட்டார். எனக்குச் சந்திப்பு நிறைவற்றதாகத் தோன்றியது.

அடுத்தவாரம், அதே நாள், அதே நேரம் ஃபோன் செய்தேன்.

"கௌதமன் பேசுறேன் சார்... இப்ப வரலாமா சார்?"

"வாங்களேன்."

மறுபடியும் அதே மாதிரி உடை, அதே சைக்கிள், அதே வெயில். சட்டைப்பையில் கொஞ்சம் பணம்... கிளம்பிவிட்டேன்!

3. மறுபடியும்

என்னை மிகவும் கவர்ந்த பிரபல ஹாலிவுட் திரைப்படமான 'தி ஷாஷங்க் ரிடம்ப்ஷன்' (The Shawshank redemption)ஐ கடந்த ஏழெட்டு வருடங்களில், ஏழெட்டு முறைப் பார்த்திருப்பேன். நான் என் மகளுக்கு புத்தகங்களையும், திரைப்படங்களையும் பரிந்துரைத்த நிலைமாறி, அவள் எனக்குப் பரிந்துரைத்தவற்றுள் ஒன்று அந்தப் படம். அந்தத் திரைப்படத்தில் காட்டப்படும், ஷாஷங்க் மாகாணத்தில் அமைந்திருக்கும், நூற்றெண்பது ஆண்டுகளுக்கு மேல் பழைமையான சிறைச்சாலையைப் போன்றதுதான் எங்களது வீடு. கட்டுமானத்தில் அல்ல; கட்டுப்பாடுகளில். அதில் சிறையில் வாடும் கதாநாயகன் நானென்றால், தலைமை வார்டனைப் போன்றவர் என் தந்தை. சிறை அதிகாரிகளைப் போன்றவர்கள் என் தாயும், தமக்கையும்.

என்னுடைய ஒவ்வொரு அசைவும் அவர்களின் கண் கேமராக்களால் தூங்கும் நேரம் தவிர, தொடர்ந்து படம் பிடிக்கப் பட்டுக்கொண்டிருக்கும். என் அசைவுகளை அசைபோட்டு, அவர்கள் ஆய்வு செய்வார்கள். அதன்பின் அநியாய அசைவுகளுக்கு தண்டனை வழங்கப்படும். அது தோட்டத்து மண்தரையில் முட்டிபோட்டு நிற்பதா? அல்லது மெல்லிய சவுக்கு மிலாரினால், முட்டிக்குக் கீழ் அடித்து வரிக்குதிரையைப் போல் ஆக்கி, பிறகு மஞ்சள் பத்து போடுவதா? என்பது, எனது அசைவுகளின் அநியாய அளவைப் பொறுத்து அமையும். இருப்பினும், அன்றைய நியாய அநியாயங்களுக்கு இடையிலுள்ள குழப்பங்கள், எனக்கு இன்றுவரை தீரவேயில்லை.

இந்திய சுதந்திரத்துக்குப் பின், கோவணம் கட்டி, வயலுக்குப் போன பிற்படுத்தப்பட்ட வகுப்பைச் சேர்ந்த விவசாயிகள், கணிசமான அளவுக்கு செட்டியார்களுக்கு மாற்றாக சில்லறை வியாபாரிகளாகி, புதுப் பணக்காரர்களாகிக்கொண்டிருந்த காலம். அவர்களில் ஒருவர்தான் என் தந்தையார்.

அதுபோன்ற புதுப் பணக்காரர்களின் கனவுகளில் முதன்மை யானது, பெற்ற பிள்ளைகளை டாக்டராகவோ, இஞ்சீனியராகவோ உழவு மாட்டைப் போல் வளர்த்தெடுப்பது. இன்று எங்கெங்கும் பரவி நிற்கும் இந்தத் தொற்றுநோய், தொடங்கிய காலத்து முதல் தலைமுறையில் பிறந்த '60ஸ் கிட்ஸி'ல் நானும் ஒருவன்.

டாக்டராகவோ, இஞ்சீனியராகவோ ஆவதற்கு முன், பெற்றெடுத்த அந்த உற்பத்திப் பொருள் (*product*) கெட்டுப்போய்விடக் கூடாது என்பதற்காக, ஏராளமான கண்காணிப்புகளும், கட்டுப்பாடுகளும் விதித்து, கங்காணிகளையும் ஏற்பாடு செய்தால், எவனுக்குத்தான் கெட்டுப்போக ஆசை வராது. இருந்தாலும், நான் முழுதும் கெட்டுப்போகவில்லை என்பதை, ஐம்பத்தெட்டு வயதில் இதை எழுதியதிலேயே நீங்கள் தெரிந்துகொள்ளலாம்.

என்னைப் பாதுகாக்க அனைத்து ஏற்பாடுகளையும் செய்த என் பெற்றோர் ஒன்றில் தவறு செய்தார்கள். அதுதான் என் விருப் பத்திற்கிணங்கி, தம் செல்வாக்கால், என்னை பதினொரு வயதிலேயே ஜெயங்கொண்டம் கிளை நூலகத்தில் உறுப்பினராக்கியது. அதுதான் டாக்டராகவோ, இஞ்சினியராகவோ அல்ல; ஒரு சுக்குனியராகவோகூட ஆகாமல் என்னைக் காப்பாற்றியது.

'ஷாஷங்க்' சிறை வாழ்க்கையில், எனக்குத் துணை நின்றவர்கள் தான், இரும்புக்கை மாயாவி, துப்பறியும் சாம்பு தொடங்கி சங்கர்லால் வரை. நூலகம் வாயிலாக என் உலகம் விரிந்தது. றெக்கைகள் இல்லாமலே பறக்கப் பழகினேன். பசி என்றால் என்னவென்றே தெரியாமல், பசிக்கும் போது, 'வயிறு வலிக்குதும்மா' என்று சொல்லும் எனக்கு, பசியையும், ஏழ்மையையும், அறத்தையும், நேர்மையையும் நானறியாமலே புத்தகங்கள்தான் ஊட்டி வளர்த்தன.

என் தந்தையின் வயதுடைய நூலகர் எனது நண்பரானார். எனக்காகப் புத்தகங்களைக் காத்திருக்கச் செய்தார். என் கை கனமான பெரும் கதைப் புத்தகங்களையே நாடும்.

இதுதவிர, எனது முக்கிய பொழுதுபோக்கு, ஓவியமாக இருந்தது. ட்ரேஸ் எடுத்து வரைவது எப்போதுமே எனக்குப் பிடித்தமான ஒன்று. ட்ரேஸ் எடுக்காமல், ஸ்கேலின் துணை மட்டுமே கொண்டு, நான் வரைந்த முதல் ஓவியம் தாஜ்மகால். A4 தாளில் வண்ணப் பென்சில்களால் வரைந்து, எங்களது கோத்ரெஜ் பீரோவில், கதவின் மேல்பகுதியில் ஒட்டி, ஆண்டுக்கணக்கில் அழகு பார்த்தவன்.

என் தந்தையின் மளிகைக்கடை கல்லாவின் மேலிருக்கும், ரோக்கா சீட்டுகள்தான் எனது கேன்வாஸ். அவற்றில் எங்கள் கடைப் பெயரை, விதவிதமாக எழுதி வண்ணம் கொடுத்து ரசித்துக் கொண்டிருப்பேன், என் திருப்திக்குத்தான். அதையெல்லாம் பாராட்ட அப்போது ஒருவருமில்லை. பாராட்டே கிடைக்காத போதும், தொடர்ந்து வரைவது என்பது ஒரு வேள்விதான்.

அப்படி ஒருநாள் என்னை மறந்து வரைந்துகொண்டிருந்த போதுதான், என் தலையில் இடி விழுந்தது. இல்லையில்லை; அடி விழுந்தது. என் பிடறியில் விழுந்த அடி, என் தந்தையின் பெரிய மோதிரமணிந்த கைகளால் நிகழ்ந்தது.

"என்னடா வரியிற..? எப்பப் பாரு வரிஞ்சிகிட்டு... போயி படிடா. படிச்சு உருப்புடனும்இல்ல... வரியிறானாம்!" என்று அவர் சொல்லிக்கொண்டிருந்தபோது, தலை கிறுகிறுக்க நான் மூத்திரம் போய்விட்டேன். கல்லாப் பெட்டியின் கீழ் அசிங்கப் படுத்தியதற்கு முதுகில் ஒன்றும் விழுந்தது.

இந்த நிகழ்வுக்குப் பிறகுதான் எனக்கு ஓவியம் வரைவதென்பது அநியாய வகையைச் சேர்ந்தது என்று புரிந்தது. அதன் பிறகு திருட்டுத்தனமாக வரைவதும், மறைப்பதும் வழக்கமாகியது. ஆனாலும், திருட்டுத்தனமாக வரைவதைவிட, திருட்டுத்தனமாக படிப்பது எளிதென்று உணர்ந்தேன்.

வீட்டில் படிக்கச் சொன்னால், பாடப் புத்தகத்தின் அடியில் வைத்து கதைகளைப் படிக்கலானேன். ஆனால், அப்போது எனக்குத் தெரியாது; அவைகளில் பல, கல்லூரிகளில் பாடங்களென்று. மு.வ., அகிலன், நா.பா, கல்கி, சாண்டில்யன், தமிழ்வாணன், ஜெயகாந்தன் போன்ற இன்னும் சிலரை புரிந்த வரை படித்துக் கொண்டிருந்தேன்.

எனது வீட்டுச் சிறை வாழ்க்கையில் கதைப் புத்தகங்களே விடுதலை உணர்வளித்தன. பாடப் புத்தகங்கள் கசந்தன. அதனால் நூலகப் புத்தகங்களை பள்ளிக்கும் எடுத்துச் சென்று படிப்பைத் தொடரலானேன். கதைகள் என்னை கனவில் வாழ வைத்தன.

ஆசிரியர் பாடம் நடத்திக்கொண்டிருக்கும் போது, அவர் முகத்தையும், கரும்பலகையையும் மாறிமாறிப் பார்த்தபடி, என் கதையுலகில் சஞ்சரிக்கும் வல்லமை பெற்றிருந்தேன். பாடத்தைக் கவனிப்பது போல் அமர்ந்து, நினைவில் முன்பு பார்த்த முழு திரைப்படத்தையும் ஓட்டி மகிழும், மனதை ஒருமுகப்படுத்தும் பக்குவமும் கைவரப் பெற்றிருந்தேன்.

இவ்வாறாக வாழ்க்கை இன்பமும், இடைஞ்சலும் மாறிமாறி வந்துகொண்டிருந்த காலை, வழக்கத்துக்கு மாறாக தலைப்பிலேயே என்னைக் கவர்ந்த, ஒரு சிறிய புத்தகத்தை நூலகத்திலிருந்து எடுத்து வந்தேன். கடைக்குப் பின்னாலேயே எங்களது வீடு அமைந்திருக்கும். என் தாயார் பரீட்சைக்குப் படிக்கச் சொல்லிவிட்டு, கடைக்குப் போய்விட்டார். நான் பாடத்தையும், கதையையும் மடியில் வைத்துக்கொண்டு, கதையைப் படிக்க ஆரம்பித்தேன். ஊன்றிப் படித்ததில் உலகை மறந்தேன்.

இரண்டு பக்கங்கள்கூட படித்திருக்க மாட்டேன். கதையில் பதிந்திருந்த என் கண்களுக்கு, அப்பாவின் மடித்துக் கட்டிய வேட்டிக்குக் கீழே, கறுத்த இரண்டு கால்கள் தெரிந்தன. மிக அருகில் பார்த்து திடுக்கிட்ட எனது தலை, தானே நிமிர்ந்தது. கோபமும், வெறுப்பும் கொந்தளிக்க,

“என்ன புஸ்தவன்டா அது?”

என் மடியிலிருந்த புத்தகம் அவர் கைக்குப் போனது.

“கோ..கி..லா.. என்ன.. செ..ய்து விட்டாள். ஜெய..காந்.. தன்.’’

(ஐந்தாவது வரை படித்த அவர் எழுத்துக் கூட்டி நிதானமாகத்தான் படிப்பார்.)

புத்தகம் வீசியெறியப்பட்டது. காற்றை எதிர்த்துச் சப்தமிட்டபடி பறந்து, சுவற்றில் மோதி, தன்னை விரித்துக்கொண்டு கீழே விழுந்தது.

ஓவியம் வரைந்ததைவிட, இது மாபெரும் குற்றம் என்று எனக்கே தெரிந்ததால், என் உடலம் பதறி நடுங்கியது.

அவரது இடது கையில் கொத்தாக பிடிபட்ட எனது தலைமயிர் என் முகத்தை கீழ்நோக்கி இழுத்து, முதுகை துலக்கமாகக் காட்டியது. அவரது மடக்கிய முஷ்டி, ஆணியை சரியாக சுத்தியல் கொண்டு அடிப்பது போல முதுகில் தொடர்ச்சியாக இறங்கியது.

ஒவ்வொரு குத்துக்கும், "கோ..க்கிலா, ம், கோ..க்கிலா, கோக்கிலா என்ன செஞ்சா ஒனக்கென்னாடா? படிக்கிற புஸ்தவத்தப் பாரு... கடையில புளி உருட்ட வுட்ருவேன். ஏமாத்துற புத்தி எங்கேர்ந்து வந்துது..?''

முதல் குத்திலேயே நான் மூத்திரம் போய்விட்டேன். அவர் தலைமுடியை விட்டபோது அடங்கிவிட்டது.

அது வியாபார நேரம். அவர் கடைக்குப் போய்விட்டார். அப்பா அடித்துவிட்டதால் இன்று அம்மா அடிக்கமாட்டார்; திட்டுவார். ஆனால், அடியே தேவலாம் என்கிற அளவுக்குத் திட்டுவார். திட்டு மணிக்கணக்காகவும் தொடரலாம்... சிலசமயம் நாள் முழுக்கவும் தொடரும்.

என் திருட்டுப் படிப்பை உளவு சொன்ன என் தமக்கை, மென்முறுவலை மறைத்தபடி, என்னை அமைதியாக வேடிக்கை பார்த்தார் (அவர் ஏற்கெனவே 'கோகிலா'வைப் படித்துவிட்டார்).

நல்லவேளை, 'கோகிலா' கிழியவில்லை. மறு நாளே பத்திரமாய் நூலகத்தில் சேர்த்துவிட்டேன். இது நடந்து பத்து வருடங்கள் கழித்து, பழைய தஞ்சாவூர் மாவட்ட கிராமமான பரவாக்கோட்டை கிளை நூலகத்தில்தான் 'கோகிலா என்ன செய்துவிட்டாள்?' கதையை எனக்குப் படித்து முடிக்க வாய்த்தது.

மீண்டும் ஜெயகாந்தனை, பள்ளி மேல்நிலை வகுப்பில் பாடமாக வந்த, 'நந்தவனத்தில் ஓர் ஆண்டி'யின் மூலம் சந்தித்தேன். பிறகு சென்னை கல்லூரி வாழ்க்கை தொடங்கியதும் கன்னிமாரா நூலகத்தில்தான் எங்கள் சந்திப்பு தொடர்ந்தது.

மருந்தாளுனர் பட்டயப் படிப்பில் இணைந்தபோது, என் கைகளில் 'ஓர் இலக்கியவாதியின் கலையுலக அனுபவங்கள்' அடிக்கடி இருக்கும்.

எனது மருந்துக்கடையில் இருக்கும் சில புத்தகங்களில், 'பாரீஸுக்குப் போ' இருக்கும். ஏன், இப்போது இரண்டு மாதங்களுக்கு முன்பொருமுறைகூட ஓர் ஆய்வுக்காக அதைப் படித்து ரசித்தேன்.

அதுவரை, நான்கு முறை பொதுக்கூட்டங்களில் அவரது உணர்ச்சிமிகு பேச்சைக் கேட்டிருக்கிறேன்.

எண்பதுகளின் இறுதியில், பாரதீய வித்யா பவனில், ம.பொ.சி தலைமையில் விடுதலைப்புலிகளுக்கு எதிரான ஒரு கூட்டத்தில், அவர் ஆற்றிய ஒருமணி நேர உரைதான், நான் முதன்முதலாகக் கேட்ட அவரது பேச்சு. அந்தப் பேச்சும், அவரது உடல் மொழியும், என்னை அந்த அரங்கத்தில், அந்தரத்தில் மிதக்க வைத்தது. ஒருமணி நேரமும் எனது விழிகள் எங்கேயும் திரும்பவில்லை. கடைசி வரிசையில் அமர்ந்திருந்த எனக்கும், சிறு உருவாகத் தெரிந்த அவருக்கும் இடையில் எதுவும் இருப்பதாகவே உணர முடியவில்லை. அவரது பேச்சின் சாரம் என்னையறியாமலே என்னுள் இறங்கி, என் கருத்தே போலானது.

சில காலத்துக்குப் பின் ரஷ்ய கலாசார மையத்தில் நடந்த பத்திரிகை ஊடகம் குறித்த கூட்டத்துக்கு சென்றிருந்தேன். ஓர் ஆவணப்படம் திரையிடப்பட்டது. படம் ஓடிக் கொண்டிருந்தபோது ஜே.கே. உள்ளே வந்தார். எனக்கு சிறு அதிர்ச்சி. அரையிருளில் அவரது தலை வெள்ளைவெளேரென்று பளிச்சிட்டது.

ஓ!... இவருக்கு வயதாகிவிட்டதே...!

அன்று போலவே, சைக்கிளை சுவரோரமாக, பதமாக நிறுத்தினேன். நான் கேட்டைத் திறக்கும்போதே, 'அப்டியே மேல வாங்க' என்ற ஜே.கே.யின் குரல் கேட்டது. குரலை மேலே தேடினேன். மாடி ஜன்னலில் அவர் முகம் தெரிந்தது.

வெயிலில் ஒரு வித்தியாசமும் இல்லை. சென்ற வாரம் போலவே கடுமையாக வியர்வை வழிந்தது. என் கைக்குட்டையை துடைத்துப் பிழிந்து என் தொடை மீதே காய வைத்தேன்.

அவரும் முகத்தையும், கழுத்தையும் துடைத்தபடியே வந்தமர்ந்தார். பேச்சு சுரத்தில்லாமல் சென்றது. எனக்கும் வருவது பிடித்திருந்தாலும், பேசாமலே அமர்ந்திருப்பது கூச்சமாயிருந்தது.

அரைமணி நேரம்கூட என்னால் சகிக்க முடியவில்லை. புறப் படுவதாகத் தெரிவித்தேன்.

“நீங்க ஈவ்னிங்ல வாங்க. அப்பதான் நண்பர்கள்லாம் வருவாங்க'' என்றார். இன்று விட்டால், அடுத்த ஞாயிறுதான் என்னால் வரமுடியும் என்பதால், என் ஆர்வத்தை அடக்க முடியாமல்,

“இன்னக்கி ஈவ்னிங் வரவா சார்?'' என்றேன்.

“நீங்க ஃப்ரீன்னா வாங்கோ'' என்றார்.

சைக்கிளை உதயம் தியேட்டர் நோக்கி வேகமாய் மிதித்துக் கொண்டிருந்தேன்.

‘இன்று மாலையாவது இனிக்குமா? இல்லை சொதப்புமா?' என்று உள்ளுக்குள் குழம்பியது மனம்.

பாலுமகேந்திராவின், ‘மறுபடியும்...' மாட்னி ஷோவுக்கு டிக்கெட் எடுத்துக்கொண்டு, சாப்பாட்டுக் கடையைத் தேடினேன்.

4. எனக்கு 29 அவருக்கு 59

ஜெயங்கொண்டம் 'கலா தியேட்டர்' என்கிற 'பிரிமியர் கலா பேலஸ்'தான் என் முதன்மையான வாழ்முறை கல்விக் கூடம். அங்குதான் பாலுமகேந்திரா என்ற பெயரை முதன்முதலில் திரையில் பார்த்தேன். அவர்தான் அழகை ஃப்ரேமுக்குள் அடக்கும் கலையை எனக்குக் கடத்தினார். அதன்பிறகு இரவல் கேமராக்கள் என் முப்பது வயது வரை தொடர்ந்தன. ஆனாலும், 'வீடு' தவிர நான் பார்த்த அவருடைய எந்தப் படத்தையும் அவர் மட்டும் இயக்கியதாக என்னால் கருத முடிந்ததில்லை.

'மறுபடியும்...' கதை, எனக்குப் பிடித்திருந்தது. பாடல் காட்சிகளை எப்போதும்போல ரசிக்கும்படி எடுத்திருந்தார். ஆனாலும், முழுமையான திரைப்படமாக அது என்னைக் கவரவில்லை. படம் பார்த்துக்கொண்டிருந்தபோது, வேதனை யளிக்கும் நடிகை ஷோபாவின் நினைவு அடிக்கடி குறுக்கிட்டது. உள்ளுக்குள் மாலை ஜெயகாந்தனை சந்திக்கப் போகும் தருணங்கள் குறித்த ஆவல் அதிகரித்துக்கொண்டே இருந்தது. திரைப்படத்தில் காட்டப்பட்ட மதுவருந்தும் காட்சிகள் என்னை மூடேற்றிக் கொண்டிருந்தன. 'ஜே.கே. இப்போது மதுவருந்துவாரா? வயது காரணமாக ஒதுக்கியிருப்பாரா?' குழப்பம் மட்டுமே மிஞ்சியது.

ஏழு ஆண்டுகள் ஒருகை, ஒருகால் செயலிழந்து, தன் இறுதிவரை படுக்கையில் வாழ்ந்த என் தாத்தா, எப்போதாவது மதுவருந்துவார். எனக்கு ஏழு வயது. பொன்னிறமும், செந்நிறமும் கலந்தது போல் தோன்றும் திரவத்தில் 'கலரு' (*Soft drinks*) ஊற்றி, என் ஆயாதான் தருவார். சுற்றிலும் பட்டை வடிவ கண்ணாடியாலான சர்பத் கிளாசில் ததும்பும் அடர்நிற மதுவை சிரித்துக்கொண்டே,

"நீ குடிக்கிறியா?" என்று என் வாய்க்கருகே கொண்டு வருவார். மூக்கில் பட்ட நெடியில் முகத்தை இழுத்துக்கொண்டு, அதன் அருமை தெரியாமல் ஓடி விடுவேன்.

அதற்குப் பத்தாண்டுகளுக்குப் பின், கல்லூரி கால தொடக்கத்தில், குடித்தறியா நண்பர்களோடு, குண்டானில் குவார்ட்டர் விஸ்கியை ஊற்றி, இரண்டு கேம்பா (Campa) ஆரஞ்சு கலரையும் ஊற்றி, கரண்டியால் நன்றாகக் கலக்கி ஆளுக்கு ஒரு டம்ளராக, நான்கு பேர் குடித்து காலி செய்தோம்.

காலையில் குடித்துவிட்டு, நம்பிக் காத்திருந்த எங்களுக்கு, மதியம்வரை எந்த போதையும் வரக்காணோம். போதையின்றி ஆய்வு செய்தும், எந்தக் காரணமும் புலனாகவில்லை.

தோல்வியில் முடிந்த மதுக்கல்வி, பின்னர் தொடராமலே போனது. பின்பு, காந்தியெனும் போதை என்னைச் சுற்றிக் கொண்டு, சுமார் மூன்று ஆண்டுகள் அதில் மூழ்கிக் கிடந்தேன்.

அதன்பிறகு, கும்பகோணம் ஓவியக் கல்லூரியில் பயின்று வந்த பள்ளிப்பருவ நண்பனை பார்க்கச் சென்றபோது, என்னை உபசரிக்கும் விதமாக, ஹாஃப் பாட்டில் நாகா ரம் வாங்க பன்னிரண்டு ரூபாய் இல்லாமல் நண்பர்களிடம் கையேந்தி பெற்று, மதுவும், உணவும் ஒன்றாக விருந்தானது.

எவர்சில்வர் டம்ளரில் ஊற்றிக் கொடுத்த எனது பங்கை, சர்பத் குடிப்பது போல், வாயருகே கொண்டு சென்றேன். ஒரு மிடறு குடிக்கவே திணறினேன். நண்பர் வனராஜ் மூக்கைப் பிடித்துக் கொண்டு, அண்ணாந்து ஒரே தூக்கில், கஷாயம் மாதிரி குடிக்கச் சொன்னார். என்னால் அது முடியாதென்று மறுத்துவிட்டு, குமட்டியபடி கால் கிளாஸ் குடித்துவிட்டு போதுமென்று ஒதுக்கி விட்டேன். அதை அவர் ஒரே மடக்கில் குடித்து வைத்தார். நான் மதுவை ஒதுக்கியதற்கு நண்பர்கள் மிகவும் மனம் வருந்தினர்.

1986ல் மதுவருந்தா கல்லூரி நண்பர் ஒருவருடன், ஊட்டி சுற்றுலா சென்ற போதுதான், நானே முதன்முதலாக மதுவருந்த திட்டமிட்டேன். நான் வாங்கியது ஹாஃப் பாட்டில் கோல்கொண்டா பிராந்தி. ஓர் ஐரோப்பியரைப் போல், நான் மட்டும் ஒரு பெக் அருந்தி, இளம் போதையை அனுபவித்து, உரையாடி உறங்கினேன்.

காலையில் எழுந்து, பல் துலக்கிக்கொண்டிருந்தபோது, மதுவருந்தா நண்பர் உடைந்து நொறுங்கிய கோல்கொண்டா பாட்டிலை, ஒரு பேப்பரில் அள்ளி, கைகளில் ஏந்தி என் முன் தோன்றி, "சாரிடா, தெரியாம கைபட்டு வுழுந்துடுச்சு. வேற வாங்கித் தரேன்டா...'' என்றார்.

அரைமணி நேரம் அப்செட் ஆயிட்டேன். குளித்து முடித்து கிளம்பும்போது, தெளிந்துவிட்டேன். இந்தமுறை ஊட்டியில் மது விருந்து ஓவர்; ஓவர்.

ஆனாலும், மறுநாள் அவரது நண்பர் ஒருவரைக் காண குன்னூர் அழைத்துச் சென்றார். அந்த நண்பருக்கு என்னை மிகவும் பிடித்துப் போய், அலுவலக விடுப்பெடுத்து, கோத்தகிரியையும், குன்னூரையும் நாள் முழுக்க சுற்றிக் காண்பித்துவிட்டு, இரவு சினிமாவுக்கு அழைத்துச் சென்றார். இடைவேளையின்போது வெளிக்கிளம்பி அவரது அறைக்குத் திரும்பும் முன் மதுவுடன், உணவையும், வாங்கிக் கொண்டோம்.

கோல்கொண்டா உடைந்த கதையைச் சொல்லி, விருந்து தொடங்கியது. நான் சர்பத் குடிப்பதைப் போல், ரசித்து ருசித்து மதுவருந்தியது அவருக்கு ஆச்சரியமளித்தது. சொல்லி சொல்லிப் புகழ்ந்தார். அவரால் முகம் சுளிக்காமல் அருந்த முடியவில்லை.

சிறப்பு என்னவென்றால், அந்த நண்பர் 1986ல் தொடங்கி இன்றுவரை ஆருயிர் நண்பராகத் தொடர்வதுதான்.

1991ல் எனக்குத் திருமணம்.

1992ல் 'ஓல்ட் காஸ்க்' ரம் எனக்கு அறிமுகமானது. சிந்தாதிரிப்பேட்டை மீன் மார்க்கெட் எதிரில்தான் அதோடு 'தம்ஸப்' கலந்து முதன்முதலாகப் பருகினேன். அதன் ருசியும், வினையும் பிடித்துப் போனது.

எழும்பூர் ஆல்பர்ட் தியேட்டர் அருகில்தான் தம்ஸப் கிடைக்காமல், 'ப்ளாக் நைட்' பீர் அரை பாட்டில் வாங்கி 'ஓல்ட் காஸ்க்'குடன் கலந்து பருகினேன். பாரில் நின்று அருந்தப் பிடிக்காத காரணத்தால், குவார்ட்டருக்கு ஐந்திலிருந்து பத்து நிமிடங்களே எடுத்துக் கொள்வேன். அந்த ஒரு வருடத்தில் அதுபோல், நான்கு அல்லது ஐந்து முறை குடித்திருப்பேன்.

ஜே.கே.யுடனான மாலை சந்திப்பில் மதுவும் இடம்பெற்றால் மகிழ்ச்சிதான். இல்லையென்றாலும் ஒன்றும் வருத்தமில்லை.

'மறுபடியும்' திரைப்படத்தின் முடிவு எனக்குத் திருப்தியளித்தது.

அந்தத் திருப்தியோடு ஜே.கே. வீட்டுக்கு வந்தேன். குடிசையும், மாடியும் காலியாக இருந்தது. தூசி படிந்த புத்தகங்களை நோட்டம் விட்டேன்.

நூற்றுக்கணக்கான புத்தகங்களில் 'ஹோமோ' என்ற ஆங்கில வார்த்தை அடங்கிய ஒரு புத்தகம் என் பார்வையில் பட்டது. அது திட்டுவதற்குப் பயன்படுத்தும் ஒரு கெட்டவார்த்தையாக நான் கருதியிருந்த பக்குவமற்ற காலம். இதையெல்லாம்கூட இவர் படிப்பாரா? ஆச்சரியப் பட்டேன். தூசி படிந்த புத்தகங்களில் கை வைக்கக் கூசியது. குடிசைக்கு வெளியில் வந்து மாடியில் உலவினேன். மாலை கிறங்கி மறையத் தொடங்கிய நேரம்.

கீழே, முதல் மாடிக் கதவு தாழ்ப்பாள் நீக்கும் ஓசை, என்னை ஒருமுகப் படுத்தியது. லுங்கியும், துண்டுமாக ஜே.கே. படியேறிக் கொண்டே,

"வந்துட்டீங்களா, கூப்டுருக்கலாமே, ரொம்ப நேரமாச்சா?'' என்று கனிவோடு கேட்டார்.

"இல்ல சார். இப்பதான் வந்தேன்."

இருவரும் பேசாமலேயே, பக்கத்தில் இருந்த அபார்ட் மென்ட்டையும், வளர்ந்து மாடியைத் தொட்டுவிட்ட மரங்களையும் கொஞ்சநேரம் வேடிக்கைப் பார்த்துக்கொண்டிருந்தோம்.

"சித்த இருங்க; குளிச்சுட்டு வந்துட்றேன்'' என்று நிதானமாக படிகளில் இறங்கினார்.

"ஓகே சார்...'' என்று வேடிக்கையைத் தொடர்ந்தேன்.

என்றுமே நானொரு தனிமை விரும்பி. தனிமை சலித்ததில்லை. அதனால் கூடுகையை வெறுப்பதாக அர்த்தமாகாது. கூடிப் பேசிக் கூத்தடிப்பதும், எனக்கு குதூகலமான ஒன்றுதான்.

அடுத்த சில நிமிடங்களில், அப்பு படிகளில் ஏறி வந்தார். சுறுசுறுப்பாகக் காணப்பட்ட அவரோடு சில விசாரிப்புகள். பேச்சுக்கிடையே, திடீரென்று,

“அப்பாவோட மருந்து சாப்டப்போறீங்களா?'' என்று கேட்டார்.

நான் சிறிதே தடுமாறி, “தெரியல'' என்றேன். ஆனால், அவர் ‘மருந்து’ என்று எதைச் சொல்கிறார் என்ற குழப்பமும் இருந்தது. ஆனால், அதுபற்றி மேலும் எதுவும் பேசவில்லை.

“சரி, நீங்க இருங்க, நான் கீழ போறேன்'' என்று விடை பெற்றார்.

லேசான இருள் பரவிய மாடி எனக்கு மட்டுமே சொந்தமானது. ‘ஜே.கே. நண்பர்கள் எவரையும் காணோமே; இன்னும் நேரம் சென்று வருவார்களோ’ என்று எண்ணமிட்டேன்.

ஒருவரும் வரவில்லை. ஜே.கே.தான் வந்தார்.

எனக்கு 29. அவருக்கு 59.

என் தந்தையை விட நான்கு வயது மூத்தவர். அவசியமற்று அவர் எதையும் பேசவில்லை. நானும் அவர் பேச்சுக்கு மட்டுமே பதிலுறுத்தேன்.

உள்ளுக்குள் இவரிடம் எப்படிக் கேட்பது, என்று குழம்பித் தவித்தேன். அவர் ஒருசில நிமிடங்களுக்கொரு கேள்வியையும், அமைதியையும் மாறிமாறித் தொடர்ந்தார். எனக்கு மட்டும் ஏதோவொரு கண்ணாடிச் சுவர் இடையில் இருப்பது போலவே உறுத்தியது. வார்த்தைகளைத் தேடித்தேடி வாக்கியத்தில் பொருத்திப் பார்த்தது மனம்.

“லிக்கர் சாப்புட்லாமா சார்?''

“சாப்ல்லாமே...''

அவ்வளவுதான்! வேறென்ன?

கொஞ்சம் பறக்கும் மனநிலைதான்.

“ஒங்களுக்கு என்ன வாங்கிட்டு வர சார்?''

“நம்ப எப்போதும் ரம்தான்!''

“அப்டியா சார். எனக்கும் ரம்முதான் புடிக்கும். கலக்கறதுக்கு ஒங்களுக்கு..?''

“தண்ணிதான் எனக்கு. ஒங்களுக்கு என்ன வேணுமோ வாங்கிக்கங்க...''

“வரேன் சார்.''

படிகளில் பறந்தபடி இறங்கினேன். சைக்கிளை எடுக்காமல், வேட்டியை மடித்துக் கட்டிக்கொண்டு நடந்தேன்.

ஓல்டு காஸ்க் அரை பாட்டில், ப்ளாக் நைட் பீர் அரை, எனக்கு எப்போதும் பிடித்த கடலை மிட்டாய்கள், முறுக்குகள், கொஞ்சம் சிப்ஸும், பக்கோடாவும்...

*P.T.*ராஜன் சாலையில் வாங்கிக்கொண்டு, நாகாத்தம்மன் கோயிலைக் கடந்து பைகளோடு வேகமாய்த் திரும்பினேன். கொஞ்சம் வேர்த்தது.

சப்தமெழுப்பாமல், கேட்டைத் திறந்து மூடி நிதானமாக படிகளில் ஏறினேன். குடிசைக்குள் டியூப் லைட் வெளிச்சம். ஆனால் ஒருவரும் இல்லை.

வெளியே நிலவு வெளிச்சம்.

மாடியில் நான் கண்ட காட்சி பிரமிப்பூட்டியது. அழகாக போர்வை விரிக்கப்பட்டு, நடுவில் நியூஸ் பேப்பர் விரித்து, அதன் மேல் இரண்டு அழகிய விஸ்கி கிளாஸ்கள் வைக்கப்பட்டிருந்தன. அருகில் தண்ணீர் நிரம்பிய ஒரு ப்ளாஸ்டிக் ஜக் நின்றிருந்தது. மாடி முழுதும் நிலவு வெளிச்சம் நிரம்பி வழிந்தது. இதமான காற்று வேம்புக் கொப்புகளுக்கும், தென்னை ஓலைகளுக்கும் உயிர்கொடுத்து, அசைத்தாட்டிக் கொண்டிருந்தது.

இந்த அழகான ஏற்பாட்டை அவரா செய்திருப்பார்! வேறு யாரும் இல்லையே! அவர்தான்!

வாங்கி வந்தவற்றை கடை பரப்பி வைத்துவிட்டு, அண்ணாந்து நிலவை ரசித்தபடி, காற்றில் மிதந்தேன். கதவின் தாள் திறந்து, ஜே கே மேலேறி வந்தார்.

“ஒக்காருங்க...'' என்றபடி விரித்திருந்த போர்வையின் ஒருபுறம் அமர்ந்தார்.

நானும் அமர்ந்தேன்.

பாட்டிலைப் பார்த்ததும்,

“ஓல்டு காஸ்க் வாங்கிட்டீங்களா! நம்ப எப்பவும் ஓல்டு மாங்க்தான்!''

“மாத்திக்கிட்டு வரவா சார்..?''

''வேண்டாம்'' என்று மறுத்துவிட்டார்.

"நீங்க என்ன, பீர் வாங்கிருக்கீங்க?"

"மிக்ஸிங்க்குதான் சார்."

"ஸ்ட்ராங்கா இருக்காது?"

"எனக்குப் புடிக்கும் சார்."

அவர் கிளாசில் அவரும், என் கிளாசில் நானும் நிரப்பிக் கொண்டோம்.

இருவரும் கிளாஸ்களை லேசாகத் தட்டி "சியர்ஸ்" சொல்லிப் பருகினோம்.

என் எல்லையில்லா மகிழ்ச்சியில், வாயில் வைத்த கிளாஸை காலியாகத்தான் கீழே வைத்தேன்.

"இது மாதிரி என்னால சாப்ட முடியாது" என்றார்.

அப்போதுதான் அவரது கிளாஸைப் பார்த்தேன். அருந்தியது தெரியாத அளவுக்கு அப்படியே இருந்தது ரம். எனக்கு அவமானம் தான் மிஞ்சியது.

ஏன் இப்படிச் செய்தேன்? மகிழ்ச்சிதான்... வேறென்ன!

என்னால் சமாளிக்க முடியாமல், "நானும் ஒங்கள மாரிதான் சாப்புடுவேன் சார். இன்னைக்கித்தான் இப்படிச் சாப்புட்டேன்'' என்று வழிந்தேன்.

துண்டைத் தலையில் இருக்கி முண்டாசு கட்டினார். நிலவொளி அவருக்குப் பின்னாலிருந்தது. அவரது சில்ஹவுட் வடிவம் நேர்த்தியாயிருந்தது.

எனக்கு மது வினைபுரியத் தொடங்கியிருந்தது.

"மத்தியானம் சினிமாவுக்குப் போயிருந்தேன் சார்..."

"என்ன படம்?"

"மறுபடியும்..."

"என்ன கத?"

"ஒரு சினிமா டைரக்டர், தன் பொண்டாட்டிய விட்டுட்டு, நடிகையோட வாழப் போறான். அப்பறம்... நடிகை விரட்டியதும் பொண்டாட்டியோட வாழ, திரும்ப வரான்."

"அவ செத்துட்றாளா?"

அவரது கேள்வி என்னை ஆச்சரியப்படுத்தியது.

"இல்ல சார். அவன ரிஜெக்ட் பண்ணிட்டு தனியா வாழ முடிவெடுக்குறா சார்!"

அவர் அமைதியானார்.

அமைதியும், காற்றும், நிலவும், மரங்களும் மற்றும் மதுவும் என்னை மகிழ்வில் மிதக்கச் செய்தன.

"நட்புக்கு ஒரு எல்லையிருக்கு. அத தாண்டாம இருக்கணும்."

"தாண்டுனா கட் பண்ணிடுவீங்களா சார்?"

"இல்ல... தானாவே கட்டாயிடும்!"

மீண்டும் அமைதியைக் காற்று தாலாட்டிக் கொண்டிருந்தது. எங்களையும்தான்.

அவர் அழகாக, அளவாக மதுவருந்தினார்.

"கடவுள் நம்பிக்க உண்டா?"

"இல்ல சார்..."''

"அப்ப ஒன்னுமே இல்ல!"

அவரது குரல் உயர்ந்தது.

நான் அமைதியாக இருந்தேன்.

"ஹிந்தி தெரியுமா?"

"தோடா, தோடா."

காங்கிரஸ்காரரான என் அப்பாவின் துரத்துதலில் தி.நகர், மூசா தெருவில் குடியிருந்த ஒரு வருடம், ஹிந்தி பிரச்சார சபாவில் காலை ஆறுமணி வகுப்பில் கற்றது. எழுத்துகள் தெரியும். படிப்பேன். அர்த்தங்கள் தெரியாது.

அவரிடமிருந்து இசை ஆலாபனை பிறந்தது. தேர்ந்த கர்நாடக இசைப் பாடகரைப் போல், தணிந்த கரகரப்பான குரலில் தனக்காகவே பாடினார்.

முடியும்வரை ரசிக்க முயன்றேன்.

அவர் இடைநிறுத்திய இடைவெளியில்,

"என்னோட ஃப்ரண்ட் ஒருத்தரு சொல்வாரு சார். பிராமிணா பொறந்திருந்தா கர்நாடக இசை இயல்பாவே வந்துருக்கும்னு…"

"தேவ்டியா புள்ளையா பொறந்திருந்தாகூடத்தான் வந்திருக்கும்."

எனக்குக் கோபம் வந்தது.

ஆனால், வாயடைத்துப் போனேன்.

5. நிலவும் மதுவும்

பத்து வயதிலிருந்து, கதைப்புத்தகப் பைத்தியமாக இருந்த எனது திருமணத்துக்கு, ஒரேயொரு புத்தகம்கூட அன்பளிப்பாக வராதது எனக்குப் பெரிய மனக்குறைதான்.

ஆனால், ஐந்தாவது படிக்கும் போதே,

"நா பள்ளோடம் போமாட்டேன்; முருவனோட மாடுமேக்கத் தான் போவேன்"

என்று எவ்வளவு அடிவாங்கியும், உள்ள உறுதியோடு வாழ்வை முன்னெடுத்த, என் தந்தையின் திருமணத்துக்கு, மூன்று புத்தகங்கள் அன்பளிப்பாக வந்ததுதான் எனக்கு நம்பமுடியாத ஆச்சரியமாக இன்றுவரை இருந்தது.

என் பெற்றோரின் திருமணநாள் 28.05.1958 என்பதையும், திருமணம் நடைபெற்றது, தஞ்சை டெல்டாவின் கடைமடைப் பகுதியில் அமைந்த ஒரு கிராமம் என்பதையும், குறிப்பாகக் கருத்தில் கொண்டால், எனது ஆச்சரியத்தின் நியாயம் பிடிபடும்.

இன்று காலை ஆய்ந்தறிந்து தெளிந்தேன். எனக்கு 'கௌதமன்' என்று பெயர் வைத்த, எனது போஸ்ட்மாஸ்டர் தாய்மாமனின் ஆசிரிய நண்பர்தான் அந்தப் புத்தகங்களைப் பரிசளித்தவர்.

அம்மூன்று புத்தகங்களில், முதலாவது புத்தகம் நண்பர் M.K.காந்தி எழுதிய 'சத்திய சோதனை'. எனக்கு நினைவு தெரிந்த நாள் முதல், வீடு முழுதும் அங்குமிங்குமாய் அலைக்கழிந்து, இன்றும் என்னுடன் இருக்கிறது.

இரண்டாவது, 1958ல், ஒரே ஒரு ரூபாய் விலை கொண்ட, கவிஞரும், காந்தியரும், வில்லுப்பாட்டு விற்பன்னருமான சுப்பு ஆறுமுகம் அவர்களின் கடித இலக்கியமான 'திருமண நாள்'

என்ற புத்தகம். பின்னாளில் கவிதா பதிப்பகத்தில் ஒருமுறை திரு.சொக்கலிங்கம் அவர்கள் எனக்கு கவிஞரை அறிமுகம் செய்த போது, இந்தத் தகவலைக் கூறினேன். அவர் அகமகிழ்ந்து என் கைகளைப் பிடித்தபடி புத்தகத்தை நினைவு கூர்ந்து நெகிழ்ந்தார்.

மூன்றாவது புத்தகம், எனது பத்தொன்பதாவது வயதில்தான், வீடு பராமரிப்பின்போது என் கைக்குக் கிடைத்தது. அதை அப்படியே ஒளித்து வைத்து எனதாக்கிக் கொண்டேன். அந்தப் புத்தகத்தை நான்கு ஆண்டுகளுக்குப் பிறகு, என் உடல் நலத்தைக் கருத்தில் கொண்டு, தி.நகர், அபிபுல்லா சாலை, சர்மா பார்க் அருகிலுள்ள கார்ப்பரேஷன் குப்பைத் தொட்டியில் கிழித்து வீசிவிட்டேன். எனது திருமணத்துக்குப் பிறகு, எவ்வளவு தேடியும் அந்தப் புத்தகம் வாங்கக் கிடைக்கவில்லை. இப்போது, பத்துப் பன்னிரண்டு ஆண்டுகளுக்கு முன் மீண்டும் பதிப்பிக்கப்பட்டு தமிழ்கூறும் நல்லுலகுக்கு எளிதில் கிடைக்கிறது.

பதினாறாம் நூற்றாண்டில் எழுதப்பட்டதாகக் கருதப்படும், 'அதிவீரராம பாண்டியரின் கொக்கோகம்' எனும் அந்தப் புத்தகம் உலகின் காம இலக்கியங்களிலேயே தலையாயதாக நான் கருதுகிறேன். ஆசியாவின் காமக் கலை வெளிப்பாடுகளின் சிகரமாக அமைந்த ஓர் உன்னதமான படைப்பு அது. இவரைப் படித்தபின் எனக்கு வாத்ஸ்யாயனர் உப்புசப்பில்லாமல் போனார்.

இவை தவிர, நான் படிக்கத் தொடங்கும் முன்பிருந்து, இரண்டு பத்திரிகைகள்தான் எங்கள் வீட்டுக்குள் நுழையும். தினந்தினம் நுழையும் தினமணி ஒன்று. ஏங்க வைத்து நுழையும் துக்ளக் மற்றொன்று. அரை நூற்றாண்டுக்கும் மேலாக ஒரே பத்திரிகையில் ஆசிரியராகப் பணியாற்றிய தினமணி ஆசிரியர் திரு.ஏ.என். சிவராமன் அவர்களும், துக்ளக் ஆசிரியர் திரு. சோவும்தான் என் இளம் அறிவுக்குத் தீனி போட்டவர்கள். 'சோ'வின் 'எங்கே பிராமணன்?' என்ற தொடருக்கு அதில் 'பெரும்' பங்குண்டு.

என் அப்பா ஒரு தீவிர காமராஜ் பக்தர். ஆனால், அதைவிட பெரும்பக்தி ஜவஹர்லால் நேரு மீதுதான். எங்களது மளிகைக் கடையில் கல்லாவிற்கருகில் தெய்வங்களின் படங்கள் அணிவகுத்திருந்தாலும், சிதம்பரம் ரோட்டிலிருந்து பார்த்தால் தெரியும் அளவுக்கு, நடுவில் காந்தியும், இடதுபுறம் நேருவும், வலதுபுறம் லால்பகதூர் சாஸ்திரியும்தான் வீற்றிருப்பார்கள்.

காமராஜர் இறந்தபோது, எங்கள் வீட்டுப் பெரியவர்களெல்லாம் அழுதார்கள். காரணமின்றி எனக்கும்கூட கண்ணீர் வந்தது. அம்பாசிடர் காரொன்றை அமர்த்திக் கொண்டு, குடும்பத்தோடு ஜெயங்கொண்டத்திலிருந்து, சென்னைக்குப் பயணம் செய்து, நள்ளிரவில் ராஜாஜி ஹால் சென்று வரிசையில் நின்றோம். நெரிசலில் நகர்ந்த எனக்கு காமராஜரின் கால்களை மட்டுமே (பார்த்தது கால்கள்தானா?) பார்த்ததாக நினைவு.

எனது இருபது வயதில் எனக்குக் கிடைத்த இன்னொரு புத்தகம், தி.சு.அவினாசிலிங்கம் அவர்கள் தலைமையில் தொகுக்கப்பட்ட காந்தியின் புத்தகங்களில் 'கல்வி' என்ற தலைப்பிலான தொகுதி. என்னை ஹிந்தியை நேசிக்கச் செய்ததற்கு இந்தப் புத்தகமும் ஒரு காரணம். (ஹிந்தி திரைப்படப் பாடல்களே முதல் காரணம்)

என் சிந்தனைகளையும், செயல்பாடுகளையும் இவ்வாறான புத்தகங்களே திசைகாட்டி அழைத்துச் சென்றன. இந்தத் திசைகளைப் பற்றி இன்னும் விரிவாக எழுத, இனிவரும் பக்கங்களில் வாய்ப்புள்ளதால் இத்தோடு முடிக்கிறேன்.

என் பெற்றோர் நாடிச் செல்லும் தெய்வங்களும் ஏராளம். அவர்களைத் தேடிவரும் ஜோசியர்களுக்கும் அளவில்லை.

நாங்கள் போயமர்ந்து, புளியோதரை சாப்பிடாத புண்ணியத் தலங்கள் தமிழகத்தில் மிகக் குறைவு. அதைப்போலவே வி தவிதமான ஜோசியர்கள். அவர்களின் அபார நம்பிக்கையளிக்கும் பேச்சுகளினால், நான் கற்பனையில் கப்பல்களிலும், பகல் கனவுகளில் விமானங்களிலும் பயணம் செய்யப் பழகினேன். பள்ளி நாட்களிலேயே, சிலசமயம் டாக்டராகவும், பல சமயம் இஞ்சீனியராகவும் வாழப் பழகினேன். (இஞ்சீனியரென்றால் கட்டடம் கட்டுபவர் மட்டுமே என்று எனக்குத் தெரிந்த காலமது).

கடவுளைப் பற்றிய எந்த சந்தேகமும் இல்லாமல், குடும்பத்தோடு கோயில்களைச் சுற்றி வந்த காலங்கள். கல்லூரி செமஸ்டர் தேர்வுக்கு செல்லும் முன் முப்பாத்தம்மன் கோயிலுக்குச் சென்று அடிப்பிரதக்ஷனம் சுற்றிச் சென்றதுதான் எனது இறுதியான இறைவேண்டல்.

படிக்காமல் பரீட்சைக்குச் சென்றால், பாவம் இறைவனே இருந்தாலும்தான் என்ன செய்ய முடியும்? இனி இறைவனிடம்

எதையும் வேண்டுவதில்லை என்ற முடிவை நான் இருபது வயதில்தான் எடுத்தேன்.

என் வாழ்வில் இன்றுவரை நான் சரியென்று கருதும் இரண்டு முடிவுகளை எடுக்க இருவரே காரணமாவர்.

"நன்றாக அனுசரிக்கப்பட்ட பிறருடைய சிறந்த தர்மத்தை விட, இதுவரை அனுசரிக்கப்படாத, மிகவும் குறைகளையுடைய நமது தர்மமே நாம் கைக்கொள்ள வேண்டியது"

என்ற பொருள் கொண்ட, காந்தியின் மேற்கண்ட வாசகம், தத்துவங்களிலோ, தத்துவதரிசிகளிடமோ, ஏன்! காந்தியிடமேகூட என்னைத் தேங்க விடாமல், எனது தர்மத்தை நோக்கிய தேடலில் இன்று வரை புத்துயிர்ப்போடு வைத்திருக்கிறது.

மற்றொருவர் விவேகானந்தர். இவர்தான் திடமற்றிருந்த எனது கடவுள் நம்பிக்கையை முற்றாக ஒழித்தார்.

"பெற்றோரை நம்பவில்லையா? பரவாயில்லை. ஆசிரியரை நம்பவில்லையா? பரவாயில்லை. நண்பர்களை நம்பவில்லையா? பரவாயில்லை. கடவுள் நம்பிக்கையும் இல்லையா? பரவாயில்லை. ஆனால், உன்னை நம்புகிறாயா? அது போதும். தன்னம்பிக்கை இருந்தால் வேறெந்த நம்பிக்கையும் இல்லையென்றாலும் பரவாயில்லை.''

என்று நான் பொருள் கொண்ட, மேற்கண்ட வாசகம்தான் விவேகானந்தர் மூலம் என்னைத் தெளிவு படுத்தியது.

மேற்சொன்ன இருவரையும், நான் வருடக்கணக்கில் தொடர்ந்து படித்தபோதும், அவர்களது குழப்பம் மிகுந்த இந்து தத்துவங்களிலிருந்தும், கடவுள் நம்பிக்கையிலிருந்தும், ஆன்மீகத் தேடலிலிருந்தும் அவர்களே என்னை வெளித்தள்ளிக் காப்பாற்றியது என்னைப் பொறுத்தவரை விநோதமான நிகழ்வுதான்.

ஆனாலும், நானொரு கலாரசிகன்தான். கடவுள் நம்பிக்கை யில்லாமலே, என்னால் கோயில்களையும், சிற்பங்களையும், நாட்டியத்தையும், இசையையும், பக்திப் பாடல்களையும் மனதார ரசிக்க முடிந்தது. பக்தி இலக்கியங்களைப் படிக்க முடிந்தது. இவை குறித்தும் சந்தர்ப்பம் அமைந்தால் விரிவாகப் பின்னர் பார்ப்போம்.

மீண்டும் மொட்டை மாடி.

நிலவும், இருளும் எங்களைத் தொட்டுத் தொட்டு விளையாடிக் கொண்டிருந்தன. நான் இரண்டாவது சுற்றில் இருந்தேன்.

ஜே.கே. தலையில் இப்போது முண்டாசு இல்லை. தோள்களில் புரண்ட தலைமுடியை இரு கைகளாலும் கற்றையாக எடுத்து தலையுச்சியில் குடுமியிட்டார். சம்மணமிட்டிருந்த கால்களை பத்மாசனத்தில் பொருத்தினார். முதுகையும், நெஞ்சையும் நிமிர்த்தி சீராக மூச்சுப் பயிற்சி செய்தார்.

அவர் உருவத்தைச் சுற்றி மின்னிடும் வெள்ளைக் கோடிட்ட நிலவொளியில், அவர் ஓர் அசாதாரண ஓவியம் போல் என்னைக் கவர்ந்தார்.

"வேதகால முனி மாதிரி இருக்கீங்க சார்!''

ஒரு சிராட்டலுடன், "என்ன?'' என்றார்.

"தவம் செய்ற முனிவர் மாதிரி இருக்கீங்க சார்...'' எந்த பதிலுமில்லை.

படியில் யாரோ ஏறிவருவதை உணர்ந்து திரும்பிப் பார்க்கிறேன்.

"வாங்க... அப்டியே ஒங்க கிளாஸ எடுத்துட்டு வந்துடுங்க'' என்றார் ஜே.கே.

நல்ல திடமும், உயரமும் கொண்ட அவர், பேண்ட் மற்றும் டி ஷர்ட் அணிந்திருந்தார். அவருக்கு இடம் விட்டு பக்கவாட்டில் நகர்ந்து, மாடி கைப்பிடிச் சுவர் ஓரமாக அமர்ந்து கொண்டேன். இருவரும் ஒருவரையொருவர் விசாரித்துக் கொண்டனர். தினமும் சந்திப்பவராக எனக்குத் தோன்றியது.

ஜே.கே. எங்களை மறந்துவிட்டது போல், ஆசனங்கள் செய்வதில் ஈடுபட்டிருந்தார்.

புதிதாக வந்தவர் மதுவைப் பருகிய படி, என்னிடம் அறிமுகம் செய்து கொண்டார். லயோலா கல்லூரியில் பணிபுரிவதாகக் கூறினார். என்னைப்பற்றி விசாரித்தார். நான் எனது கடையைப் பற்றிக் கூறினேன். சில சமயங்களில் என் கடை வழியாகவும் வீடு திரும்புவதாகக் கூறினார்.

ஜே.கே. பத்மாசனத்தில் அமர்ந்திருந்த நிலையில், இரு பக்கங்களிலும் உள்ளங்கைகளை ஊன்றிக்கொண்டு, தன் உடலை மேலே உயர்த்தினார். நான் ஆச்சரியத்துடன் பார்த்துக் கொண்டிருந் தேன். அதுபோல் ஓரிருமுறை செய்துவிட்டு, ஆசனத்திலிருந்து விடுபட்டார்.

“இது மாதிரி செய்வீங்களா?'' என்று என்னைப் பார்த்துக் கேட்டார்.

இதை நான் எதிர்பார்க்கவில்லை. மதுவருந்திவிட்டு உடற்பயிற்சியோ, ஆசனங்களோ செய்வது பற்றி நான் நினைத்துக்கூட பார்த்ததில்லை.

ஆனாலும், உடனே பத்மாசனத்தில் அமர்ந்து, இரண்டு கை முஷ்டிகளையும் தரையில் அழுத்தி உடலை மேலெழுப்பி, முதுகை நிமிர்த்தி நேராக நின்றேன்.

புது நண்பர் ஆச்சரியக் குரலெழுப்பினார்.

“ஒங்களுக்கு ஆசனங்கள் தெரியுமா?''

“இல்ல சார். தெரியாது!''

“அப்டியே பெர்ஃபெக்டா செய்றீங்க!''

“எங்க அப்பா சொல்லுவாரு சார். கண்ணு பாத்தா கையி செய்யுணும்னு. எங்க வீடு கட்றப்ப செங்கல்லு லோடு வரும். செங்கல்லு கைமாத்த சின்ன வயசுலயே நடுவுல நிறுத்திடுவாரு. மம்பட்டி புடிக்கிறது, கடப்பாரை போடுறது, கலவ கலக்கிறது எல்லாமே அப்டித்தான் கத்துக்கிட்டேன்.''

திடமான எனது போதை, பலமாக என்னைப் பேச வைத்தது.

“இந்த ஆசனம் பேரு என்ன சார்?”

“உத்திதபத்மாசனம்.''

என்னைப்பற்றி மேலும் விசாரிப்பதில் புது நண்பர் மிகுந்த ஆர்வம் காட்டினார்.

நானும் பதில் சொல்லிக்கொண்டே இருந்தேன்.

ஜே.கே. எழுந்து சிறிய மாடியில் சற்றே உலவினார்.

“மெட்ராஸ் வந்து பத்து வருஷத்துக்கு மேல ஆவுதுன்றீங்க. ஏன் நீங்க ஜே.கே.ய பாக்க வர்ல? இப்ப எப்படி வந்தீங்க?''

ஜே.கே. காதுபட அவர் இப்படிக் கேட்டது எனக்கு போதையிலும் ரசக்குறைவாகத் தோன்றியது.

“எனக்கு டால்ஸ்டாய பாக்குணும்னு ஆச. ஆனா பாக்க முடியாதுல்ல சார். இவர பாக்காம விட்ரக் கூடாதுன்னு இப்பதான் தோணுச்சு. அதான் இப்ப வந்தேன்.''

புது நண்பர் என் பதிலுக்கு சிலாகித்தார்.

ஜே.கே. பக்கத்து மாடியில் நின்ற யாருடனோ பேசிக் கொண்டிருந்தார்.

எனக்குக் கிளம்ப வேண்டுமென்று தோன்றியது. புது நண்பரிடம் கைகொடுத்து விடைபெற்று எழுந்தேன்.

"கெளம்புறேன் சார்!'' என்று ஜே.கே.விடம் கை நீட்டினேன்.

"கெளம்பீட்டீங்களா?'' என்று ஆச்சரியமாகக் கேட்டார்.

"எப்டி வந்தீங்க?'' என்றபடி கை குலுக்கினார்.

"சைக்கிள்ல சார்...''

"போய்ட்டு வாங்க. ஜாக்கிரத!''

படிக்கட்டில் இறங்கிக்கொண்டிருந்த எனக்கு, அவரது வார்த்தைகள் பின்னால் கேட்டது.

6. நானே அறுத்த தொடர்பு

நிலவில் உரையாடிய நினைவுகள், என்னை மறுநாள் விடிந்தது முதல் வெகுவாக ஆக்கிரமித்திருந்தது. அந்த சந்திப்பு ஒரு நேர்முகத் தேர்வை ஒத்திருந்தது போல் எனக்குள் உறுத்தியது. அந்த இரண்டு மணிநேர உரையாடல் அவர் மோதுவதும், நான் விலகுவதுமாகவே அமைந்திருந்தது. அந்த முதல் அமர்விலேயே, சமூகம் கெட்டவார்த்தைகள் என்று முத்திரையிட்ட பல நல்ல வார்த்தைகளை எதிர்பாராத பல இடங்களில் உபயோகித்தார். உரையாடலை என்னால் முடிந்த அளவு எடிட் செய்துவிட்டேன். அவரது கரடுமுரடான அணுகுமுறை எனக்கு அயர்ச்சியைத் தந்தது. எப்போதுமே ஒரு சண்டைக்காரனைப் போல், உடன் உரையாடுபவரின் மொழிகள் தன்னைத் தாக்க வரும் ஆயுதங்களாகவே கருதி, எல்லா தருணங்களிலும் உருவிய வாளோடு எதிர்கொள்ளும் அவரது மனோபாவம் அவரை விரும்புபவர்களுக்கும்கூட, அவருடன் பேசவே அச்சத்தை ஏற்படுத்தும்.

உலகப் புகழ்பெற்ற பிரெஞ்சு திரைப்பட இயக்குனர் 'ஜீன் ரென்வார்' *(Jean Renoir)* ஒரு படப்பிடிப்புக்காக கல்கத்தா வந்திருந்த 1949ல், இளைஞரான 'சத்யஜித் ரே' அவருடனான சந்திப்பு குறித்துத் தெரிவிக்கும்போது,

"சில நேரங்களில் நாம் பெரிதும் விரும்பும் கலைஞனை நேரில் சந்திக்க வாய்க்கும்போது, நாம் ஏமாற்றத்துக்குள்ளாவது உண்டு. ஏனென்றால், தனி மனிதராக அவரோடு நம்மால் எளிமையாய் பழக முடியாதவராகவோ அல்லது ஏற்க முடியாதவராகவோ அவர் இருந்து விடக்கூடும். ஆனால் ரென்வார் சிறந்த மனிதராகவும் திகழ்ந்தார். ஆழமானவராகவும், மென்மையானவராகவும், விவேகமும்,

விகடமும் ஒருங்கே வாய்க்கப் பெற்றவராகவும் விளங்கினார்'' என்று கூறிய செய்தியை 'சென்னை பிலிம் சொஸைடி' வெளியிட்ட புத்தகமொன்றில் முன்பே படித்திருந்தேன். அதனால், ஜெயகாந்தன் 'ரென்வார்' போன்றவரில்லை என்ற முடிவுக்கு வந்தேன்.

சிறுவயதில், சாராயம் குடித்துவிட்டு, தெருவில் தள்ளாடுபர்களைக் கண்டால் மிகவும் பயப்படுவேன். அதுபோலவே கெட்டவார்த்தைகளுக்கும் பயம்தான். நிறைய கெட்ட வார்த்தைகளுக்கு அர்த்தங்களே தெரியாத வயது. அர்த்தங்களை கேட்டறியவும் பயம்தான்.

சென்னை வெலிங்டன் தியேட்டருக்கு நேர் எதிரில் இருந்த, பூதப்பெருமாள் நாயக்கன் தெருவில்தான் எனக்கு பெயர் வைத்த என் தாய்மாமா குடியிருந்தார். ஜெயங்கொண்டத்தில் இருந்து பள்ளி விடுமுறைக்கு எங்கள் தாயோடு வந்திருந்து உலவித் திரியும் சுற்றுலாத் தலம் அந்த நான்கைந்து சந்துகள்தான். (அதையெல்லாம் அப்போது தெருவென்றுதான் சொல்லிக்கொண்டு இருந்தார்கள்) சந்தின் முடிவில் ஏரியை (அது கூவம் ஆறு என்பதை பிற்காலத்திலேயே அறிந்தேன். ஆறு என்றால் ஓடணுமுல்ல!) ஒட்டிய திறந்த வெளியில் மிகப் பெரிய முனீஸ்வரன் சிலை அமைந்த பச்சையம்மன் கோயில்வரை சென்று விளையாடுவோம். தெருவிலிருந்து வெளியில் வந்தால், நேரெதிரில் சிக்னல். அதற்கப்பால் பெரிய பெரிய சினிமா பேனர்கள். இடதுபுறம் கஜேந்திர விலாஸ், மௌன்ட் ரோடு பிலால், அதையடுத்து ஒரு பேருந்து நிறுத்தம், அதன் பின்புறம் மிகப் பெரிய திறந்தவெளியில் அமைந்த தர்கா. வலதுபுறம் இரண்டு கட்டடங்கள் தாண்டி ஹிக்கின்பாதம் புத்தகக் கடை, அதன் வெளியே ஒரு சிவப்பு தபால் பெட்டி. அகலமான மௌன்ட் ரோட்டில் ஏராளமான வாகனங்கள் கக்கிச் செல்லும் புகையின் வாசனை. இவற்றுக்குப் பெயர்தான் சென்னை என்று புரிந்து வைத்திருந்தேன். எனது விளையாட்டுகளில் மரமேறுதலே முதன்மையானது. அதனால் மரங்களே இல்லாத ஊர் என்றும் என் மனதில் பதிந்துவிட்டது. இங்கு என் மாமா பிள்ளைகளோடும், அவர்களது நண்பர்களோடும் விளையாடும் போதுதான் ஒருசில பையன்கள் அடிக்கடி 'ங்கோத்தா' என்ற வார்த்தையை இயல்பாக பேசிக்கொண்டிருந்தது என் மனதில் தங்கிவிட்டது.

தேவி பாரடைஸ் தியேட்டர் திறந்து ஓரிரு வருடங்கள் இருக்கலாம். அங்கு மாடிக்குச் செல்ல அமைத்திருந்த பிரம்மாண்டமான சுழல் படிக்கட்டை எங்களுக்கு காண்பிப்பதற்காகவே சினிமாவுக்கு அழைத்துச் சென்றார்கள்.

சிவாஜியும், ஜெயலலிதாவும் இணைந்து நடித்திருந்த 'ராஜா' அங்கு ரிலீசாகியிருந்தது. டிக்கெட் வாங்க வரிசையில் காத்திருந்த போதுதான் என் நினைவின் ஓரத்தில் ஒதுங்கி நின்று உறுத்திக் கொண்டிருந்த சந்தேகத்தை, என் மாமா பையனிடம் கேட்டேன்.

"ங்கோத்தான்னா என்னா அர்த்தம் மாமா?"

"என்னாது?" என்று கொஞ்சம் சப்தமாகவே மீண்டும் கேள்வி பிறந்தது.

நான் மீண்டும் எனது சந்தேகத்தை வினவினேன். பத்து பேருக்கும் மேலிருந்த எம் குடும்ப கும்பலின் கவனம் என் மீது திரும்பியது. என் அம்மா குரலெடுத்து மிரட்டினார்.

"அது கெட்ட வார்த்தடா!" என்றான் மாமா பையன்.

எனக்கு ஏற்பட்ட அவமானம், தேவி பாரடைஸ் தியேட்டரின் அழகிய பெரிய சுழல் படிகளில் ஓடிய ஓட்டத்தில் மறைந்து போனது.

ஆனாலும், எனது இதய லாக்கரொன்றில் சேகரித்த கெட்ட வார்த்தைகளில் முதலில் இடம் பிடித்தது 'ங்கோத்தா'தான்.

ஜெயங்கொண்டம் கடைத்தெருவில் கேட்டறிந்து சேகரித்த வார்த்தைகளுக்கும், என் தாத்தா, ஆயா பேசிக்கேட்ட வார்த்தைகளுக்கும் சிறிதளவே வேறுபாடு தெரியும். தஞ்சாவூர் மாவட்டத்துக்கும், திருச்சி மாவட்டத்துக்குமான இடைவெளி அது. என்னையறியாமலே கெட்ட வார்த்தைகளை நான் நேசிக்கத் தொடங்கினேன். பதினைந்து வயதில் வகுப்பு நண்பர்களிடையே அதுகுறித்து எனது ஆய்வுகளை முன்வைப்பேன். நான் பேசும் தொடர்ச்சியான கெட்ட வார்த்தைகளை வெட்கத்தோடு கேட்டு ரசிப்பார்கள்.

அதில் ஒரு வார்த்தைகூட தவறியும் வீட்டில் வெளிவராது. அவையெல்லாம் கெட்ட வார்த்தைகளாகப் பயன்படுத்தப் படுகின்றனவேயொழிய மக்கள் வாழ்க்கையின் அங்கமாகவும்,

அவர்களின் நடத்தைகளாகவும், அந்த வார்த்தைகளுக்காக ஏங்குவதே மனித வாழ்க்கையாகவும் இருப்பதையெல்லாம் பிற்காலங்களிலேயே புரிந்துகொண்டேன்.

நான் புரிந்துகொள்ள முக்கிய பங்கு வகித்தவர் ஜெயகாந்தன். நானறிந்த முதல் கெட்டவார்த்தைக்கு அவர்தான் விளக்கமளித்தார். சென்னைக்கே குடியேறிய பின் 1981ல்தான் 'ங்கோத்தா' வுக்கான தெளிவான அர்த்தத்தை அவரது 'ஒரு மனிதனும் சில எருமை மாடுகளும்' என்ற கதையிலே கண்டேன்.

'சபாபதிக்கு, மெட்ராஸ் பாமரர்களிடையே மிகத் தாராளமாய்ப் புழங்கும் 'உன் அம்மா' என்ற அர்த்தம் உடைய ஒரு சொல்லை முன்னும் பின்னும் உச்சரிக்காமல் பேசவோ, பேசி முடிக்கவோ முடியாது. கோபமோ, சந்தோஷமோ, வெறுப்போ, சலிப்போ, வேதனையோ, விளையாட்டோ எந்த மாதிரியான சந்தர்ப்பத்திலும் அந்த வார்த்தை அந்தந்த நேரத்துக்குரிய பாவனையோடு, முதல் சொல்லாகவும், கடைசிச் சொல்லாகவும் அவனறியாமல் இயல்பாக வந்து தெறித்து விழும். அந்த வார்த்தை அதனளவில் ஒன்றும் தப்பான பொருள் உடையது அல்ல. 'உன் அம்மா' என்பதற்கு மேல் அந்தச் சொல், வார்த்தையளவில் வேறொன்றையும் உணர்த்தவில்லை. ஆனால், அதைச் சொல்லுகிற மனிதர்களின் தோற்றமும், அவர்கள் அதை உச்சரிக்கிற விதமும்தான் ஒரு கெட்ட வார்த்தையின் அந்தஸ்த்துக்குத் தாழ்த்திவிட்டன. அந்த வார்த்தை சபாபதிக்குத் தண்ணீர் பட்டபாடு. தாய்ப்பால் பருவத்திலிருந்து பழக்கத்தில் வந்துவிட்ட தாய்மொழி.

"ங்கோத்தா!" என்று பெருமூச்சுடன் சொல்லிக்கொண்டே கார் மீது வந்து சரிந்து விழுந்தான் சபாபதி.'

இந்தியாவுக்கு 'இந்தியா' என்று எவரோ வேற்றாள் பெயர் வைத்தது போலவே, சென்னையின் பூர்வ மைந்தர்கள் பேசிய மொழிநடைக்கு, வேற்றாளாய் வந்தேறிய 'ஒடுக்கியவர்கள்', 'மெட்ராஸ் பாஷை' என்று பேர் வைத்து, அவற்றைக் கேலியாகவும், இழிவாகவும் கலை வெளிப்பாடுகளில் பேசிக்கொண்டும், பாடிக்கொண்டும் தாங்கள் சிறப்பாக இன்றுவரை, வாழ்ந்து கொண்டும் இருக்கிறார்கள்.

இதுபோன்ற எனது கெட்ட வார்த்தைகளுடனான முன் அனுபவங்களால், ஜே.கே.வின் பேச்சு எனக்கு எந்தவொரு அதிர்ச்சியையும் தரவில்லைதான். ஆனாலும், இவருடனான தொடர்பு நீடிக்குமா என்ற சந்தேகம் எனக்குள் வேர்விட்டது. இருந்தும், அடுத்த வாரமும் நானும், சைக்கிளும் அவரது வீட்டுக்குப் போனோம். சைக்கிளை நிறுத்தும்போதே, கேட்டருகில் உள்ளே நின்றிருந்த ஒரு முதியவரைப் பார்த்தேன். சைக்கிளை நிறுத்திவிட்டு சென்று கேட்டின் மேலிருந்த திறப்பானைத் தொட்டேன்.

"அவுரு இல்ல!" என்றார் பெரியவர்.

"எப்ப வருவாரு?"

"தெரியாது..!"

"வெயிட் பண்ணவா?"

"இல்லன்றேன்ல... இருக்குறப்ப வந்து பாரு!"

என் கோபம் உச்சியைத் தொட்டது.

விரைவாய்த் திரும்பி, சைக்கிளில் ஏறி வேகமாய் மிதித்தேன். ஃபோன் செய்யாமல் வந்தது தவறோ? இனி இங்கு வரவே கூடாது என்று உறுதி பூண்டது மனம். இரண்டு மூன்று சந்திப்புகளிலேயே எனது ஜே.கே. தொடர்பு முடிவுக்கு வந்ததாகக் கருதினேன். ஓரிரு நாட்கள் நான் அவமானப் படுத்தப்பட்டதாக உழன்றேன். பின் மறந்தேன்.

சுமார் இரண்டு மாதங்களுக்குப் பின், ஜே.கே.யுடன் இருந்த போது அறிமுகமான லயோலா கல்லூரி மனிதர், என் கடை வழியே செல்லும்போது, என்னைப் பார்க்க இறங்கி வந்தார். அவரை கடைக்குள் அழைத்து அமரவைத்து குளிர்பானம் கொடுத்து உபசரித்தேன்.

"அப்பறம் ஜே.கே. வீட்டுக்கே வல்லையா நீங்க?"

"அடுத்த வாரம் வந்தேன்... ரெஸ்பான்ஸ் சரியில்ல. திரும்பி வந்துட்டேன்."

"ஜே.கே. ஒங்கள ஒன்னும் தப்பால்லாம் நெனைக்கல. ஃப்ரீயா இருக்கும் போது வாங்க."

"ஓகே சார்... பாப்போம்."

கொஞ்சநேரம் கடையைப் பற்றியும், என் மேசையில் இருந்த புத்தகங்களைப் பற்றியும் பேசிக்கொண்டிருந்துவிட்டு புறப்பட்டுச் சென்றார். அதன்பிறகு, இன்று வரை அவரை சந்திக்க வாய்க்கவில்லை.

ஜே.கே. என்னைத் தவறாகக் கருதுமளவுக்கு நான் என்ன தவறாகப் பேசிவிட்டேன்? இவர் என்னைக் குழப்புகிறாரே! என்னைப்பற்றி இருவரும் பேசியிருக்கிறார்கள் என்று மட்டும் புரிந்துகொண்டேன். உண்மையில், ஜே.கே. தொடர்பை வளர்க்க நான் விரும்பவில்லை.

இதற்குப் பிறகு, ஜே.கே. கலந்துகொண்ட கண்ணதாசனின் பிறந்தநாள் அல்லது நினைவுநாள் நிகழ்வொன்று, வடபழனி ஆற்காடு ரோடில் அமைந்துள்ள திரைப்பட இசைக்கலைஞர்கள் சங்கக் கட்டடத்தில் நடந்தது. ஞாயிற்றுக்கிழமை ஆதலால், நானும் எனது நண்பர் ஒருவரும் சென்றிருந்தோம். கூட்டம் முடியும்வரை இருந்துவிட்டு, அவரிடம் முகமன் கூறாமலே திரும்பிவிட்டேன்.

இவரைச் சந்தித்து அளவளாவிய அனுபவங்களை நண்பரிடம் கூறிவிட்டு, நானே சென்று உருவாக்கிய தொடர்பை நானே முடித்துவிட்டதாகக் கூறினேன்.

7. தானே தழைத்த நட்பு

கதை படிப்பதும், சினிமா பார்ப்பதும் எனக்கு ஒரு நல்ல பொழுதுபோக்கு. அவ்வளவுதான். அவை குறித்துப் பேசுவதும், அலசி ஆராய்வதும்கூட ஒரு பொழுது போக்குதான். பத்தொன்பது வயது வரை அப்படித்தான் கழித்தேன்.

'சினிமா ஒரு பார்வை' (Views on Cinema) என்ற 'ம்ருணாள்சென்' எழுதிய புத்தகத்தை, (தமிழில் நண்பர் சிவகுமார் மோகனன் மொழிபெயர்த்திருந்தார்) எனது கல்லூரி இறுதி ஆண்டில், கன்னிமாரா நூலகம் வாயிலாகக் கண்டடைந்தேன். அதை அணுஅணுவாய்ப் படிக்கப் படிக்க நான் திரைப்பட இயக்குனராவதற்காகவே பிறந்தவன் என்ற முடிவுக்கு வந்தேன்.

முடிவுக்கு வந்து கடுமையான முயற்சியிலெல்லாம் ஒன்றும் இறங்கிவிடவில்லை. தொடர்ச்சியாக சினிமா கனவுகளில் சஞ்சரிப்பதோடு மட்டுமின்றி ரித்விக் கட்டாக், சத்யஜித் ராய், அகிரா குரோசாவா மற்றும் செர்கெய் ஐசென்ஸ்டைன் போன்ற ஐரோப்பிய இயக்குனர்களைக் குறித்த சில புத்தகங்களை வாங்கிப் படித்துக்கொண்டிருந்தேன்.

அந்தச் சமயத்தில்தான், அப்பாவுக்கு பயந்த பிள்ளையான என்னை பொறுப்புள்ளவனாக்க, என் தந்தை மருந்துக்கடை வைத்ததோடல்லாமல், வலுக்கட்டாயமாக மருந்தாளுனர் பட்டயப் படிப்பிலும் சேர்த்துவிட்டார்.

டாக்டராக்க முடியாத தோல்வியை கம்பவுண்டராக்கி சரிசெய்து கொண்டார். சேர்த்துவிட்டால் போதுமா? நான்தானே படிக்கவேண்டும். துரைப்பாக்கம் ஃபார்மசி கல்லூரியிலிருந்து திரும்பி வந்து, தி.நகர் பஸ் ஸ்டாண்டில் இறங்கி நின்று பார்த்தால், உஸ்மான் சாலை பிளாட்பாரத்தில் ஒரு புத்தகக் காட்சி.

NCBH - நியூ செஞ்சுரி புக் ஹவுஸ் பிரைவேட் லிமிடெட், சென்னை.

நாம் விரும்பும் கதைப் புத்தகங்கள் ஏதேனும் இருக்குமா? என்ற சந்தேகத்தோடு மெதுவாக உள் நுழைந்தேன். சந்தடி மிகுந்த சாலையோரத்தில் அமைந்த அந்தக் குறுகலான இடத்தில் ஏராளமான புத்தகங்களை வரிசையாகவும், அழகாகவும் காட்சிப் படுத்தியிருந்தார்கள். லெனின், மார்க்ஸ் தவிர வேறு ஒருவர் முகம்கூட நான் அறிந்திருக்கவில்லை. நிறைய தமிழ்ப் புத்தகங்கள் இருந்தன. ஆனால், ஒன்றுகூட நான் முன்பு கேள்விப் பட்டதாகவேயில்லை. ஆசிரியர்களின் பெயர்கள் விநோதமாயிருந்தன. அதில் ஒன்று 'அந்தோன் சேகவ்'. சேகர் என்பதற்குப் பதிலாக அச்சுப்பிழையாகிவிட்டதோ என்று தோன்றியது. சரி! வந்ததற்கு ஒன்று வாங்கிப் போவோம் என்று விலையைப் பார்த்ததும் அதிர்ச்சியடைந்தேன். சந்தேகமடைந்து அங்கிருந்த பொறுப்பாளரிடம் விசாரித்தேன். அவரும் ஆமோதித்தார். 340 பக்கங்கள் கொண்ட, காலிக்கோ பைண்டிங் செய்து, அதன்மேல் வழவழப்பும், பளபளப்புமான ஆர்ட் பேப்பரில் அட்டை போடப்பட்ட புத்தகம் வெறும் 5.00 ரூபாய். இதில் 20% கழிவு வேறு. ஏதோ விற்காத புத்தகங்களைக் கொண்டு வந்து கொட்டி வைத்திருக்கிறார்கள் என்ற முடிவுக்கு வந்தேன்.

போனால் போகிறதென்று நான்கு ரூபாய் கொடுத்து, 'அந்தோன் சேகவ் - சிறுகதைகளும் குறுநாவல்களும்' என்ற அந்த ஒரு புத்தகத்தை மட்டும் வாங்கிக்கொண்டு அதிருப்தியோடு வீடு வந்து சேர்ந்தேன்.

அன்றிரவு அதிலிருந்த முதல் கதையான 'பச்சோந்தி'யை படித்தபோதுதான் எனக்கு ஆச்சரியம் அதிகரித்தது. ஆறே பக்கங்கள் கொண்ட அந்தக் கதையில் இருந்த நையாண்டித்தனம் மனிதனின் பச்சோந்தித்தனத்தை எள்ளி நகையாடியது. அந்தக் கதை மாந்தர்கள் எங்கோ பனிப்பிரதேசங்களில் வாழ்ந்த வேற்று மனிதர்களாக எனக்குத் தோன்றவில்லை. நான் பிறப்பதற்கு நூறாண்டுகளுக்கு முன்பு பிறந்த ஒருவர் எழுதியதாகவோ, பழங்கதையாகவோ உணரமுடியவில்லை. புத்தகத்தின் மீது எனது மதிப்புக் கூடியது. அதன்பின்தான் 'ம.கோர்க்கி' என்றொருவர் 'அந்தோன் சேகவ்' பற்றி

எழுதியிருந்த முன்னுரையைப் படித்தேன். அது என்னை யோசிக்க வைத்தது. இவ்வளவு அற்புதமான எழுத்துகளாக இருக்கிறதே!

அப்போதுதான் எனக்கு சந்தேகம் வலுத்தது. சமீபத்தில் படித்த ஜெயகாந்தனின் ஏதோ ஒரு புத்தகத்தை எடுத்து அவசர அவசரமாகத் தேடினேன்... கிடைத்தது!

'ஆண்டன் செகாவ்'!

இவர்தான் 'அந்தோன் சேகவ்' ஆகிவிட்டார். இன்னும் யாரெல்லாம் எப்படி மாறியிருப்பார்கள் என்றறிய மறுநாளும் அங்கே சென்றேன். அதன்பிறகு அங்கு அடிக்கடி சென்று புத்தகங்களை சேகரிக்க ஆரம்பித்தேன்.

மாக்சிம் கார்க்கி, ம.கோர்க்கியாகவும்...

லியோ டால்ஸ்டாய், லேவ் தல்ஸ்தோய் ஆகவும் மாறியிருப்பதை அறிந்தேன்.

அலெக்சாண்டர் பூஷ்கின்,

நிக்கலாய் கோகல்,

ஃபியோதர் தஸ்தயேவ்ஸ்கி,

லேவ் தல்ஸ்தோய்,

அந்தோன் சேகவ்,

இவான் துர்கேனெவ்,

மக்சீம் கோர்க்கி,

அலெக்சாண்டர் குப்ரின்,

பரீஸ் வஸீலியெவ்,

வேரா பானோவா,

லேர்மன்தவ்,

ஜான் ரீட்,

கியோர்கி மார்க்கவ்,

அலெக்சாண்டர் ரெக்கம்சூக்,

கன்ஸ்தந்தீன் ஸீமனவ்,

விளதீமிர் பகமோலவ்,

மிகயீல் ஷோலகவ்,

சிங்கிஸ் ஐத்மாத்தவ்,

அலெக்சேய் தல்ஸ்தோய்,

அந்திரேய் பிளத்தோனவ்

அங்கு மேற்கூறியவர்களின் புத்தகங்கள் கிடைத்தன. அனைத்தையும் வீட்டுக்குக் கொண்டு வந்து சேர்த்தேன்.

இதெற்கெல்லாம் மிக முக்கியமான காரணம் புத்தக விலை மட்டுமே. அந்த விலை உண்மையில் புத்தக விற்பனைக்கானது அல்ல, வாசகர்க்கானது; வாங்குபவர்க்கானது. சோவியத் தமது நாட்டின் இலக்கியப் புதையல்களை எந்த வியாபார நோக்கமும் அல்லாது உலகெங்கும் விநியோகிக்கும் உன்னத செயல்பாடு அது.

புரோகிரஸ் பதிப்பகம் என்றும், முன்னேற்றப் பதிப்பகம் என்றும், ராதுகா பதிப்பகம் என்றும் பெயர்கள் மாறினாலும், அவர்களது சேவை உலகை ஒன்றிணைக்கச் செய்த மாபெரும் செயல்பாடாகவே நான் பார்க்கிறேன். இந்தியாவின் கடைக்கோடியில் ஒரு சிற்றூரில் பிறந்த என்னை, சுமார் ஆறாயிரம் கிலோமீட்டர்களுக்கு அப்பால் பிறந்து, வாழ்ந்து, மறைந்த இந்தப் படைப்பாளிகளோடு மிக நெருக்கமாகப் பிணைத்ததும், என் வாழ்நாளெல்லாம் என்னோடு அவர்கள் தொடர்ந்து வருவதற்கு வித்திட்டதும் மட்டுமே போதும்... நான் சோவியத்துக்கும், NCBH க்கும் என்றென்றும் நன்றி சொல்ல.

ஐந்து ரூபாய்க்கும், ஆறு ரூபாய்க்கும், பத்து ரூபாய்க்கும், பன்னிரண்டு ரூபாய்க்கும் அதிகபட்சம் இருபது ரூபாய்க்கும் விற்றதால், யாருக்காவது வாங்கிக் கொடுக்கலாம் என்றுகூட எனக்குத் தோன்றியதுண்டு.

இவர்களின் வருகை என்னுள் பெரிய மாற்றங்களை ஏற்படுத்தத் தொடங்கியது. தமிழில் ஒரு சிலரைத் தவிர பிறரைப் படிப்பதையே விட்டு விட்டேன்.

புஷ்கின் கதைகள் நூற்றாண்டு கடந்தும் என்னுள் பனிப்புயலை வீசியடித்தது. தஸ்தயேவ்ஸ்கி என்னை மிகவும் துன்புறுத்தினார். துர்கேனெவ் பல்வேறுபட்ட காதலின் விநோதங்களை நெருக்கமாகக் காட்டினார். செகாவும், கார்க்கியும் நாடு கடந்த, மொழிகடந்த மனித மனங்களின் எல்லா பக்கங்களையும் என் முன் விரித்து

வைத்தார்கள். நிக்கலாய் கோகலின் 'மேல் கோட்டு' பேதைகளின் அவலத்தை உணர்த்தியது. ஒவ்வொருவரும் வெவ்வேறு உலகங்களை என் கண் முன்னே கொண்டுவந்து நிறுத்தினர். ஒவ்வொருவரைப் பற்றியும், அவர்களது கதைகளைப் பற்றியும் எழுதி முடியாது.

இவர்களில் லியோ டால்ஸ்டாயின் 'இவான் இல்யீச்சின் மரணம்' தான் என்னை மிரட்டிவிட்டது. இப்படியும் எழுத முடியுமா? இந்தக் கேள்வி அவரது 'புத்துயிர்ப்பு' படிக்க ஆரம்பித்ததும் வேறு வடிவம் எடுத்தது.

எழுதினால் இந்த மாதிரி எழுத வேண்டும். குறுகிய காலங்களில் புத்துயிர்ப்பை இரண்டு முறை படித்தேன். மக்சீம் கார்க்கியின் 'தாய்'யை விடவும் இது என்னை வெகுவாகக் கவர்ந்துவிட்டது.

எழுதினால் இந்த மாதிரி ஒன்று எழுதவேண்டும். இல்லை யென்றால் எழுதாமல் இருப்பதில் எந்தக் குற்றமும் இல்லை என்பதே எனது மனநிலையானது.

இதே காலகட்டத்தில், ஜெயகாந்தனின் 'ஓர் இலக்கியவாதியின் கலையுலக அனுபவங்கள்' முன்னுரையில் படித்த, இலக்கியம் குறித்த அவரது பார்வை எனது வாழ்வின் இலக்காகவே ஆனது.

'........ எழுதுகிறவன் கலைஞர்களில் சிறப்பானவன் என்று நான் கண்டு கொண்டேன். பிகாஸோவின் ஓவியங்களை விடவும், பீதோவனின் இசைக்கோலங்களை விடவும்... ஹ்யூகோவின் ஒரு வாக்கியம், கதேயின் ஒரு கடைச்சொல் உலக மக்களை எல்லாம் ஆட்டிப் படைத்துவிடும். இசை கேட்டாரை மட்டும் பிணிக்கும், இலக்கியம் கேளாதாரும் வேட்ப காலகாலத்துக்கும் நிலைக்கும்'.

அதுமுதல் நான் ஓர் எழுத்தாளன் என்ற கற்பனையில் வாழ ஆரம்பித்தேன். பிறகு ஏழெட்டு வருடங்களில் கற்பனை தேய்ந்து கட்டெறும்பாகியது.

1994.

என்னுடைய முப்பதாவது வயதில், எங்களுக்கொரு மகள் பிறந்தாள்.

ஜெயகாந்தனின் முப்பதாவது வயதில் நான் பிறந்தது எனக்கு அவ்வப்போது நினைவில் ஆடும்.

நான் அவரைச் சந்தித்து வந்த ஆண்டின் இறுதியில், என்குடும்பச் சூழல், பொருளாதார நெருக்கடி மற்றும் எளிதில் நிலைமாற்றும் என் இயல்பு காரணமாக மருந்துக்கடையிலிருந்து வெளியேறி, ஸ்கிரீன் பிரிண்டிங் தொழில் ஆரம்பித்து, நடத்திக்கொண்டிருந்தேன்.

என் தந்தையின் மருந்துக்கடையை நடத்திக் கொண்டிருந்தபோது, என்னை பைக் வாங்கிக்கொள்ளச் சொன்ன தந்தையிடம், காந்தியத் தாக்கத்தினால் மறுத்த, எளிமையின் வடிவமான என் ஒரே வாகனம் சைக்கிள். அதில்தான் பாரதி சாலையாக மாறிய பைகிராஃப்ட்ஸ் ரோடில் அமைந்திருக்கும் பாலாஜி பப்ளிகேஷனுக்குச் சென்று, 'ஸ்கிரீன் பிரின்டிங் செய்வது எப்படி?' என்ற புத்தகத்தில் பதினொரு ரூபாயை முதலீடு செய்து என் வாழ்வில் முதன்முதலாக சொந்தத் தொழில் தொடங்கினேன். மொத்த முதலீடே இருநூறு ரூபாய்க்குள்தான்.

நானே ஆர்டர் பெற்று, நானே வடிவமைத்து, நானே பிரின்ட் செய்து, காயவைத்து, கொண்டு கொடுத்து, நானே காசு வாங்க வேண்டும். உதவிக்கு ஆள் வைக்குமளவுக்கு கையில் காசில்லை. அவ்வப்போது, அச்சடிப்பதை எடுத்துக் காயவைக்க என் இணையர் உதவுவார்.

இந்தத் தருணத்தில்தான் ஜெயகாந்தனின் அறுபதாவது பிறந்த நாளை மணிவிழாவாகக் கொண்டாட நடக்கும் ஏற்பாடுகளும், அது குறித்த நிகழ்வுகளும் பத்திரிகைகளில் செய்திகளாக வெளியிடப் பட்டுக்கொண்டிருந்தன. அவரது சிறப்புப் பேட்டிகளும் வெளியானது. இவையெல்லாம் எனக்கு மகிழ்ச்சி தந்தது. நான் எதிர்பாராத இந்தச் சந்தர்ப்பத்தில், இடமாற்றம் சம்பந்தமாக ஊரிலிருந்து எனது ஆசிரிய நண்பர் திடீரென்று வந்து இறங்கினார். இவரும் நானும்தான் முதல் முறை ஜே.கே. வீட்டைத் தேடியலைந்து, அவரின்றி ஏமாந்து திரும்பினோம்.

அவர் ஜெயகாந்தனைப் பார்த்து வாழ்த்துச் சொல்லும் திட்டத்தோடே வந்திருந்தார். என்னால் அவரை மறுக்க முடியவில்லை. உண்மையில் எனக்கு ஜெயகாந்தனைப் போய்ப் பார்க்க பெரிதாக ஆர்வமில்லை.

மறுநாள் ஞாயிற்றுக்கிழமைதான் அவரது பிறந்தநாள். அன்றுதான் 'காமராஜ் நினைவு அரங்க'த்தில் ஜெயகாந்தனை

மையப்படுத்தி, முழுநாளுக்குமான பல்வேறு நிகழ்ச்சிகள் அறிவிக்கப்பட்டிருந்தன.

பிறந்தநாளன்று அவரைப் பார்ப்பது சாத்தியப்படாது என்றும், அதற்கு முதல் நாளான இன்றே போய்ப் பார்த்துவிட்டு வந்துவிடுவோம் என்றும் முடிவு செய்தோம்.

மேற்கு மாம்பலத்தில், கால் கிலோ இனிப்பு வாங்கிக் கொண்டு, என் சைக்கிளின் பின்னே ஆசிரியரை அமர்த்திக் கொண்டு, ஜே.கே. வீடு போய்ச் சேர்ந்தோம். அது கல்யாண வீடு போல் இருந்தது. முகமறியாத பலரின் நடமாட்டம். முகப்பில் பந்தல் போடப் பட்டிருந்தது. எங்களை யாரென்று கேட்கக்கூட அங்கு யாருக்கும் நேரமில்லாதது போல் இருந்தது. இருவரும் 'பந்தலில் கட்டிய கடா'வைப் போல் விழித்துக்கொண்டு, பந்தலில் நுழைந்து, படிகளில் ஏறி, மாடி நோக்கிப் பயணமானோம்.

முதல் மாடி சென்றதும், அவரை முன்னால் ஏறச் சொல்லி, நான் பின் தொடர்ந்தேன். மேலே இருப்பாரா என்ற சந்தேகத்தோடேயே மேலே ஏறினோம்.

மாடிக் குடிசையின் வாசலில் முதலில் போய் ஆசிரியர் நின்றார். உள்ளிருந்து இவர் யார் என்ற சந்தேகத்தோடு,

"வாங்க" என்ற ஜே.கே.யின் குரல் கேட்டது. அவரைத் தொடர்ந்து ஏறிவந்த நான் பின்னாலிருந்து எட்டிப் பார்த்தேன்.

பள்ளி வகுப்பைப் போல, ஒரு மூலையில் சுழல் நாற்காலியில் அவர் அமர்ந்திருக்க, கீழே தரையில் பத்துக்கும் மேற்பட்டோர் மாணவர்களைப் போல் அமர்ந்திருந்தனர்.

"வாங்க கௌதம்" என்ற மகிழ்ச்சியும், ஆரவாரமும் பொங்கிய அவரது ஓங்கிய குரல் எனக்கு வெட்கமேற்படுத்தியது.

"இங்க வந்து உக்காருங்க" என்று அவர் அருகில் அழைத்தார். அவரருகில் அமர்ந்திருந்தவர்கள் எனக்கு இடமளிக்க நகர்ந்தனர். ஆனால், "பரவால்ல சார்" என்று எல்லோருக்கும் பின்னாலேயே அமர்ந்தேன். ஆசிரியர் அவரிடம் இனிப்புப் பெட்டியை பிறர் மூலம் கைமாற்றி சேர்த்தார்.

"நம்ம பாத்து ஒரு வருஷம் இருக்குமா?" என்று என்னைப் பார்த்துக் கேட்டார்.

"ஆமா சார்... கரெக்டா ஒரு வருஷம்."

விசாரிப்பு அத்தோடு முடிந்தது.

அங்கு அமர்ந்திருந்த எல்லோரும் என்னை யாரென்று தெரியாமல் குழம்பினர். எனக்கும் அவரது நினைவாற்றல் ஆச்சரியமளித்தது. அமைதி கலைந்து முணுமுணுப்பு உயர்ந்தது. அவருக்குத் தொடர்ச்சியாக தொலைபேசி அழைப்புகள் வந்துகொண்டிருந்தன. ஒரு பதினைந்து நிமிடங்களில் நானும், ஆசிரியரும் ஒருவரையொருவர் பார்த்து 'புறப்படலாமா?' என்பதுபோல் தலையசைத்துக் கொண்டோம்.

"கௌம்புறோம் சார்" என்று எழுந்தோம்.

"நாளைக்கி விழாவுக்கு வர்றீங்களா?"

"நிச்சயம் வருவோம் சார்."

எங்கள் அருகில் இருந்த ஒருவர்,

"சாப்பாடு ரெடியாகுது. சாப்புட்டுக் கௌம்பலாமே" என்று அன்போடு உபசரித்தார். அவருக்கு நன்றி சொல்லிவிட்டு, விடைபெற்றோம்.

திரும்பிவரும் வழியெல்லாம் ஆசிரிய நண்பர், ஆச்சரியத்தை வெளிப்படுத்திக்கொண்டே வந்தார்.

"ஒரு வருஷமாகியும் ஒன்ன கரெக்டா ஞாபகம் வச்சிருக்காரே!"

8. மணிவிழா உரை

திங்கட்கிழமை டெலிவரி செய்யவேண்டிய ஒரு திருமண அழைப்பிதழ் வேலை, எனக்காகக் காத்திருந்தது. அது மட்டுமில்லாமல் ஜே.கே.யின் பிறந்தநாள் அன்று காலை, திண்டிவனத்தில் என் நெருங்கிய கல்லூரி நண்பனின் திருமணம். பற்றாக்குறைக்கு லேசான காய்ச்சலோடு ஜலதோஷம் வேறு.

ஜே.கே. வீட்டிலிருந்து திரும்பியதிலிருந்து 'ஒரே பிஸி'. ஆசிரிய நண்பருடன் உரையாடியபடியே, அச்சு வேலைகளைத் தொடர்ந்தேன். இரவு உணவோடு, ஒரு க்ரோசின், ஒரு பேக்ட்ரிம் டி.எஸ், ஒரு பெட்நிசால், ஒரு ஸின்டேக் போட்டுக் கொண்டேன். வேலை முடிய இரவு மணி பன்னிரண்டை நெருங்கியது.

காலை நான்கு மணிக்கு எழுந்து, குளித்து, திண்டிவனம் கிளம்பினேன்.

திருமணம் முடித்து, பின் நண்பர்களோடு அரட்டையடித்து, நெருங்கி வழியும் பஸ் பிடித்து, வீடு வந்து சேர, மதியம் மூன்று மணியாகிவிட்டது.

ஜே.கே. மணிவிழாவின் இறுதிப் பகுதியிலாவது கலந்து கொள்ளவேண்டும் என்ற ஆர்வத்தோடு, ஆசிரியரும் நானும் 'காமராஜ் நினைவு அரங்கம்' சென்றடைந்தோம்.

ஜெயகாந்தனின் மணிவிழா நடைபெறும் இதே அரங்கத்தில், இதே மேடையில்தான் மூன்று ஆண்டுகளுக்கு முன்பு என் மணவிழாவும் நடந்தது. ஆயிரத்து எழுநூறு பார்வையாளர்கள், வசதியாக அமர்ந்து பார்க்கக் கூடிய, பிரம்மாண்டமான அரங்கம், அப்போது சென்னையில் இது ஒன்றுதான். தேடிப்பிடித்து அருகருகே கிடைத்த இரண்டு இருக்கைகளில் அமர்ந்தோம்.

காலை நிகழ்ச்சிகள் பற்றி, எனக்கு ஒரு தகவலும் இப்போது நினைவிலில்லை. நாங்கள் சென்று அமர்ந்தபோது இறுதி அமர்வு தொடங்கியிருந்தது.

பாலு மகேந்திரா, சுதா சேஷையன், க.சுப்பு, சோ ஆகியோர் பேசியதும் நிறைவாக ஜெயகாந்தன் பேசினார். பாலு மகேந்திராவின் பேச்சு ரசிக்கும்படி இருந்தது. ஜே.கே. யுடனான முதல் மதுவிருந்தில், இவரது 'மறுபடியும்' கதையை ஒற்றை வரியில் சொன்னது நினைவில் வந்து போனது. க.சுப்பு மற்றும் சுதா சேஷையன் பேச்சு ரசிக்கும்படி இல்லை.

'சோ' செருமினாலும் அதை ரசிக்கும் மனநிலையில் நான் இருந்த காலம். ஜெயகாந்தனை மனதாரப் பாராட்டினார். வழக்கம்போல், அவருக்குத் தெரிந்த ஒரே பிரச்சினையான லஞ்சத்தையும், ஊழலையும் சாடினார். வழக்கம்போல் கக்கனுக்காக உருகினார். அந்த விழாவை முன்னெடுத்து நடத்திய காங்கிரஸ் தலைவர் மூப்பனாரை மேடையில் வைத்துக்கொண்டே, காங்கிரஸாரை நன்றாகத் திட்டினார். ஆனாலும் துக்ளக் ஆண்டுவிழா பேச்சுபோல் இல்லை. செருமல் மட்டும் அதே மாதிரி இருந்தது. நான் 'சோ'வை புரிந்து ஒதுக்க, மேலும் சில வருடங்கள் தேவைப்பட்டது. மாற்றங்கள் தானே மனிதனை உயிர்ப்போடு வைத்திருக்கும் மாமருந்து. மாறாதது ஜடம்.

இறுதியாக, ஜெயகாந்தன் பேசினார். அந்த உரை என்னை உறைய வைத்தது. என் வாழ்க்கையில் நான் எடுத்த சில மிக முக்கிய முடிவுகளுக்கான காரணிகளில் இந்த உரையும் ஒன்று. ஏற்கெனவே, என் தந்தையின் வளர்ப்பும், 'சோ'வின் 'துக்ளக்'கும், காந்தியின் கட்டுரைகளும் இளக்கி வைத்திருந்த என்மீது, அழுந்த முத்திரை குத்தியது இந்த உரை.

அன்றும் இன்றும் நான் அரசியல்வாதியல்ல. ஆனால், சமூக அக்கறையுள்ளவன். வறுமையிலும் செம்மையை நாடுபவன். நேர்மையைத் தேடி பயணிப்பவன். என் அறிவு சொல்லும், எனது குறைகளைக் களைய எப்போதும் தயாராய் இருப்பவன். இப்போது எனக்குள் முக்கியமான மாற்றங்கள் பல நிகழ்ந்திருப்பினும், இருபத்தெட்டு ஆண்டுகளுக்கு முன் எனக்குத் திசைகாட்டிய இந்த உரையை நான் திரும்பிப் பார்க்கிறேன்.

நமது விருப்போ, வெறுப்போ காலத்தைக் கட்டுப்படுத்த முடியாது. இறந்த கால நிகழ்வுகளே வரலாறு. வரலாற்றின் பயன் பாடங்களே!

ஜெயகாந்தனின் மணிவிழா உரையை, விழாவை முன்னெடுத்த காங்கிரஸ்காரர்களுக்கு அவர் கொடுத்த ஆலோசனைகளைத் தவிர்த்து, விரிவாகவே உங்கள் முன் வைக்க விரும்புகிறேன். மிக நீண்ட உரையாதலால், அடுத்த அத்தியாயத்துக்கும் நீளும்.

1994க்குப் பின்னோக்கிச் சென்று படிக்க, பொறுமையும், சகிப்புத்தன்மையும் ஒருங்கே கொண்டவர்கள் வாசிக்கலாம்.

ஜெயகாந்தன் மணிவிழா உரை:

தலைவர் அவர்களே!

நண்பர்களே! தோழர்களே!

காலையிலிருந்து என்மீது பொழிந்த அன்பு, எனக்குப் புரிகிறது. இவ்வளவு அன்பு கொண்டிருக்கிறீர்களா என்பது எனக்கு வியப்பு தருகிறது. இலக்கியத்தில் ஜெயகாந்தன், தேசியத்தில் ஜெயகாந்தன் என்றெல்லாம் என்னைப் பிரித்துப் பிரித்து, நீங்கள் பேசுகிறபோது, ஒன்றையுமே நீங்கள் புதிதாக சொன்னதாக எனக்குத் தெரியவில்லை. நான் சொன்னதையே எனக்குத் திருப்பிச் சொல்லுகிறீர்கள் என்று தெரிகிறது.

என்னை நேசிக்கிற நண்பர்களின் தொகை இந்த ஹாலுக்குள் அடங்காது.

ஒரு பாடல் உண்டு. 'வானம் புகழ்க்கு எல்லை; வாழ்த்துவோர் நாவு எல்லை'. அது உங்களுடைய நாவன்மை. உங்களுடைய மனத்திலே என்னைப்போல் ஏற்று தவிக்கிற, வாழ்க்கையின் முட்கள் குத்திய ரணங்கள், என் மீது உங்களை அன்புகொள்ள வைக்கின்றன என்று எனக்குப் புரிகிறது.

என்னுடைய கதைகளையெல்லாம் ரசிப்பதற்கு ஒரு பக்குவம் வேண்டும். எல்லாரும் எழுதியதெல்லாம் எழுத்துதான்னு தெரிகிறதே. எல்லாரும் படிக்கலாம். ஆனால், நீங்கள் ஒவ்வொரு வயதிலும் அதைத் திரும்பத்திரும்ப படிக்கிறபோது, அது உங்கள் வயதிற்கேற்ப ஒவ்வொரு விதமாக உங்களோடு பேசுவதை நீங்கள் உணர்வீர்கள்.

இது எப்படி உனக்கு வந்தது என்று கேட்கிறீர்களா? அப்படி நான் பலவற்றைப் படித்திருக்கிறேன். எனக்குப் படிக்காதவன் என்று பெயர். ஏனென்றால், நீங்கள் படித்ததையெல்லாம் நான் படிப்பதில்லை, இன்றைக்கும்கூட! கதைகளைப் படிப்பதைவிடவும், மனிதர்களைப் படிப்பதிலே ஒரு எழுத்தாளன் வல்லவனாக இருக்க வேண்டும்.

நான் எழுத ஆரம்பிக்கிறபோது எனக்கு பதினைந்து வயது. ஆனால் இப்போது என்ன பக்குவம் உண்டோ இந்தப் பக்குவம் அப்போதே உண்டு. அந்த விஷயத்திலே நான் வளர்ச்சியடையவே இல்லை. அந்த வயதிலே என்னென்ன நான் கருக்கொண்டேனோ, அந்த வயதிலே நான் என்னென்ன சேகரித்து வைத்தேனோ, அதை எழுதித் தீர்ப்பதற்கு எனக்கு இன்னும் ஒரு ஆயுள் வேண்டும். கதையெழுத வேண்டுமென்று உட்கார்ந்து நான் யோசித்ததே இல்லை. என்னைச் சுற்றி, கதைகள் சூழ்ந்து நின்றுகொண்டு, எழுது! எழுது! எழுது! என்று என்னைப் பிடித்து ஆட்டும். 'சொல்லு சொல்லு என்று துடிக்குது என் மனக்குரளி' என்று குற்றாலக் குறவஞ்சியிலே குறிசொல்லுபவளுக்கு ஒரு சன்னதம் வருமே... அது வரும்! அது ஏன் வந்தது? ஏன் போயிற்று? என்று, என்னைக் கேட்டீர்களென்றால் எனக்கென்ன தெரியும்.

அது வரும். போகும்.

எனக்கு வணங்குவதென்றால் யாரை வணங்குவது என்று தெரியவில்லை. அதனால்தான் நிமிர்ந்து விடுவது. 'யாதும் ஊரே யாவரும் கேளிர்' என்ற பாடல் இருக்கிறதே, அதை பூராவும் படித்தவர்களுக்கு தமிழனின் விந்து சாரம் புரியும்.

என்னை நான் ஏன் மதிக்கிறேன்? எனக்குள் கடவுள் இருப்பதால். உங்களுக்குள் இல்லையா என்ன? இல்லையென்று நினைக்கிறீர்கள். அதனால் மதிப்பதில்லை. அதன்பிறகு உங்களுக்குள் பிசாசும் இருக்கிறது. கடவுள் இருந்தால் பிசாசு இராது. இல்லாத இடத்தில் பிசாசு வந்து குடிபுகுந்து கொள்ளும்.

'ஆராலும் என்னை அமட்டவொண்ணாது
சீரார்பிரான் வந்து என் சிந்தை புகுந்தனன்'

அதுதானே!

நாங்கள் ஏன் யாரையும் மதிப்பதில்லை?

யாரை மதிப்பது?

பெரியோரை உவத்தலும் இலமே!

அந்தப் பாடலில் கடேசி வரி... 'யாதும் ஊரே யாவரும் கேளிர்' பாடலில் கடேசி வரி. பெரியோரை உவத்தலும் இலமே!

பெரியோர்கள் உண்டு. அதனால என்ன! அவங்ககிட்டப் போயி கால்ல விழுந்துடணுமா என்ன?

சிறியோரை இகழ்தல் அதனினும் இலமே!

இது பண்பு! தனிமனிதப் பண்பு! மானுடப் பண்பு! தன்னை உணர்ந்தவர்களுக்கு, தன்னை மதிப்பவர்களுக்கு தன் தேசத்தை மதிக்க முடியும், தன் பெற்றோரை மதிக்க முடியும், தன் சந்ததியை மதிக்க முடியும், தன் சரித்திரத்தை மதிக்க முடியும். தன் மீதே மதிப்பில்லை என்றால், சுயமரியாதை என்று சொல்லியா புரியவைக்க முடியும்.

அஞ்சி அஞ்சி சாவார்.

நெஞ்சு பொறுக்குதில்லையே!

அடேய்! ஹிந்தியை எதிர்ப்பவர்கள் எதிர்க்கட்டும்.

உங்கள் வேலையை நீங்கள் செய்யுங்கள். உங்கள் வேலை என்ன? இந்தியாவின் எல்லா மொழிகளையும் காப்பாற்ற வேண்டியது அல்லவா? நீங்கள் காங்கிரஸ்காரனா இருந்தாலும் சரி... இல்லாவிட்டாலும் சரி... ஒரு தேசபக்தனாக இருங்கள்!

ஹிந்தி பிரச்சார சபா என்று ஒன்று இங்கிருக்கிறது. மகாத்மா காந்தியினால் தொடங்கி வைக்கப்பட்டது அது. அதன் வேலை என்ன? அது என்ன செய்யணும்? அதில் என்ன எழுதியிருக்கு? ஹிந்தி பிரச்சார சபா... ஹிந்தியை பிரச்சாரம் செய்ய வேண்டும். ஏதோ சாராயக்கடைக்கெல்லாம் தைரியமா போறான். ஹிந்தி படிக்கறதுக்கு ஒளிஞ்சு ஒளிஞ்சு போறான்யா. மக்கள் படிக்கிறார்கள். அவர்கள் இந்த அரசியல்வாதிகளுக்கு அஞ்சியஞ்சி படிக்கிறார்கள். எனவே, இதுதான் விஷயம். இது ஒன்றுதான் விஷயம்.

மொழி விஷயத்தில் நீங்கள் அவர்களிடம் முழங்காலிட்டுப் பணிந்ததனால்... அதுதானே!

கோதுமை என்றொரு தானியம் இருக்கிறதே; அது தமிழ்நாட்ல இருக்கிற மக்களுக்கு, நாப்பது வருஷங்களுக்கு முன்ன தெரியாது. தஞ்சாவூர் பக்க மக்களுக்கு, முப்பது வருஷத்துக்கு முன்னடிகூட தெரியாது. டயாபடீஸ் பேஷண்ட்க்காக சம்பா கோதுமன்னு ஒன்னு வாங்கி, வேக வச்சி, காய வச்சி, ரவையாக்கி வீட்ல இருக்க கெழவங்க யாராவது சாப்புடும்போது, அதுல கொஞ்சம் வாயில வச்சதும் தூன்னு துப்பிடுவேன். அத சுட்டு வேற வைப்பாங்க. ஐயையோ!

'தோசை'ன்னா அது எவ்ளோ மெல்லிசா இருக்கும். 'அடை'ன்னா அது கொஞ்சம் கடினமா இருந்தாலும், அது எப்படி ருசியா இருக்கும்.

கோதுமை!

பாட்டா செருப்ப கட் பண்ணி வச்ச மாதிரி இருக்கும். அத கடிச்சவொடனே அழுவேன். நா மட்டுமில்ல. தமிழ்நாட்ல பலருக்கும் அதான் கதி. ஏனென்றால் கோதுமை சாப்பிட்டுப் பழக்கமில்லை.

இன்னைக்கு கோதுமைல என்னென்ன வெவகாரம். இன்று நமது உணவிலே அது பெரும்பகுதியாகவும், நாம் எல்லாரும் அதை ஏற்று விரும்பி சாப்பிடுகிற தானியமாகவும் இன்றைக்கு நமக்கு பழக்கமாகிவிட்டது.

கோதுமை புகுத்தப்பட்டது.

அரிசி என்ன ஒழிந்தா போய்விட்டது?

ஜனங்களிடம் போய் பேசுங்கள். அவர்களுக்குப் புரிகிற பாஷையில் பேசுங்கள். அவர்களுக்கு வெறியெல்லாம் கெடையாது. வெறியெல்லாம் சும்மா வராது. சில்ற குடுத்தாதான் வெறி வரும். இவன் எல்லாருக்கும் சில்லற கொடுக்க முடியாது. கொஞ்சம் பேருக்கு சில்லற கொடுத்து, தெருவுல ஆடவிட்டு, அதப் பாத்து எல்லாரும் மெரண்டு, தமிழுக்கு என்னமோ ஆபத்தாம்... ஒனக்கு தமிழ் உணர்ச்சி இருக்கிறதா?

தமிழ் உணர்ச்சிதான் இருக்கும். எரும்மாட்டுக்கு எரும்மாட்டு உணர்ச்சி இருப்பது எவ்வளவு இயல்போ அவ்வளவு இயல்பல்லவா தமிழனுக்கு தமிழுணர்ச்சி இருப்பது. வேற உணர்ச்சியைத்தான்

நாம் உண்டாக்கிக் கொள்ளவேண்டும். இந்திய உணர்ச்சியை நாம் ஏற்படுத்திக்கொள்ள வேண்டும். தமிழனுக்குத் தமிழுணர்ச்சியும், வங்காளிக்கு வங்காளி உணர்ச்சியும், மலையாளிக்கு மலையாளி உணர்ச்சியும், இஸ்லாமியர்களுக்கு இஸ்லாமிய உணர்ச்சியும், கம்யூனிஸ்டுகளுக்கு கம்யூனிஸ்ட் உணர்ச்சியும் இருப்பது இயல்பு. இவர்கள் எல்லாருக்கும் என்னடா இடிக்குதுன்னா; எவனுக்கும் இந்திய உணர்ச்சி இல்லை. இவையனைத்தும் சேர்ந்தால்தான் இந்தியா. ரஷ்யா மாதிரி நம்ம நாடும் ஆகிவிடுமோ? ஏம்பா சும்மா சும்மா பயப்புட்றீங்க! அஞ்சி அஞ்சி சாகறதுல இதுவும் ஒன்னு.

ரஷ்யா ஏன் அப்படி ஆச்சு. ரஷ்யா என்றொரு தேசம். அதைச் சுற்றிலும் நிறைய தேசங்கள். அந்த தேசங்களையெல்லாம் அது காலனிகளாக்கி ஜார் காலத்திலிருந்து ஆண்டது. கம்யூனிஸ்ட் ஆட்சியிலும் அவற்றுக்கு விடுதலை கிடைக்கவில்லை. வேறு பெயர் கிடைத்தது. குடியரசு என்று. ஆகவே ரஷ்யா என்றொரு தேசம் பிற குடியரசுகளின் மீது வைத்திருந்த ஆட்சிமுறை அது.

இங்கு இந்தியா என்றொரு தேசம் நம் மீது ஆட்சி செலுத்துகிறதா? நாமெல்லாம் சேர்ந்திருப்பதனால், நாம் பிரிய முடியாமல் சேர்ந்திருப்பதனால், பிரிவினை என்பது வெறும் பைத்தியக்கார துர்க்கனவு என்கின்ற ஒரு யதார்த்தத்திலே நாம் வாழ்வதனால், இந்தியா என்கின்ற ஒன்று நாம் விரும்பினாலும் சரி விரும்பாவிட்டாலும் சரி இருக்கிறது. அது அடிமையாய் இருக்கிறது. அது கண்மூடிக் கிடக்கிறது. அது சோம்பிக் கிடக்கிறது. அது துரோகமிழைக்கப்பட்டுக் கிடக்கிறது. அது வஞ்சிக்கப்பட்டுக் கிடக்கிறது.

ஆனால் கிடக்கிறது.

அல்லவா!

இந்தியா ஒன்றும் போய்விடவில்லை. இந்திய உணர்வு. அது வெறும் அரசியல் உணர்வு மட்டுமன்று.

தேசிய உணர்வு என்பது எனக்கு எப்படி வருகிறது. பாரதியார் என்கிற மகாகவி. அது இலக்கியம். இதெல்லாம் தெரியவே தெரியாது. ஆனால் பாரதியார் கவிதை தெரியும். மனப்பாடம். எப்படி நாலாயிர திவ்ய பிரபந்தம் நமக்குத் தெரியுமோ, எப்படி தேவாரம், திருப்புகழெல்லாம் நமக்குத் தெரியுமோ; அந்த

ஆசிரியர்களைப் பார்த்தா தெரியும்? அது பெரிய மதநூல். அதைப் படித்தாக வேண்டும் என்றா தெரியும்?

அது நம் வாழ்க்கையோடு பின்னிப் பிணைந்திருப்பதனால், பாரதியார் தமிழோடு கலந்திருந்ததனால், தமிழர்க்கு புதுநெறி காட்டியவர் என்பதனால்...

திரும்பத்திரும்ப சொல்லுகிறார்.

பாரதநாடு பார்க்கெலாம் திலகம்;

நீரதன் புதல்வீர்; இந்நினைவகற்றாதீர்.

இந்த நினைவை அகற்றாமல் நாமிருத்தல் வேண்டும்.

எனவே மும்மொழி திட்டமென்பது இந்தியாவிலே எல்லா அரசியல் கட்சிகளும் ஏற்றுக் கொண்ட திட்டம். அதன்படி ஹிந்தியை மக்கள் வெறுக்கிறார்கள் என்ற மாயபிம்பத்தை...

என்ன நேரு வாக்குறுதி; நேரு வாக்குறுதின்னா என்ன?

ஹிந்தியை விரும்பி ஏற்கிறவரை...

'விரும்பி ஏற்றுக் கொண்டோம்' என்று எல்லோரையும் சொல்ல வையுங்கள்.

முதலில் விரும்புங்கள். அந்த மொழியை விரும்புங்கள். எல்லா மொழிகளையும் விரும்புங்கள். இது தமிழர் பண்பு. இது இந்தியர் பண்பு என்ற உண்மையை மக்களிடம் சொல்லி...

ஒரு மொழியை வெறுப்பீர்களா நீங்கள்? ஒரு மொழியைக் கண்டு அஞ்சுவீர்களா நீங்கள்? ஒரு மொழியை நீங்கள் கைவிடுவீர்களா?

'க்விட் இந்தியா' என்று பிரிட்டிஷ்காரர்களுக்குத்தான் சொன்னோமே ஒழிய, 'க்விட் இங்கிலீஷ்' என்று நாங்கள் ஒருபோதும் சொல்லமாட்டோம்.

ஏனென்றால் மொழிகளை நேசிப்பவர்கள் நாம். மொழிகளில் மூத்தவன். நமக்கேது அந்தப் பகை?

தீதும் நன்றும் பிறர் தர வாரா;

அப்பறம் ஹிந்தி மட்டும் எங்கேர்ந்து கொண்டாரும்..?

நமது நன்மைக்கும், நமது தீமைக்கும் நாமேதான் காரணமாயிருக் கிறோம்.

இது சாதாரண உண்மை...

துணிச்சல், என்ன துணிச்சல்!

உண்மையைச் சொல்வதற்கு துணிச்சல் என்ன!

இங்கே யாரோ சொன்னார்கள்; உண்மை விகாரமானதென்று.

இல்லையில்லை.

உண்மையே அழகானது.

உண்மையே சௌந்தர்யத்தின் உச்சம்.

உண்மை தவிர வேறெதுவும் அழகல்ல.

உண்மையற்றதெல்லாம் அசிங்கம்.

உண்மையற்றதெல்லாம் ஆபாசம்.

பொய்கூட அல்ல; உண்மை அற்றதென்கிற நிலையிருக்கிறது பாருங்கள்...

எனவே ஹிந்தி எதிர்ப்போ; மத எதிர்ப்போ; இன எதிர்ப்போ; இது பொய். இது நம் ரத்தத்தில் கிடையாது. இதிலேயிருந்து நாம் விடுபட வேண்டும்.

'எல்லாரும் அப்படி நினைக்கிறார்கள்' என்கிறார்கள். இப்படி எல்லாரும், எல்லாரும் என்று சொல்லி, இவர்களும் போய், நல்லாரும் போய்...

ஆகவே நான் இல்லை என்று சொன்னேன். வேறென்ன செய்யமுடியும்?

உலகமே ஒரு பொய்க்கு உட்பட்டாலும், நான் உடன்பட மாட்டேன்.

9. ஹிந்தி பிரச்சாரம்

என் பத்தொன்பதாவது வயதில், இறை மற்றும் ஆன்மீக நம்பிக்கைகள் தவிர்த்து, காந்தியின், அனைத்து கொள்கைகளிலும் என் மனம் முழுமையாக லயித்திருந்தது. அவர் 1909ல், இங்கிலாந்திலிருந்து, தென்னாப்பிரிக்காவுக்கு செய்த கப்பல் பயணத்தில் எழுதிமுடித்து, டால்ஸ்டாயின் வாசிப்புக்கு அனுப்பி வைத்த, 'இந்திய சுயராஜ்யம்' என்ற சிறிய புத்தகத்துக்கு அதில் முக்கியப் பங்குண்டு.

அவரது 'சத்திய சோதனை'யும், 'தென்னாப்பிரிக்க சத்தியாக்கிரக'மும் படித்திருந்தபோதும் காந்தியின் முழுமையான சிந்தனை வடிவங்களின் தாக்கம், 'இந்திய சுயராஜ்ய'த்தில்தான் எனக்குக் கிடைத்தது.

'படித்த ஒவ்வோர் இந்தியரும் தம்முடைய மாகாண மொழியுடன், ஹிந்துவாயிருந்தால் சமஸ்கிருதமும், முஸ்லிமாயிருந்தால் அரபு மொழியும் அறிந்திருக்க வேண்டும்; பார்ஸியாக இருந்தால் பாரசீக மொழியை அறிந்திருக்க வேண்டும். எல்லோருமே ஹிந்தியும் கற்க வேண்டும்'.

(இந்திய சுயராஜ்யம் - மோ.க.காந்தி)

அத்தோடு, அவர் தேசீய மொழியாக ஹிந்தியை முன்னிறுத்தி அவரது 'யங் இந்தியா' பத்திரிகை தொடங்கிய 1919லிருந்து, தொடர்ச்சியாக எழுதியிருந்த கட்டுரைகள் என்னை வெகுவாகக் கவர்ந்திருந்தன. தர்க்கரீதியாக சரியாக அணுகுவதாகத் தெரிந்த அந்த மாயவலையில் நான் முழுவதுமாக விழுந்திருந்தேன்.

தமிழ் தவிர, வேறு மொழியறியாத, கோவணம் கட்டி, மண்வெட்டி பிடித்து, வரப்பொதுக்கிய என் தாத்தாவுக்கும், தமிழ் மட்டுமே தெரிந்த, மளிகைக்கடை கல்லாவில் அமர்ந்து,

வாழ்க்கையைத் தொடங்கிய என் தந்தைக்கும் தெரியாத ஹிந்தியை, ஒவ்வொரு இந்தியனும், கற்றறிய வேண்டியது அதி அவசியம் என்று, என் மண்டைக்குள் முதன்முதலாகப் புகுத்தியது காந்திதான்.

அதன் தொடர்ச்சியாகவே, ஜே.கே.வின் உரையில் உறைந்தேன்.

ஜெயகாந்தன் மணிவிழா உரை

(தொடர்ச்சி - 1)

...இந்த மொழி விஷயத்தில் உட்கார்ந்து பேசுங்கள். இது கொள்கை. இதை எப்படி நிறைவேற்றுவதென்று.

மெய்யாகவா ஜெயலலிதா ஹிந்தியை எதிர்க்க முடியும்!

மெய்யாகவா?

அதுதான் ஓட்டு என்று அவர்கள் நினைக்கிறார்கள். அவர்கள் நினைத்தால் போகட்டும். நாமும் நினைத்தால் எப்படி? அந்த ஓட்டு எங்களுக்கு வேண்டாம் என்று சொல்லுங்கள்.

காங்கிரஸ் கட்சி, பதவியில் இருப்பதல்ல முக்கியம். காங்கிரஸ் கட்சி, மக்களோடு இருக்கிறது என்பதுதான்.

இதற்கு அடையாளமென்ன?

இதை எப்படி நீங்கள் பிரிப்பீர்கள்?

இது ஜெயகாந்தனுக்கு வந்த கூட்டமா? தேசியத்துக்கு வந்த கூட்டமா? என்று எப்படிப் பிரிப்பீர்கள்!

இரண்டும் பிரிக்கத் தக்கது அல்ல. ஜெயகாந்தனும், தேசியமும் பிரிக்க முடியாதது. அதுதான் எங்கள் மூச்சு. எங்களை வளர்த்தது. அதனால்தான் நாங்கள் பாரதியை 'ஞானகுரு' என்று சொல்லுகிறோம்.

அவருக்கு மாறாகவும், முரண்பாடாகவும், அவருக்கு மேலாகவும் கூட, நாங்கள் சிந்திப்பதும் பேசுவதும் உண்டு. அப்போது சொல்லுவோம். பாரதி எப்படிப்பட்ட சீடனை விரும்புவார் தெரியுமா? தன்னையும் மிஞ்சுகிற... குருவை மிஞ்சும் சீடன்தான் பாரதியின் சீடனாக இருக்க முடியும்.

அந்த குருவை மீறியும், மிஞ்சியும் நாம் சிந்திக்கலாம்.

எனவே பாரதி காட்டிய வழி; உலகத்திற்கு காட்டிய வழி அது. தாகூரையும், பாரதியையும் பார்க்கிறபோது, தமிழனுக்கு அங்கீகாரம் வேண்டாம்.

என்னென்னமோ சொல்கிறார்களே!

இதெல்லாம் என்ன!

உங்கள் மகிழ்ச்சி! என் மகிழ்ச்சி!

நாகரிகம்! ஒரு நடப்பு! ஒரு சமுதாயம் என்பதனால்...

நிதி சால சுகமா?

ஐயோ வம்பல்லவா?

அதை வைத்துக் காப்பாற்றுவது எப்படி? பணம் நமக்கு ஏன் அதிகமாக... எல்லாருக்கும், எல்லாமும் கிடைத்தபிறகு எமக்கு ஏதேனும் கிட்டினால் போதும்.

எல்லாருக்கும் எல்லாமும் கிட்டியபிறகு... அதில் நாமும் உண்டுதானே?

இல்ல... நம்ம தனியாகூட வைத்துக்கொள்வோம். நமக்கு பதவி, பணம், கட்சி இதெல்லாமா!

கொள்கை! அந்த நெறி! அந்த நேர்மை!

இதெல்லாம் நமது மக்களுக்கு உண்டு. மக்களுக்கு இல்லை யென்றால் எனக்கு வராது. நான் அவர்களிடமிருந்துதான் கற்றேன். என் கலாசாலை இந்த பரந்துபட்ட மக்கள் கூட்டம். அவர்களிடமிருந்துதான் வாழ்க்கையே உதயமாகிறது.

ஏழைகளென்பதனால் அல்ல; அவர்களோடு நான் தோழமை கொள்வது. அந்த ஏழைகள்தான், உலகத்தின் அச்சாணியாக இருக்கிறார்கள் என்று, நாங்கள் புரிந்துகொண்டதனால்.

கடவுள் நம்பிக்கை இல்லையென்றால்,

வேறு எந்த நம்பிக்கை..?

உழைப்பவன் கடவுள். இரும்பைக் காய்ச்சி உருக்குபவன் கடவுள். எந்திரங்கள் வகுப்பவன் கடவுள். கரும்புச்சாறைப் பிழிகிறவன் கடவுள். கடலில் மூழ்கி நல்முத்து எடுக்கிறவன் கடவுள். எண்ணெய், பால், நெய் கொணர்ந்திடுபவன் கடவுள். இழையை நூற்று நல் ஆடை செய்பவன் கடவுள். பாட்டும் செய்யுளும் போற்றிடுபவனும் கடவுள்தான்.

எனவே, எதனால் மனிதன் கடவுளாகிறான்?

அவன் சமுதாயப் பணியைச் சிறப்பாகச் செய்வதனால்.

என் பணியை... நான் எழுதத் தொடங்கிய காலத்தில் தமிழன்னை தவித்துக் கிடந்தாள். எழுதுவதற்கு ஆளில்லை. அந்தத் தலைமுறையே போய்விட்டது. சிலர் சோர்ந்து போய் விட்டார்கள். சிலர் வக்கரித்துப் போய்விட்டார்கள். யாருமில்லை.

எனவே, அந்தப் பதினைந்து வயதில் எப்படி எழுதக் கற்றுக் கொண்டேனென்றால், எழுதி எழுதி.

உழவன் எப்படி உழவனாகிறானென்றால், உழுது உழுது.

நீ படிக்கவில்லையே!

நான் படித்த வரைக்கும் எழுதுகிறேன். எனக்குத் தெரிந்ததை எழுதுகிறேன். எனக்குத் தெரியாதது இன்றும் உண்டு. எப்போதும் உண்டு.

முதலில் எனக்குத் தெரிந்த விஷயமே என்ன? எனக்கு ஒன்றும் தெரியாது.

தெரிந்த விஷயம். அதுதான் முக்கியம்.

சாக்ரடீஸ்!

அவர் கோயிலுக்குள்ளே போய்க்கொண்டிருக்கிறார். ஒரு குரல் கேட்கிறது.

'சாக்ரடீஸ் எல்லாம் அறிவான்!'

அவர், 'எனக்கொன்றும் தெரியாதே! இப்படி அசரீரி கேட்கிறதே. இது ஆண்டவனின் குரலாயிற்றே! இது பொய்யாக இருக்க முடியாதே! ஆனால், எனக்கு எல்லாம் தெரியும் என்று இந்த அசரீரி சொல்கிறதே!' என்று யோசிக்கிறபோது,

'ஆகா! ஊரிலே இருக்கும் பண்டிதர்களுக்கும், அறிவாளிகளுக்கும், அரசர்களுக்கும், அமைச்சர்களுக்கும், புலவர்களுக்கும் ஒன்று தெரியவில்லை. என்னவென்றால், அவர்களுக்கு ஒன்றும் தெரியாதென்பது அவர்களுக்கு தெரியாதிருக்கிறது. எனக்கு ஒன்றும் தெரியாதென்பது தெரிந்திருக்கிறது. அதனால்தான் அசரீரி சொல்கிறது, 'நான் எல்லாம் அறிவேன்' என்று. அதனால், நான் எல்லாவற்றையும் அறிவேன்'.

அங்கே பிறக்கிறது அந்த உறுதி.

என்னைச் சுற்றியிருந்தோரெல்லாம் 'நீ எழுத்தாளன்; எழுது எழுது' என்று சொன்னபிறகு...

தலையில் கிரீடத்தைத் தூக்கி வைத்துவிட்டால் அப்பறம் ராஜாவாகிவிட வேண்டியதுதானே!

கிங் ரிச்சர்டு கதை அப்படித்தான்.

அவன் ஒரு பொறுக்கி. அவன் எங்கெங்கேயோ சுத்திகிட்ருப்பான். அவன பெத்த ரிச்சர்டு படுத்துகிட்ருப்பான். அவனைத் தேடிப் பிடித்துக் கொண்டுவருவார்கள். அப்பன் செத்துவிட்டானென்று நினைத்துக்கொண்டு, அருகிலிருந்த அந்த கிரீடத்தை எடுத்து தலையில் வைத்துப் பார்ப்பான். அப்பன் விழித்துக்கொண்டு மகனைப் பார்த்தவுடன், வெலவெலத்து நடுங்கி அதை எடுக்கப் போவான். 'இருக்கட்டும். இதுவரைக்கும் நீ எப்படியோ இருந்தாய். கிரீடம் தலைக்கு ஏறிய இன்றுமுதல் எப்படி இருக்கவேண்டும் என்று யோசி!'

அடுத்த ஏக்ட்ல (Act) அவன் வருவான் காரனேஷனுக்கு...

அவன் பேரச்சொல்லி, நம்ம திமுக எல்லாம் லாரிக்கு ஆள் சேர்க்கிறார்களே! அங்கேயும் இருந்திருக்கு. ரொம்ப நாளா இருந்துருக்கு. அதும் பிரிட்டன்ல என்னென்ன இருந்திருக்கோ அதெல்லாம் இவங்கள்ட்டயும் இருக்கு.

அவங்கல்லாம் ஆட்களை சேத்துகிட்டு, 'வாங்கடா போலாம். ராணிய பாக்க, ராஜாவ பாக்க' என்று கூட்டிக்கொண்டு வருகிறபோது, 'ஏய் ரிச்சர்ட்' என்று ஒருவன் கத்துவான்.

'டேக் தெம் அவே!'

முன்னால் இருக்கலாம்.

அந்தப் பதவிக்கு வந்தபிறகு, தகுதிக்கு வந்தபிறகு, உன்னை எழுத்தாளன் என்று எல்லாரும் ஏற்றுக் கொண்டுவிட்ட பிறகு,

திண்ணை பெருக்க வந்தேன். தேசம் போற்றும் மந்திரியாக்கினான்!

தெருப் பொறுக்க வந்தவர்களை, ஜனநாயகம், தேசம் போற்றும் மந்திரி ஆக்கியபிறகு, அதே புத்தி இருக்கலாமோ?

ஜனநாயகம் மனிதர்களை மாற்றும். புரட்டிப் போடும். கீழேயிருப்பவன் மேலே வரட்டும். எனக்குச் சந்தோஷம். நடிகன் வருவது சந்தோஷம். மேக்கப்மேன் மந்திரியாவது சந்தோஷம். கடையர்கள் மந்திரியாவது சந்தோஷம்.

ஆனால், அதன்பிறகு அவர்கள் என்ன ஆகவேண்டும் என்று ஒன்றிருக்கிறது.

அதுக்குப் பிறகு கிரீடத்துல வேர்க்கல்ல வச்சிகிட்டு திங்கப்பிடாது.

'நாரத ராமாயணம்' என்று, புதுமைப்பித்தன் ஒன்று எழுதியிருக்கிறார்.

ஆகவே, இவர்களுக்கு இலக்கியப் பின்னணி வேண்டும். இலக்கியத்தைப் பயில வேண்டும். நம் தலைவர்களெல்லாம் எதனால் தலைவர்களென்று நினைக்கிறீர்கள். சத்தியமூர்த்தி என்றால், திலகர் என்றால், நேரு என்றால், காந்தி என்றால் அவர்கள் மாபெரும் இலக்கிய சிம்மங்கள்.

வ.வே.சு. ஐயர் என்றால், அவர் வெறும் காங்கிரஸ்காரரா? அரசியல்வாதியா...? அவர் தமிழ் சிறுகதையின் பிதாமகர். பாரதி காங்கிரஸ்காரர்... ஆனால் மகாகவி.

எனவே நாம் இலக்கியத்தோடு இருக்கவேண்டும்.

முதலில் ஜவஹர்லால் நேருவின் 'க்ளிம்சஸ் ஆஃப் வேல்ட் ஹிஸ்ட்ரி' படிக்கணும். காங்கிரஸ்காரர்கள் படிக்கணும். நாம் படிப்போம். ஹிந்தி முதற்கொண்டு. நாம் படிப்பதை ஜனங்களுக்குப் போய்ச் சொல்லுவோம். ஜனங்களுக்கு படிப்புச் சொல்லித்தர வேண்டும். இன்னைக்கு அறிவொளி இயக்கமெல்லாம் நடக்கிறது. இதெல்லாம் யார் செய்யவேண்டிய காரியம். நாம் செய்தால்தான் அதற்கு முழுமையான முகம் வரும். இல்லையென்றால் அரசாங்கத்தை யாரும் நம்ப மாட்டார்கள்.

எந்தக் கட்சியும் அரசாங்கத்துக்கு போனபிறகு, அது எவ்வளவுதான் மக்களால் நேசிக்கப்பட்ட கட்சியாக இருந்த போதிலும், அது அதிகாரத்துக்குப் போனால் அது மக்களால் கொஞ்சங்கொஞ்சமாக வெறுக்கப்படும்.

அதுக்கு மேல, இந்த ஹிந்தி பிரச்சார சபாவுல ஒரு பட்டமளிப்பு விழா நடத்தி அதுக்கு இந்த முதலமைச்சர கூப்டுங்க! வரணுமே!

காங்கிரஸ்காரன் இனிமே மானமுள்ளவனா இருந்தா, ஹிந்தி எழுத்துல தார் பூசுறவன; நம்ப கைய வெட்றவனோ, கால வெட்றவனோ இல்ல. காந்திய வழியில், என் பிணத்தின்மீது ஏறி, அந்த எழுத்தின் மீது தார்பூசு, என்று மானமுள்ள தமிழன்

இன்னொரு மொழிக்காக அல்ல; இந்திய மொழிக்காக, இந்த தேசத்தின் மீதும், மொழியின் மீதும் எங்களுக்கு பற்று இருக்கிறது என்று காட்டுவதற்கு...

தமிழுக்கு செத்து என்ன புரயோஜனம்?

ஹிந்திக்கு சாவுணும் நீ!

இன்னொரு மொழிக்கு சாவோமே!

இன்னொரு பெண்ணை காப்பாற்றுவோமே! எம் பொண்டாட்டியவே காப்பாத்தினா போதுமா? இன்னுமொரு அபலையைக் காப்பாற்றுவோமே! நான் என் கொழந்தையையே காப்பாற்றினால் போதுமா?

எனக்கேது குழந்தைகள். என் குழந்தைகள் தமிழ்நாடு பூராவும். என் குழந்தைகளையெல்லாம் எனக்கு கொஞ்சரதுக்கெல்லாம் நேரங்கெடையாது. அது அவர்களுக்கு குறையாக இருக்கும் என்று நான் நினைத்திருந்தேன். மணிவிழா மலர்ல அவர்கள் எழுதிய கட்டுரைகள்... அடடே! நம் மீது குறை காண்பவர்களே இல்லை. அது மாதிரி கிருஷ்ணன் செய்யாத அக்கிரமமா? ஆனால், அவன்மீது யாரும் குறை சொல்வதில்லை.

படைப்பாளி அது மாதிரி.

நான் ஷத்திரியன் இல்லை. நான் கடையன். மகாத்மா காந்தி சொன்னாரே, மறுபடியும் பிறக்க வேண்டும்...

நான் நினைத்ததுண்டு. நான் மறுபடியும் பிறக்க விரும்புகிறேன். பிறப்பேன். என்னவாகப் பிறப்பேன். இதே மாதிரி பிறக்கணும். இவ்வளவுதான்.

எனக்கு கடவுள் பக்தி உண்டா இல்லையான்னே தெரியாது. அது அவ்ளோ தீர்மானமாக சொல்லிட முடியாது. மடையன்கதான் அவசரப்பட்டு முடிவு பண்றாங்க.

நான் அதைப்பத்தி ரொம்ப ரொம்ப, ரொம்ப ரொம்ப யோசிச்சு, அது இருந்தா தேவலாம்னு முடிவு பண்ணிட்டேன்.

'காட் இஸ் எ நீட்'.

இல்லையா!

அதற்குமேல் அது அழகாக இருக்கிறது என்பதனால், அது உண்மையாகத்தான் இருக்கவேண்டும். இப்படியெல்லாம் குழம்பிக் கொண்டிருக்கிறபோது,

தோள்மேல் ஒரு கைவிழுந்து,

'தமிழா' என்று ஒரு குரல் கேட்கிறது. என்னை அந்தப் பெயரில் அழைத்தால் எவ்வளவு சந்தோஷமாக இருக்கிறது.

'தமிழா! தமிழா!'

'தெய்வத்தை நம்பு'.

அந்தக் குழப்பத்துக்கு இந்த மாதிரி கமாண்டிங் வார்த்தை கெடைக்கணும்.

'தெய்வத்தை நம்பு'னு சொல்றவங்க சொல்லணும்.

ஹிந்தி படியுங்கள். இல்லாவிட்டால், நீங்கள் இரண்டாந்தர குடிமக்கள் ஆவதை யாரும் தடுக்க முடியாது. ஏனென்றால் எல்லாரும் படிக்கிறார்கள். நம்மைச் சுற்றியுள்ள மாநிலத்தவரெல்லாம் படிக்கிறார்கள். நம்மூரிலேயே வசதி படைத்தவர், மேல் வர்க்கத்தினரெல்லாம் படிக்கிறார்கள். ஏற்கெனவே படிக்கத் தயங்கிக்கொண்டிருக்கிற என்னை மாதிரி ஆசாமிங்க, பெத்த புள்ளைங்கதான் வேண்டாம்னு போயிடுது. ஆகவே இவர்கள் இரண்டாந்தர குடிமக்கள் ஆகிவிடுவார்கள்.

ஹிந்தி எதிர்ப்புப் போராட்டத்தில் குன்றக்குடி அடிகளார் ஜெயிலுக்குப் போயிருக்காரு. நம்பினார்கள்.

திராவிட இயக்கம்...

அதற்கென்று ஒரு வளர்ச்சி இருக்கிறதல்லவா!

திராவிடக் கழகம் என்பது பிராமண எதிர்ப்பு, தெய்வ நிந்தனை, புராண நிந்தனை, இலக்கிய நிந்தனை இதையெல்லாம் செய்து கொண்டிருந்தார்கள். அது ஒரு ஸ்டேஜ். அது போயிடுச்சு.

அதுக்கப்பறம் சுதந்திரத்தை ஏற்றுக்கொள்ள வேண்டும். ஜனநாயகத்தை ஏற்றுக்கொள்ள வேண்டும், தேர்தலில் ஈடுபட வேண்டும். இது ரெண்டாவது ஸ்டேஜ்.

அதன்பிறகு காங்கிரஸோடு ஒத்துழைக்க வேண்டும். நம்முடைய நலன்களை அவர்களோடு சேர்ந்துதான் காப்பாற்றிக் கொள்ள வேண்டும், என்பது மூணாவது ஸ்டேஜ்.

ஒரே மாதிரி எங்க இருந்திருக்காங்க அவங்க?

எனவே, நாலாவது இன்றைக்குச் சொல்ல வேண்டும். கடந்தகாலத்தில் நாம் செய்ததெல்லாம் வேறு. இன்றைக்கு, புதிய

சூழ்நிலையில், 'வி ஹேவ் டு ரீகன்சிடர் அவர் லேங்வேஜ் பாலிசி' என்று ஜெயலலிதாவை சொல்ல வைக்க வேண்டும். அதுதான் நம்ம வெற்றி.

அல்லவா!

நான் துறவியாகிவிடுவேனோ என்று பயந்தேன்.

துறவியாகிவிடுதல் என்றால் நீங்கள் என்னவென்று நினைக்கிறீர்கள்?

துறவியாகிவிட்டேன்.

துறவியென்றால் தோற்றமா?

கற்றைச்சடை வேண்டாம். காவியுடை வேண்டாம். பாவித்திருந்தால் போதும் பரமநிலை எய்துதற்கே!

இந்த பாவனை என்ன?

எனக்குப் பணம், அதிகாரம், பதவி இவை மூன்றும் அலெர்ஜி. எனக்குப் பணம் புடிக்காது.

எனக்கு பணம் குடுத்தா என்ன பண்ணுவேன்?

தூக்கிக் குப்பையில போடுவேன்.

அந்தக் குப்பைக்கு பேங்க்குன்னு பேரு.

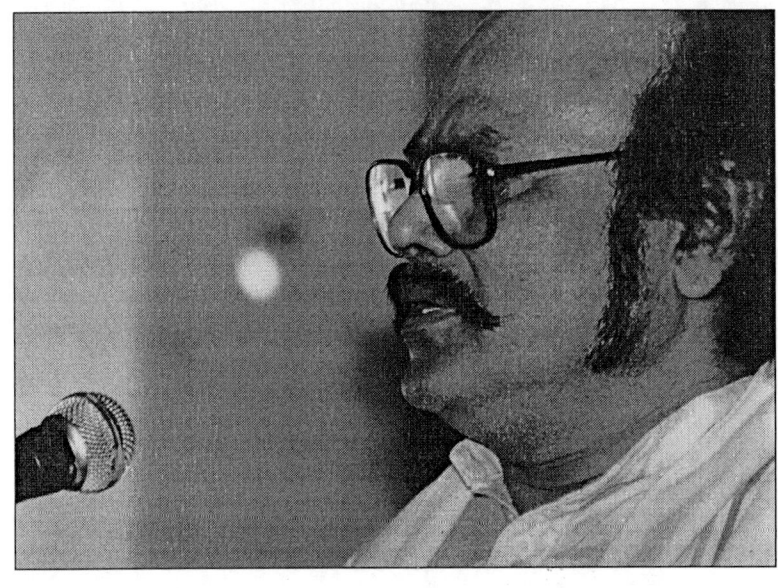

கௌதமன் | 73

10. உறைய வைக்கும் உரை

ஜெயகாந்தன் மணிவிழா உரை:

(தொடர்ச்சி... - 2)

எனக்கொன்னும் செலவில்லை.

என்னைத் தமிழ்ச்சமூகம் தெருவில் அலையவிட்டதோ, பஞ்சத்தில் தவிக்கவிட்டதோ கெடையவே கெடையாது.

ஏனென்றால், பாரதியார் காலம் வேறு. நான் பிறந்த காலம் வேறு. அதனால்தான் சுதந்திர தேவியை நாங்கள் தொழுகிறோம். சுதந்திரம் இல்லன்னா பத்திரிகை கெடயாது. எழுத்தாளன் கெடயாது. எஸ்.ஏ.பி. கெடயாது. குமுதம் கெடயாது. தினமணியெல்லாம்கூட இவ்வளவு நாள் வந்துருக்குமான்னெல்லாம் தெரியாது. சுதந்திரம் வந்தபிறகு இவை யாவும் பெருகின. நமது செல்வம் பெருகிற்று.

அது சும்மா பெருகல... உழைப்பு! போராட்டம்!

இத்தனைக்கும் மத்தியில் இந்தியா தொடர்ந்து வளர்ந்து கொண்டிருக்கிறது. பொதுவுடைமை, கம்யூனிசம், காந்தியம் இதெல்லாம் தோத்தே போகாது.

அதன் பேரில் இருப்பவர்கள் தோற்றுப் போவார்கள். காந்தியத்தின் பேரால் தவறு செய்து, காங்கிரஸ் கட்சி தோற்று விட்டதனால், காந்தியம் தோற்றுப்போய்விட்டதென்று சொல்வதா? காந்தியம் தோற்காது! தர்மம் தோற்காது!

அம்பேத்கர் அரசியல் சட்டத்தை எழுதுகிறபோது, ஒரு முன்னுரை எழுதுகிறார்.

'இது சிறப்பான அரசியல் சட்டம்தான். அரசியல் சட்டத்தை சிறப்பாக எழுதிவிட்டால் மட்டும் போதாது. ஆள வருகிறவர்கள் சிறப்பாக இருக்க வேண்டும். ஆள வருகிறவர்கள் சிறப்பாக

இருந்தால், எவ்வளவு மோசமான, குறைகளுடைய அரசியல் சட்டங்களை வைத்துக் கொண்டும், ஒரு அற்புதமான, சுபிட்சமான, நேர்மையான ஆட்சியைத் தரமுடியும். ஆள வருகிறவர்கள் அயோக்கியர்களாக, திருடர்களாக இருந்தால், என்னதான் நீங்கள் அற்புதமான அரசியல் சட்டத்தை வைத்தாலும் அது செயல்படாது'.

எனவே, அரசியல் சட்டத்தில் கோளாறில்லை. நமது தத்துவத்தில் கோளாறில்லை. நமது சித்தாந்தத்தில் கோளாறில்லை. நமது பொதுவுடைமையில் கோளாறு இல்லை.

நமது பொதுவுடைமை என்று ஒன்றிருக்கிறது.

சோவியத் யூனியனின் பொதுவுடைமை தோற்றுப் போயிற்றென்றால், அவர்கள் உண்மையாக நடந்துகொள்ள வில்லை.

'குடிமக்கள் சொன்னபடி...'

சொன்னானா இல்லையா!

கடேசி பாரா!

'குடிமக்கள் சொன்னபடி, குடிவாழ்வு மேன்மையுற குடிமை நீதி!'

அங்க குடிமக்களுக்கு வாயே இல்ல. குடிமக்கள்லாம் கெடயாது. எப்படி ஜார் இருந்தானோ, ஜார் இருந்த இடத்தில் ஒரு கட்சி உட்கார்ந்துகொண்டது.

அது எங்கள் கட்சி.

அது எங்கள் கட்சி.

இப்போதும் எங்கள் கட்சிதான்.

சோவியத் யூனியனே அந்தக் காரியத்தை செய்தவர்கள். சோவியத் யூனியன் இருக்கலாம் அல்லது சிதைந்து போகலாம். சோவியத் யூனியனின் அந்த எழுபது ஆண்டு சாதனைகள் உலக வரலாற்றில் முத்திரை போட்டிருக்கிறதே! அதுவும் இந்தியாவில் பிலாயாய், ரூர்கேலாவாய், நெய்வேலியாய் இந்தியாவில் முத்திரை போட்டிருக்கிறதே!

அதெல்லாம் சத்தியம்தானே!

அந்த ஊரிலும் தேசியவாதிகள் உண்டு.

நம்ம ஊர்ல இருக்கும் தேசியவாதிகளுக்கும், பிற தேசியவாதிகளுக்கும் பெரிய வித்தியாசம் உண்டு. இந்திய

தேசியவாதத்துக்கும், சீன தேசியவாதத்துக்கும் அல்லது இலங்கை தேசியவாதத்துக்கும் மாபெரும் வித்தியாசமுண்டு.

இந்திய தேசியவாதமென்பது சர்வதேசியவாதம்.

'சர்வேஜனா சுகினோபவந்து' என்பது, இந்தியாவின் கோஷம்.

வாழ்ந்தால், முன்னூறு கோடியும் அல்லது ஐந்நூறு கோடியும் வாழ்வோம். வீழ்ந்தால் உலகத்திலுள்ள அத்தனை பேரும் வீழ்வோம் என்பது இந்திய தேசியம்.

மத்த தேசியமெல்லாம், 'எங்கள் மன்னன் வாழ்கவே' என்று சொல்லும். அவர்களது தேசியம் நாங்களே ஜெயிக்க வேண்டும் என்று சொல்லும். நம்முடைய தேசியம் என்ன சொல்லுகிறது?

'சத்தியமே ஜெயிக்க வேண்டும்!' என்று சொல்கிறது. மத்தவங்களுக்கெல்லாம் நெறய கொழப்பமிருக்குது.

நீயா? நானா? அந்த இசமா?

'சத்யமேவ ஜெயதே!'

எது சத்தியமோ அது ஜெயிக்கும்.

இந்தியாவில் இருப்பவர்களில் எல்லாரும் இந்துக்கள்தான். முஸ்லீம்களும் இந்துக்கள் தான். கிறிஸ்தவர்களும் இந்துக்கள்தான். இந்து என்றால் இந்தியர் என்று அர்த்தம். 'எ லெட்டர் டு ஹிந்து' என்று டால்ஸ்டாய் எழுதுகிறார். இட் மீன்ஸ் இந்தியன்.

திப்புசுல்தான் இந்துஸ்தானத்தைக் காப்பதற்காகத்தான் வெள்ளையரை எதிர்த்துப் போரிட்டான். இந்து மன்னர்கள்தான் காட்டிக் கொடுத்து விட்டார்கள்.

எனவே, இந்தியாவைக் காத்த இஸ்லாமியர்களும் உண்டு. இந்தியாவுக்கு துரோகம் செய்த இந்துக்களும் உண்டு.

வரலாற்றிலே இந்தியர்கள் என்பவர், இந்துக்களாகவும், முஸ்லீம்களாகவும், தமிழர்களாகவும், வங்காளிகளாகவும் இருக்கிறார்கள்.

அவன்தானே!

கேக்றான்... இது கையி. இது காலு. இது தல. இது வயிறு. இது நெஞ்சு. இது முதுகு. இது பிருஷ்டம். அது இது இது. எங்கடா ஜெயகாந்தன்னு கேக்றான்?

மனிதனை பார்க்கிறான். இது தல. இது காலு. இது கை. மனிதன் எங்கே?

இது வங்காளம். இது தமிழ்நாடு. இது பஞ்சாப். இந்தியா எங்கே? இதெல்லாம் சேர்ந்தது இந்தியா.

அந்தப் பள்ளியில் நாங்கள் பயின்றோம்.

எங்களுக்கு சரித்திர ஆசிரியர் யார்?

'வடக்கே இமயமலை பாப்பா!'

ஏனென்றால், நாங்களெல்லாம் அப்போது பாப்பாவாக இருக்கிறபோது, பாரதியார் எங்களிடம் வந்து மானசீகமாகப் பேசுகிறார்.

'வடக்கே இமயமலை பாப்பா

தெற்கே வாழும் குமரிமுனை'

'வாழும்'கறத்துக்கு நிறைய அர்த்தமெல்லாம் சொல்லலாம்.

அப்பறம் சொல்றாரு பாருங்க!

'கிடக்கும் பெரிய கடல் கண்டாய்.

இதன் கிழக்கிலும் மேற்கிலும்'

இந்தியாவைப் பார்க்கக் கற்றார்.

தாகூருக்கு அப்படிப் பார்க்க வரல.

அவருக்குக் கொஞ்சம் கண்ணெல்லாம் மறைக்குது. அவுருக்கு மொத்தையா தெரியுது. திராவிடம்னு.

'ஜன கன மன அதிநாயக' அதுல நமக்கு திராவிடம்னு பேரு.

அவன் வரிசையா...

'செந்தமிழ் நாட்டுப் பொருநர்'

எங்க! நாமதான் மொதல்ல!

'செந்தமிழ் நாட்டுப் பொருநர்

கொடுந்தீக்கண் மறவர்

சேரன்றன் வீரர்

சிந்தை துணிந்த தெலுங்கர்

தாயின் சேவடிக்கே பணி செய்திடு துளுவர்

கன்னடர்

ஒட்டியரோடு போரில்

காலனும் அஞ்சக் கலக்கும் மராட்டர்

பொன்னகர்த் தேவர்களொப்ப நிற்கும் பொற்புடையார் ஹிந்துஸ்தானத்து மல்லர்

பஞ்ச நாதத்துப் பிறந்தோர் துஞ்சும் பொழுதினும் தாயின் பாதத் தொண்டு நினைந்திடும் வங்கத்தினோர்...

தாகூர கடசீல போட்டான்.

என்னை விட்டல்ல! தமிழனாகிய என் பேரச்சொல்ல விட்டல்ல!

செந்தமிழ் நாட்டுப் பொருநரில் தொடங்கி, இந்தியாவை எப்படிப் பார்க்கக் கற்றுக்கொடுத்தான் பாருங்கள்... பாரதி.

இந்தப் பார்வை என் சந்ததியினருக்கு இல்லாமல் போய்விடுமா என்ன? இல்லையென்று அவனும் சொல்லுகிறான். இவர்களும் போய் சாட்சி சொல்லுகிறார்கள்.

இது இல்லாமல் போய்விடுமோ!

இந்தப் பார்வை!

வால்மீகி!

இந்தியா பூரா! எப்படித்தான் சாத்தியம்னு தெரியாது! ஏன் கும்பிட வேண்டியிருக்கு! அதைப் படிக்கிறபோது நமக்குப் பிரமிப்பு தட்டுகிறது. கங்கைக்கு வடக்கே இருந்து தொடங்கி, இலங்கை வரை பூகோளம் போட்றான். என்னென்ன நதிகள்! என்னென்ன கடல்கள்! என்னென்ன விருட்சங்கள்! என்னென்ன இனங்கள்! இவ்வளவும் சொன்னான். தமிழன்னு ஒருத்தன் இருந்ததாகச் சொல்லல!

எப்படி பொறுக்கும் தமிழனுக்கு?

இவன் வாளோடு முன் தோன்றியவன். வாலோடு!

அதான் புதுமைப்பித்தன் சொல்றார்.

'உலகில் தோன்றியது குரங்குதான் முதலில் என்று டார்வின் சொல்லுகிறான். அப்படியானால் அந்தக் குரங்கு, தமிழ்க் குரங்கு என்று சொன்னால்தான் எங்கள் மக்களுக்கு திருப்தி' என்கிறார்.

அதில் ஒரு நகைச்சுவையும் இருக்கு. ஒரு உண்மையுமிருக்கு. அல்லவா! எங்க வைக்கிறார்?

ராமர் வரார். அவர் போய் அகத்தியர பாக்குறார். அகத்தியர் யார்? தமிழை ஆக்கிக் தந்தவர். அவரை எப்படி வணங்கினார் என்பதனை சொல்கிறார். ராமர் தமிழ் பேசினார் என்பதற்கு அதில் இடமிருக்கு.

'நின்றவனை வந்தவன்'

ஆரியனல்லவா! வடக்கேயிருந்து வந்தவன்...

நின்றவனை வந்தவன்...

அகத்தியன் நின்றவன்...

தென்பொதிகையில் ஏறியமர்ந்து, தமிழுக்கு கணம் தந்து, கைலாயத்தின் கர்வத்தை அடக்கியவன் அகத்தியன்.

அவன் நின்றவன்.

நின்றவனை வந்தவன்

நெடிதுற வணங்கி..

வால்மீகி, ராமாயணம் எழுதின காலத்துல தமிழ் இல்லையோ என்று தடுமாறிக்கொண்டிருந்தவனை ஓர் அறைவிட்டு,

'என்றுமுள தென்றமிழில்'னான்.

நின்றவனை வந்தவன் நெடிதுற வணங்கி

என்றுமுள தென்றமிழில் இயம்பி இசைகொண்டான்'

'வணக்கம்'னு சொன்னானாம் ராமன்.

எனவே தமிழர்க்கென்று தனிக்குணம் உண்டு. அது பிறரிடமிருந்து பிரிந்து போவதற்கல்ல! அனைவரையும் அணைத்துக்கொள்கின்ற தனிப்பெரும் குணம். இதிலே நாம் சிறந்தால், இந்தியாவிற்கென்ன...

வையத் தலைமை கொள்ளலாம்...

வையத் தலைமை கொள்ளலாம்!

... ...

இன்னும் நீளும் ஜே.கே.வின் மணிவிழா உரையை, இத்தோடு முடித்துக்கொள்கிறேன்.

எனக்கு ஆறு அல்லது ஏழு வயது இருக்கும். ஜெயங்கொண்டம் கலா பேலஸில் 'ராமன் எத்தனை ராமனடி' என்ற சிவாஜியின் படம் பார்த்தேன். அதே படத்தை பதினாறு வயதில் அதே தியேட்டரில் மறுதிரையிடலின்போதும் பார்த்தேன். அதில்தான் சிவாஜி,

சிவாஜியாகவே ஒரு காட்சியில் நடிப்பார். அந்தப் படம் தவிர, வேறு எதிலும் அவர் சத்ரபதி சிவாஜி வேடம் ஏற்றதில்லையென்றே நினைக்கிறேன்.

அந்தப் படத்தில் ஒருசில நிமிடங்களே வரும் அந்தக் காட்சியில், அவரது உடையலங்காரமும், உடல் பாவனைகளும், கவித்துவமான வசனங்களும், அதை அவர் பேசும் அழகும், பேசிக்கொண்டே நடக்கும் விதவிதமான நடைகளும், கைகளின் ஒவ்வொரு அசைவும் இன்றும் என் மனக்கண்ணில் நிழலாடுகிறது. சிவாஜி ஏற்றுநடித்த வேடங்களுள் நான் ரசித்த உச்சங்களில் அதுவும் ஒன்று.

ஆனால், அந்தக் காட்சியை 'சந்திர மோகன்' நாடகத்துக்காக உருவாக்கியவர், அறிஞர் அண்ணா. அதற்குப் படத்தில் வசனம் எழுதியவர் கவிஞர் கண்ணதாசன். அதை இயக்கியவர் பி. மாதவன். ஒளிப்பதிவு செய்தவர் ஏ.சோமசுந்தரம். உடையலங்காரம் பி.ராமகிருஷ்ணன். இவர்கள் மட்டுமல்லாது, இன்னும் பலரால் அது காட்சிப் படுத்தப்பட்டது.

சிவாஜியின் அசாத்திய நடிப்புத் திறமை, மேற்சொன்னவர்களின் அடித்தளத்தில் மேம்பட்டு நிற்கிறது.

ஆனால், ஜே.கே.யின் உரையென்பது, சிவாஜி ஒருசில நிமிடங்கள் நம்மை மெய்மறக்கச் செய்யும் நடிப்பைப் போன்றதல்ல. யாரோ எழுதியதை மிகச்சிறப்பாகப் பேசுவதைப் போன்றதல்ல. ஒரே காட்சியை சரியாக வரும்வரை, மீண்டும் மீண்டும் படம் பிடிப்பதைப் போன்றதல்ல.

பார்வையாளர்களின் ஆயிரமாயிரம் கண்களே கேமராக்கள். அப்போதே உள்ளத்தில் உருவாகும், அவருடைய சிந்தையில் புரண்டெழுந்து பொங்கிவரும் சொற்கணைகளை, வீரமும், உணர்ச்சியும் பொங்க, அவரே பேசித் தன்னை, அவரே இயக்கும் அரும்பெரும் அற்புதக் காட்சி அது. அவர் சொன்னதுபோல், எழுதும்போது மட்டுமல்ல; மேடைப் பேச்சிலும் சன்னதம் வந்தது போலவே பேசினார்.

ஆயிரத்து எழுநூறு இருக்கைகள் கொண்ட அந்த அரங்கம் நிரம்பி வழிந்தது. நூற்றுக்கணக்கானவர்கள் நின்றுகொண்டே உரையைக் கேட்டனர். இரண்டாயிரத்துக்கும் அதிகமான அந்த மனிதர் கூட்டம், சுமார் ஒரு மணிநேரம், ஒரு சிறு சப்தமுமின்றி, அசைவுமின்றி ஸ்தம்பித்து நின்ற கோலம், என்னைப் பிரமிப்பிலாழ்த்தியது.

'பின் ட்ராப் சைலன்ஸ்' என்ற வார்த்தைக்கு அன்றுதான் எனக்கு சரியான அர்த்தம் புரிந்தது.

அவரது உரையைக் கேட்ட அந்தப்பொழுதில், என் மனதை முழுவதுமாகப் பறிகொடுத்தேன். அவரது அருவியெனக் கொட்டி நனைத்த பேச்சின் வீச்சு, என் கண்களை அவர் மீதும், காதுகளை அவரது காந்தக்குரல் மீதும் கட்டிப்போட்டு, மற்றப் புலன்களை மறந்துபோகச் செய்தன. ஒரே விஷயத்தைப் பற்றி பல்வேறு கோணங்களிலும், பல்வேறு இலக்கிய உதாரணங்களோடும், வேகத்தோடு அவர் முன் வைக்கும் வாதங்கள் அனைத்தும், நூறு சதவீதம் சரியே என்று நம்ப வைத்தன.

இருபத்தெட்டு ஆண்டுகள் கடந்து, இப்போது கேட்கையில், இறுதிவரையிலான அவரது உரையின் பெரும்பகுதி, தமிழ்நாட்டு மக்கள் ஹிந்தியை ஏற்று, கற்றுக்கொள்ள வைக்கும், பிரச்சாரமாகவே அமைந்திருந்தது.

என் தனிப்பட்ட வாழ்வில், அவரது ஹிந்தி பிரச்சாரம் வெற்றியடைந்தது எனலாம்.

நானொன்றும் தீவிரமாக ஹிந்தி கற்றுக்கொள்ளவில்லை என்றாலும், அப்போது இரண்டு மாதக் கைக்குழந்தையாக இருந்த, எனது ஒரே மகளுக்கு, பள்ளிப் படிப்பின் போது, ஹிந்தியையும், சமஸ்கிருதத்தையும், பயிற்றுவிக்க நானே காரணமாக அமைந்தேன்.

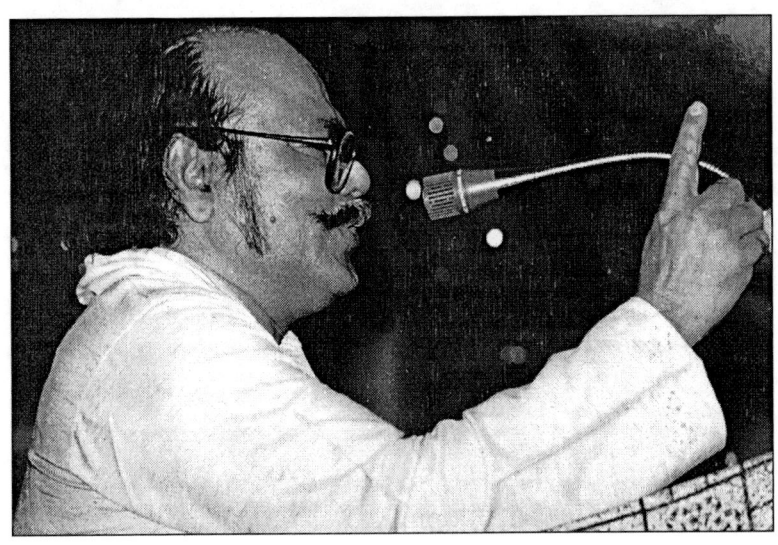

11. பயணங்கள் தொடங்கியது

ஜெயகாந்தனின் மணிவிழா நிகழ்ச்சிக்குப் பிறகு, எனது தொழில் சார்ந்த அலைச்சலில் மூழ்கிப் போனேன். அவரைப் போய் சந்திக்க வேண்டும் என்று ஒருபுறம் உள்ளத் தூண்டுதல் இருந்தாலும், பணத்தேவைகள் என்னை வேறுபுறம் நோக்கித் துரத்திக்கொண்டிருந்தன.

நான் தியாகராயநகரில் வசித்தாலும், என் வீட்டுக்கு அருகில் இருப்பது கோடம்பாக்கம் ரயில்நிலையம்தான். ஸ்க்ரீன் பிரின்டிங் தொழில் தொடங்கியதிலிருந்து கோடம்பாக்கத்துக்கும், கோட்டைக்குமான எனது ரயில் பயணங்கள் அதிகரித்தது. கோட்டையில் இறங்கி ஆண்டர்சன் தெருவுக்கு செல்ல, எஸ்பிளனேட் சாலை வழியே சுற்றி குறளகம் தாண்டி இடதுபுறம் திரும்பிதான் செல்வேன். குறுக்கே மூத்திர நாத்தத்தை தாண்டி, பேருந்துநிலையத்துள் புகுந்து செல்வதை நான் எப்போதுமே விரும்புவதில்லை. ஆண்டர்சன் தெரு முனையில்தான் பிரின்டிங்கு தேவையான விசிட்டிங் கார்டுகள், லெட்டர் ஹெட் பேப்பர்கள், திருமண அழைப்பிதழ்களுக்கான அட்டைகள் போன்றவற்றை நியாய விலைக்கு வாங்கி, பண்டல்களை தோள்களிலும், கைகளிலுமாக தூக்கிக்கொண்டு, கோட்டை ரயில் நிலையம் நோக்கி நடைப் பயணம். வாரத்துக்கு இரண்டு அல்லது மூன்று நாட்கள் இதுபோன்ற கொள்முதல் நடக்கும்.

ஆரம்பத்தில், ஸ்க்ரீன் பிரின்டிங்காக பெயின்ட் வாங்க திருவல்லிக்கேணி போய்வந்து கொண்டிருந்தேன். பிறகு கோடம்பாக்கம் ஆற்காடு சாலையிலேயே மொத்த விற்பனைக் கடை திறந்தது எனக்கு வசதியானது. ஆற்காடு சாலையிலேயே டைப் செட்டிங் மற்றும் பாஸிட்டிவ் ஃபிலிம் வேலைகளை

முடித்துக்கொண்டு, ஸ்க்ரீன் எக்ஸ்போஸ் செய்ய வெயிலுக்குள் வீட்டுக்கு ஓடிவந்து விடுவேன். ஸ்க்ரீன் தயாராகிவிட்டால், எனக்கு இரவு பகல் கிடையாது. ஒரு நாள் எப்படிப் போகிறது என்று நினைக்க நேரமில்லாத உழைப்பு. ஆல் இன் ஆல் அழகுராஜாவான எனது கம்பெனியின் பெயரைச் சொல்லவில்லையே!

'அரைஸ் ஸ்க்ரீன் இமேஜஸ்' (Arise Screen Images) அரைஸ்... விவேகானந்தர் கிட்ட சுட்டது தான். எனது நெருங்கிய நண்பர்களிடம் விசிட்டிங் கார்டுகள் ஆர்டர் எடுத்துதான், இந்தத் தொழிலையே கொஞ்சம் கொஞ்சமாக கற்றுக்கொண்டேன். ஓர் ஓவியராக வேண்டும் என்று நான் கண்ட இள வயதுக் கனவுகளை, கம்பெனி லோகோ வடிவமைப்பு, விசிட்டிங் கார்டுகள், லெட்டர் ஹெட், திருமண அழைப்பிதழ்கள் வடிவமைப்புகளில் நனவாக்கி திருப்தியுற்றேன்.

திருமண அழைப்பிதழ்களே அதிகம் வேலை வாங்கும். இந்தத் தொழில் செய்த நான்கு வருடங்களில், ஐந்நூறு திருமண பத்திரிக்கைகளை முழுதும் அச்சடித்து முடிக்க, மூன்று பகலும், இரண்டு இரவுகளும் ஆனதுதான் அதிகம் உழைப்பு வாங்கிய வேலை. எனது நெருங்கிய நண்பனின் திருமணப் பத்திரிக்கை என்பதால், வெளிர் தங்க நிற மெட்டாலிக் பெயின்ட் பின்னணியில் வடிவமைத்திருந்தேன். முதல் இரண்டு பகல் நேரங்களில் எனக்கு உதவியாக வந்திருந்த நண்பர்களெல்லாம், பெயின்ட் மற்றும் டர்பென்டைன் வாசனையில் ஏற்பட்ட குமட்டலிலும், பெயின்ட் சூட்டினால் ஏற்பட்ட வயிற்றுவலியிலும் காணாமல் போய்விட்டார்கள். அவ்வப்போது வந்து உதவிய என் இணையரின் புண்ணியத்தில் தனியாகவே அந்த அச்சு வேலையை முடித்துக்கொடுத்தேன்.

இது போன்ற தொடர் வேலைகளின் இடையே, மணிவிழா முடிந்து சில மாதங்களுக்குப் பிறகு ஜே.கே.வுக்கு ஃபோன் செய்தேன். அவரைப் பார்க்க ஃபோன் செய்யாமல் போகக் கூடாது என்ற முடிவுக்கு ஏற்கெனவே வந்திருந்தேன். அவரே பேசினார். அவர் வீட்டிலிருப்பதை உறுதிப் படுத்திக்கொண்டு, நான் வருவதைத் தெரிவித்துவிட்டு, சைக்கிளில் புறப்பட்டேன்.

இதுபோன்று நான் சென்ற பல சமயங்களிலும், அங்கு வேறு நண்பர்கள் யாருமே வராதது, எனக்கு இயல்பென்றே தோன்றியது. ஓரிருமுறை மதுவோடு பக்க வாத்தியங்கள் வாங்கிச் சென்ற போது, அவர் அதில் ஆர்வம் காட்டாதது எனக்கு ஆச்சரியமளித்தது. அதன்பிறகு நானும் 'ஓல்டு மங்க்' மட்டும் வாங்கிச் செல்ல ஆரம்பித்தேன். வெறும் மதுவை ஐரோப்பியர்களைப் போல் அளவாக அருந்துவது எனக்கும் பழகிப் போனது.

ஆரம்பத்தில் லேசான விசாரிப்புகளோடு எங்களது நேரம் பயணிக்கும். சில நாட்கள் இரண்டு மணிநேரம்கூட ஒரு வார்த்தையும் பேசாமலே கடக்கும். அது போன்ற நேரத்தை நான் கணித்துவிட்டால், ஏதேனுமொரு புத்தகத்தை எடுத்து வைத்துக் கொண்டு வாசிக்க ஆரம்பித்து விடுவேன். அப்படியும் பொறுமை இழக்கும் ஒரு சில தருணங்களில் 'பொறப்புட்றேன் சார்' என்று கிளம்பிவிடுவேன். அவரும் 'அப்டியா... சரி. குட் நைட்' என்று, கைக்குலுக்கி விடை கொடுத்துவிடுவார்.

ஒருநாள் ஸ்க்ரீன் பிரின்டிங் தொழில் குறித்து அவர் விசாரித்துக் கொண்டிருந்தபோது, அவருக்கு விசிட்டிங் கார்டுகள் மற்றும் லெட்டர் ஹெட் அச்சடித்துத் தர விரும்புவதாகக் கூறினேன். 'எனக்கெதுக்கு? நான் யாருக்கு குடுக்கப் போறேன்?' என்று மறுதலித்தார். பிடிவாதமாக, அவர் வீட்டு விலாசத்தை வாங்கிவந்து, என் விருப்பத்துக்கு டிசைன் செய்து, சிந்தெடிக் கார்டில் விசிட்டிங் கார்டுகளும், க்ரிஸ் க்ராஸ் (*Criss Cross*) பேப்பரில் லெட்டர் ஹெட்டும் அச்சடித்துக் கொண்டுபோய்க் கொடுத்தேன். அவர் அதைப் பயன்படுத்த வாய்ப்பே இருந்திருக்காது என்றாலும், எனது அன்பில் மகிழ்ந்தார். எனக்கு அது மன நிறைவை அளித்தது. அதன் பிரதிகள் இன்னும் எனது கோப்புகளில் பத்திரமாக இருப்பதை சமீபத்திய தேடலின் போதுகூட பார்த்தேன்.

செக்கு மாடுகளின் உழைப்பின் நுணுக்கங்களை, மனிதன் ஓரளவு புரிந்துகொள்ள, ஆட்கள் துணையின்றி, ஸ்க்ரீன் ப்ரின்டிங் தொழிலைத் தொடர்ந்து ஒரு வருடம் செய்தால் போதும்; புரிந்துவிடும். இருப்பினும் சுமார் நான்கு வருடங்கள் அந்தத் தொழிலைத் தொடர்ந்தேன்... வேறு வழி!

இதனிடையே, சிறுவயதிலிருந்து ஃபோட்டோகிராஃபியில் இருந்த மோகம், கன்னிமாரா லைப்ரரி ஓல்ட் பில்டிங்கில்

தஞ்சமடைய வைத்தது. அங்கு ஃபோட்டோகிராஃபியை பகுதிநேரக் கல்லூரிக்குச் செல்வது போல் சென்று பயின்றேன். அங்கு டயரியில் நான் எடுத்த குறிப்புகளெல்லாம் இன்றும் என்னிடம் பத்திரமாக உள்ளன. இரண்டு தொழில்கள் செய்தால், இன்னும் கொஞ்சம் விடிவு வராதா?

அப்பொழுதெல்லாம் ஒரு பவுன் நகையை அடகு வைத்தால், ஆயிரம் ரூபாய் கிடைப்பதே அதிகம். என் இணையரின் தாலி தவிர அனைத்தையும் அடகு வைத்து, நான் ஃபோட்டோகிராஃபராகி விட்டேன். அடகு வைத்து கிடைத்த பணத்துக்கு ஏற்றாற்போல், பென்டாக்ஸ் *K1000 (PENTAX K 1000)*, கோசினா *(COSINA)70 - 210 Zoom*, ரிக்கோ *(RICOH) wide angle Zoom*, இரண்டு *Problitz 400 Flash* விளக்குகள், மற்றும் *(Tripod)* கேமரா ஸ்டேண்ட் ஒன்றும் வாங்கி தொழிலைத் தொடங்கிவிட்டேன். அந்தத் தொழில் வேறொரு பரிமாணமான கணினி யுகத்தை நோக்கி வேகமாக போய்க்கொண்டிருந்ததை நான் கொஞ்சமும் அறியாதிருந்தேன்.

கேமராவில் நான் போட்ட முதலீட்டைப் போல், மூன்று மடங்கு சம்பாதித்திருப்பேன். பொருளாதார ரீதியாக நஷ்டமில்லைதான். ஆனால், தொடர்ந்து வருவாய்க்கான ஆதாரமாக ஸ்க்ரீன் பிரின்டிங் தான் கைகொடுத்தது. ஆனால் இந்தக் கேமராவின் பயன் என் வாழ்நாள் முழுதும் என் கூடவே வருகிறது. ஏன்! இந்தப் புத்தகத்தில் இடம்பெற்றிருக்கும் அனைத்துப் படங்களும் இதுகொண்டே படம் பிடித்திருந்தேன். அவரை நான் முதன்முதலாக படமெடுத்தது, திருப்பூரில்தான்.

திருப்பூரில் பார்கோடு *(Barcodes)* ஸ்டிக்கர்கள் பிரின்ட் செய்து கொடுத்ததற்கு, பணம் வசூல் செய்வதற்காக எனது முதல் திருப்பூர் பயணம் நிகழ்ந்தது. ஜே.கே. சந்திப்பின்போது, அவரிடம் இந்தப் பயணம் பற்றிக் குறிப்பிட்டிருந்தேன். அவரும் அன்றைக்கு மறுநாள் அங்கு வரவிருப்பதாகக் கூறியிருந்தார். நான் சென்ற மறுநாள் ஜே.கே. ஒரு சுதந்திரதின பொதுக்கூட்டத்துக்காக திருப்பூர் வந்து சேர்ந்தார். அவர் காலை வந்து தங்கியிருந்த விடுதியில் நான் நுழைந்து, வரவேற்பாளரிடம் சென்று ஜே.கே. என்று ஆரம்பித்தவுடன்,

“ஒங்க பேரு கௌதம்மா?’’

"ஆமா.''

உடனே அறை எண்ணைச் சொல்லி, எப்படிப் போகவேண்டும் என்றும் அறிவுறுத்தி அனுப்பி வைத்தார். அறைக் கதவை லேசாக இரண்டு முறை தட்டினேன். தலைநரைத்த ஒருவர் கதவைத் திறந்து, "கௌதம்மா? வாங்க'' என்று வரவேற்றார். எனக்கு ஆச்சரியம்.

அறைக்குள் என்னைத் தவிர அனைவரும், ஐம்பதிலிருந்து எழுபது வரைக்குமான வயதினர். எனக்கு ஒரு ஸ்டூல் கொடுக்கப் பட்டது. அந்த ஸ்டூலில் அமர்ந்து நிதானமாக அறையை நோட்டமிட்டேன். ஜெயகாந்தன் வெற்று மேலுடம்புடன், லுங்கி கட்டி, சம்மணமிட்டு படுக்கையின் மீது அமர்ந்திருந்தார். ஜன்னல்கள் திறந்திருந்தாலும், அறைக்குள் புகையின் ஆதிக்கம் இருந்தது.

அறைக்குள் இருந்த சிலரின் பார்வை நட்பற்றிருந்ததை கவனித்தேன். அதன் காரணம் அன்றைய கூட்டத்தில் ஜே.கே. உரையாற்றும்போதுதான் புரிந்தது.

எனக்குத் தந்த ஸ்டூலில் அமர்வதற்கு வசதியாக எனது ஒரு காலின்மீது, மற்றொரு காலை தொங்கவிட்டு என் இயல்புக்கேற்ப அமர்ந்திருந்தது, அங்கிருந்த பெரியவர்களுக்கு மரியாதைக் குறைவாக தெரிந்திருக்கிறது. நான் விடுதி அறையை விட்டு வெளிச்சென்ற போது, யாரோ இதுபற்றி ஜே.கே.யிடம் குறிப்பிட்டிருக்கிறார்கள். எனது இந்த அனுமானங்கள் எல்லாம் ஜே.கே. கூட்டத்தில் ஆற்றிய உரையிலிருந்தே பிறந்தது.

ஏதோவொரு பள்ளி வளாகம் போன்றதொரு இடத்தில் நடந்த கூட்டம் அது. மக்கள் நெருக்கமாகவும் அதிகமாகவும் கூடியிருந்தனர். மணிவிழாவில் பேசியதை விடவும் உணர்ச்சிபொங்க, வியர்வை ஆறாகப் பெருகிவழிய, தோளில் வழிந்த கதர்த் துண்டால் துடைத்தபடி பேசிக்கொண்டிருந்தார். நான் எனது புதிய கேமராவின் வழியாகவே அவரைப் பார்த்து, சுற்றிச்சுற்றி படமெடுத்துக் கொண்டிருந்தேன்.

சுதந்திர இந்தியாவில் இளைஞர்கள் குறித்த நம்பிக்கையை விதைக்கும் விதமாக அவரது பேச்சிருந்தது. அவர் எப்போதுமே அவநம்பிக்கையை ஊட்டியதில்லை. கற்பனா வாதம் மிகுந்திருந்தாலும், அவரது பேச்சில் நம்பிக்கை பிரவாகமெடுத்துப்

பரவி வழியும். இளைஞர்களிடம் குற்றம் காண்பதை இடித்துரைக்கும் போது,

“நாம எப்டி இருந்தோம். கால் மேல் கால் போட்றதெல்லாம் நாம பண்ணலயா! அதெல்லாம் ஒரு விஷயமா!'' என்று அவர் சொன்னதை, என் கேமரா வழியாகவே பார்த்தபடி கேட்டுக் கொண்டிருந்தேன்.

கால்மேல் கால் போட்டு அமர்வது குறித்து, ‘ஓர் இலக்கியவாதியின் கலையுலக அனுபவங்கள்’ புத்தகத்தில் ஜெயகாந்தன் எழுதியிருந்ததுதான் அப்போது என் நினைவுக்கு வந்தது.

“பேண்ட் அணிபவர்கள் நாற்காலியில் உட்காரும்போது முழங்கால்களைச் சேர்த்து வைத்துக்கொண்டோ பரப்பிக் கொண்டோ உட்கார்ந்தால் அசிங்கமாக இருக்கும். கால் மீது கால் போட்டு உட்கார்ந்தால்தான் கம்பீரமாயும் அழகாயும் இருக்கும். இது எனது அபிப்பிராயம்.''

அவரது பேச்சைக் கேட்டுக்கொண்டே படமெடுப்பது, ஒரு வித்தியாசமான அனுபவம்தான். ஆனால், அதில் எனக்கு சீக்கிரமே அலுப்பு தட்டிவிட்டது. கேமராவைத் தோளில் தொங்கவிட்டபடி, ஓரமாய் நின்று, பேச்சைக் கேட்பதில் லயித்தேன்.

திருப்பூரில் அவரைச் சுற்றி நண்பர்கள் மொய்த்தார்கள். மதிய உணவுக்குப்பின் சில நண்பர்களோடு கோயம்புத்தூர் சென்று, இருட்டிய பிறகுதான் திரும்பினார். அன்று இரவே சென்னைப் புறப்பாடு.

அதன்பிறகு ஒருநாள் பகலில் அவருக்கு ஃபோன் செய்துவிட்டு கேமராவோடு வீட்டுக்குச் சென்றேன். அவரைப் படமெடுக்க என்னை சுதந்திரமாக அனுமதித்தார். கீழே என்னை மிகவும் கவர்ந்த ஊஞ்சலிலும், மாடியிலும் பலவிதமாகப் படமெடுத்தேன். புகைப்பதை படமெடுக்கையில் மட்டும்,

“இத எதுக்கு எடுக்குறீங்க?'' என்றார்.

“என் ஆசைக்குதான் சார்'' என்றேன்.

“யாரையும் அலவ் பண்ணமாட்டேன். ஒங்களுக்கு மட்டும் வச்சுக்கோங்க'' என்றார்.

இன்று வரை அந்தப் படங்கள், எவரது பார்வைக்கும் வைக்கப் பட்டதில்லை.

“சார், எங்கேயாவது வெளியூர் போகும்போது சொல்லுங்க சார். நானும் கூட வந்தால் நெறய நல்ல படங்கள் எடுக்க முடியும்.''

“போகும்போது என்ன... இதுக்குன்னே போவோம்!'' என்று புன்னகைத்தார்.

எனக்கு உள்ளுக்குள் மனதுக்கு றெக்கை முளைத்தது. அவர் ஒப்புக்குச் சொல்லவில்லை என்பதும், அவர் மனதில் ஒரு சுற்றுலா திட்டம் உருவாகிவிட்டது என்றும் எனக்கு அப்போது தெரியாது.

அடுத்த சந்திப்பிலேயே, ஒரு தேதியைக் குறிப்பிட்டு, “திருப்பத்தூர் போலாமா?'' என்று கேட்டார். எனக்கு அது எங்கே இருக்கிறது என்று கூடத் தெரியாது. அடுத்த வினாடி “போலாம் சார்'' என்றேன்.

அதற்கேற்றபடி என் வேலைகளை ஒழுங்கு படுத்திக்கொண்டு நான் தயாரானேன். அப்போது எனக்குத் தெரியாது; இருபது வருடங்கள் கழித்து அதே திருப்பத்தூருக்குச் சென்று, சிலகாலம் வாழப் போகிறேன் என்று!

12. திருப்பத்தூர் அன்பர்கள்

எங்கள் பேருந்து திருப்பத்தூர் பஸ் ஸ்டாண்டுக்குள் நுழையும் போது, மாலை மங்கிவிட்டது. ஆனால், இருட்டவில்லை. சென்னையிலிருந்து கிளம்பும் முன்பே, பாண்டிச்சேரியில் வசிக்கும் ஜே.கே.யின் நண்பரும், வங்கி ஊழியருமான நாகராஜன் எங்களோடு இணைந்து கொண்டார். அதுவும் ஜே.கே.யின் ஏற்பாடுதான். அவர் அன்றுதான் எனக்கு அறிமுகம். என்னைவிட பத்து வயது பெரியவர். குழந்தையைப் போல் குதூகலித்துச் சிரிப்பார். இலக்கியமும், இசையும் அவர் இன்பம் துய்க்கும் இரு முக்கிய தளங்கள். அவர்தான் எனக்கு 1996ல் 'ஹரிபிரசாத் சௌராசியா' மற்றும் 'அருணா சாய்ராம்' இருவரையும் அறிமுகம் செய்தார்.

மூவரும் திருப்பத்தூர் பஸ் ஸ்டாண்டில் இறங்குவதற்கு படிக்கட்டை நோக்கி நகர்ந்தோம். எங்கள் பேருந்தை நோக்கி ஒரு கூட்டம் வேகமாக நகர்ந்து வந்தது. பஸ்ஸில் ஏற வருகிறார்களோ என்று நினைத்த எனக்கு ஒரே ஆச்சரியம்.

எங்களைச் சூழ்ந்த சுமார் பதினைந்து பேரும் ஜே.கே.யின் அன்பர்கள். அவர்களை நண்பர்கள் என்று சொல்வதைவிட அன்பர்கள் என்று சொல்வதே பொருந்தும். ஏனென்றால் அடுத்த மூன்று இரவுகளும், இரண்டு பகல்களும் அவர்கள் பொழிந்த அன்பை அளவிட முடியாது.

அந்தக் கூட்டத்தை வழிநடத்துபவரைப் போல் தோன்றிய ஒருவர், பணிவும், குழைவுமாக முகத்தில் மகிழ்ச்சியும், வெட்கமும் இழைய ஜெயகாந்தனை வரவேற்றார். அவர்தான் பி.ச.குப்புசாமி. இருபது வருடங்களுக்குப் பின் 2014ல் 'தி இந்து' தமிழில் 'ஜெயகாந்தனோடு பல்லாண்டு' என்ற தொடர் கட்டுரைகள்

எழுதியவர். 'தி இந்து' அதைப் புத்தகமாக வெளியிட்டு இன்றும் சிறப்பான விற்பனையில் உள்ளது. அதில் ஜே.கே.யை நான் எடுத்த படங்களும் இடம்பெற்றிருக்கும். கோவை விஜயா பதிப்பகம் வெளியிட்டுள்ள, அவரது மற்றொரு புத்தகமான 'ஓர் ஆரம்பப்பள்ளி ஆசிரியனின் குறிப்புகள்' கல்வி குறித்த பல்வேறு மாற்று சிந்தனைகளையும், அவரது தனித்துவமான ஆசிரியப் பணி அனுபவங்களையும் பேசுகிறது. இந்த மூன்று நாட்களும் நான் சந்தித்துப் பழகிய முக்கால்வாசி நண்பர்களைப் பற்றிய இளமைக்கால நிகழ்வுகளை 'ஓர் ஆரம்பப்பள்ளி ஆசிரியனின் குறிப்புகள்' விரிவாகவும், சுவையாகவும் கூறுகிறது.

ஜே.கே.யின் மறைவுக்குப் பிறகே இவரோடு நான் நெருங்கிப் பழக வாய்த்தது. இவரது நட்பே என்னை 2016ல் சென்னையை விட்டேகியபோது, திருப்பத்தூரை நோக்கி ஈர்த்தது.

நான் சந்தித்த தருணத்தில், ஜெயகாந்தனோடு அவருக்கு முப்பத்தைந்து ஆண்டு கால நெருக்கமான நட்பு தழைத்திருந்தது. அதாவது நான் பிறப்பதற்கு நான்கு ஆண்டுகளுக்கு முன்பே 1960ல் அவர்கள் ஒருவருக்கொருவர் அறிமுகம் ஆகியிருக்கிறார்கள். ஜே.கே.யின் திருப்பத்தூர் தொடர்பென்பது முப்பத்தைந்து வருடங்கள் பழைமையானது என்பதெல்லாம் தெரியாமலே, நான் சிறுபிள்ளைத் தனமாக அவர்களையெல்லாம் வேடிக்கைப் பார்த்துக் கொண்டிருந்தேன்.

பொதுவழியில் நல விசாரிப்புகள் முடிந்த அடுத்த கணம்,

"டீ குடிக்கலாமாப்பா?" என்றார் ஜே.கே.

கூட்டமாக கடைக்கு வெளியே நின்று டீ குடித்தோம். திருப்பத்தூரில் என்னைக் கவர்ந்த முக்கியமான அழகென்பது, ஊரின் பரபரப்பான சாலையின் பின்னணியில் ஏலகிரி மலை தெரிவதுதான். டீ குடித்து முடிக்கும் வரை அமைதியாக இருந்த அவர்கள் திடீரென்று பரபரப்பானார்கள். ஜெயகாந்தனை இருசக்கர வாகனமொன்றில் ஏற்றிக் கொண்டு ஒருவரும், பி.ச.குப்புசாமியும், இன்னொருவரும் ஒரு பைக்கிலும் கிளம்பி விட்டார்கள். தலைக்கு எண்ணெய் தடவி வாரியிருந்த ஒருவர், 'நம்ப பஸ்ஸூல போலாம்' என்று என்னை பரிவோடு அழைத்தார். பஸ்ஸில் அவரோடுதான் பேசிக்கொண்டு வந்தேன். அவர் தன் பெயர் தண்டபாணி என்றும்,

தான் ஒரு வியாபார ஏஜென்சி நடத்தி வருவதாகவும் கூறினார். என்னைப் பற்றி அவர் ஒன்றுமே விசாரிக்கவில்லை. நான் என் பெயரைச் சொன்னபோது, 'பி.ச. சொன்னாரு; நீங்க ஜே.கே.யோட வரப்போறதா...' என்று அவர் சொன்னதும் நான் அடங்கிவிட்டேன். குறுகிய நேரத்தில் நாங்கள் பஸ்ஸிலிருந்து இறங்கினோம். முகம் தெரியாத அளவுக்கு இருட்டிவிட்டது.

ஒரேயொரு பஸ் மட்டும் செல்லும் அளவு அகலமுள்ள தார் சாலையது. ஒருசில தெருவிளக்கு வெளிச்சத்தில் சாலையின் இருமருங்கிலும் முண்டும்முடிச்சுமாக அடிபெருத்து தடித்த, நூற்றாண்டுகள் பழைமையான புளிய மரங்கள் இருளிலும் அழகாய் அச்சமூட்டியபடி காட்சியளித்தன. பஸ்ஸிலிருந்து இறங்கிய ஏழெட்டு பேரையும் பின்தொடர்ந்தேன். ஒருசிலர் டீக்கடையிலேயே விடைபெற்றுவிட்டார்கள் என்று புரிந்தது. ஏறக்குறைய என் தந்தையின் வயதொத்த தண்டபாணி அவர்களிடம் கேட்டேன்.

"இந்த ஊர் பேரென்ன சார்?"

"நாகராஜம்பட்டிங்க கௌதம்."

"இந்த ரோடு எங்க போவுது சார்?"

"இதுல சிங்காரப்பேட்டையில திரும்பி செங்கம், திருவண்ணா மலை போவலாம். நேரா போனா சேலம், ஈரோடும் போவலாம்."

நாகராஜம்பட்டி, இப்போதும் கூகுள் மேப்பில், தள்ளித்தள்ளி தேடினாலும் கிடைக்காத ஒரு குக்கிராமம்.

பளிச்சென்று ட்யூப் லைட் வெளிச்சம், இரு நீண்ட திண்ணைகள் கொண்ட, சுமார் மூன்று தலைமுறைகள் புழங்கிய, நாட்டோடு வேய்ந்த அந்த வீட்டை தூரத்திலேயே தனித்துக் காட்டியது. இடதுபுறத் திண்ணையில் அந்த வீட்டுக்குச் சொந்தக்காரரைப் போலவும், அந்த ஊர் நாட்டாமை போலவும் ஜெயகாந்தன் அமர்ந்திருந்தார். எங்களோடு ஊரிலிருந்து வேட்டியில் வந்தவர் லுங்கிக்கு மாறியிருந்தார். அவருக்கு எதிர்த் திண்ணையில் 'பீசா' அமர்ந்திருந்தார். பி.ச.வை இப்படித்தான் ஜே.கே.யின் நண்பர்கள் அனைவரும் அழைப்பார்கள். ஜே.கே.யின் முன்பு இருக்கும்போது மட்டும் எப்போதுமே, அவரது முதுகெலும்பு

கொஞ்சம் வளைந்துதான் இருக்கும். கால்கள் ஒடுங்கியே இருக்கும். அவ்வளவு பணிவு. மரியாதை. சிஷ்யப்பண்பு. ஜே.கே. தன்னை குருவாகவும், எவரையும் சீடராகவும் எப்போதுமே கருதுவதில்லை. ஆனால் ஜே.கே.யை குருவாகவும், தங்களை சீடர்களாகவும் கருதிக் கொள்ளும் ஏராளமானவர்களை நானறிவேன். அதில் முதன்மைத் தகுதியை 'பீசா' அவர்களே அடைவார். ஒருமுறை திருவண்ணாமலை ரமணாசிரமத்தில் இசைஞானி இளையராஜாவும், ஜெயகாந்தனும், பீசாவும் சென்றிருந்தபோது, இளையராஜாவிடம் ஒரு வெளிநாட்டவர் கேட்ட கேள்விக்கு,

“உங்களுக்கு ரமணரைப் போல் எங்களுக்கெல்லாம் இவர்தான் குருநாதர்” என்று இளையராஜா பதிலளித்தாராம். இதை எனது திருப்பத்தூர் வாசத்தின் போது 'பீசா' என்னிடம் கூறினார்.

திண்ணையின் பக்கவாட்டில் ஏறி பீசாவுக்குப் பின்புறம் சென்று அமர்ந்து கொண்டேன். எனக்கு இடப்புறம் நாகராஜன் வந்து அமர்ந்தார். வலப்புறம் பீசாவுக்கு ஓரிரு வயது மூத்தவரும், வாணியம்பாடிக்கும், ஆலங்காயத்துக்கும் இடையில் அமைந்த அழகும், செழிப்பும் மிகுந்த கிராமமான வெள்ளக்குட்டையைச் சேர்ந்த ஆசிரியர் ஆறுமுகம் அமர்ந்தார். பிற்காலத்தில் நான் திருப்பத்தூரில் வசிக்க இவர்தான் தனது வீட்டை புதுப்பித்துக் கொடுத்தார்.

நாங்கள் அமர்ந்திருந்த வீட்டுக்குச் சொந்தக்காரரான பொன்னுசாமியும், அவ்வூரைச் சேர்ந்த கிருஷ்ணமூர்த்தியும் வீட்டுக்கும் வெளியிலுமாக பரபரப்பாக இயங்கினர். ஜே.கே.யின் பின்புறம் சென்னையில் டெய்லர் தொழில் செய்யும் சேகர், திண்ணையின் ஓரமாக அமர்ந்தார். அவரருகே நாகராஜம்பட்டியைச் சேர்ந்த விவசாய நண்பர்கள் மூன்றுபேர் அமர்ந்தார்கள். பீசாவுக்கு வலப்புறம் தண்டபாணியும், இடப்புறம் புகைப்பட முன்னோடி அருணாசலமும் அமர்ந்தார்கள். மொத்தம் பதினைந்து பேர்களுக்கு மேல் குழுமியிருந்தோம். அப்போது எனக்கு மேலே குறிப்பிட்ட பலரின் பெயர்கூட தெரியாது.

அப்போது, ஒரு முதியவர் ஒரு 'பொக்கே'யைக் கொண்டு வந்து, மிகவும் மரியாதையோடும், பணிவோடும் வணங்கி, ஜெயகாந்தன் முன்பு நீட்டினார். அது மலர்களாலான 'பொக்கே'

அல்ல. பதப்படுத்தப்பட்ட மூலிகைச் செடியொன்றின் காய்ந்த வடிவமே 'பொக்கே'யை ஒத்திருந்தது. அதை தன் இருகைகளாலும், நெஞ்சை நிமிர்த்தி ஒரு மன்னனைப் போல் வாங்கி, தன் மூக்கருகே கொண்டு சென்று முகர்ந்தார். முகர்ந்த முகம் மலர்ந்து சிரித்தது.

"சேகர் இதப் போடுங்க" என்று தன் பின்னால் அமர்ந்திருந்த சேகரை அழைத்தார். எழுந்து முன்வந்த சேகர் அதை பவ்யமாக வாங்கிக் கொண்டு பின்சென்று அமர்ந்து, தன் கடமையாற்றத் தொடங்கினார்.

மூன்று கண்ணாடி கிளாஸ்கள் உட்பட எல்லா எவர்சில்வர் தம்ளர்களிலும் 'ஓல்ட் மாங்க்' மற்றும் தண்ணீர் நிரப்பப்பட்டது. எல்லோருக்கும் ஜெயகாந்தனே எடுத்து வழங்கினார். எனக்கு எவர்சில்வர் டம்ளரில் மிகவும் அடர்த்தியான ரம் கிடைத்தது. "சியர்ஸ்" சொல்லி, விருந்து தொடங்கியது. மனதுக்குப் பிடித்த மணம் என்றாலும் அடர்த்தி நாசியைக் குத்திற்று.

பேசாமலே மணிக்கணக்காக, தன்னுள் முயங்கித் திரியும் சிந்தனைகளை, உள்ளே ஒவ்வொன்றாய் அடுக்கி வைப்பதைப் போல, அவரே பேச்சைத் தொடங்கி, அதை கடிவாளம் கொண்டு ஓட்டிச் செலுத்துவதிலும் ஜெயகாந்தன் ஒரு பேராசிரியர். அவரது பேச்சு வன்மையும், விவாதத் திண்மையும்தான் என்னை நெடுங்காலம், கல்லூரி செமினார் வகுப்புக்குச் செல்வதைப்போல், அவரை நோக்கி தொடர்ந்து ஓடச் செய்தது. கல்லூரிக்கு அப்படி நான் ஒருநாளும் சென்றதில்லை. அங்குக் குழுமியிருந்த அனைவரும் ஒரே அறிவுத் திறமோ, புரியும் பயிற்சியோ இல்லாதவரென்றாலும், ஜே.கே.யின் பேச்சு அதே வடிவத்திலும், பொருட்செறிவிலுமே வெளிப்பட்டது. அங்கு அனைவருமே மதுவருந்திக்கொண்டிருந்தாலும், அதில் சராசரி இந்திய அடையாளம் கொஞ்சமும் தெரியவில்லை. பொருளாதாரத்தில் பின்தங்கிய வேலூர் மாவட்டத்தின் தெற்கே கடைக்கோடியில் அமைந்த நாகராஜம்பட்டியில், அவ்வூர் மக்களோடு அமர்ந்து மதுவருந்துவதை, ஏதோ ஐரோப்பிய நகரொன்றின் சிறப்பான விடுதியொன்றில், இரவு விருந்து கொண்டாடுவதைப் போல் உணர்ந்தேன். இந்த நிமிடம் வரை நான் இந்தியாவைத் தாண்டி வேறெங்கும் சென்றதில்லை என்பது வேறு விஷயம். ஜே.கே.யின் ஓங்கிய குரலும், இடையிடையே

எப்போதாவது கேட்கும் பீசாவின் குரலும் தவிர அங்கு அனைவரும் அமைதியில் ஆழ்ந்து, மகிழ்வில் மூழ்கியிருந்தனர்.

இடையிடையே சிலும்பியில் புகைத்தார்கள். நான் சிகரெட் புகைத்தேன்.

திருப்பத்தூர் வட்டார பழைய நினைவுகளும், நிகழ்வுகளும், இடையிடையே சில நண்பர்களின் நிலவரங்களும், அரசியலும் பேச்சில் முக்கிய அங்கம் வகித்தன. அவர்கள் பேசியதில், நீல், பி.வி.பக்தவத்சலம், வையவன், மாணிக்கம், போன்ற பெயர்கள் என் மனதிலும் பதிந்து, இருபது ஆண்டுகள் கழித்து திருப்பத்தூரில் நான் வசித்த காலங்களில், அவர்களில் சிலரது குடும்பத்தாரோடு ஒன்றி, நெருக்கமாகப் பழகவும் வாய்த்தது.

இரண்டு ரவுண்ட் அடர்த்தியான ரம் எனக்கு மகிழ்ச்சியையே அளித்தது. எதிர்த் திண்ணையிலிருந்து என்னைப் பார்த்து நட்போடு சிரித்த சேகர், என்னிடம் ஒரு சிகரெட்டைக் காண்பித்து, அருகிலிருந்த ஒருவரிடம் எனக்காகக் கொடுத்தனுப்பினார். மகிழ்ச்சியில் நீந்திக்கொண்டிருந்த நான் மூன்றாவது ரவுண்டில் ஒரு மிடறு அருந்திவிட்டு, சேகர் கொடுத்த சிகரெட்டைப் பற்ற வைத்தேன். இழுப்பதற்கு நன்றாகவே இருந்தது. ஓரிரு இழுப்புகளுக்குப் பின் நான் அதிர்ச்சிக்குள்ளானேன். எந்தவித மெனக்கெடலும் இல்லாமல் தரையிலிருந்து அரையடி தூரம் மேலெழும்பினேன். என் இரு கைகளும் தரையைத் தொட்டு என் உடலின் மீதான எனது கட்டுப்பாட்டை உறுதி செய்து கொள்ளத் தவித்தன. சம்மணமிட்டு அமர்ந்திருந்த எனது உடல் மேலெழுவதும், இறங்குவதுமாக எனக்கு வேடிக்கை காட்டியது. நான் இழுத்தது வெறும் சிகரெட் இல்லையென்றும், மூலிகை கலந்தது என்றும் எனக்கு அப்போதுதான் சந்தேகம் வந்தது. தலைநிமிர்ந்து சேகரைப் பார்த்தேன். என்னையே பார்த்துச் சிரித்துக் கொண்டிருந்தார். சந்தேகம் தீர்ந்தது. உடனே சிகரெட்டை அணைத்துத் தூக்கியெறிந்தேன். என் டம்ளரில் இருந்த ரம்மை நாகராஜன் அவர்களின் அனுமதியோடு அவரது காலியாயிருந்த டம்ளரில் ஊற்றிவிட்டு, எனது அன்றைய மது மற்றும் புகை நுகர்வை ஒழித்தேன். என் உடல் எனது முழு கட்டுப்பாட்டுக்குள் வர அரைமணி நேரத்துக்கும் மேலானது.

அருகிலிருந்த பொன்னுசாமியின் வீட்டில் தரையில் பந்திபோட்டு இரவு உணவை முடித்துத் திரும்பினோம். கோழிக்கறி குழம்பும், சோறும் மனதையும், வயிறையும் ஒருசேர நிரப்பியது.

மது விருந்து தொடங்கிய திண்ணைக்கே மீண்டும் வந்து சேர்ந்தோம். பேச்சும், புகையும் மாறிமாறித் தொடர்ந்தது. ஜெயகாந்தனின் சுவையுடைய பேச்சை சிறிதும் கவனம் சிதறாது அள்ளிப் பருகிக்கொண்டிருந்தேன். சாதாரணமாகவே ஜே.கே. யோடு இருக்கும் தருணங்களில் பிறரைக் கவனிப்பதை அறவே தவிர்ப்பேன். அருகிலிருப்பவர்களிடம் உரையாட மாட்டேன். ஜே.கே.யின் பேச்சைக் கேட்பதும், அதுகுறித்த உரையாடலில் பங்கெடுப்பதும் மட்டுமே எனது செயல்பாடு. எனது கல்விச்சாலை வாழ்வில்கூட, ஒருபோதும் எனக்கு இந்தப் பண்பு இருந்ததில்லை. அதனால் ஜே.கே.யின் நண்பர்களுடனான நெருக்கமெல்லாம் பெற எனக்கு நெடுங்காலம் பிடித்தது.

நீண்டகால நண்பர்களாதலால் திருப்பத்தூர் நண்பர்களுடனான பேச்சு எனக்கு நேரடிப் பரிச்சயம் இல்லாதிருந்தது. திண்ணையில் பாய்கள் விரிக்கப்பட்டு, அவரவர் அமர்ந்திருந்த திண்ணைகளிலேயே படுத்தோம். படுத்தபின்னும் அவர்கள் பேசிக்கொண்டே இருந்தார்கள். நான் கேட்டுக் கொண்டிருந்தேன். எனக்குப் பேச ஒரு விஷயமும் இல்லை. அதனால் என் அமைதி மணிக்கணக்காக நீண்டிருந்தது. சிலர் தூங்கிவிட்டார்கள். மணி பன்னிரெண்டைத் தாண்டியிருக்கும். பேச்சு முடிந்து ஒரு பத்து நிமிடங்கள் இடைவெளி. 'அவ்வளவுதான்... இன்றைய ஆட்டம் முடிந்தது' என்று நினைத்து நானும் கண்களை மூடினேன்.

"கௌதம், தூங்கிட்டீங்களா?" என்றார் ஜே.கே.

"தூங்கிட்டே இருக்கேன் சார்..!"

ஸ்திதப்பிரக்ஞனா (திடசித்தமுள்ளவனா) என்று சோதிக்கிறாரோ?

13. மாட்டுக் கொட்டகை

அதிகாலை இருள் நீங்கி, பகல்விரியும் முன்பே, பறவைகள் என்னைத் துயிலெழுப்பின. அவற்றின் விதவிதமான குரலொலிகள் என்னை வியப்பிலாழ்த்தின. காதுகள் கூர்மையாகின. திண்ணையில் படுத்திருந்த என் கண்ணுக்குத் தெரியாத அந்தக் குரலிசைகளில், ஒரு பரபரப்பு தெரிந்தது. இருள் தொடங்கும் முன்பே தம் கூடடங்கி, பகல் தொடங்கும் முன்பே தம் நாள் தொடங்கும் உயிர்கள். அவற்றுக்கு இரவைப் பகலாக்கத் தெரியாது. வெளிச்சம் புடைசூழ இரவில் கண்விழித்து, கதை பேசத் தெரியாது. உணவுக்கான உழைப்பையும், உடல்கூடும் தினவையும், உயிர்பிழைக்க விழிப்பையும், உரம்பெருக்க ஓய்வையும் தவிர, அவற்றுக்கு வேறெந்தக் குழப்பங்களும் இல்லாத வாழ்க்கை. குரலிசைக் கோலங்களைக் கேட்டபடி, படுத்தே கிடந்தேன்.

அருகாமையில் கேட்கும் சேவல்களின் கூவல்களும், மாடுகளின் கழுத்து மணி ஓசைகளும், அவற்றின் அழைப்புகளும் அவ்வூருக்கு உயிரூட்டின. பசுமையான புத்தம்புதிய சாணத்தின் மணம் காற்றில் பரவி நின்றது. நேற்று நாங்கள் இறங்கிய சாலையில், நீண்ட இடைவெளியில், எப்போதோ ஒருமுறை உறுமிச்செல்லும், வாகன சப்தங்கள் உள்ளடங்கி ஒலித்தன. கூடப் படுத்து இன்னும் தூங்குபவர்களின், குறட்டைகள் மட்டுமே ரசக்குறைவாக இருந்தன. நாகராஜன்பட்டி கொஞ்சம் கொஞ்சமாக, இருளிலிருந்து வெளிச்சத்துக்கு வந்தது.

திண்ணைகளில் உள்ளூர்க்காரர்கள் எவரையும் காணவில்லை. ஒவ்வொன்றாக குறட்டைகள் நின்று, உடல்கள் புரண்டு, பின் எழுந்து அமர்ந்தன. சில 'குட் மானிங்'குகள் பரிமாறிக்கொள்ளப்பட்டன. ஒவ்வொருவராக அந்தப் பழைமையான வீட்டினுள் நுழைந்து, பின்புறம் பரந்துவிரிந்த விசாலமான தோட்டத்துக்கு நகர்ந்தோம்.

இடதுபுறம் பிரம்மாண்டமான வைக்கோல் போர். எதிரே மாட்டுக்கொட்டகை. வலது புறமிருந்த வரிசையான மரங்களினருகே மாடுகள் கட்டப்பட்டிருந்தன. நடுவில் இருந்த விசாலமான பரப்பில், போர்வைகள் விரிக்கப்பட்டு, அதன்மேல் தலையணைகளுடன் இரண்டு கயிற்றுக்கட்டில்கள் போடப்பட்டிருந்தன. இரவு திண்ணையில் தொடங்கிய சபை, இரவு ஓய்வுக்குப்பின், மீண்டும் இங்கே தொடர்ந்தது.

ஒரு சிகரெட்டோடும், வேப்பங்குச்சியோடும் காலைக்கடன்களை முடித்துத் திரும்பியதும், நான் கேமராவைக் கையிலெடுத்தேன். அவர்கள் சிலும்பியை எடுத்தார்கள். பரிசுத்தமான காற்று வாழும் திறந்த வெளியாதலால், அடர்த்தியான புகைக்கூட்டம் போன இடம் தெரியவில்லை. மேகக்கூட்டம் எங்களை சூரியன் அண்டவிடாமல் காத்துக்கொண்டிருந்தது.

இரண்டு ஃபிலிம் ரோல்கள் மட்டுமே நான் வாங்கிச் சென்றிருந்ததால், மிகவும் கணக்கிட்டே காட்சிகளை படம்பிடித்துக் கொண்டிருந்தேன். எனக்கு டிஜிட்டல் காலம் வெகு தூரத்திலிருந்தது. அருணாசலம் சாரும் கேமரா கொண்டு வந்திருந்தார். அவர் குறைவாகவே படமெடுத்தார். அவர்தான் ஜெயகாந்தனின் திருப்பத்தூர் விஜயங்களை ஆண்டாண்டு காலமாய் படம்பிடித்தவர். சுறுசுறுப்பும், துடிதுடிப்பும் மிகுந்தவர். என் கேமராவை வாங்கிப் பார்த்துவிட்டு, என்னை உட்காரச் சொல்லி அவர்தான் படமெடுத்தார். அந்த ஒரேயொரு படத்திலும் என் முதுகைக் காட்டியே அமர்ந்தேன். அப்போது படம் எடுப்பதில் இருந்த ஆர்வம், போஸ் கொடுப்பதில் இருக்கவில்லை.

ஒரு கட்டிலில் ஜெயகாந்தன். எதிர் கட்டிலில் நாகராஜன், பீசா, ஆறுமுகம், தண்டபாணி. ஜே.கே.யின் பின்னால் பொன்னுசாமி, கிருஷ்ணமூர்த்தி மற்றும் நண்பர்கள். ஒருபக்கம் வைக்கோல் போர் இருந்ததால், மூன்று பக்கங்களிலும் நகர்ந்து நகர்ந்து படமெடுத்தேன். போஸ் கேட்காத (Candid Photography) ஃபோட்டோக்கள்தான். போதுமென்று தோன்றியபோது, அங்கு திரிந்துகொண்டிருந்த, புதிதாய் பிறந்து சிலநாட்களான இளங்கன்றின் முகத்தை மட்டும் க்ளோசப்பில் ஒரு படமெடுத்தேன்.

ஓயாத பேச்சு. ஆனால் ஓங்கிய பேச்சில்லை. மாறிமாறிப் பேசிக் கொண்டிருந்தார்கள். ஜே. கே. மட்டும் அமைதியாகக் கேட்டுக்

கொண்டு படுத்திருந்தார். அங்கிருந்த அனைவருமே என்னைவிட பத்திலிருந்து முப்பது வயது மூத்தவர்கள்.

காலை உணவு வந்தது. கூழும், உளுவக்கஞ்சியும் என்றார்கள். உளுவக்கஞ்சி என்றால் கொள்ளுக்கஞ்சி. கேரளா போல் அரிசியும், வெந்தயமும், உளுத்தம்பருப்பும் சேர்த்து செய்யும் உளுவா கஞ்சியல்ல.

ஜே.கே.க்கு மிகவும் பிடித்த உணவென்று திருப்பத்தூர் நண்பர்களுக்கு முன்பே தெரியுமாதலால், தவறாமல் உளுவக்கஞ்சி தயாரித்து எடுத்து வந்திருந்தார்கள். எனக்கு ரசிக்கவில்லை. நான் பேருக்கு ஒரு டம்ளர் குடித்து வைத்தேன். ஜவ்வாது மலை வட்டாரத்தில் இந்த உளுவக்கஞ்சி இன்றும் பிரசித்தம்.

என் உடம்பு இட்லிகளாலும், தோசைகளாலும் ஆளானது. என் ரத்தத்தில் தேங்காய் சட்னி வாசமடிக்கக்கூட வாய்ப்புண்டு. என் குடும்பத்து பெரியோர்கள் எல்லாவகைக் கூழும், களியும், கஞ்சியும் உண்டு களித்தாலும், எனக்கு அது எப்போதும் அசூயை தரும் உணவாகவே அருவருப்பூட்டியது. அந்த உணவுகள் மீதிருந்த அருவருப்பு அகன்று அவை அமிர்தமாவதற்கு எனக்கு ஐம்பது வயதாகிவிட்டது. ஆனாலும், இன்றும் இட்லி, தோசைக்கே முன்னுரிமை!

பதினொரு மணிக்குத்தான் கொஞ்சம் வெயில் காட்டியது. மாடுகளை வெளியே கட்டிவிட்டு, மாட்டுக்கொட்டகை காலையிலேயே சுத்தம் செய்யப்பட்டு நன்கு காய்ந்திருந்தது. கட்டில்கள் கொட்டகைக்குள் குடியேறின. கீழேயும் இரண்டு பாய்கள் விரிக்கப்பட்டன. நாங்கள் கொட்டகைக்குள் அடங்கிய பின் அரட்டைகள் அரங்கேறின. சிறு கதைத்துணுக்குகளும், நகைச்சுவை துணுக்குகளும், ஆண் நண்பர்கள் மட்டுமே இருப்பதால், சில காமவிகடக் கதைத் துணுக்குகளும் வெளிப்பட்டு அங்கு மகிழ்ச்சியை பரவலாக்கியது. மேலும் மகிழ்ச்சியில் மூழ்க, கலப்படமே இல்லாது தயாரிக்கப்பட்ட பரிசுத்தமான நிறமியற்ற மது வந்திறங்கியது. வெள்ளைப் பிளாஸ்டிக் கேன்களிலிருந்து டம்ளர்களில் நிரம்பிய பானம், எங்கள் கைகளில் அடைக்கலம் புகுந்தன.

சங்கப்பாடல்களும், சாராயமும் சங்கமித்து, கண்ணுக்குத் தெரியாத கட்டுப்பாடுகளுடன் அந்த சபை இயங்கியது. அந்த

சபைக்கு நாயகர் ஜெயகாந்தன் என்றால், பீசாதான் துணை சபாநாயகர். இருவரைத் தவிர மற்ற அனைவரும் பெரும்பாலும் பார்வையாளர்கள்தான். பழைய நினைவுகளில் தோய்ந்து, பல பாடல்கள் சபைமுன் விரிந்தன. ஜே.கே. எடுத்துக் கொடுக்க பீசா குரலெடுத்துப் பாடினார். கம்பனும், பாரதியும் எங்களுக்குள் கவிதைகளாகக் கலந்தனர். பீசா வின் பாட்டென்பது சுருதிக்கு சம்பந்தமில்லாததுதான். ஆனாலும் கவிதைக்கென்றொரு சக்தி உண்டே!

ஜவ்வாது மலையையொட்டிய கிராமத்திலிருந்து வந்து, எங்களோடு கலந்துகொண்ட கண்ணன் என்ற முதியவர் கூத்தில் வேடம் கட்டி ஆடுபவர் என்றறிந்து, அவரைப் பாடச் சொன்னார் ஜெயகாந்தன். ஏறக்குறைய ஒருமணி நேரம், மகாபாரதத்தில் துச்சாதனன் துகிலுரியும் பகுதியைப் பாடினார். எனக்கு பாதிக்கு மேல் வார்த்தைகள் புரியவில்லை. ஆனாலும் கூத்து அனுபவமும், ஆற்றலும் அவரது குரலில் தெரிந்தது. முதுமையிலும் தொய்வின்றி, உட்கார்ந்த இடத்திலேயே உடல் மொழியில் கூத்தாடினார். உணர்வெழுந்து பாடினார்.

மதுவும், புகையும் யாரையும் மதியிழக்கச் செய்யவில்லை. அனைவரும் மாறிமாறிப் படுத்தும், அமர்ந்தும் உடலுக்கு அலுப்பின்றி இனிதே பொழுதையும், இடையிடையே புகையையும் போக்கினர். நான் ஒரு டம்ளரோடு முடித்துக்கொண்டேன். மடியில் கேமராவை வைத்துக்கொண்டு, அமர்ந்த இடத்திலிருந்தே அவ்வப்போது படங்களும் பிடித்துக்கொண்டிருந்தேன்.

ஜவ்வாது மலை, மற்றும் சிங்காரப்பேட்டையில் அவர்கள் மகிழ்ந்து கழித்த பழைய நிகழ்வுகளை அசை போட்டனர். பழைய நண்பர்களில் சிலரின் மரணங்களை ஜே.கே.வுக்குத் தெரிவித்தனர். கொட்டகையின் குளிர்ச்சி எங்களை குதூகல மனநிலையில் வைத்திருந்தது. நாங்கள் வீட்டுக்குள் போகவே விரும்பவில்லை. உண்மையில் மாட்டுக்கு இதம்தரும் கொட்டகை போட்டுக் கொடுத்துவிட்டு, மனிதர்கள் வீட்டுக்குள் வெந்து சாகிறோம் என்று தோன்றியது.

பொன்னுசாமி சாப்பாடு தயாரென்று ஓரிருமுறை நினைவூட்டியும், நாங்கள் சாப்பிடக் கிளம்ப மணி மூன்றுக்கு

மேல் ஆகிவிட்டது. ஆட்டுக்கறி குழம்பும், சோறும் ஆனந்தமாக இறங்கியது. ஏற்பாடுகளையெல்லாம் பீசாவும், பொன்னுசாமியும் கலந்து செய்கிறார்கள் என்று புரிந்தது.

மீண்டும் கொட்டகைக்குத் திரும்பி சிறு தூக்கம். இருட்டும் முன் எழும்பி, முகம் கைகால் கழுவி புத்துணர்ச்சி பெற்றோம். ஊரை இருள் சூழ, வெளிச்சம் மிகுந்த திண்ணையில் நேற்று போல் அடைக்கலமானோம். நேற்று போலவே சபை தொடங்கியது. அவ்வாறே முடிந்தது.

14. பழங்கிணறு

நாகராஜன்பட்டி வந்து இரண்டு முழு இரவுகள், எங்களைக் கண்ணிமைக்கும் நேரத்தில் கடந்துபோனது போலிருந்தது.

காலை உணவு முடித்து, புகையின் நடுவே பேசிக் கொண்டிருந்தபோது,

"குப்பா, இன்னைக்குக் கௌம்புறோம்பா" என்றார் ஜே.கே.

"ஏஞ்ஜேகே, இன்னும் ரெண்டு நாள் இருந்து போவலாமே?" என்றார் பீசா.

"எனக்கு ஒன்னுல்லப்பா. நான் எப்ப வேணாலும் போலாம். ஒங்களோடயே இருக்கலாம். இவுருக்கு வேல இருக்குமுல்ல..." என்று என்னைக் கைகாட்டினார் ஜே.கே.

நான் துணுக்குற்றேன். எத்தனை நாளில் வருவேன் என்றெல்லாம் நான் வீட்டில் சொல்லிவிட்டுக் கிளம்புவதில்லை. வேலையையும் எப்போதும் என் கட்டுப்பாட்டில்தான் வைத்திருப்பேன். இவர் ஏன் என்னைக் கைகாட்டினார்? நாங்கள் இருவரும் மறுநாள் காலை திருப்பத்தூரில் இருந்து சென்னைக்கு பஸ்ஸில் திரும்பும்போது தான் அதற்கு பதில் கிடைத்தது.

"எதையாவது சொல்லிக் கிளம்பலன்னா இவனுங்க விடமாட்டானுங்க கௌதம்."

சென்னையில் குளித்ததோடு சரி. நாகராஜன் பட்டியில் குளிக்கவே தோன்றவில்லை. குளித்து முழுகிக் கோயிலுக்குப் போகவா வந்தோம். குடித்துக் களித்து, கூடிக்கூடிப் பேசியும் எங்களுக்கு சலித்தபாடில்லை. வெப்பமோ, கசகசப்போ இல்லாததும் ஒரு முக்கிய காரணம்.

காலையில் கஞ்சி குடித்த கொஞ்சநேரத்தில், மீதமிருந்த மாசற்ற மதுவை ஒழித்தோம், குடித்தே! மதிய சாப்பாடு இன்று சீக்கிரமே முடிந்தது. உண்ட களைப்பை உடல் சாய்த்துப் போக்கினோம்.

நான்கு மணி வாக்கில் குளிக்கக் கிளம்பினார் ஜெயகாந்தன். துண்டும், மாற்றுத்துணிகளும் மற்றும் என்னோடு ஒட்டிப் பிறக்காத கேமராவையும் எடுத்துக்கொண்டு, கூட்டத்தோடு கூட்டமாய் நானும் பின் தொடர்ந்து சென்றேன். என்னையும் சேர்த்து பதினேழு பேர் உள்ளடக்கியது அந்தக் கூட்டம். அவர்கள் கிணற்றுக் குளியலுக்குச் செல்கிறார்கள் என்று எனக்குத் தெரியாது. அதைவிட சிறப்பு எனக்கு நீச்சல் தெரியாது. கிணற்றைப் பார்த்ததும் எனக்கு பக்கென்றானது.

அது போன்ற கிணற்றை நான் அதற்குமுன் பார்த்ததில்லை. 'பாழுங்கிணறு', 'பாழுங்கிணறு' என்று கேள்விப்பட்டிருக்கிறேன். அதைப் போன்ற ஒன்றை அன்றுதான் பார்த்தேன்.

சுமார் இருபத்தைந்து அடிகள் விட்டம் கொண்ட மேல்புறம் ஒழுங்கற்ற வட்டவடிவில் ஒரு பெரிய பள்ளம் என்றுதான் பத்தடி தூரத்தில் நின்று பார்ப்பவர் சொல்ல முடியும். அருகில் வந்து எட்டிப் பார்த்தால்தான் பளிங்கு போல் துலங்கும், நீர் தளும்பும் கிணறு என்று புரியும். கிணற்றைச் சுற்றிலும் எந்தக் கட்டுமானமும் இல்லை. சரிவைப் போன்றதொரு மண்ணும் பாறைகளும் நிறைந்த, பக்கவாட்டில் புதர்போன்று வளர்ந்திருக்கும் புல்பூண்டுகளும், செடிகொடிகளும் எனக்கு அச்சமூட்டின.

கிணற்றுக்குள் இறங்க படிக்கட்டுகள் இல்லை. மண்ணில் புதைந்து வெளித்தெரியும் சிறிதும் பெரிதுமான ஒழுங்கற்ற கற்களில் கால் வைத்து இறங்கினார்கள். அங்கு குளித்தவர்கள், குளிக்காமல் கற்களிலும், கிணற்றின் மேல் கரையிலும் அமர்ந்து வேடிக்கை பார்த்தவர்கள் அனைவருக்கும் நீச்சல் தெரியும். அங்கு நீச்சல் தெரியாத ஒரே ஆள் நான் மட்டும்தான் என்று சிறிது நேரத்திலேயே வெட்டவெளிச்சமானது.

நிதானமாகக் கால்வைத்துக் கீழிறங்கிய ஜே.கே., நீருக்குள் இறங்கியதும் மீனைப் போல் இயல்பாக நீந்தினார். கிணற்றுநீரை அடிக்காமலும், கால்களால் உதைக்காமலும் தரையைப் போலவே

நீரிலும் நின்றார். ஒவ்வொருவராக நீருக்குள் இறங்கினர். உற்சாகமான உரையாடல்களுடன் ஜே.கே.யோடு ஆறு பேர் மட்டும் இறங்கி நீந்திக்கொண்டிருந்தனர். மற்றவர்கள் மேலிருந்த படி வேடிக்கைப் பார்த்துக்கொண்டிருந்தார்கள்.

நான் மேலே நின்றபடி, ஆழ்ந்த யோசனையில் இருந்தேன். சென்னை மெரீனா நீச்சல் குளத்தில் ரப்பர் ட்யூபில் நுழைந்து கொண்டு, படகில் துடுப்பு போடுவதைப் போல், இருகைகளாலும் தண்ணீரைத் தள்ளித்தள்ளி முன்சென்றது மட்டுமே என் நீச்சல் அனுபவம். ஒருமுறை குளத்திலும், ஒருமுறை அரபிக்கடலிலும் நண்பர்களால் காப்பாற்றப்பட்டு உயிர் பிழைத்தவன். இருந்தும் இன்றுவரை நீச்சல் பழகாதவன்.

முதியவர்களெல்லாம் என்முன் நீந்திக் களிப்பது பெரும் ஏக்கத்தைக் கொடுத்தது.

திடீரென்று திரும்பி என்னை மேல்நோக்கிப் பார்த்த ஜே.கே. ஓங்கிக் குரலெழுப்பினார்.

“கௌதம், என்ன மேலயே நிக்கிறீங்க? எறங்கி வாங்க!”

“எனக்கு நீச்சல் தெரியாது சார்...”

“தெரியலன்னா என்ன! இன்னைக்கு கத்துக்கலாம் வாங்க. நான் கத்துத்தறேன்”.

“கெணத்துல இறங்குறது பயமாயிருக்கு சார்!”

“ஓரத்துல மேடு இருக்கு. அங்க ஆழமில்ல. வாங்க... இன்னைக்கு நீங்க நீச்சல் கத்துக்குறீங்க!”

அதற்குமேல் எனக்குப் பேச வாய்வரவில்லை. இத்தனை பேர் இருக்கிறார்கள். அப்படியா விட்டுவிடுவார்கள்? என்ற நம்பிக்கை யுடனே, துணிகளையெல்லாம் அவிழ்த்து மேலேயே வைத்துவிட்டு, ஜட்டியுடன் மெதுவாகக் கிணற்றுக்குள் இறங்கினேன். அவர் சொன்னது உண்மைதான். மார்பளவு நீரில் நிற்பதற்கு கீழே பாறையொன்று காலில் தட்டுப்பட்டது. இதுவே பாதுகாப்பானது என்று நின்றுகொண்டு, புனித நதியில் மூழ்கி எழும்புவதுபோல், தலையை நீருக்குள் அமிழுமாறு, மூக்கைப் பிடித்துக்கொண்டு ஓரிருமுறை உட்கார்ந்து எழுந்தேன்.

ஜே.கே. விடுவதாக இல்லை. என்னருகில் வந்து,

“கௌதம், என் கையில படுத்துகிட்டு, கால உந்தித் தள்ளிகிட்டே, கையால தண்ணிய வெலக்குங்க...” என்றுகூறி, என் முன்னே பிறந்த குழந்தையை வாங்குவதுபோல், இரு கைகளையும் நீட்டினார். எனக்கு நீச்சல் கற்றுக்கொடுத்து விடவேண்டும் என்ற ஆர்வம் அவரிடம் அதிகமாய்த் தெரிந்தது. எனக்குக் கற்றுக்கொள்ள வேண்டும் என்ற ஆர்வம் கொஞ்சம்கூட இல்லை. அந்த ஆர்வம் வரவேண்டுமானால், பயத்தை எதிர்க்கும் விருப்பம் மேலோங்க வேண்டும். நான் மோட்டார் பைக் ஓட்டவே இருபத்தெட்டு வயதில்தான் கற்றுக்கொண்டேன். கற்றுக்கொள்ள எனது சூழ்நிலை உந்தித் தள்ளியதுதான் அதற்கு முக்கியக் காரணம்.

இருப்பினும், அவரது கைகளில் சரிந்தேன். என் மார்பிலும், வயிற்றிலும் அவரது இரண்டு கைகளையும் வளைத்துப் பிடித்துக் கொண்டார். நான் தொலைக்காட்சியில் பார்த்து ரசித்திருந்த நீச்சல் வீரர்களைப்போல், கால்களை மடக்கி உதைத்துக்கொண்டு, கைகளால் நீரை இருபுறமும் விலக்கினேன். என்னை வெகுவாக உற்சாகப் படுத்தினார். உடன் குளித்தவர்களும் ஆளுக்கொரு ஆலோசனை சொல்லிக்கொண்டிருந்தார்கள். அதற்குள் பீசா பொன்னுசாமியிடம்,

“சொரக்குடுக்க இருக்கா?” என்று கேட்க,

“அதெல்லாம் வேண்டாம். இப்பவே நல்லாத்தான் அடிக்கிறாரு” என்றார் ஜே.கே. அதற்குள் சுரைக்குடுக்கை எடுக்க மேலே நின்ற யாரோ போய்விட்டார்கள். ஜே.கே. அலுக்காமல் என்னைத் தாங்கியபடி, பயிற்சி கொடுத்தார்.

ஒரு பதினைந்து நிமிடங்களில் சுரைக்குடுக்கை வந்தது. ஆனாலும் அது எனக்குப் பயனளிக்கவில்லை. அதற்குள், எனக்கு ஜே.கே. சர்டிஃபிகேட் கொடுத்துவிட்டார்.

“நீங்க நல்லா அடிக்கிறீங்க” என்று கூறி, கிணற்றை குறுக்கு வாட்டில் தனியே நீந்தச் சொன்னார். பத்தடி தூரம் தாண்டினால் அந்தப் பக்கம் ஒரு பாறையில் நிற்கலாம்.

முதல் தாவலில் ஐந்தாறு அடிகளைத் தாண்டிவிட்டால், பிறகு நான்கைந்து அடிகள்தான் நீந்த வேண்டும். உயிரைக் கொடுத்து தாவியும், உதைத்தும் கரை சேர்ந்தேன்.

“அவ்வளவுதான் கௌதம் நீச்சல்” என்றும், எனக்கு நீச்சல் கற்றுக் கொடுத்துவிட்டதாகவே நம்பி, “இதோட விட்றக் கூடாது. மெட்ராஸ் போயிட்டுத் தொடர்ந்து பழகணும்” என்றும் உற்சாகமாய்க் கூறினார்.

உண்மையில் நான் அடித்தது நீச்சல்தான் என்ற நம்பிக்கை எனக்கு வரவேயில்லை. எல்லாரையும் ஏமாற்றி தப்பித்ததாகவே கருதினேன். ஓரமாய் பாறையில் நின்று, கொஞ்சம் என்னை ஆசுவாசப்படுத்திக்கொண்டேன்.

அதன்பிறகுதான் ‘கிணற்றின் ஆழம் இரண்டு ஆள் உயரம் இருக்கும்’ என்று பேசிக்கொண்டார்கள். என் வயிற்றினுள் சில்லிட்டது. இந்த நிகழ்வு நடந்து இருபத்தேழு ஆண்டுகளுக்குப் பின், இன்றும் எனக்கு நீச்சல் தெரியாது என்பது எனக்கே வருத்தம்தான்.

எங்களுக்கு எதிர்ப்பக்கத்தில் இருந்து அருணாசலம் படம்பிடிக்கத் தயாரானார். நாங்கள் அவருக்கு போஸ் கொடுத்து முடித்ததும், ஒவ்வொருவராக மேலேறி உடை மாற்றிக்கொண்டனர். எனக்கு நீச்சல்தான் பிடிக்கவில்லையே தவிர தண்ணீர் பிடித்திருந்தது. நான்தான் கடைசியாக மேலேறினேன்.

அதற்குள் அனைவரும் உடைமாற்றி, கிணற்றின் மேலே மறுபுறம் அமைந்த பெரிய வரப்பின் மேல் வரிசையாக அமர்ந்து புகைக்க ஆரம்பித்தனர். ஜட்டியோடு மேலேறிய என்னை, அவர்கள் அமர்ந்திருந்த விதம் வெகுவாகக் கவர்ந்தது. தலையையும், கைகளையும் மட்டும் துடைத்துக்கொண்டு, கேமராவைக் கையிலெடுத்தேன். அனைவரையும் உள்ளடக்கி, இரண்டு லாங் ஷாட்களோடு கேமராவை வைத்துவிட்டு, துண்டைக் கட்டிக்கொண்டு, ஜட்டியைப் பிழிந்துகொண்டிருந்தேன்.

“கௌதம், இதையெடுங்க...” என்று ஜே.கே. கூவினார்”.

ஜே.கே. படமெடுக்க சொல்வதென்பது உலக அதிசயங்களில் ஒன்று. அப்படியென்ன அதிசயம் என்று அவசரமாகத் திரும்பிப் பார்த்தேன்.

அவர் குளித்தபின், துடைத்த ஈரத்துண்டின் இரு முனைகளை, அவர் இரு கைகளாலும் தலைக்குமேல் விரித்துப் பிடித்திருக்க,

அந்தத் துண்டோ, போருக்குச் செல்லும் மன்னனின் ரதக் கூரைபோல், பலத்தக் காற்றில் வளைந்து, வளைந்து படபடத்து அசைந்தாட, மாலை சூரியனின் மயக்கும் ஒளித்தோற்றம் என்னை உசுப்பி, உடனே கேமராவைக் கையிலெடுக்க வைத்தது.

அவரை நானெடுத்த படங்களில் என்னை மிகவும் கவர்ந்த வைகளுள் இந்தப் படம் முதன்மையானது. படம் பிடிக்கும் தருணங் களில், உள்ளத்தில் உருவாகும் மகிழ்வுணர்ச்சி ஒன்றுக்காகவே நான் படம் பிடிப்பேன். படங்களின் பயன்களை நான் எப்போதுமே யோசித்ததில்லை. இருபத்தியேழு வருடங்களுக்குப் பின் இந்தப் பட நிகழ்வுகளை விவரிக்கும் சூழல் வரும் என்றும் நான் எதிர்பார்த்திருக்கவில்லை.

மீண்டும் பொன்னுசாமி வீட்டுக்கு வந்து ஜே.கே.யுடன் அவரது குடும்பத்தினரையும், கிருஷ்ணமூர்த்தி குடும்பத்தினரையும் உடன் நிறுத்தி சில படங்கள் எடுத்தேன். கூத்துக் கலைஞர் கண்ணனையும் அவரது மகளையும் படமெடுத்தேன். படமெடுப்பதற்காகவே அவர் மகளை வரச் சொல்லியிருந்தார் என்று பிறகு அறிந்து கொண்டேன்.

அனைவரிடமும் விடைபெற்று, வாழ்நாளெல்லாம் மறக்கவே முடியாத நினைவுகளோடு, இருட்டிய பின் திருப்பத்தூர் வந்து சேர்ந்தோம். பீசா தனது வீட்டில் நாங்கள் தங்கி மறுநாள் மெட்ராஸ் செல்லலாம் என்று திட்டம் வகுத்திருந்தார்.

அவர் வீட்டு மொட்டை மாடியில் மீண்டும் மது விருந்தும், கறிவிருந்தும் படைத்தார். அவர் வீட்டிலிருந்த மிகப்பெரிய சப்போட்டா மரத்தின் வரலாற்றை விதந்தோதினார். இரவு மங்கிய மஞ்சள் நிற குண்டு பல்பு வெளிச்சத்தில், வெகுநேரம் பேசிக் கொண்டிருந்துவிட்டுத் தூங்கினோம்.

காலையில் எழுந்து நானும், ஜே.கே.யும் மட்டும் சென்னைக்குக் கிளம்பினோம். எங்களோடு வந்த நாகராஜன் அங்கேயே தங்கி விட்டு, அப்படியே பாண்டிச்சேரி செல்வதாகத் தெரிவித்தார்.

எங்கள் இருவரையும் பஸ்ஸேத்த பத்து பேருக்கு மேல் பேருந்துநிலையம் வந்திருந்தார்கள். புதிய அனுபவங்களை எனக்குத் தந்த முதிய நண்பர்களைப் பிரிந்தோம், தற்காலிகமாக. பஸ்ஸில் முன் படிக்கட்டை ஒட்டியிருந்த இருவர் சீட்டில் ஜன்னலோரம்

ஜே.கே. அமர அவரருகே நானமர்ந்தேன். அனைவரின் கைகளும், மறையும்வரை டாடா காட்டியது. பேசிப்பேசி ஓய்ந்த வாய்களும், விழித்து விழித்து அயர்ந்த விழிகளும் ஒருசேர ஓய்வெடுத்தன. அவர் தலைக்கு முண்டாசு கட்டி ஜன்னல் கம்பியில் தலை சாய்த்தார். நான் தலையாட்டியபடியே கோழித்தூக்கம் போட்டேன்.

15. கருவின் கரு

என்னை பா.ரஞ்சித்தின், 'அட்ட கத்தி' முதலில் பெரிதாகக் கவரவில்லை. அதற்கு எனது 'அப்டேட்' இன்மையும் காரணமாக இருந்திருக்கலாம். பிறகு அவரது அனைத்து படங்களையும் பார்த்து விட்டேன். ரஜினிகாந்த்தோடு பங்கு போட்டுக்கொண்ட இரண்டு படங்கள் தவிர, அவரது மற்ற மூன்று படங்களுமே என்னை வெகுவாகக் கவர்ந்து விட்டன. 'மெட்ராஸ்' எத்தனை முறை பார்த்தேன் என்பது எண்ணிக்கையில் அடங்காது. 'சார்பட்டா' இன்னும் திரும்பத்திரும்ப பார்த்துக் கொண்டே இருக்கிறேன்.

'சார்பட்டா'வை முதன்முறை பார்த்தபோதுதான், எனக்குப் பெரும் ஆச்சரியம் காத்திருந்தது. 1981ல் மதுரை, மீனாட்சி புத்தக நிலையம் வெளியிட்டு, 1987ல் நான் படித்த, ஜெயகாந்தனின் 'கரு' எனும் கதையின் அடித்தளம், சார்பட்டாவில் விஸ்வரூபம் எடுத்திருந்தது. பா.ரஞ்சித் பிறப்பதற்கு ஒன்றரை ஆண்டுகள் முன்பு பிறந்தது ஜெயகாந்தனின் 'கரு'. ஜே.கே. 'வாத்து சுட்ட தோசை'களில் இதுவும் ஒன்று. 'கரு' கதை கட்டமைக்கப்பட்ட அடித்தளமும், 'சார்பட்டா'வும் ஒரே நேர்கோட்டில் பயணித்ததே என்னை ஆச்சரியப் படுத்தியது.

சதுர் சூர்ய சார்பட்டா பரம்பரையும், இடியப்ப நாயக்கர் பரம்பரையும் மோதிக்கொள்ளும் நிகழ்வுகளை பின்னணியாகக் கொண்டு, 'கரு'வை உருவாக்கியிருந்தார் ஜே.கே.

உங்களையும் ஆச்சரியப்படுத்தலாம் என்ற நம்பிக்கையில் 'கரு' விலிருந்து சில பகுதிகள்:

ஒரு காலத்தில் சால்ட் கோர்ட்ரஸில் மூட்டைக் தூக்கும் கூலியாக வேலை செய்திருக்கிறான் கந்தசாமி.

...

"கன்சாமி என் காலைப்பாரு...எப்படி நிக்கிறேன்!... ஆ! அப்படித்தான் ஸ்டாண்டு போட்ட மாதிரி...கை பொஸிஷன் மாறினா கால் பொஸிஷனும் மாறணும்... எங்கே நில்லு பார்க்கலாம்" என்று தாமும் கிளவுஸ் அணிந்துகொண்டு அவனுக்குக் குத்துக்களின் கலையை அவர் கற்றுத் தரும்போது மற்ற சீடர்களும் சுற்றி நின்று பாடம் கற்பதுபோல் பார்த்தனர்.

...

"கன்சாமி... நீ நல்லாதான் விளையாடறே? ஆனா... கொஞ்சம் ரோஷமா விளையாடணும்பா! மூட்டையிலே குத்தும்போது இருந்த வெய்ட் மூஞ்சிமேலே உயவேணாமா? காத்திலே குத்தினா அதுக்கு இன்னா வெய்ட்! கையிதான் ஓஞ்சி போவும்... பாயிண்ட் பண்ணத் தவறக் கூடாது... ஆனா நீ இப்பத்தான் ஆரம்பிக்கிறேன்னா யாரும் நம்ப மாட்டாங்க... இல்லியாடா முருகேசா?' என்று ஒரு சீடனைச் சாட்சிக்குச் சேர்த்துக்கொண்டு அவனைப் புகழ்ந்தார்.

...

"சபாஷ்!'' என்று அவன் தோளில் தட்டினார் நாயக்கர். "உங்க எல்லாருக்கும்தான் சொல்றேன். கிளவுஸ் இல்லாம கோவத்திலே முஷ்டியை மடக்கிற வேலை மட்டும் வெச்சிக்கிடாதீங்கடா! இம்மாம் பசங்க இருக்கானுங்களே! எல்லாருக்கும் இது வருமா? ரௌடித்தனம் மொரட்டுத்தன மெல்லாம் இந்த வெளையாட்டுக்கு லாயக்கில்லே" என்று சிஷ்யன்களுக்கு கந்தசாமியின் சாதுத் தன்மையை உதாரணம் காட்டி உபதேசம் பண்ணினார் நாயக்கர்.

...

அவர் மனத்தில் எதிர் கோஷ்டியான இடியப்ப நாயக்கர் பரம்பரையைச் சேர்ந்த ஈடு இணையில்லாத நாக் அவுட் நீலகண்டனை வெல்ல வேண்டிய நாளும் நெருங்கி வருவதால் ஏற்பட்ட உற்சாகத்தில் தாமே ஒரு ஜதை விளையாடலாம் போலிருந்தது வாத்தியாருக்கு.

வடிவேலு நாயக்கர் பாக்ஸிங் பந்தயத்தில் கலந்து கொள்ளாத இத்தனை வருஷ காலமாக வரிசையாக எல்லா வெற்றிகளையும் விருதுகளையும் இடியப்ப நாயக்கர் பரம்பரை கோஷ்டியே தட்டிச் செல்கிறது. முருகேசனை, தான் தயார் செய்து பெரிய ஜதையாக்கி நீலகண்டனை வீழ்த்தி அவன் விருதுகளைப் பறிக்க வேண்டும் என்று நினைத்திருந்தார் வடிவேல் நாயக்கர். அவருக்கு இப்போது கந்தசாமியைப் பார்க்கையில் இடியப்ப நாயக்கர் பரம்பரையின்

விருதுகள் எல்லாவற்றையும் இந்த நிமிஷமே வென்றுவிட்டதுபோல் குதூகலமாயிருந்தது.

...

"சதுர் சூர்ய சார்பட்டா பரம்பரையைச் சேர்ந்தவரும் மின்னலடி வீரர் வடிவேல் நாயக்கரின் சீடருமான 'கன் ஷாட்' கந்தசாமி, இடியப்ப நாயக்கர் பரம்பரையைச் சேர்ந்தவரும் எல்லப்பன் சீடருமான 'நாக் அவுட்' நீல கண்டனுக்கு சவால்!சவால்!சவால்'' என்று நோட்டீஸ் அடித்துக் குத்துச்சண்டை ரசிகர்களிடம் பறக்க விடப்பட்டது. பத்திரிகைகளில் விளம்பரம் செய்யப்பட்டது. சவால்! சவால்! சவால்! என்று அறைகூவலும் விடப்பட்டது.

அந்த விளம்பரங்களில் கையில் கிளவுசுக்குப் பதிலாக வெள்ளைத் துணி சுற்றி, குத்துச்சண்டை போஸ் கொடுத்து நின்றிருக்கும் கந்தசாமியின் படம் பார்ப்பவர்க்கு ஹெர்குலிஸ் என்ற தசை வலிமையின் லட்சியத்தை நினைவூட்டியது.

...

கந்தசாமி பாக்ஸிங் ரிங்கில் நின்றால் அவனது கரங்கள் சுழன்று எதிரிகளை வென்று வீழ்த்தாமல் ஓய்ந்ததில்லை. அவனை அவனது வாத்தியாரும் ரசிகர்களும் சீடர்களும் மாலை அணிவித்து பாக்ஸிங் மேடையிலிருந்து வீடுவரை தோள்மீது தூக்கிக்கொண்டு தெருவெல்லாம் பார்க்க ஊர்வலமாய் கொண்டுவருவார்கள்.

...

'இடியப்ப நாயக்கர் பரம்பரைக்காரனுங்க புதுசா ஒரு ஆளைத் தயார்பண்ணி சவால்வுட்டு இருக்கானுவளே தெரியுமா உனக்கு?' என்று சொல்லிவிட்டு முருகேசன் கர்லாக் கட்டையைத் தலைக்குமேல் சுழற்றினான்.

...

முருகேசனும் கந்தசாமியும் கைகளில் கிளவுஸ் அணிந்து கோதாவில் இறங்கினார்கள். வாத்தியாரும் மற்ற சீடர்களும் ஒரு வகுப்பினைக் கவனித்துக் கற்றுக்கொள்கிற ஆர்வத்துடன் இவர்களின் சண்டையைக் கவனித்தனர். "கன்ஷாட் கன்சாமின்னு சும்மாவாடா டைட்டிலு!..." என்று பெருமிதமாய் முனகிக் கொண்டார் வாத்தியார். பக்கத்தில் நின்றிருந்த சீடனைத் தோளில் இடித்து, 'கவனி' என்று மோதலின் நுணுக்கங்களைச் சிலாகித்தார்.

...

"டெரி தெரியுமா டெரி?" என்று அந்த வீரனின் கதையைப் பரவசத்துடன் சொல்ல ஆரம்பித்தார். "இப்பிடித்தான் சவால் உட்டாரு அருணாசலம். கடைசியிலே அவுரு கதை அப்பிடியே ஆச்சுப்பா? சும்மா சொல்லக் கூடாது. ரெண்டு பேரும் வீரனுங்கதான்! டெரி சும்மா கரும்புலி மாதிரி இருப்பாரு. ஆங்கிலோ இன்டியன்ஸ்".

...

வடிவேல் வாத்தியார் ரங்கன் வாத்தியாராகவும், டெரி டேடியாகவும், கந்தசாமி கபிலனாகவும், நீலகண்டன் வேம்புலியாகவும் உருமாற்றம் கொண்டு, தமிழ் சினிமாவின் மைல்கற்களில் ஒன்றான 'சார்பட்டா'வில் நிலைகொண்டு விட்டதாகவே எனக்குத் தோன்றியது.

1980ல், பின்னாளில் திரைப்படத் தயாரிப்பாளராகவும், சமீபத்தில் திரைப்பட நடிகராகவும் பரிணாமம் பெற்ற, தமிழ்மணி என்பவர் தொடங்கிய 'நயனதாரா' என்ற பத்திரிகைக்கு முதல் கதையாக ஜே.கே. எழுதித் தந்ததுதான் 'கரு'. இருபத்தைந்து ஆண்டுகளுக்குப்பின், ஜே.கே.யின் முதல் வரிசை நண்பர்களில் ஒருவரான கவிஞர் பரிணாமனுக்கு சம்பந்தியானார் தமிழ்மணி என்பது கொசுறு.

நிற்க; நான் 'கரு'வைப்பற்றி சொல்ல வந்தது 'கரு'வின் கரு பற்றியே!

தமிழ்நாடு கலை இலக்கியப் பெருமன்றம் ஏற்பாடு செய்திருந்த கூட்டமொன்றில், சிறப்புரையாற்ற ஜெயகாந்தன் மன்னார்குடி சென்றிருந்தார். போனது எனக்குத் தெரியாது. ஜே.கே.வின் மணிவிழாவுக்குக் கொஞ்சம் பின்பாகவும், எங்களது திருப்பத்தூர் பயணத்துக்கு முன்பாகவும் இருக்கலாம். இந்தத் தொடரின் முதல் அத்தியாயத்தின் தொடக்கத்தில், நான் குறிப்பிட்ட எனது ஆசிரிய நண்பர் மன்னார்குடியில்தான் வாசம். அந்தப் பொதுக்கூட்டத்தில் தோழர் பொன்னீலனும் பேசினாராம். தவறாமல் கூட்டத்துக்குச் சென்று, ஜெயகாந்தனின் உரைவீச்சை கேட்டிருக்கிறார். பின்பு, ஜே.கே. மன்னார்குடி பயணியர் விடுதியில் தங்கியிருப்பதைக் கேட்டறிந்து அங்கு சென்றிருக்கிறார்.

அவரது அறையிலும் சிறு கூட்டம். இவர் ஜெயகாந்தனுக்கு முன்பு எழுதிய கடிதத்தையும், என் பெயரையும் குறிப்பிட்டு, மணிவிழாவின்போது, சென்னை வந்ததையும் சொல்லி, தன்னை அறிமுகம் செய்துகொண்டிருக்கிறார். என் பெயருக்கு

ஜெயகாந்தனின் முகத்தில் மகிழ்ச்சிக்குரிய பிரதிபலிப்பு இருந்ததாகவும், அருகில் அழைத்து அமர்த்திக்கொண்டதாகவும் கூறினார். இவருக்கும் ரம் பரிமாறப் பட்டது. 'தூக்குமர நிழலில்' ஆசிரியரும் மற்றும் தகழி சிவசங்கரன் பிள்ளையின், 'ஏணிப்படிகள்' மொழிபெயர்த்தவருமான தோழர் சி.ஏ.பாலன் உடனிருந்தார் என்றும் கூறினார்.

விறுவிறுப்பான உரையாடலுக்கு நடுவே, எனது ஆசிரிய நண்பர் 'கரு' வின் கருவைப் பற்றிய தன் சந்தேகங்களை முன் வைத்திருக்கிறார். அந்தக் கதையை நான்தான் படித்துவிட்டு அவருக்கு கொடுத்திருந்தேன். ஆனாலும், மதுரை, தமிழ்நாடு காந்தி நினைவு நிதி வெளியிட்ட காந்தியின் 'புலனடக்கம்' என்ற பாலியல் குறித்த புத்தகத்தை ஏற்கெனவே படித்திருந்ததால், 'கரு' என்னைப் பெரிதாகத் தாக்கவில்லை. எனது ஆசிரிய நண்பருக்கு 'கரு' எனும் கதையின் நோக்கம் பெரும் அதிர்ச்சியை ஏற்படுத்தியிருந்தது. அதுகுறித்து ஜே.கே.விடம் தொடர்ந்து விவாதித்திருக்கிறார். அந்தச் சிறு கூட்டத்தில் இருந்த எவரும் அந்த விவாதத்தில் ஆர்வம் காட்டவில்லையாம்.

கருவிலிருந்து உங்கள் கவனத்திற்கு மேலும் சில பகுதிகள்:

'நிரோத் உபயோகியுங்கள்! ஆண்களுக்கானது! மூன்றின் விலை 15 பைசாக்கள்' என்ற விளம்பரம் ஒவ்வொரு எழுத்தும் ஆளுயரத்துக்கு அவனுக்கு வழியெல்லாம் அலறி அலறி அறிவுரை கூறுவதுபோல் இருந்தது.

...

"பெண், பிள்ளை பெக்கற யந்திரமில்லேன்னா சரி, ஆண் மட்டும் ஏன் இந்தக் காரியம் பண்ற யந்திரமா இருக்கணுமாம்?"

...

செயற்கையா இத தடுத்துக்கிட்டு என்ன சந்தோஷத்தை அனுபவிக்க முடியும்? ஏன்தான் அப்படி அனுபவிக்கணும்? குழந்தை வேணும்னு எப்ப நம்ப ரெண்டு பேரும் விரும்பறோமோ அன்னக்கி நாம இந்த சந்தோஷத்தை அனுபவிக்கறதுதான் நல்லதுன்னு எனக்குத் தோணுது.

...

"நீயும் பிள்ளை பெறுகிற மிஷினாக வேணாம். நானும் 'இது' பண்ற மிஷினாக வேணாம் என்று நினைத்து மனுஷாளாவே

இருப்போம் என்ன சொல்றே? யந்திரமாக வேண்டாம்; நான் சொல்றது சரிதானே?"

...

நாளொன்றுக்கு ஒரு மாத்திரை வீதம் மூன்று வாரங்களுக்குச் சாப்பிடுகிற கருத்தடை மாத்திரைகள் நிறைந்த ஒரு ஸ்டிரிப்பை அவளிடம் தந்திருந்தனர். சரஸா அதைத் தொடக் கூட இல்லை.

...

கோழிப்பண்ணை, ஆட்டுப்பண்ணை என்ற போர்டுகள் தெரிந்தன. அவற்றின் நடுவே 'கால் நடை இனப்பெருக்க ஊக்குவிப்பு நிலையம்' என்றொரு பலகை தெரிந்தது! அதன் பக்கத்திலேயே 'அடுத்த குழந்தை இப்போது வேண்டாம்' என்று மனிதனுக்கான எச்சரிக்கை விளம்பரமும் இருந்தது. அதைப் பார்த்து அப்போதுகூட இவன் இதுமாதிரிக் கண்சிமிட்டிச் சிரித்தானே அதை நினைத்துக்கொண்டாள் சரஸா.

...

இப்ப சில பேரு இருக்காங்க... உதாரணத்துக்குச் சொல்றேன். நம்ப எதிர்த்த வீட்டு இட்லிக்கார அம்மா மாதிரி சின்ன வயசில விதவையா ஆயிடறாங்க. அவங்களுக்கு அப்புறம் ஏதாவது ஒரு ஆம்பிளைத் தொடர்பு ஏற்படுதுன்னு வெச்சிக்கோ, பாவம் அதைத் தப்புன்னு சொல்ல முடியுமா? ஆனா அவங்களுக்கும் ஒரு குழந்தை உண்டாயிருச்சின்னா?... அதனாலே பல பிரச்சினைங்க... குழப்பம் எல்லாம் ஏற்படும்... அந்த மாதிரி இருக்கிறவங்க இதையெல்லாம் உபயோகப் படுத்திக்கட்டும்... நமக்கேன்? கௌரவமாவும் நம்பிக்கையோடவும் இல்லேன்னா இந்த உறவிலே நமக்கு என்னா சந்தோஷம் இருக்கப் போகுது?" என்றான்.

...

மேலே குறிப்பிட்ட 'கரு' வின் கதை, குடும்பக்கட்டுப்பாடு குறித்த காந்தியின் நடைமுறைக்கு ஒவ்வாத கருத்துகளை நவீனப்படுத்தி, முன்னிறுத்தப்பட்டு எழுதப்பட்டிருந்தது.

ஜெயகாந்தனிடம் எனது ஆசிரிய நண்பர் வினவிய சந்தேகங்களும், கேள்விகளும், அதற்கு எழுபது ஆண்டுகளுக்கு முன்பே, காந்தியிடம் இன்னும் விரிவாகப் பலரால் எழுப்பப்பட்டது. அதற்கு அவர் அளித்த பதில்களை, கேள்விகளாலான கடிதங்களோடு, அவரது பத்திரிகைகளான 'எங் இந்தியா'விலும், 'ஹரிஜனி'லும் வெளியிட்டிருந்தார் காந்தி.

காந்தியிடம் கேட்கப்பட்ட, பல்வேறு கேள்விகளுக்கான பதில்களில் சில வரிகள் மட்டும் கீழே:

'குழந்தை வேண்டும்' என்ற தேவை போனபிறகு மனிதர்கள் தமது மிருக இச்சைகளைத் திருப்தி செய்துகொள்ள விரும்புவதை நிறுத்தத்தான் வேண்டுமென்று நான் சொல்லுகிறேன்.

மோ.க.காந்தி (யங் இந்தியா - *02.04.1925)*

ஆண் - பெண் சேர்க்கை என்பது குழந்தை பெறத்தானேயொழிய இன்பநுகர்ச்சிக்காக அல்ல. இனப்பெருக்க ஆசையில்லாதபோது சேர்க்கையில் ஈடுபடுவது ஒரு குற்றமாகும்.

மோ.க.காந்தி (யங் இந்தியா - *12.04.1925)*

இனப்பெருக்கம் செய்ய வேண்டும் என்பது ஒன்றுதான் புணர்ச்சியின் நோக்கம்; இச்சையைப் பூர்த்தி செய்வதேயல்ல. திருமணம் பற்றிய இக்கருத்தின்படி இச்சையை மட்டும் பூர்த்தி செய்துகொள்ளுவது வெறி என்றே மதிக்கப்படும்.

- மோ.க.காந்தி (ஹரிஜன் - *14.03.1936)*

தத்துவவாதிகள் பெரும்பாலும் ரசனையில் நாட்டம் இல்லாதவர்களாகவே இருப்பார்கள். அதற்கு சிறந்த இரு உதாரணங்கள் பெரியாரும், காந்தியும். தத்துவங்களைப் பரப்புவதில் இருக்கும் சிரத்தையால், ரசனைக்கு சிறிதும் இடம் கொடுப்பதில்லை. அதைவிட முக்கியமான காரணம் அவர்களுக்கு ரசிக்க எங்கே நேரம்? ரசனைக்கு இருவரும் கொடுக்கும் வியாக்கியானங்களே வித்தியாசமானவை.

இப்போது காந்தியின் கருத்து குறித்து மட்டும் பார்ப்போம்.

ஓர் ஆணுக்கும் ஒரு பெண்ணுக்கும் இடையில் ஏற்படும் முதல் ஈர்ப்பு என்பது, மோகமாகவும் இருக்கலாம்; அன்பாகவும் இருக்கலாம்; அல்லது இரண்டுமாகவும் இருக்கலாம். ஆனால் அந்தக் கணத்தில் இருவருக்கும் இணையும் எண்ணம்கூட வரலாம்; இனப்பெருக்கம் தமது கடமையென்று மட்டும் நிச்சயம் நினைவுக்கு வராது.

அவர் இழிவுபடச் சொல்லும் இன்பநுகர்ச்சி, மிருக இச்சை, போன்ற வார்த்தைகளும், இச்சையை வெறியென்று சாடும் பண்பும் முப்பத்தைந்து வருடங்களுக்கு முன் படித்தபோது சரியெனத் தோன்றிய எனக்கு, ஐம்பத்தெட்டு வயதில் இன்று கேலிக்குரியதாகத் தோன்றுகிறது. மனிதனும் மிருகங்களில் ஒருவனே என்பதும், இச்சைகளே வாழ்வின் இன்றியமையாத ஊக்கமளிக்கும் தொடர்ச்

சங்கிலி என்பதும், உலகிலுள்ள உயிர்கள் இயங்க அதுவே அச்சாணி என்பதும் காந்தியால் கடுமையாக மறுக்கப்படுகிறது. அவரே தனது பாலியல் இச்சைகளுக்கு முற்றுப்புள்ளி வைக்க முப்பத்தொன்பது வயதாகிப்போனது என்பது கவனிக்கத்தக்கது.

நான் பதினேழு வயதில் காந்தியனாகி, இருபத்தைந்து வயதில் விடுபட்டதாலேயே, என் வாழ்வின் அனுபவங்கள் எனக்கே முற்றிலும் சொந்தமானதாயின. இல்லையென்றால், காந்தியின் அனுபவ நிழல்களில் முற்றாக அமிழ்ந்து, என் அனுபவங்களை முற்றிலும் இழந்துபோயிருப்பேன். ஒவ்வொருவரின் சொந்த அனுபவங்களே அவரவரின் வாழ்க்கை ஆகிறது. இயற்கையைப் புறந்தள்ளும் எப்படிப்பட்ட தத்துவங்களும் மக்களிடம் கொண்டு சேர்க்க முடியாமலே போய்விடுகிறது.

இறுதியாக எனது ஆசிரிய நண்பருக்கு ஜெயகாந்தன் அளித்த பதில்,

"அப்டியும் ஒரு வ்யூ இருக்குன்னு சொல்லிருக்கேன். அவ்ளோதான்!"

16. மகிழ்ச்சி பொங்கும் திருச்சி

ஜே.கே. நண்பர்களுள் நான் முதன்முதலாக சந்தித்தவர்கள் இருவர். சென்னையைச் சேர்ந்த இருவரையுமே முதல் திருப்பூர் பயணத்தில்தான் சந்தித்தேன். அதில் முதலாமவர் பழனி. மற்றொருவர் ஸ்ரீதர்.

ஸ்ரீதர், சென்னை ஐசிஎஃப் ல் பணிபுரிந்தவர். இவரை நான் அரிதாகவே சந்திக்க வாய்த்தது.

பழனி, சென்னைத் துறைமுகத்தைச் சார்ந்த ஏஜென்சி ஒன்றில் அலுவலர். 1984ல் இருந்து ஜே.கே.யுடன் நட்பு பூண்டவர். எந்தவித எதிர்பார்ப்புகளும் இல்லாமல், ஜெயகாந்தனின் அன்பிலும், அறிவிலும் திளைக்கும் நட்புக்காக மட்டுமே, அவரை நாடி வந்த என்னைப் போன்ற ஏராளமானவர்களில் அவரும் ஒருவர். ஜே.கே.வின் வெளியூர்ப் பயணங்களுக்கு, பயணச்சீட்டுகளை பதிவுசெய்யும் பொறுப்பை எனக்குத் தெரிந்து, நெடுங்காலம் பழனிதான் மேற்கொண்டார். உடன் செல்லும் என்னைப் போன்றோர் எங்களுக்கான பயணச்சீட்டு பதிவுகளுக்கு, முன்கூட்டியே பழனியிடம் சொல்லி, பணம் கொடுத்து விடுவோம். இல்லையென்றாலும், அவர் பணம் போட்டு எடுத்துவந்துவிட்டு, பயணத்தின்போது எங்களிடம் வாங்கிக் கொள்வார்.

ஆழ்வார்பேட்டை ஜே.கே. மடத்தில் தொடங்கிய இவரது ஜே.கே. சந்திப்புகள், மடம் போனபின்பு, கே.கே.நகர் இல்லத்தில், ஜே.கே. உப்பரிகையிலும் தொடர்ந்தது.

இவரைநான் முதலில் பார்த்தபோது, மிகவும் முரட்டுத்தனமானவர் போலவே கருதினேன். திருப்பத்தூர் பயணத்தில் சந்தித்த, நாகராஜனும் முதலில் அவ்வாறே தோன்றினார். பழகியபின்தான்

தெரிந்தது அவர்களல்ல; நான்தான் முரடனென்று. இருவருமே, அன்பிலும், பணிவிலும் எல்லைகளைத் தொடுபவர்கள்.

ஒருநாள் இரவு சந்திப்பின்போது, ஏதோ ஒரு தேதியைக் குறிப்பிட்டு,

"கௌதம், திருச்சி வரீங்களா?" என்றார் ஜே.கே.

உடனே, "போலாம் சார்" என்றேன்.

அவர் கேட்டால், எதையும் மறுக்க விரும்பாத மனநிலைக்கு நான் ஏற்கெனவே வந்திருந்தேன். இந்த மனநிலை சுமார் பத்து ஆண்டுகள் நீடித்தது. அந்தக் காலங்களில் எனது வேலையைவிட, அவருடனான பயணங்களுக்கு முக்கியத்துவம் கொடுத்தேன். அதுபோன்ற வாய்ப்புகளை எக்காரணம் கொண்டும் நழுவ விடுவதில்லை. என்மீது அளவற்ற அன்பும், நம்பிக்கையும் கொண்ட என் இணையரின் ஒத்துழைப்புடனேயே இவையெல்லாம் நடந்தேறின. தலையெழுத்து என்றெண்ணித் தந்த ஒத்துழைப்பாகவும் இருந்திருக்கலாம்.

எளியோர் கைகளில் அலைபேசி முளைக்காத காலம். நான் தொலைபேசியில் அவருடன் பேசுவதென்பது, அவர் வீட்டில் இருக்கிறாரா? என்பதைத் தெரிந்துகொண்டு பார்க்கச் செல்வதற்காக மட்டுமே இருக்கும். அதுவும் இரண்டே வரிகள்தான்.

"வணக்கம் சார். கௌதமன் பேசுறேன்."

"வணக்கம்... சொல்லுங்க கௌதம்."

"வீட்ல இருக்கீங்களா சார்?"

இந்தக் கேள்விக்கு மட்டும் ஆரம்ப காலத்தில் விதவிதமாகப் பதில் சொல்வார்.

"நான் எங்க போறேன்? வீட்லதான் இருக்கேன்!"

"நான் வீட்லேர்ந்துதான் பேசுறேன் சார்..."

"வீட்ல இல்லாம எப்டிப் பேசமுடியும்?"

அவர் என்ன சொன்னாலும்,

"நான் இப்ப வரலாமான்னு கேக்கதான் சார்..." என்று முடிப்பேன்.

நாளாக ஆக, குரலில் விருப்பம் தெரிய, "வீட்லதான் இருப்பேன், வாங்க கௌதம்" என்று கூற ஆரம்பித்தார்.

எப்போதாவது, வெளியில் செல்லும் வேலையிருப்பதைக் குறிப்பிட்டு, மறுநாள் வரச்சொல்லுவார். இவை தவிர, ஓரிரு நிமிடங்களுக்கு மேல் நான் அவரிடம் பேசியதே கிடையாது. நான் ஃபோன் செய்வதே, சந்திப்புக்கான பதிவு போலானது. ஓரிரு வருடங்களுக்குப் பிறகு அவர் ஃபோன் செய்தாலும், நான் உடனே அவரைச் சந்திக்கப் புறப்பட்டுவிடுவேன், அது இரவு பத்து மணியாக இருந்தாலும்.

அவருடன் நான் பயணித்த ஊர்களில் அதிகமுறை சென்றது திருச்சிதான். முதல்முறை திருச்சிக்கு நான் சென்றபோது பழனியும் உடன்வந்தார். உப்பரிகையிலேயே ஆளுக்கு இரண்டு பெக்குகள் முடித்து, ரயிலில் சாப்பிட டிஃபன் மற்றும் பயணப் பெட்டிகள் சகிதம் ஆட்டோவில் புறப்பட்டோம்.

ஜெயகாந்தனுக்கு ரயிலில் *A/C* கோச்சில் பயணம் செய்ய வாய்ப்பிருந்தாலும், எங்களோடு பயணம் செய்வதற்காக இரண்டாம் வகுப்பிலேயே பதிவுசெய்யச் சொல்வார். ஆடிக்கொண்டே சென்ற ரயிலில், நாங்களும் மகிழ்ந்து பேசி, ஆடிக்கொண்டே உண்டு களித்தோம். உணவுக்குப் பின்னோ, படுக்கும் முன்னோ புகைக்கும் வழக்கப்படி, ஜே.கே.யும், பழனியும் சாத்தியிருக்கும் ரயில் கதவருகே ஒதுங்கினார்கள். நானும் கூடப் போய் நின்று கொண்டேன். எனக்கு எல்லாமே வேடிக்கை. TTR எங்களைக் கடந்து போகையில், ஜெயகாந்தனை திரும்பிப் பார்த்துவிட்டு, அசட்டுச் சிரிப்புடன் வேகமாய்ச் சென்று மறைந்தார். அடர்த்தியான பால்நிறப்புகை எங்களைச் சுற்றிப் பரவி காற்றில் வேகமாய் மறைந்தன. ஜெயகாந்தன் புகைப்பதிலும் ஒரு வசீகரம் தோன்றும். ஆழ்ந்து இழுத்து வெளிவிடும் புகை வாயில் மட்டுமல்லாது, இரு மூக்கு துவாரங்களிலும்கூட அடர்த்தியாய்ப் பீரிட்டு மேலெழும். அத்தோற்றம் நவீன நரசிம்ம அவதாரம் போன்று முதலில் எனக்கு அதிர்ச்சியைக் கொடுத்தது.

முதல் ரவுண்டில் 'சாப்பி'யுடன் பழனி என்னிடம் நீட்டினார். நான் 'வேண்டாம்' என்று மறுத்ததும்,

"அப்பறம் ஏன் வந்திங்க? அங்கயே ஒக்காந்துருக்கலாமே!" என்றார் ஜே.கே.

'உங்களோடு உடனிருக்கவே பயணம் வருகிறேன்' என்று சொல்லவில்லை. நினைத்துக்கொண்டேன். அவர்கள் புகைத்து வெளிவிட்ட புகை, எனக்கும் சிறு லாகிரியைத் தரத்தான் செய்தது.

“நாகராஜன் வரேன்னார். விழுப்புரத்துல ஏறுவார்” என்று சொன்னதைத் தவிர, அமைதியாகப் புகைத்துவிட்டுத் திரும்பிப் படுத்தோம். எனக்கு மிடில் பர்த். ஜே.கே. கீழே. எனக்குத் தூக்கம் வரவில்லை. ஜே.கே. தூங்கிவிட்டார் என்பது, ரயிலின் தொடர் சத்தத்திலும் என்னால் உணர முடிந்தது.

விழுப்புரம் சந்திப்பில், ஜன்னலில் நாகராஜன் குரல் கேட்டது. அரைத்தூக்கத்தில் நான் வேகமாய் இறங்கினேன். இருவரும் பார்க்க ஜே.கே. நன்றாகத் தூங்கிக்கொண்டிருந்தார். ‘திருச்சியில் சந்திப்போம்’ என்று கூறி, அன்ரிசர்வ்ட் கம்பார்ட்மென்ட் நோக்கி ஓடினார் நாகராஜன். நேரத்தைப் பார்த்தேன். மணி ஒன்று.

விடிவதற்கு முன்பே திருச்சியை அடைந்தோம். திருச்சியில் நான் அவருடன் சென்ற போதெல்லாம் தங்கிய ஒரே விடுதி பேருந்துநிலையம் அருகிலேயே அமைந்த ‘ஆனந்தா’ மட்டும்தான். இப்போது ‘ஆனந்த்’ என்று பெயர் மாற்றம் பெற்றுள்ளது. இரண்டு பேர் சென்றாலும், ஐந்து பேர் சென்றாலும் ஒரே அறையில்தான் தங்குவோம். ‘பிரைவசி’ என்ற வார்த்தைக்கெல்லாம் அங்கு ஒரு அர்த்தமும் கிடையாது.

விடியும் தருவாயில் வானம் வெளிச்சம் பரப்பியது. அறையில் நுழைந்ததும் அன்றைய முதல் புகை போடப்பட்டது. ஜே.கே. படுக்கையில் மீண்டும் சாய்ந்தார். நாங்கள் மூவரும் கீழே இறங்கி வந்து அளவளாவினோம். ஜே.கே.யுடன் இருக்கும்போது கொஞ்சமும் பேசாத இவர்கள், ஜே.கே. இல்லாத தருணங்களிலும் கொஞ்சம்தான் பேசினார்கள். நாகராஜன் பேச்சில் மட்டும் இலக்கிய, இசை வாடைகள் கொஞ்சம் தூக்கலாகத் தெரியும். என்னோடு அவர்களும் சிகெரெட் பிடித்தார்கள்.

மேலே அறைக்குத் திரும்பி, கதவைத் திறந்ததும் ஜே.கே. படுக்கையில் எழுந்து அமர்ந்தார். இன்டர்காமில் காஃபிக்கு ஆர்டர் செய்துவிட்டு புகைத்தார்கள். காஃபி குடித்தபின் மீண்டும் புகை... அறையெங்கும் புகைமூட்டம்.

நான் காலைக்கடன் முடித்து, குளியலறையிலிருந்து வெளியில் வர அரைமணி நேரத்துக்கும் மேலானது.

“இவ்ளோ நேரம் என்னங்க பண்ணீங்க?” என்றார் ஜே.கே. இருவரும் சிரித்தார்கள். என்னால் குளியலறை நேரத்தை மட்டும்

எப்போதுமே குறைக்க இயலாது. ஜே.கே. வெளியில் செல்லும் போது, உடன் செல்லும் ஆர்வத்திலேயே நான் முன்னேற்பாட்டுடன் கிளம்பினேன்.

ஜே.கே. குளிக்கச் சென்றிருந்தபோது, என் தந்தையின் வயதொத்த ஒருவர் அறைக்குள் பிரவேசித்தார். என்னுடனிருந்த இருவரும் அவருக்கு எழுந்து மரியாதை செய்தனர். நான் லேசாக புன்னகைத்தபடி, எழுந்து நின்றேன். அவர் மிகுந்த அன்போடும், குழைவோடும், பழனியையும், நாகராஜனையும் பெயர் சொல்லி அழைத்துக் குசலம் விசாரித்தார். என்னிடம் திரும்பி,

"ஏம் பேரு மோதி" என்று சொல்லியபடி பணிவோடு என் முன்னே கைநீட்டினார். நானும் கைகுலுக்கி என்னை அறிமுகம் செய்துகொண்டேன்.

ஆனால், உள்ளுக்குள் ஜே.கே.வின் கலையுலக அனுபவங்கள் ரீப்ளே ஆகிக்கொண்டிருந்தது. மோதியைப் பற்றி ஜே.கே. எழுதியிருப்பதை விட, நேரில் அவரைப் பற்றிய அனுபவங்கள் பிரமிக்க வைத்தன. நிறைசெல்வம் உள்ளவர்களில் இப்படியான மனிதர்களும் இருக்கிறார்களா! என்ற பேராச்சரியம் எனக்குள் தோன்றியது. அடுத்த ஒருமணி நேரத்தில் அவரது உபசரிப்பு எங்கள் மனதைக் கொள்ளைகொண்டது. காலை உணவு அனைவருக்கும் அறைக்கே தருவிக்கப்பட்டது.

மதுரையிலிருந்து இரு நண்பர்கள் வந்து இணைந்தனர். திருச்சியைச் சேர்ந்த இன்னொரு நண்பரும் வந்தார். அவரும் என்னிடம் கைக்குலுக்கி, தன்னை கந்தசாமி என்று அறிமுகம் செய்து கொண்டார். என்னைப் பற்றிச் சொன்னதும்,

"ஒங்களுக்கு க்ரீன் கார்டு கெடச்சிடிச்சுன்னு சொல்லுங்க!" என்றார்.

எனக்கு உடனே புரியவில்லை. அதைக் கேட்ட மோதி குழந்தையைப் போல் சிரித்தார்.

இருவர் படுக்கும் படுக்கையில், நாங்கள் ஐவர் அமர்ந்திருந்தோம்.

அருகிலிருந்த ஜே.கே. என்னவென்று கேட்டார்.

அவரிடமும் கந்தசாமி சொல்லிச் சிரித்தார். மேலும்,

“சின்ன வயசுலயே கார்டு வாங்கிட்டாரு” என்று சிரித்தபடி கூறினார். எனக்குக் கூச்சமாக இருந்தது. ஜே.கே.யும் சிரித்தார்.

தொடர்ந்து எதையோ தொட்டு ஜே.கே. பேசிக் கொண்டிருந்தார். அதைச் சார்ந்து பேசுகையில்,

‘ஒருவனுக்கு அடிமைப் பண்பு அறவே கூடாது. அது அவன் சொல்லிய சொல்லுக்கும்கூடத்தான். அவனே கூறிய கருத்துக்கு, அவன் சொன்னதினாலேயே அதற்கு கட்டுப்பட்டு நடப்பதும் ஓர் அடிமைத்தனம்தான். தன் கருத்துகளை தவறென்று உணரும் எந்த நிலையிலும், மாற்றிக்கொள்ள விழைபவனே சுதந்திரமானவன்’ என்ற பொருள்பட அவர் பேசியது, எனக்குப் புதிதாகவும், ரசிக்கத்தக்கதாகவும், கடைபிடிக்கத் தகுந்ததாகவும் தோன்றியது.

மீண்டும் புகைப் படலம் ஆரம்பமானது. புகைக்கும் வஸ்துவை, சமூகம் இழித்தும், பழித்தும் சொல்லும் பெயரை அவர்கள் பயன்படுத்தி நான் கேட்டதேயில்லை. சிவமூலிகை, திருவாசகம், மருந்து போன்ற பல பெயர்களாலேயே அழைப்பார்கள்.

“சாப்பியெங்கே..? இங்கே நான் வைத்த சாப்பியெங்கே?” என்று குதூகலமாய்த் தேடினார். அதை வைத்த இடத்தைவிட்டு வேறு இடங்களில் தேடுவது அடிக்கடி ஏற்படும் அவரது வழக்கம் என்று போகப்போகவே எனக்குப் புரிந்தது. ‘சாப்பி’ என்றால், சுமார் இரண்டிலிருந்து மூன்றங்குலம் பக்கங்களைக் கொண்ட, கிழித்தெடுக்கப்பட்ட ஒரு சிறு துண்டுத்துணி. சிலும்பியைக் கைமாற்றிக்கொள்ள உதவும். சுகாதார நலன் கருதி, ஒவ்வொருவரும் தனித்தனியே ஒன்றை வைத்துக்கொண்டிருந்தார்கள்.

“போலாமா ஜே.கே?” என்று மோதி கேட்க,

“போலாமே...” என்று கிளம்ப ஆயத்தமானார் ஜே.கே.

அறை பரபரப்பானது. ஜே.கே.வுடன் செல்ல, அவர்கள் எங்கு செல்லவிருக்கிறார்கள் என்று தெரியாமலே, ஆர்வத்தோடு தயாராய் நின்றிருந்தேன்.

ஜே.கே. உடையணிந்து புறப்படும்போது,

“கௌதம், நீங்க இங்கேயே இருங்க; வந்துட்றோம். நீங்கதான் மருந்தும் எடுக்க மாட்டீங்க!” என்று சிரித்துக்கொண்டே கிளம்பி விட்டார். எனக்கு அவமானமாக இருந்தது. ஊருக்கு வருவதே

அவருடன் இருக்கவும், அப்போது அவரின் பேச்சில் தெறிக்கும் கருத்துச் சிதறல்களைப் பொறுக்கிச் சேர்க்கவும்தான். இப்படி விட்டுவிட்டுப் போய்விட்டாரே என்று மனது விட்டுப் போனது.

அறையில் புதிய நண்பர்கள் வந்து சேர்ந்துகொண்டிருந்தார்கள். ஓரிருவர் மதுவருந்திவிட்டே வந்தனர். மதியநேரத்தில் பட்டுக் கோட்டையில் இருந்து, மிகப்பெரிய சாப்பாட்டு கேரியருடனும், இன்னும் சிலபாத்திரங்களில் மதியஉணவுடனும் ஒருவர் வந்து சேர்ந்தார். அவரும் என் தந்தையின் வயதினர்தான். அவர் பெயர் துரைராஜ் என்று பின்னர் அறிந்துகொண்டேன். அவரும் ஒரு மருந்தாளுனர். அதாவது எனக்கு முன்னோடி.

ஜே.கே. தலைமுடி காற்றில் கலைந்தாட, நண்பர்கள் புடைசூழ வந்து சேர மணி இரண்டாகிவிட்டது. பட்டுக்கோட்டை துரைராஜ் அசைவ உணவு வகைகளில் அத்தனையையும் செய்து எடுத்து வந்திருந்தார். அவற்றை பத்து பேருக்கும் மேல் பகிர்ந்து சாப்பிட்டோம். அதன் சுவையை இன்றும் மறக்க முடியவில்லை.

17. மதுக்குழு நாடகம்

நண்பர் பட்டுக்கோட்டை துரைராஜ் அவர்கள் அன்புடன் பரிமாறிய விருந்தை, உண்ட மகிழ்ச்சியுடன், புகைத்த பின் ஜே.கே. உடலுக்கு சிறு ஓய்வு கொடுத்தார். அவருக்கு ஓய்விலும் சில நண்பர்கள் 'கம்பெனி' கொடுத்தனர்.

எனக்கும், நாகராஜனுக்கும் ஓய்வு தேவைப்படவில்லை. அறைக்கு வெளியே 'ட' வடிவிலான ஆளரவமற்ற வராந்தா எங்களுக்கு நிறைவாயிருந்தது. அவர் எப்போதும் தன்வசம் வைத்திருக்கும் பீடிகளில், ஆளுக்கொன்றை எடுத்து, பற்களில் இடுக்கிப் பற்ற வைத்தோம். பீடியின் காரம் தொண்டையை நிறைத்தது.

இரண்டு மணிநேரம் போனது தெரியவில்லை. கொஞ்சம் குடும்ப விவரிப்பு. நிறைய இலக்கியப் பரிமாற்றம். அவர் ஒரு பட்டதாரி. உலக இலக்கியங்களை ஆங்கிலம் மூலமாகவும் அறிந்தவர். நானோ இன்றுவரை எனது பட்டப்படிப்பில் தேராதவன். தமிழ் தவிர வேறு எந்த மொழியிலும் இலக்கியம் படித்தறியாதவன். எனக்கு உலக இலக்கியம் என்பது, தமிழில் பெயர்க்கப்பட்டு, என்னை அடைந்தவை மட்டுமே.

எனது ஆங்கில ஆசிரிய நண்பர், "தமிழ் மொழிபெயர்ப்பென்பது, கார்பன் காப்பி மாதிரி. ஆங்கில மூலத்தைப் போன்று நெருக்கம் தராது" என்று அடிக்கடி கூறுவார். எனக்கு அது எப்போதுமே உவப்பதில்லை. 'பெரும்பாலான இலக்கியங்கள் ஆங்கிலத்திற்கே மொழிமாற்றம் செய்யப்பட்டுத்தான் நமக்குக் கிடைக்கின்றன' என்று கூறுவேன். அதற்கு அவர் 'கார்பன் காப்பியை காப்பியெடுத்த மாதிரி' என்பார். ஆனாலும் திறமான மொழிபெயர்ப்பாளர்,

தெளிவான கார்பன் காப்பியை படைத்தளிக்க முடியும் என்று மனதார நம்பியதோடு, எனது வாசிப்பனுபவத்தில் கண்கூடாகக் கண்டேன்.

மேலும், "ஐந்தாவது கூட படிக்காத ஜெயகாந்தன் ஆங்கிலத்தில் கலக்கும்போது, உன்னால் படிக்க முடியாதா?" என்றெல்லாம் எவ்வளவோ உசுப்பேத்தினார். ம்ஹூம்... ஒன்றும் நடக்கவில்லை.

என் இருபத்தி இரண்டு வயதுவரை ஆங்கிலத்தில் கையெழுத்திட்டு வந்த நான், தாய்மொழியை விட்டு, தெரியாத மொழியில் எதற்குக் கையெழுத்திடுவது என்று, தெரிந்த ஒரே மொழியான தமிழில் கையெழுத்தை மாற்றிவிட்டேன். இருபது வயதுவரை தமிழில் கையெழுத்திட்டு வந்த என் தந்தை பின் கையெழுத்தை மட்டும் ஆங்கிலத்தில் கற்று, மாற்றிக்கொண்ட விசித்திரம் வெறும் ஆங்கில மோகம் மட்டுல்ல; அது மரியாதை பெற்றுத் தரும் ஓர் அடையாளமாகவே விளங்கியது.

அடிபட்டால், எப்படி உணர்வின்றி 'அம்மா!' என்றோ, 'அப்பா!' என்றோ, 'ஐயோ!' என்றோ அரற்றுகிறோமோ, அதைப்போல், நம்மோடு நூற்றுக்கணக்கான ஆண்டுகளாய் அந்நியோன்யமாய் பழகிய ஆங்கிலம் அரையும் குறையுமாய் நம்முள் வாழ்ந்து கொண்டுதான் இருக்கிறது.

எது எப்படியோ என்னை ஆங்கிலத்தில் படிக்க வைக்கும் முயற்சியில் அவர் மட்டுமா தோல்வியடைந்தார்?

நண்பர் நாகராஜன் பகிர்ந்த பல புத்தகங்கள் தமிழில் பெயர்க்கப் படாததாக இருந்ததில் எனக்குப் பெருங்குறைதான். ஆனால் இப்போது காலம் மாறிவிட்டது. நிறைய மொழிபெயர்ப்புகள் எளிதில் கிடைக்கின்றன. நல்ல கார்பன் பேப்பருக்குத்தான் பஞ்சம் (Xerox வந்தபின் கார்பன் பேப்பர் அற்றுப் போனது வேறு விஷயம்).

நான் அதுவரைப் படிக்காத, ஜி.நாகராஜன், கி.ரா., சுந்தர ராமசாமி, மற்றும் சில மலையாள எழுத்தாளர்கள் பற்றியெல்லாம் பேசிக்கொண்டே இருந்தார் பாண்டிச்சேரி நாகராஜன். நான் கேட்டுக்கொண்டே இருந்தேன். ஆயினும், ஜி.நாகராஜனையும், கி.ரா.வையும் இருபது ஆண்டுகளுக்குப் பின்புதான் படிக்க வாய்த்தது. சுந்தர ராமசாமியின் 'ஒரு புளியமரத்தின் கதை' மட்டும் அப்போதே கிடைத்துப் படித்துவிட்டேன். ரசிக்க முடிந்தது.

அதனாலென்ன!

எத்தனை படித்தாலும் கைமண்ணளவுதான்!

மறுநாள் இரவுதான் சென்னைப் பயணம்.

வானம் இருட்டும் முன்பே அறையில் சபை தொடங்கியது.

சுமார் இருபது கிளாஸ்களில், ஜெயகாந்தன் பொறுமையுடன், ஒரு வேள்விக்கான முன்னேற்பாட்டைப் போல், 'ஓல்டு மாங்க்'கை ஒரு சிறிதும் அளவு மாற்றமின்றி பகிர்ந்து ஊற்றினார். முதல் சுற்றுக்கே இரண்டாவது பாட்டில் திறக்கப்பட்டது. அவரே அனைத்து கிளாஸ்களிலும் செந்நிறமாக நீர் கலந்து நிரப்பினார். அறையில் அமைதி நிறைந்திருந்தது.

டீபாயின் மேலிருந்த, அந்தப் பெரிய செவ்வகமான எவர்சில்வர் தட்டில்(*Platter*), ஒரே வடிவமற்ற கிளாஸ்கள் ததும்பிய மதுவோடு காத்திருந்தன. ஜெயகாந்தனும் ஒரு பெரிய வேலையை, சிறப்பாகச் செய்து முடித்த நிறைவோடு, கட்டிலின் தலைப் பகுதியிலிருந்த இரண்டு தலையணைகளில் முதுகைச் சாய்த்தார்.

மதுக்கிண்ணங்கள் கவனிப்பாரின்றிக் காத்திருந்தன.

எனது பதினெட்டாவது வயதில் பார்த்துக் கிறங்கிப்போன ரிச்சர்ட் அட்டன்பரோவின் 'காந்தி' திரைப்படத்தில், என்னைக் கவர்ந்த காட்சிகளுள் ஒன்று நினைவுக்கு வந்தது.

அந்தப்படம் 'மகாத்மா காந்தியின் வாழ்க்கை' என்ற லூயி ஃபிஷரின் புத்தகத்தை பெரும்பாலும் ஒட்டி உருவாகிய திரைக்கதையைக் கொண்டது. (அந்தப் புத்தகத்தை தமிழில் மொழிபெயர்த்தவர், ஜெயகாந்தனின் முதல் சிறுகதைத் தொகுப்புக்கு தானே வலிந்து முன்னுரை எழுதிக் கொடுத்த முதுபெரும் எழுத்தாளர் தி.ஜ.ர. ஆவார். தி.ஜா. அல்ல. இவர் தி.ஜ.ரங்கநாதன். இவரது 'சந்தனக் காவடி' சிறுகதைத் தொகுப்பு மற்றும் 'மகாத்மா காந்தியின் வாழ்க்கை' மொழிபெயர்ப்பு மட்டும்தான் நான் படித்தது. இன்றும் என்னிடம் உள்ளது. அவசியம் படிக்கப்படவேண்டியவர்.)

இருபது ஆண்டுகள் தயாரிப்புப் பயணம் கொண்ட அந்தப் படம் லார்ட் லூயி மௌண்ட்பேட்டன், ஜவஹர்லால் நேரு மற்றும் இந்திராகாந்தி போன்றோரின் பெரும் ஒத்துழைப்போடும், NFDC யின் தயாரிப்பு முதலீட்டில் ஏறக்குறைய சரிபாதி பங்களிப்போடும்

அட்டன்பரோவினால் உலகுக்கு வழங்கப்பட்டது. அது விருதுகளை வாங்கிக் குவித்தது வேறு கதை.

அந்தப் படத்தின் ஒரு காட்சி.

மொகம்மது அலி ஜின்னாவின் படாடோபமான பங்களாவில் அவர் ஒரு சந்திப்புக்கு ஏற்பாடு செய்திருப்பார். சம்பரண் சத்தியாகிரகம்... காந்தியை உலகமே திரும்பிப் பார்க்க வைத்திருந்த காலம். வல்லபாய் படேல், J.B.கிருபளானி, அபுல் கலாம் ஆசாத் மற்றும் ஜவஹர்லால் நேரு இவர்களடங்கிய சந்திப்புக்கு காந்தி வருவார். மேற்குறிப்பிட்டவர்களை ஜின்னா, காந்திக்கு அறிமுகம் செய்து வைப்பார். தீவிரமான உரையாடல் நடந்து கொண்டிருக்கும்போது, ஜின்னாவின் மாளிகைப் பணியாளர், அறையின் வாசலருகே கையில் பரிமாறும் தட்டுடன், சிலையைப் போல் நின்றபடி, தேநீர் விநியோகிக்கும் ஆணைக்காகக் காத்திருப்பார்.

அப்போது காந்தி எழுந்து சென்று அந்தப் பணியாளரிடம் இருந்து அந்தத் தட்டை வாங்கிக்கொண்டு அவரைப் போகச் சொல்லுவார். அந்தப் பணியாளரோ ஜின்னாவைப் பார்ப்பார். ஜின்னாவின் லேசான தலையசைப்புக்குப் பணிந்து பணியாளர் அறையை விட்டு வெளியேறுவார். அப்போது காந்தி, ஆங்கிலேயரின் ஆதிக்க உணர்வை எதிர்க்கும் விதமாகப் பேசுவது, அந்தப் பணியாளரை அடிமையைப் போல் நடத்திய தங்களது போக்கைக் குத்திக் காட்டுவது போல் அமைந்திருக்கும்.

"நம்மை அடிமையா நடத்துறவங்க மனசாட்சிய அசிங்கப் பட வைக்கணும்... வெக்கப் பட வைக்கணும்..." என்று பேச்சைத் தொடர்ந்தபடி அனைவருக்கும் அவரே தேநீர் விநியோகிப்பார்.

அந்தப் படத்தில் என்னைக் கவர்ந்த ஏராளமான காட்சிகள் இருந்தாலும், என் இயல்புக்கொத்த இந்தக் காட்சி மட்டும், இன்றுவரை நெஞ்சில் பசுமையாய் நிறைந்திருக்கிறது.

அங்கீகாரமில்லாத, அவமதிப்பு நிறைந்த நம் சொந்த வீட்டு வேலைகள் நமக்கு எப்போதுமே கசக்கும். சின்னஞ்சிறிய பாராட்டாயிருந்தாலும், அடுத்தவர்களுக்காக மாடாய் உழைப்பது இனிக்கும். இனிப்புக்கு அலையும் உழைப்பாளிதான் நானும்.

அறையில் பலரது பேச்சுகளின் முணுமுணுப்பிடையே என்னை மதுக்கோப்பைகள் நிறைந்த அந்தத் தட்டு கவர்ந்திழுத்தது. அதை எடுத்து விநியோகிக்க யாரும் முன் வராதது எனக்கு குற்றவுணர்வை ஏற்படுத்தியது. அந்த அறையிலேயிருந்த குறைந்த வயதுடையவன் நான் மட்டுமே. தரையில் அமர்ந்திருந்த நான் எழுந்து நிதானமாக, தளும்பும் மது நிறைந்த தட்டை இரண்டு கைகளாலும் மெதுவாகத் தூக்கி நண்பர்களுக்கு விநியோகிக்க முனைந்தேன். கட்டிலின் மேல் அமர்ந்திருந்த பட்டுக்கோட்டை துரைராஜ் அவர்களிடம் முதலில் தட்டை காண்பித்தேன். அவர் எடுக்காமல் உட்கார்ந்திருந்தார். நிமிர்ந்து அவர் முகத்தைப் பார்த்த எனக்கு ஒன்றும் புரியவில்லை. அவரது முகம் கோபத்தையும், வெறுப்பையும் உமிழ்ந்தது. அவரது அருகே அமர்ந்திருந்த நாகராஜனின் முகத்தைப் பார்த்தேன். நான் ஏதோ தவறு செய்துவிட்டதைப் போல், கண்களாலும், தலையசைப்பினாலும் எனக்கு உணர்த்தினார். ஆனாலும் எனக்குப் புரியவில்லை. அறை திடீரென்று அமைதியில் ஆழ்ந்திருந்தது.

எப்போதும்போல் அமைதியை உடைத்தார் ஜெயகாந்தன்.

"கௌதம், அத இங்க கொண்டாந்து வைங்க. நீங்க குடுத்தா எடுக்க மாட்டாங்க. அவங்களுக்கு நானே எங்கையால எடுத்து குடுத்தாதான் புடிக்கும். அவங்களோட சடங்கு அது. நீங்க வச்சிட்டு ஒக்காருங்க."

எனக்கு அதன்பிறகே புரிந்தது. நான் ஏதோ தவறு செய்து விட்டதாக அல்ல; அறிவு கோலோச்சும் சபையிலும் சடங்குகள் சம்மணம் போட்டு அமர்ந்திருக்கும் என்று. ஜெயகாந்தன் என் சார்பில் பேசியதாகவே உணர்ந்தேன்.

ஆனாலும், நான் ஒரு வெளியாளைப் போல் எனக்கே தோன்றியது. இனி முந்திரிக் கொட்டை வேலை செய்யக்கூடாது என்று உறுதி கொண்டேன். என் உறுதியென்பது எப்போதும் என்னைக் கட்டுப் படுத்துவதே இல்லை என்பதே உண்மை.

அறையிலிருந்த அனைவரும் ஜெயகாந்தன் கைகளாலேயே தங்களது மதுக்குவளைகளை பணிவுடன் பெற்றனர். அதில் இருவர் மட்டும் ஏற்கெனவே மதுவின் மயக்கத்துக்கு ஆட்பட்டிருந்தது ஒளிவுமறைவின்றி தெரிந்தது.

அறையில் இருந்தவர்களில் ஏழு பேரைத் தவிர மற்றவர்கள் யாரையும் எனக்குத் தெரியாது. ஆனால் அனைவரும் ஜெயகாந்தனின் மகத்தான அன்பர்கள் என்பது மட்டும் அறிவேன்.

மது விருந்து தொடங்கியதிலிருந்தே, எங்களுக்கு முன்பே மயக்கத்தில் பயணித்த அந்த இருவரில் ஒருவர், அங்கிருந்த அனைவரையும் விட ஜெயகாந்தனுக்கும், தனக்குமான நெருக்கம் அதிகம் என்பதாக பேச்சிலேயே காட்டிக் கொண்டிருந்தார்.

ஜெயகாந்தன் பேசிக்கொண்டு இருக்கும்போதே இடையிடையே அநாகரிகமாகக் குறுக்கிட்டு பேசியதோடு, அவரை 'ன்' விகுதியில் அழைத்துக் கொண்டிருந்தார். என்னளவுக்கு இல்லையென்றாலும் அவர் ஜே.கே.வை விட இளையவர் தான். போதை அவரை தடுமாற வைத்தது.

போதையின் மீது பழிபோட்டு, என்னிடம் மரியாதைக் குறைவாக நடப்பதை எப்போதுமே என்னால் சகிக்க முடிந்ததில்லை. இதை என் நண்பரொருவரிடம் மதுவருந்தும்போது சொன்னேன்.

"அதுக்கு மூத்திரத்த குடிச்சிட்டு போகலாமே" என்றார்.

எனது நாற்பது வருட மது உறவில் நான் யாரிடமும் மரியாதைக் குறைவாக நடந்ததும் இல்லை. என்னிடம் நடக்க அனுமதித்ததும் இல்லை.

ஜெயகாந்தனை மீண்டும் மீண்டும் 'அவன்', 'இவன்' என்ற ஏகவசனத்தில் தொடர்ந்து பேசிக்கொண்டே இருந்ததை சகிக்க முடியாத நான்,

"நண்பரே, நான் இங்கு புதியவன். அவர்மீது மிகுந்த மதிப்பு வைத்தே இங்கு வந்திருக்கிறேன். அவரோடு நீங்கள் தனித்திருக்கும் போது எப்படி வேண்டுமானாலும் பேசிக் கொள்ளுங்கள். இதுபோன்ற புதியவர்கள் இருக்கும் சபையில் இவ்வாறு பேசாதீர்கள். அப்படித்தான் உங்களால் பேச முடியுமென்றால் நான் வெளியேறுகிறேன்" என்று எழுந்து நின்று நிதானமாகக் கூறினேன். அறையிலிருந்த அனைவரும் பேச்சை நிறுத்தி என்னையே பார்த்துக் கொண்டிருந்தனர்.

மது மயக்க முன்னோடியின் அடர்ந்த தலைமுடியும், தாடியும் மீசையும் மறைத்த முகத்திலிருந்து கோபத்தினாலும், மதுவினாலும் சிவந்த இரு விழிகளும் என்னை எரித்துவிடுவதைப் போல் பார்த்தன.

என்னை நோக்கித் திரும்பி அமர்ந்து, வெறுப்பை முகத்தில் தேக்கி,

"ஒனக்குப் புடிக்கலன்னா நீ வெளிய போ"

என்று கோபமாகச் சீறினார்.

அவ்வளவுதான்.

அடுத்த அரைமணி நேரம் அந்த அறையில் ரௌத்திர தாண்டவம் நிகழ்ந்தது. நிகழ்த்தியவர் ஜெயகாந்தன். அவரை அன்று பார்த்ததைப் போல் நான் என்றும் பார்த்ததில்லை.

"..... அவர எதுக்குடா போ சொல்ற?....."

"........ நீ போடா...."

தென்னாற்காடு மாவட்ட கெட்ட வார்த்தைகள் அறை முழுதும் நிரம்பி அடைத்தது. அதுவரை அருந்திய மதுவின் சுவடுகள் அறையில் காணாமல் போயின.

மயக்க முன்னோடியோ, தன் வாயை கட்டுக்குள் கொண்டு வரும் தெளிவின்றி, எரிந்து கொண்டிருந்த ஜெயகாந்தனின் கோபத்தில், மேலும் எண்ணெய் ஊற்றிக் கொண்டிருந்தார். தொடை தெரிய அடித்துக் கட்டிய லுங்கியோடு, ஜெயகாந்தன் கால்பரப்பி தயாராய் மல்லுக்கு நின்றார். அறையிலிருந்த யாரும் அவரிடம் குறுக்கிடவில்லை.

எனக்கு தர்மசங்கடமாய் இருந்தது. இது போன்ற பின் விளைவுகளை நான் எதிர்பார்க்கவில்லை.

அவர் அமர்ந்தபின்னும் அடங்க அரைமணி நேரம் பிடித்தது.

அறையின் சூழலை சகிக்காத மோதி, கீழே சென்று உணவருந்த அழைத்தார். எல்லோரும் அறையை விட்டு வெளியேறினோம். லிஃப்ட்டின் அருகே ஜெயகாந்தன் காத்திருக்கும் போது, நான் அவரிடம் கேட்டேன்.

"சார் நான் சொன்னது தப்பா சார்"

"இல்லல்ல. நல்லாருந்துது "

அவர் சொன்னவிதம் ஒரு நாடகத்தைப் பற்றிய விமர்சனம் போல் இருந்தது. அவர் நடத்தியதும் ஒரு நாடகமோ என்று தோன்றியது.

அப்போது அங்கு வந்த மயக்க முன்னோடியிடம் நான் வலிந்து பேச முனைந்தேன். என் கையை உதறித் தள்ளிவிட்டு பார்வையில் வெறுப்பை இறைத்தபடி, ஜே.கே.யிடம் விடைபெற்றுக் கொண்டு, புறப்பட்டுச் சென்றார்.

பிறகு அவரைப் பற்றி நான் விசாரித்தபோது, ஜெயகாந்தன் மீது அளவுகடந்த அன்பும், மதிப்பும் கொண்ட நீண்டகால தோழர் என்று தெரியவந்தது.

இந்த நிகழ்வுக்குப் பின்னரும் அவர் அதே அன்போடும், மதிப்புடனுமே ஜெயகாந்தனோடு தொடர்பு வைத்திருந்தார் என்பதே அவர்களது உறுதியான நட்புக்கு அடையாளம்.

உணவு முடித்து அறைக்கு பாதிபேர் தான் திரும்பினோம். மற்றவர்கள் கீழேயே விடைபெற்றுச் சென்றுவிட்டனர்.

அறைக்குள் சென்று, அமர்ந்து புகைக்கு நடுவே பேசிக் கொண்டிருந்தபோது, மயக்க முன்னோடி எல்லை மீறியதன் காரணத்தை ஒவ்வொருவரும் ஒவ்வொரு விதமாக சொல்லிக் கொண்டிருந்தனர்.

"சென்னையிலிருந்து வெகுதூரத்தில் வசிக்கும், உங்களை எப்போதோ ஒருமுறை காணும் வாய்ப்பு பெற்ற ரசிகனின் மனநிலை "

என்று நான் கூறியதும் ஜே.கே.,

" இவரு சொல்றதுதான் சரி " என்று முற்றுப்புள்ளி வைத்தார்.

இரவு ஒரு மணிக்கு எல்லோரும் ஒருவர் பின் ஒருவராக சாய்ந்தபின், நானும், நாகராஜனும் மட்டும் வெளிவராந்தாவில் அடைக்கலமானோம். அன்று விடியும்வரை நாங்கள் தூங்கவில்லை. என் வாழ்க்கையில் அன்றுதான் நான் அதிகமான பீடிகளைப் புகைத்திருப்பேன்.

தி.ஜானகிராமனின் 'மோகமுள்' குறித்து பேசிக்கொண்டிருந்த போது, அப்போதைய மனநிலையில், 'என்னை மிகவும் கவர்ந்த நாவல்களில் ஒன்று' என்று அவரிடம் கூறினேன்.

"இத ஜே.கே.கிட்ட சொல்லிடாத. அவருக்கு கோவம் வந்துரும்" என்றார் நாகராஜன்.

"நான் ஜெயகாந்தன்கிட்ட தாலியா கட்டிகிட்டேன்? எனக்கு புடிச்சத புடிச்சுதுன்னுதான் சொல்லுவேன்."

(தாலி குறித்த சம்பிரதாயங்களில் எனக்கு எப்போதுமே, எந்தப் பிடிமானமும் இருந்ததில்லையென்பதை இங்கு தெரிவித்தே ஆகவேண்டும்.)

இப்படியான உரையாடல் நீண்டது, அன்று மட்டுமல்ல...

18. சித்தாளும் சினிமாவும்

சில மாதங்களுக்கு முன் எனது நெருங்கிய நண்பருடனான உரையாடலில், 'சினிமாவுக்குப் போன சித்தாளு' கதையைப் பற்றிய பேச்சு வந்தது.

"அடித்தட்டு வர்க்கத்தைச் சேர்ந்த 'கம்சலை'யை அசிங்கப் படுத்திவிட்டார் ஜெயகாந்தன்" என்கிற ரீதியில் நண்பர் சீறினார்.

நான் அந்தக் கதையைப் படித்து முப்பது வருடங்களுக்கு மேலாகிவிட்டது. ஜெயகாந்தன் தனது படைப்பில் உலவும் பாத்திரங்களுக்கு எப்போதுமே அநியாயம் இழைத்ததாக நான் படித்தவரை எனக்கு நினைவேதுமில்லை.

'ஒரு மனிதனும் சில எருமைமாடுகளும்' என்ற அவரது கதையின் முன்னுரையில் ஒரு பத்தி..

"சமூகத் தரத்தில் தாழ்ந்தவர்களாகவும் வீழ்ந்தவர்களாகவும் காணப்படுகிறவர்களெல்லாம் தாழ்த்தப்பட்டவர்களும் வீழ்த்தப் பட்டவர்களும் தானேதவிர, உண்மையில் அவர்கள் உயர்ந்த சமூகத்து மனிதர்களைவிட - அதாவது அவர்களைத் தாழ்த்திய, வீழ்த்திய சமூக மனிதர்களைவிட உயர்ந்தவர்களாகவும் வீரர்களாகவும் இருக்கிறார்கள் என்பதை என்னால் இன்னும் பல கதைகள் எழுதி நிரூபிக்க முடியும்."

இந்த முன்னுரை எழுதியதற்கு பத்து ஆண்டுகளுக்கு முன்னரே எழுதிய கதைதான் 'சினிமாவுக்குப் போன சித்தாளு'.

மீண்டும் கதையைப் படித்துவிட்டு, பிறகு முன்னுரையைப் படித்தேன்.

கதை கச்சிதமாகவே இருந்தது. முன்னுரைதான் முரண்பட்டது.

இந்தக் கதைக்கு அடித்தட்டு மக்களின் வாழ்வைப் பின்னணியாகக் கொண்ட இவர்தான் 'அக்கினிப் பிரவேசம்' கதைக்கு மேல்தட்டு வாழ்முறையைக் களமாக்கினார். கதைக்குப் பாத்திரங்களை தேர்ந்தெடுக்கும் முழு உரிமையும் எழுத்தாளருக்கே உண்டு. அதை அவர் காரணத்தோடே செய்திருக்கிறார். முன்னுரையிலும், அதை அவரே தெளிவாக வெளிப்படுத்தி விட்டார்.

"இந்தக் கேவலமான சினிமாத்தனம், பத்திரிகைகளையும், எழுத்தாளர்களின் படைப்புக்களையும், படித்த நகரத்து இளைஞர்களையும், சமூகத்தின் மேல் தரத்து மனிதர்களையும் முற்றாகப் பீடித்திருக்கிறது என்ற காரணத்தினாலேயே, குறைவான நாசத்துக்கு ஆளாகியிருக்கும் நகரத்துக் கூலிக்கார வர்க்கத்திலிருந்து ஒருத்தியை நான் தேர்ந்தெடுத்தேன்."

இது போதாதென்று, கதையின் நடுவே, காணாமல்போன கம்சலையை தேடிச் செல்லும் செல்லமுத்துவின் நினைவினூடே இதையும் கூறுகிறார்.

"இன்னா பெரமாதம்? எவ்வளோ பெரிய பெரிய எடத்துப் பொம்பளிங்க படிச்ச தேவ்டியாளுங்க எல்லாரும் அந்த மாதிரிதான் கீறாளுவ... அதுக்கு இன்னா பண்றது?"

சகல கலியாண குணங்களின் மொத்த குடோனாக காட்டப்படும் ஒரு திரைப்பட கதாநாயகனின் ரசிகை கம்சலை. அவனது திரையழகையும், திரையொழுக்கத்தையும் உண்மையென நம்பி, அவனை தெய்வெமென மனதில் வைக்கிறாள். அந்தக் கதாநாயகனின் பொருட்டே கணவனோடு ஏற்பட்ட பிணக்கில், வேறொருவனின் வலையில் விழுகிறாள். கணவனோ அவளைத் தேடியலைகிறான். இவளது மனம் நிறைந்த சினிமா கதாநாயகனை, ஸ்டுடியோ ஷூட்டிங்கில் வேடிக்கை பார்க்கப் போனபோது, ஒரு களேபரத்தில் அவன் உயிரிழந்ததாகக் கருதி மனம் பேதலித்து, பைத்தியமாகிறாள். பைத்தியமாகத் தெருவில் ஆடையின்றி ஆடித்திரிந்த கம்சலையை துரத்திப் பிடித்த கணவன் செல்லமுத்து வலுக்கட்டாயமாக தனது ரிக்சா வண்டியில் ஏற்றி அழைத்து வருகிறான்.

பீச் ரோட்டில் வரும்போது, கண்ணகி சிலையைப் பார்த்து சிரித்தபடி கையை நீட்டிக் காட்டி,

"ஏந்தே இது என்னோட செலைதானே?... எனக்குத்தானே செஞ்சி வச்சிக்கிறாங்க?" என்று கம்சலை கேட்பாள்.

"ஆமா ஆமா" என்று தலையாட்டுவான் செல்லமுத்து.

ஜெயகாந்தனின் அற்புதமான இந்தக் கதையை இப்படி நான் சுருக்கியது அழகல்லதான். வேறுவழி!

கதையில் கம்சலையை கண்ணகியாக்கி திருப்தியுறுகிறார் ஜெயகாந்தன்.

மாறாக, முன்னுரையில்,

"ஆனால் கேவலம் பிழைப்புக்காகக் கிருஷ்ணன் மாதிரி வேஷம் போட்டுக்கொண்டு தெருவில் திரிகிற பகல் வேஷக்காரனைக் கண்டு மயங்கி விடுகிற பேதைகளுக்கு, மீராவுக்குக் கொடுத்த ஸ்தானத்தைத் தருவது ஒரு சமுதாய வீழ்ச்சிக்கு அடையாளம். இப்படிப்பட்ட வீழ்ச்சியினால் கலைக்கோ, அது சம்பந்தப்பட்ட மனிதர்க்கோ, வாழ்க்கைக்கோ ஒரு நற்பயனும் கிட்டாது."

என்று தொடர்கிறார்.

கதையில் கண்ணகியின் ஸ்தானத்தை கம்சலைக்கு கொடுத்த அவரால், முன்னுரையில் மீராவின் ஸ்தானத்தை கொடுப்பதில் ஏற்பட்ட சிக்கல் என்னவென்றே எனக்குப் புரியவில்லை.

கிருஷ்ணனுக்கு கொடுத்த ஸ்தானத்தை வேண்டுமானால், அந்த நடிகனுக்கு கொடுக்காமல் இருக்கலாம். (கிருஷ்ணனுக்கே எந்த இடம் என்பது வேறு கேள்வி) மீராவுக்கும், கம்சலைக்கும் எந்த வேறுபாடும் எனக்குத் தெரியவில்லை.

ஆணாதிக்க மற்றும் பெண்ணடிமை மனோபாவங்களை குறுக்கும், நெடுக்குமாகக் கீறி ஆராய்ந்த ஒரு கதையாகவே 'சினிமாவுக்குப் போன சித்தாளு' எனக்கு விளங்குகிறது.

ஆனால், வெளிவந்த 1968 - 69 காலகட்டத்தில் இந்தக் கதை, கம்சலைக்காகவோ, செல்லமுத்துக்காகவோ பேசப்படவில்லை. இந்தக் கதையில் வரும் சினிமா கதாநாயகனுக்காகவே பிரபலமானது. இது எம்.ஜி.ஆருக்காகவே எழுதப்பட்ட கதையென்றே தவறுதலாக புரிந்துகொள்ளப் பட்டது. அவ்வாறே பரப்பப்பட்டது.

கதையெழுதியதன் நோக்கத்தை ஜெயகாந்தன் அதன் முன்னுரையில் விரிவாகவே எழுதியிருந்தும் அதுவே கதி.

ஆனாலும், சென்ற நூற்றாண்டின் அறுபதுகளிலிருந்து, தமிழ்த் திரையுலக நடிகர்களின் போக்கும், அது ஆட்டிப்படைத்த எளிய மக்களின் வாழ்வும் நுணுக்கமான, பரிவான அணுகலோடு, 1972ல் ஒரு கதையாக வெளிவந்ததென்றால் அது 'சினிமாவுக்குப் போன சித்தாளு' மட்டுமே. இதனால் ஏற்பட்ட பின்நிகழ்வுகள் குறித்த விரிவான பதிவுகளை, தனது 'ஓர் இலக்கியவாதியின் கலையுலக அனுபவங்களி'ல் விவரித்திருப்பார் ஜெயகாந்தன்.

அதற்குப் பிறகு நாற்பத்து நான்கு ஆண்டுகள் கழித்து தமிழில் ஒரு புத்தகம் வெளியானது. கலைப் படைப்பாக அல்லாமல் எம். ஜி.ஆர் இறந்து ஐந்து ஆண்டுகள் கழித்து 1992ல் ஆங்கிலத்தில் வெளிவந்த, '*The Image Trap*' ன் தமிழ் மொழிபெயர்ப்பாக, சிறந்ததொரு ஆய்வுப் பெட்டகமாக வந்த அதன் பெயர் 'பிம்பச் சிறை'.

திராவிட இயக்க வரலாற்று ஆசிரியர்களில் முக்கியமானவரும், ஜவஹர்லால் நேரு பல்கலைக்கழகத்தில் பணியாற்றியவருமான பேராசிரியர் 'எம்.எஸ்.எஸ். பாண்டியன்' மேற்கொண்ட சீரிய முயற்சியில் உருவான, தமிழர் ஒவ்வொருவரும் அவசியம் படிக்க வேண்டிய ஓர் ஆவணம்.

'பிம்பச் சிறை' எம். ஜி. ராமச்சந்திரன் குறித்த திரையிலும், அரசியலிலுமான ஆய்வுதான். ஆயினும், எம்.ஜி.ஆரின் பழைய சட்டைகளை, தங்களுக்கேற்றாற்போல் ஆல்டர் செய்து, அணிந்து வந்து அடங்கிய விஜய்காந்த், அணிய முனைந்து பின்வாங்கிய ரஜினிகாந்த், இன்னும் அதே வேடத்தில் களத்தில் நிற்கும் சீமான், கமல்ஹாசன், இனி அதே சட்டைகளை அணிந்து வரக் காத்திருக்கும் விஜய், விஷால் வகையறாக்களை எதிர் நோக்கியிருக்கும் நம் சமூகத்துக்கு, சரியான விழிப்புணர்வை ஏற்படுத்தும் சக்தி கொண்டதாக 'பிம்பச் சிறை' விளங்குகிறது. ஆய்வுக் கட்டுரைகள் போல் அறுத்து எடுக்காமல், அனைவரும் படிக்கத் தக்க எளிமையுடன் எழுதியுள்ளார் பேராசிரியர் எம். எஸ்.எஸ்.பாண்டியன். மொழிபெயர்ப்பை படிக்கும் உணர்வே தெரியாதது தமிழாக்கிய பூ.கொ.சரவணனின் சிறப்பு. (பிம்பச்

சிறை எழுதுவதற்கு பயன்படுத்திய புத்தகங்களின் பட்டியலில் 'சினிமாவுக்குப் போன சித்தாளு' இருப்பது குறிப்பிடத்தக்கது)

'சினிமாவுக்குப் போன சித்தாளு' படித்து முடித்தவுடன் 'பிம்பச் சிறையை படிக்க எனக்கு வாய்த்தது ஒரு தற்செயல் நிகழ்வுதான்.

ஜெயகாந்தன் என்ன நோக்கத்துக்காக சி.போ.சி. எழுதினாரோ, அதே நோக்கத்தை அடிப்படையாகக் கொண்டே 'பிம்பச் சிறை' யும் எழுதப் பட்டிருப்பது என்னை ஆச்சரியம் கொள்ள வைத்தது.

ரிலே ஓட்டத்தில், ஜெயகாந்தன் ஓடிவந்து கொடுத்த குறுந்தடியை(Baton), பெற்று ஓட்டத்தை தொடர்ந்து ஓடி எம்.எஸ். எஸ். பாண்டியன் வெற்றிபெற்றதாகவே எனக்குத் தோன்றுகிறது.

எம்.ஜி.ஆரின் திரைப்படங்கள் குறித்த, பிம்பச் சிறையின் சில அறைகள்...

- பெண்களுக்கு நிஜ வாழ்வில் ஒடுக்கப்பட்ட இடங்களிலிருந்து, ஒருவிதமான விடுதலை உணர்வை அவரது படங்கள் அளித்தன.
- பெண்கள் மீது பாலியல் வன்முறையில் ஈடுபடாத சிறந்த ஆணாக அவர் திரையில் காட்டப்பட்டார்.
- காதல் கொள்ளும் பொழுது, நாயகன் தன்னுடைய இணை எப்படி அடக்க ஒடுக்கமாக இருக்கவேண்டும் என்கிற விருப்பத்தேர்வை இப்படிச் சொல்கிறார், 'எனக்கு நீ குட்டைப்பாவாடை போட்டா பிடிக்காது: புடவை கட்டிக்கோ, முன்நெத்தியில் குங்குமம் வெச்சுக்கோ... ஒழுக்கமான பொண்ணா இரு' என்று ஒரு புடவையை அவளுக்குப் பரிசளிக்கிறார்.
- இந்தத் திரைப்படங்களில் நவீன உடைகள் பெண் பாலியல் உறவுக்குத் தயாராக இருக்கிறாள் என்று காட்டுவதற்குப் பயன்படுகின்றன. விவசாயி திரைப்படத்தில் நாயகி டி-ஷர்ட் அணிந்திருப்பது, கிராமத்து விவசாயி ஒருவனை, அவளுக்குப் பாலியல் தொல்லை கொடுக்கத் தூண்டுகிறது. இப்படிப்பட்ட செயலைச் செய்ய அந்த விவசாயி காரணமில்லை, அதற்குப் பெண்ணின் உடையே காரணம் என்பதால் அவனை மன்னித்துவிட்டு, ஏற்கனவே

மறைக்கப்பட்டு இருக்கும் நாயகியின் நெஞ்சுப்பகுதியை மேலும் மூடிக்கொள்ள ஒரு துண்டை, புடவையைப் போல அணிந்து கொள்ளத் தருகிறார் நாயகன். நாயகனுடன் காதல் வசப்படும் நாயகி, அவரைப் புடவை அணிந்து பார்க்க வருவதால் நாயகன் பாட்டுப் பாட ஆரம்பிக்கிறார். எதிர்பார்த்தபடியே, பாடலின் முதல் வரி,

'இப்படித்தான் இருக்கவேண்டும் பொம்பளை'

எனத் துவங்குகிறது. பெண்களின் உடையில் நடக்கும் புரட்சியை முகராசி (1966), பல்லாண்டு வாழ்க (1975) முதலிய திரைப்படங்களிலும் நாயகன் கட்டுப்பாட்டுக்குள் கொண்டு வருகிறார்.

(இதைப் படிக்கும் போது தோழர். கீதா இளங்கோவன் எழுதிய 'துப்பட்டா போடுங்க தோழி' தான் நினைவுக்கு வந்தது. ஒருவேளை இதுபோன்ற புத்தகத்தை எம்.ஜி.ஆர். படித் திருந்தால்...! அடுத்த கணமே வாய்ப்பில்லை என்று உணர்ந்தேன். எம்.ஜி.ஆருக்கு எட்டு வயதிருக்கும் போதிலிருந்து, பெரியார் குடியரசு இதழில் புரட்சிகரமான பெண்ணியக் கருத்துகளை எழுதிவருகிறார். அவரோடும், அவரையொத்து எழுதிய அண்ணாவோடும் நெருங்கிப் பழகியும் இவரது பிற்போக்குத்தனம் ஒழிய வில்லையென்றால், அவர்களை இவர் படிக்கவேயில்லை அல்லது படித்து புறமொதுக்கியிருக்க வேண்டும் என்றே புரிந்து கொள்ள முடிகிறது.)

- பெண்கள் ஆண்களை ரசிப்பது கலாசாரரீதியாக ஏற்றுக்கொள்ள முடியாத ஒன்று என்று தடை செய்யப்பட்ட சமூகத்தில், திரையரங்கின் இருண்ட சூழல் பெண்கள் தங்களின் பாலியல் ரசிப்பை மேற்கொள்ளக் கூடிய வெகுசில இடங்களில் ஒன்றாகும்.

- பெண் ரசிகைகளுக்கு, எம்.ஜி.ஆர் திரைப்படங்களைக் காண்பது இப்படிப்பட்ட கிளர்ச்சி தரும் அனுபவமாக அமைகிறது. இந்தப் படங்களில், இளமையான, அழகான நாயகியே முனைப்புடன், நாயகனைப் பற்றித் தொடர்ந்து கனவுகள் கண்டு, அவரைப் பின்தொடர்கிறாள் - நிஜ வாழ்க்கையில் இப்படிப்பட்ட செயல்கள்

மானங்கெட்டதாகக் கருதப்பட்டிருக்கும். (பாடல், ஆடல் காட்சிகளின் வடிவில்) ஒழுக்கத்தைத் துறக்கும் கனவுகளை நாயகி காண்கிறாள். நடனக்காட்சிகளில், உடல்ரீதியாகக் கூடுவதை இலைமறை காய் போலக் காட்டும்வண்ணம் நடனம் அமைக்கபட்டிருக்கும் என்றால், பாடல்கள் அப்பட்டமாகப் பாலியல் பண்புகள் கொண்டதாக, இரட்டை அர்த்தத்தோடு அமைந்திருக்கும்.

- விவசாயிகளின் நிலத்தைப் பிடுங்கப் பார்க்கும் நிலப்பிரபுக்கள் (விவசாயி, 1967); உழைக்கும் கரங்களின் மீது சாட்டையை வீசும் கிராமத்து செல்வந்தர்கள் (எங்க வீட்டுப்பிள்ளை, 1965); ஏழைகளின் ரத்தத்தை உறிஞ்சி வாட்டி வதைக்கும் கந்துவட்டிக்காரர்கள் (படகோட்டி,1964); ஒரே சொடக்கில் தொழிலாளர்களை வேலையை விட்டு தூக்கும் தொழிலதிபர்கள் (தொழிலாளி, 1964); மற்றவர்களின் சொத்துக்களைத் தன்வசப்படுத்திக்கொள்ள முனையும் பேராசை பிடித்த ஆண்கள் (ஆயிரத்தில் ஒருவன், 1965; மாடப்புறா, 1962; முகராசி, 1966); கிராமப்புற பெண்களைக் கர்ப்பமாக்கி விட்டு கைவிட்டுவிட்டு ஓடிவிடும் நகரத்து மோசடிக்காரர்கள் (தேர்த் திருவிழா, 1968); ஒடுக்கப்பட்ட ஜாதியை சேர்ந்த தங்களுடைய வேலைக்காரர்களை வீட்டுக்குள் விட மறுக்கும் ஜாதிவெறியர்கள் (நாடோடி, 1966); திருமணமான பின்னும் மற்ற பெண்கள் மீது காமவெறி பிடித்து அலையும் ஆண்கள் (ஆசை முகம், 1965; ஜெனோவா, 1953; மகாதேவி, 1957; விவசாயி, 1967).
- ஒடுக்குபவர்கள் மற்றும் எம்.ஜி.ஆர் ஆகியோரிடையே நடக்கும் மோதல் இதற்கு ஏற்படும் தீர்வு ஆகியவையே அவரின் படங்களின் மையமாகும்.
- 1972-க்கு முன் எம்.ஜி.ஆரின் வாழ்க்கைக்கும், சினிமாவுக்கு மான தொடர்பைத் திட்டமிட்டு உருவாக்கி, அதைத் தன் அரசியல் முன்னேற்றத்துக்குப் பயன்படுத்திக்கொண்ட

தி.மு.க. எம்.ஜி.ஆரின் நிழலையும் நிஜத்தையும் பிரிக்க முயன்றபோது, காலம் கடந்துவிட்டிருந்தது.

மேலே நான் குறிப்பிட்டிருக்கும் 'பிம்பச் சிறை'யின் பத்திகள் ஒரு சோற்றுப் பதம்தான். பசித்த வயிற்றுக்கு முழுதும் படித்துதான் ஆகவேண்டும்.

'சினிமாவுக்குப் போன சித்தாளு' வில் ஒரு காட்சி:

ஒரு தபா கம்சலை செல்லமுத்துகிட்டே கேட்டா :

"ஏந்தே - நீ அவரெ நேருக்கு நேரா நெசமாலுமே பாத்திருக்கியா?"

"இன்னாம்மே இப்டி கேட்டுட்டியே! பின்ன அவரெப் பாக்காமயா நான் அவுரு ரசிகர் ஆனேன்."

"கிட்டக்கப் போயிப் பாத்து இருக்கியா?"

"ஆமாம்மேன்னா - தொட்டே பாத்திருக்கேன் போயேன் !"

"ம்ஹ்....ம்" ஆச்சரியத்திலே அவளுக்குத் தொண்டை கேவிக்கிச்சி... அப்படியே செல்லமுத்துவை இறுக்கிக் கட்டிக்கினா.

"ஏந்தே - இந்தக் கையாலேதானே அவுரெத் தொட்டுப் பாத்தே"ன்னு கேட்டா.

"ஆமாம்மே இதே கையாலேதான்"னு அவனும் பெருமையா சொன்னவுடனே - அவங் கையிலே என்னமா அயுத்தி ஒரு முத்தம் குடுத்தா.

"இந்த வெரலாலேதானே?"

"ஆமாம்மேன்னா!"

"ஆ" அலறினான் செல்லமுத்து.

அவன் வெரலைப்புடிச்சி ஆசை வெறியிலே நறுக்குனு கடிச்சிட்டா கம்சலை!

1996 ல் திருச்சி பாரதிதாசன் பல்கலைக்கழகத்தில் ஒரு காட்சி:

பல்கலைக்கழக செனட் உறுப்பினரான ஜெயகாந்தன் செனட் கூடுகையில் பங்கேற்றிருக்கிறார். அவரோடு உடன் வந்த நான் மட்டும் பல்கலைக்கழக வரவேற்பறையில், இல்லையில்லை; வரவேற்பு மண்டபத்தில் ஓரமாய் ஓர் இருக்கையில் அமர்ந்திருக்கிறேன்.

ஐம்பது வயது மதிக்கத்தக்க ஒருவர் என்னருகே வந்து அமர்ந்து நட்புடன் சிரிக்கிறார்.

“நீங்க ஜெயகாந்தன் சன்னுங்களா?”

“இல்லயில்ல; ஃப்ரண்டுதான்.”

“தப்பா நெனச்சிக்காதிங்க, ஒங்க கைய நான் புடிச்சிக்கலாமா?”

என்றபடி, கைகுலுக்க பிடிப்பதைப் போல் என்னிடம் நீட்டினார். நானும் கை கொடுத்தேன். இரண்டு கைகளாலும் என் வலது கையை அழுத்திப் பிடித்தபடி,

“ நீங்க எப்புடியும் ஜெயகாந்தன் ஐயாவ தொட்டுருப்பிங்கல்ல”

என்று முகம் மலர மகிழ்ந்து சிரித்தார்.

நான் அப்டியே ஷாக் ஆயிட்டேன்!

அறைக்குத் திரும்பி, படுக்கையில் ஓய்வெடுக்கையில் இதை ஆச்சரியமாக ஜெயகாந்தனிடம் சொன்னேன்.

அவர் முகத்தில் எந்த மாற்றமும் நிகழவில்லை.

19. சினிமாவுக்குப் போன ஜே கே

1964 ஆம் ஆண்டு, ஆனந்த விகடன் பத்திரிகையின் பொங்கல் சிறப்பிதழில் எண்பது பக்கங்களை விழுங்கிய படி, 'உன்னைப் போல் ஒருவன்' நாவல் ஒரே மூச்சில் வெளிவந்தபோது, நான் என் தாயின் வயிற்றில் இரண்டு மாதக் கரு. அதுவே ஜெயகாந்தனின் வீரியம் மிக்க முன்னுரையோடு புத்தகமாக வெளிவந்தபோது, மேலும் மூன்று மாதங்கள் வளர்ந்திருந்தேன்; வயிற்றில்தான்.

ஜெயகாந்தனுக்கு சில சினிமா வியாபாரிகளால் ஏற்பட்ட மன உளைச்சல்களுக்குப் பின் 'உன்னைப்போல் ஒருவன்' திரைப்படப் படப்பிடிப்பு தொடங்கிய நாளான 03.11.1964 அன்று, நான் எண்பத்தெட்டுநாள் கைக்குழந்தையாக ஓர் ஓட்டுவீட்டின் மோட்டுவளையை அர்த்தமற்றுப் பார்த்தபடி, கைகளை அளைந்து கொண்டிருந்தேன். ஆகவே, எனக்கும் 'உன்னைப்போல் ஒருவன்' திரைப்படத்துக்கும் ஒரே வயதுதான்.

(நகைச்சுவை நடிகர் கமல்ஹாசனின் வீணாய்ப் போன 'உன்னைப்போல் ஒருவன் அல்ல நான் சொல்வது. ஜெயகாந்தன் தமிழ்த் திரையுலகுக்கு உவந்தளித்த உலக சினிமா சாதனையான 'உன்னைப்போல் ஒருவன்' படத்தின் மீது உண்மையில் மரியாதை இருந்திருந்தால், அதே கதையை திரும்பவும் படமாக்க முனைந்திருப்பார். பெயரை மட்டும் உருவிக்கொண்டு ஓடி, அந்தப் பெயரையும் நாசமாக்கியிருக்க மாட்டார். கபடநாடகவேடதாரி. இந்தப் பட்டத்தை நான் கொடுத்ததற்கு முக்கியக் காரணம் 'சில நேரங்களில் சில மனிதர்கள்' படத்தின் பெயருக்கும் அதே கதி ஏற்பட, ஒரு காரணமாக இவரும் இருந்தார் என்பதே.)

ஆயினும், உன்னைப்போல் ஒருவன் பற்றி, எனது 21 வது வயதில், அவரது 'ஓர் இலக்கியவாதியின் கலையுலக அனுபவங்களி'ல்தான் முதன்முதலாகப் படித்தேன். இதைத்தான் அவரது புத்தகங்களிலேயே நான் அதிகம் திரும்பத்திரும்பப் படித்தது. அது 'உன்னைப்போல் ஒருவன்' நாவலை உடனே தேடிப் படிக்க வைத்தது. படிக்கும் போதே தேம்பாமல் என்னால் படிக்க முடியவில்லை. தேம்புவது இயல்பு. கதை மனதில் தேங்கியதே சிறப்பு.

இவரது திரையுலக அனுபவங்கள் தெரியும் முன்பே, தூர்தர்ஷன் மூலமாக 'மிருணாள்சென்'னின் 'கரீஜ்' உள்ளிட்ட சில படங்களும், பல்வேறு உலகத் திரைப்படங்களும் பார்த்துப் பழகியிருந்தேன். அதாவது, மொழியும் புரியாமல், கதையும் புரியாமல் 'The End' போடும் வரை, சலிக்காமல் அமர்ந்து பார்க்கும் சக்தியைப் பெற்றிருந்தேன் என்று அர்த்தம். மேலும், எனது கல்லூரிப் பாடத்தில் 'இந்திய சினிமாவின் தந்தை' என்று 'சத்யஜித் ரே'யைப் பற்றியும் படித்திருந்தேன். ஆனால் 'ரே'யின் படங்கள் எதுவும் பார்த்ததில்லை. 'ரித்விக் கட்டாக்' பற்றியெல்லாம் அப்போது ஒன்றுமே தெரியாது.

எனது பதிமூன்றாவது வயதில், நான் முதன்முதலில் பார்த்த ஐரோப்பியப் படம் 'ஃபியர் ஓவர் தி சிட்டி'. அந்த வெள்ளை ஃப்ரெஞ்ச் ஹீரோ 'பெல்மான்டோ' (Belmondo) பற்றியோ, அவர் ஒரு 'கோடார்ட்' டின் ஹீரோ என்றோ தெரியாமலே பாப்கார்னை கொறித்துக்கொண்டு, 1977 ல் அபிராமி தியேட்டரில் குளிர்ந்தபடி படம் பார்த்தேன். கல்லூரிக் காலங்களில், பார்த்த கிழக்காசிய மற்றும் ஹாலிவுட் 'Action' படங்களெல்லாம் தாண்டி, என்னை மிருணாள் சென் வகையறா படங்களே கவர்ந்தது.

ஒருவேளை நெடிய நாவல்களை விரும்பிப் படிப்பவர்களுக்கு மெதுவாக நகரும் படங்கள் பிடித்துவிடுமோ என்னவோ!

ஜெயகாந்தன் எழுதிய 'ஓர் இலக்கியவாதியின் கலையுலக அனுபவங்கள்' 1978 - ல் இயக்குனர் பீம்சிங் இறப்போடு முடிவடைகிறது. ஜெயகாந்தனின் நாற்பத்து நான்கு வயது வரையிலான கலையுலக அனுபவங்களை, அறுபத்தெட்டு அத்தியாயங்களாக பிரித்து எழுதியிருப்பார். அதில் பத்து

அத்தியாயங்கள் 'உன்னைப்போல் ஒருவன்' திரைப்படம் குறித்து மட்டுமே இடம் பெற்றிருக்கும். அந்த பத்து அத்தியாயங்களும் என்னைப் பாடாய் படுத்திய பக்கங்களைத் தன்னகத்தே கொண்டவை. கண்ணுக்கெட்டிய தூரம்வரை அந்தப் படத்தை பார்க்கும் வாய்ப்பே இல்லாத வாழ்க்கை.

என் இருபத்தெட்டாவது வயதில்தான் 'உன்னைப்போல் ஒருவன்' பார்க்க வாய்த்தது. என் திருமணம் முடிந்த ஒருசில நாட்களில் வீட்டில் யாருமே இல்லாத தருணத்தில், தூர்தர்ஷன் உபயத்தில் 1991-ம் ஆண்டு, கூச்சநாச்சம் ஏதுமின்றி, நெகிழ்ந்தும், கலங்கியும், அழுது அழுது கண்களைத் துடைத்துக் கொண்டு, கலங்கிய விழிகளோடே சிட்டியின் குடிசையில் நானும் வாழ்ந்தேன்.

அவரது கலையுலக அனுபவங்களின் உச்சமாகவும், தமிழ்த் திரையுலக வரலாற்றில் வெற்றிகரமான, சமரசமற்ற, முதல் புதிய அலைக்கான கலைமுயற்சியாகவும் 'உன்னைப் போல் ஒருவன்' விளங்குகிறது.

நான் அதுவரைப் பார்த்திருந்த உன்னத, உயிரோட்டமுள்ள, பொய்யும் புரட்டுமில்லாத, பொழுதை வீணே கழிக்காத, மனித வாழ்வை நேர்மையோடும், அன்போடும் முன் வைக்கும் அற்புதமான படங்களைப் போல், தமிழிலும் வந்திருக்கிறதே என்ற ஆச்சரியமும், பெருமையும் என்னுள் கிளர்ந்தெழுந்தது.

இதற்குப் பிறகே நான் சத்யஜித் ரே யின் படங்களைப் பார்க்க நேர்ந்தது.

ஒருமுறை ரே, குருதத், ராஜ்கபூர் இம்மூவரின் தேர்ந்தெடுத்த சில படங்களை தூர்தர்ஷன் தொடர்ந்து ஒலிபரப்பியது. அந்தத் தொடரில் தான் 'ஆவாரா', 'ஆஹ்', 'பியாசா', 'கோபி கைனே பாகா பைனே' போன்ற படங்களைப் பார்த்தேன். அந்தத் தொடரிலோ அதற்குக் கொஞ்சம் பின்னரோ தான் 'பதேர் பாஞ்சாலி' பார்க்க முடிந்தது.

ஜெயகாந்தனை திரைப்பட முயற்சியில் ஈடுபடுத்தியதில், 'பதேர் பாஞ்சாலி'க்கும் பெரும் பங்குண்டு. 'பதேர் பாஞ்சாலி' வெளிவந்து, பத்து ஆண்டுகளுக்கு பின்புதான் 'உன்னைப்போல் ஒருவன்' வெளியாகிறது. அதற்குள் 'ரே' பதினொரு படங்கள் எடுத்து முடித்துவிட்டார். பன்னிரெண்டாவது படமாக ரவீந்திரநாத்

தாகூரின் சிறந்ததொரு காவியக் கதையான 'சாருலதா' வை திரைப்படமாக்கி 'உன்னைப்போல் ஒருவன்' வெளியாகும் அதே ஆண்டில் வெளியிடுகிறார்.

சத்யஜித் ரேய்க்கு 'பைசைக்கிள் தீவ்ஸ்' என்றால், ஜெயகாந்தனுக்கு 'பதேர் பாஞ்சாலி'.

எனக்கு 'பதேர் பாஞ்சாலி'யை 'உன்னைப் போல் ஒருவன்' பாதிப்போடுதான் பார்க்க முடிந்தது. ஆனாலும், கொல்கத்தாவின் பழம்பெருமை வாய்ந்த குடும்பத்தில் பிறந்து, ரவீந்திரநாத் தாகூரின் நேரடி பரிச்சயத்தோடு, அவரது கல்வி அமைப்பிலேயே பயின்று, தன் தாத்தாவின் 'சந்தேஷ்' எனும் பத்திரிகை அனுபவங்களையும் பெற்று, தன் அலுவல் நிமித்தமாக லண்டன் சென்று, ஆறு மாதத்தில் 99 திரைப்படங்களைப் பார்த்துப் பெற்ற பயிற்சியோடும், கொல்கத்தாவிலேயே ஏற்படுத்திக் கொண்ட சில திரைப்பட தொழில்நுட்ப அனுபவங்களோடும் எடுத்த 'பதேர் பாஞ்சாலி' இன்றும் ஓர் இமயம் தான்.

அதற்கு நேர் மாறாக, கடலூர், மஞ்சக் குப்பத்தில் எந்தப் பெரிய பின்புலமுமில்லாத குடும்பத்தில் பிறந்து, சென்னை குப்பங்களில் தன் பிள்ளைப் பிராயத்தை வளர்த்தெடுத்த ஜெயகாந்தனின் 'உன்னைப்போல் ஒருவனு'ம் தமிழ் திரையுலகில் இன்றும் எவரும் ஏறமுடியாத சிகரம்தான்.

இரண்டிலுமே பல குறைகள் எனக்கே தெரிகிறது. குறையேயில்லா கலைப் படைப்பென்று இதுவரை எதுவும் உலகில் வெளிப்பட்டிருக்கிறதா என்ன?

டால்ஸ்டாயின் கதைகளை தலைமுறை தலைமுறையாக, திரைப்படங்களாக எடுத்த வண்ணமே இருக்கிறார்கள். கதைக்கு சினிமா ஈடாக முடியாததே எழுத்தின் சிறப்பு. இலக்கியம் சினிமாவாக மாறுவதென்பது, காட்டில் சுதந்திரமாக ஓடித்திரிந்த குதிரைகளை, ஒரு வட்டத்துக்குள் ஓடப் பழக்குவது போன்றதே. அதனால்தான் மக்களின் மனதில் ஆழமாகப் பதிந்த இலக்கியப் படைப்புகளை, சினிமாவாக்குவது பெரும் பிரயத்தனமாகிறது. சினிமாவுக்காக இலக்கியத்தைத் தொடவே பயப்படுகிறார்கள்.

நான் சொல்வது இலக்கியப் படைப்புகளை மட்டுமே. தற்போது தினம் தினம் கலையை சீரழிக்கும் தொலைக்காட்சி சீரியல்கள் போன்று எழுதப் பட்ட அரைத்தமாவு கதைகளையல்ல. என்னைப் பொறுத்தவரை 'பொன்னியின் செல்வன்' எழுபது ஆண்டுகளுக்கு முன் வந்ததோர் இரண்டாந்தர சீரியல் தான். (சீரியல்களே நாலாந்தரம் என்பது குறிப்பிடத்தக்கது) பதினாறு வயதில் படித்தபோது என்னைப் பைத்தியமாக்கிய அந்தக் கதை, முப்பது வயதில் முகம் சுளிக்க வைத்தது. அதையெல்லாம் சினிமா எடுப்பதென்பது, சிவாஜி நடித்து எடுக்கப்பட்ட 'ராஜராஜசோழன்' போலத்தான். எடுத்தவர்களுக்கு எவ்வளவு தேறுகிறதோ; நமக்கு 'அம்மஞ்சல்லி' பேராது. பாத்துட்டு, வாய பொளந்துட்டு 'பேயாம' வரவேண்டியது தான். உள்ளத்தைத் தொட அதில் ஒன்றும் இருக்காது.

'உன்னைப்போல் ஒருவன்' கதை வெளியான அதே பொங்கல் இதழின் எண்பதாவது பக்கத்தில்,

"ஜனவரி 14 முதல், சாந்தி, பிரபாத், சயானி மற்றும் தென்னாடெங்கும், பத்மினி பிக்சர்ஸ் 'கர்ணன்' "

என்ற முழுப்பக்க விளம்பரம் வந்திருந்தது. அந்தப் படத்தின் பட்ஜெட் நாற்பது லட்சம்.

உன்னைப்போல் ஒருவன் படத்துக்கு ஒரு லட்சம். அதைப் போட்டு படமெடுக்க, அன்று ஒருவருமில்லை. பணம் போனாலும் பரவாயில்லை என்று எடுத்த படம்தான் 'உன்னைப்போல் ஒருவன்'.

இப்போது பொன்னியின் செல்வன் இயக்கிய மணிரத்னத்தின் முன்னோரால்தான், உன்னைப்போல் ஒருவன் திரைக்கதைக்காக, ஜெயகாந்தன் அன்று அவமானப் படுத்தப் பட்டார். முன்னோர் வழியிலேயே மணிரத்னமும் தனது ஆயுளில் ஒரேயொரு நல்ல படம்கூட உருப்படியாய் எடுக்கப் போவதில்லை என்பது PS பார்த்தபின் எனக்கு முடிவாயிற்று.

மணிரத்னத்தின் தந்தை ரத்னமய்யரும், தந்தையின் சகோதரரான வீனஸ் கிருஷ்ணமூர்த்தியும், வீனஸ் கோவிந்தராஜனும் உள்ளிட்ட பலரும் செய்த அவமானங்களை சகியாமல், வெளியில் வந்து அப்போதே ஆரம்பித்ததுதான் ஆசிய ஜோதி பிலிம்ஸின், 'உன்னைப்போல் ஒருவன்'. ஒரு லட்ச ரூபாய் முதலீட்டுக்காக, ஆறுபேர் தயாரிப்பாளர்கள்.

விபூதிபூஷண் பானர்ஜியின் புகழ்பெற்ற கதையை திரைப்படமாக்க வங்கத்தில், ஓர் அற்புதமான திரைக்கலைஞர் பிறந்ததுபோல், அப்போது தமிழ்நாட்டில் இல்லாததாலேயே, எழுதியவரே தன் கதையை திரைப்படமாக்கும் போராட்ட நிலை உருவானது ஜெயகாந்தனுக்கு. அதை அவர் சிறப்பாக செய்த அசாத்திய உழைப்பே என்னை இன்றும் அதிசயிக்க வைக்கிறது.

உன்னைப்போல் ஒருவன் படத்தை பத்திரிகையாளர்களுக்காக ஒரு பிரத்யேகமான காட்சிக்கு ஏற்பாடு செய்து, அவர்கள் கையில் ஒரு அறிக்கையையும் அச்சடித்துக் கொடுத்து, அந்த அறிக்கையை வாசித்தும் காட்டினார் ஜெயகாந்தன். அது தமிழ் சினிமா உலகுக்கே ஒரு புதிய, அரிய முன்னுதாரணம்

அந்த அறிக்கை வருமாறு:

“பொழுது போக்க வந்தவர்கள் அல்ல நீங்கள்; புதிய ரசனையின் பிரதிநிதிகள்!

இன்றைய தமிழ் சினிமா ரசனையையும், அதன் சிருஷ்டி முறைகளையும் இந்தப் படம் பூரணமாக மறுத்து ஒதுக்கி இருக்கிறது என்று தெரிந்தும், இதைப் பார்க்க வந்திருக்கும் நண்பர்களே; உங்களை நான் வணங்குகிறேன்; பாராட்டுகிறேன்.

காலத்தின் தேவையை உணர்ந்து ஒரு கடமையை ஆற்ற வந்தவர்கள் நாங்கள். இந்தப் படம் அதற்கான ஓர் ஆரம்பமே! சினிமா சம்பந்தமாக நாம் உபயோகப்படுத்தும் பிரதான கருவிகள் அனைத்தும் வெளிநாட்டிலிருந்து வந்தவை. இதில் இந்தியாவின் ஆத்மா பிரதிபலிப்பதன் மூலமே அந்தப் படைப்பு இந்தியப் படைப்பாகிறது. அப்படிப்பட்ட ஆன்மா ஒன்றில்லாத தமிழ்ப் படங்களைப் பார்த்துப் பார்த்துச் சலிப்படைந்தவர்கள் நாம். அதைத் தர முடியாதவர்கள் வெறும் டெக்னிக்கைப் பற்றிப் பேசிப் பாமரர்களை மட்டுமே ஏமாற்ற முடியும்.

வெளி மயக்கை அதிகம் விரும்புவதே பாமரர் இயல்பு.

‘ஆன்மா ‘வின் மகத்துவத்தை நாடுபவர்கள் சிலரேனும் உண்டு. அவர்களை நம்பியே இதை நான் உருவாக்கினேன். தமிழ்ப்பட உலகத்தைப் பொறுத்த வரையில் ஒரு புதிய கதவு, ஒரு புதிய திசை வழியை நோக்கி, இந்தப் படத்தின் மூலம் திறக்கப்பட்டிருப்பதை

நீங்கள் உணர்வீர்கள். இதன் தனித்துவத்தை, தைரியத்தை, புதுமையை இதற்கு முன் நீங்கள் இங்கே கண்டதில்லை என்பதையும் ஒப்புக் கொள்வீர்கள். இதிலுள்ள குறைகளையும் நான் அறிவேன். எந்த ஒரு புதுமையான காரியமும் தவறுகளோ, குறைகளோ இல்லாமல் இதுவரை உலகத்தில் நிகழ்ந்ததில்லை. அந்தச் சாதனை நிகழும் போது அதிலுள்ள குறைகளைப் பற்றி மட்டும் அதன் எதிரிகளே பிரலாபிக்கிறார்கள். மற்றவர்கள் அதன் புகழையே பாடுகிறார்கள். புதுமை, புரட்சி என்ற ஆர்ப்பாட்டத்துடன் வந்த எந்தப் படத்திற்குமில்லாத ஓர் ஆத்மா இதற்கு உண்டு. 'இப்படிப்பட்ட புதிய கலை நோக்கமே வேண்டாம்' என்பவர்களைப் பற்றி எனக்குக் கவலை இல்லை. இதன் முக்கியத்துவத்தை உணர்ந்து கொண்டவர்கள். இது இந்தக் காலத்தில், இந்தச் சூழ்நிலையில், இவர்களால், இப்படி உருவாக்கப்பட்டிருக்கிறது என்பதைப் புரிந்து கொண்டு, இவ்விதக் கலை நோக்கத்திற்கான ஓர் இயக்கத்தையே கட்டி வளர்க்க வேண்டும் என்று நான் விரும்புகின்றேன். அதுதான் - அந்த ஒன்றுதான் இப்போது நம் முன்னுள்ள ஒரே முக்கியமான கடமை.

எனது ரசனைக்கேற்ப இப்படத்தை நான் உருவாக்கி இருக்கிறேன். இந்தப் படத்தின் தரத்திற்கு, இதன் ரசனைக்கு ஒத்தவர்கள் எத்தனை பேர் என்பதை நான் அறிந்து கொண்டால் அதுவே எனது வெற்றி.

•••

இந்தப் படம் குறித்த விமர்சனத்தில் 31.01.1965 ஆனந்த விகடன் கூறுகிறது:

இந்தப் படத்தில் புகழ் பெற்ற நட்சத்திரங்கள் இல்லை. அனுபவம் பெற்ற டைரக்டர் இல்லை, மாட மாளிகைகள், கூட கோபுரங்கள் போன்ற பெரிய பெரிய 'செட்'டுகள் இல்லை. பல லட்சம் ரூபாய்கள் முதலீடும் இல்லை. படத்தின் மொத்தச் செலவே எண்பதாயிரம் ரூபாய் தான்!

சில குடிசைகள், அவற்றிலே வாழும் ஏழை எளிய மக்கள். அவர்களுடைய ஆசாபாசங்கள், பிரச்னைகள் இவ்வளவேதான் முதலீடு.

சினிமாத் துறையில் சற்றும் அனுபவம் இல்லாத கதாசிரியர் ஜெயகாந்தனே இப்படத்தை டைரக்ட் செய்திருக்கிறார்.

ஆனால் அனுபவம் பெற்ற டைரக்டர்கள் எல்லாம் ஒருமுறை இப் படத்தைக் கட்டாயம் பார்க்க வேண்டும் என்ற அவசியத்தை ஏற்படுத்தியிருக்கிறார்.

•••

மார்ச் - 1965

தாமரையில் மூத்த எழுத்தாளரும், விமர்சகருமான தி.க.சி. யின் விமர்சனம்:

திரு. ஜெயகாந்தனின் டைரக்ஷன் இப்படத்தின் வெற்றிக்கு உறுதுணையாக, ஊன்று கோலாக உள்ளது. படத்தின் துவக்கம் முதல் இறுதிவரை, அவரது கற்பனை நயத்தையும், யதார்த்த வாதக் கலை எழிலையும் கண்டு களித்தேன் நான்.

புதுமை, தனித்தன்மை, கவித்துவம், கலைநுணுக்கம், கட்டுப்பாடு ஆகியவை செறிந்த டைரக்ஷன்! தமிழ்த்திரை உலகில் இது ஒரு மகத்தான, துணிச்சலான, தனித்தன்மையான, சோதனை முயற்சி; தமிழனின் ஆன்மாவில் ஒரு சிறு சலனத்தை ஏற்படுத்தும் சிறு கவிதை! புரட்சிப் பட்டறையில் உருவான திருவிளக்கு!...

•••

ஏப்ரல் - 1965

தாமரையின் அடுத்த இதழில் வந்த விமர்சனத்தில் பொன்னிவளவன் கீழ்வருமாறு கூறுகிறார்:

தமிழ்நாட்டைப் பொறுத்தவரை 'உன்னைப்போல் ஒருவனை' வரவேற்கின்றவர்கள் 'புதிய ரசனையின் பிரதிநிதிகள்தான்!' ஏனெனில் தமிழில் இப்படியொரு படத்தை நாம் இதற்குமுன் ரசிக்கவில்லையல்லவா?

இப்படத்தை இன்னும் பல்லாயிரம் பேர் பார்க்க விரும்பியும் பார்க்கும் வாய்ப்பின்றி இருக்கிறார்கள். பார்த்தால் இது ஒரு வெற்றிப் படம்தான்!

•••

1965 ல் மட்டுமல்ல;

2024 லும் பார்க்க விரும்பும் தலைமுறைகள் உருவாகியுள்ளது. அதில் நானும் ஒருவன்.

'உன்னைப்போல் ஒருவன்' குறித்து என்னாலும் ஒரேயொரு அத்தியாயத்தில் முடிக்க இயலவில்லை.

20. திரைக்கு ஒரு திரை

ஜெயகாந்தனின் முதல்வரிசை நண்பர்களுள் ஒருவரும், சிறந்த கவிஞருமான பரிணாமன் அவர்கள் பிரதிபலித்த கருத்திலிருந்து தொடங்குவதே எனக்குக் கட்டாயமாகிப் போனது. ஏனெனில், ஓர் இலக்கியவாதியின் படைப்பு நோக்கம், தவறாகப் புரிந்து கொள்ளப் படுவதே, படைப்பையும், படைப்பாளியையும் ஒருசேரக் குழியில் தள்ளும் முயற்சியாகிவிடும்.

கவிஞர் பரிணாமன்:

"கழுத்துப் புருஷன் இல்லைன்னா வயித்துப் புருஷன்"தானே என்பது தெற்கத்திய வழக்கு. அதை மெய்ப்பிக்க வந்த உன்னதப் படைப்பே ஜே.கே.யின் உன்னைப்போல் ஒருவன் நாவல்!

எனது பதில்:

"கழுத்துப் புருஷனையோ, வவுத்துப் புருஷனையோ நம்பித்தான் ஒரு பெண் வாழவேண்டும் என்ற ஆண்வழி சிந்தனையை மெய்ப்பிக்க வந்த உன்னதப் படைப்பு அல்ல 'உன்னைப்போல் ஒருவன்'.

"எவன் இருந்தா என்னா; போனா என்னா?" என்று தெனாவெட்டாக வாழ்ந்துதான் இறந்து போகிறாள் தங்கம். தன் சுயமரியாதையை, இறக்கும் தருவாயிலும் தன் மகனிடம்கூட இழக்காமலே மறைகிறாள்.

மேலும், பன்னிரெண்டு வயது சிறுவனேயாயினும் பொங்கி வழியும் ஆண் திமிரும், தன் தாயேயானாலும், தனக்குக் கீழ்ப்படிய வேண்டும் என்று எதிர்பார்க்கும் மரபு வழி மமதையும், தன் வாழ்வின் பாதைகளை சுயமாக தேர்ந்தெடுக்கும் தங்கத்தை,

சுற்றி நின்று சுட்டெரிக்கும் சமூகச் சூழலும்தான் படைப்பாக வெளிவந்திருக்கிறது.

மேலும், ஜெயகாந்தன் தனது பதினைந்து வயதில் அருகிருந்து பார்த்து, நெருங்கிப் பழகிய நண்பனின் வாழ்வில் ஒரு பகுதியை, தன் முப்பதாவது வயதில் கதையாக்குகிறார். அவரது நேர்மையென்பது, எந்தச் சார்புமின்றி இந்தப் பாத்திரங்களைப் படைத்ததுதான்."

•••

நான் ஜெயகாந்தனை சந்தித்த 90களின் ஆரம்பத்தில், வெளிர் பச்சை நிற பழைய தொலைபேசி வைத்திருந்தார். அதன்பின் சில வருடங்களிலேயே கார்ட்லெஸ் ஃபோனை கையோடு எடுத்துக் கொண்டே மாடிக்கு வருவார். 2002க்குப் பிறகே செல்பேசி உறவெல்லாம்.

நான் வீட்டிலிருந்து நேரே அவரைப் பார்க்க செல்லாத நாட்களில், அவரின் அனுமதியோடு, அவரது ஃபோனில், என் இணையரை அழைத்து,

"ஜே.கே. சார் வீட்டுக்கு வந்துருக்கேன். வர லேட்டாகும்"

அல்லது,

"ஜே.கே. சார் வீட்டுக்கு வந்துருக்கேன். சாப்பிட வந்துடுவேன்"

அல்லது,

ஜே.கே.சார் வீட்டுக்கு வந்துருக்கேன். சாப்பாடு வேண்டாம்"

என்பது போன்ற ஏதோவொரு செய்தியை, அவரை அருகில் வைத்துக் கொண்டே சொல்வேன்.

இன்னும் சில வருடங்கள் கழித்து,

"ஜே.கே. சார் வீட்டுக்கு வந்துருக்கேன். காலையில்தான் வருவேன்." என்று அது மாறியது. பல நாட்கள் இரவு உணவை, பள்ளிக்கூடத்துக்கு எடுத்துச் செல்வதுபோல், டிஃபன் பாக்சிலேயே எடுத்துச் செல்வேன். இது பற்றி சந்தர்ப்பம் வாய்த்தால் பின்னர் விரிவாக எழுதுவேன்.

ஃபோனைப் பற்றி சொல்வதற்குக் காரணம், மாலை வேளைகளில் பெரும்பொழுது எங்களுடனேயே மாடியில்

கழிப்பதால், அந்த நேரங்களில் அவருக்கு வரும் நண்பர்களின் அழைப்புகளை, எங்கள் முன்பே பேசியாக வேண்டியிருக்கும். பேசி முடித்ததும் பெரும்பாலும் யாரோடு பேசினார் என்பதையும், அதுகுறித்த நிகழ்வுகளையும் பகிர்ந்து கொள்வார். அவர் பகிராத அழைப்புகள் குறித்து யாரும் கண்டு கொள்ள மாட்டோம்.

அப்படியொரு நாள், அழைப்பைப் பேசி முடித்ததும்,

“ஸ்ரீதரன்” என்றார்.

அன்று நான் மட்டுமே இருந்தேன்.

“டைரக்டர் ஸ்ரீதரா சார்?”

தலையை லேசாக அசைத்து,

“ஒடம்பு சரியில்லை; பக்க வாதம்”,

என்றார்.

இவரது கலையுலக அனுபவங்களில், ‘யாருக்காக அழுதான்’ திரைக்கதை விவாதத்தில் அவரோடு ஏற்பட்ட மோதலைப் படித்த எனக்கு, இவர்களுக்குள் இருக்கும் நெருக்கமும், அன்பும் அடங்காத ஆச்சரியத்தையளித்தது.

அந்த ஆச்சரியமெல்லாம் ஒன்றுமே இல்லை என்று ஆக்கியது, தமிழ் சினிமா உலகைப் பற்றி ஜெயகாந்தன் எழுதிய தொடர் கட்டுரை.

பொதுவாக திரைப்படங்களைக் குறித்து கடுமையான விமர்சனங்களை வைக்கும்போது, “நீ படமெடுத்து பாத்தாத் தெரியும். சும்மா ஆயிரம் பேசலாம். நீ ஒரு படம் எடுத்து காமிச்சுட்டு பேசினீன்னா ஒத்துக்கலாம். எல்லாரையும் கொறை சொல்றது ரொம்ப ஈசி.” போன்ற மட்டையடித் தாக்குதல்களே திரும்பிவரும்.

இதையெல்லாம் அனுபவித்த ஜெயகாந்தன், ‘உன்னைப்போல் ஒருவன்’ படத்தை எடுத்து முடித்து வெளியிட்ட பிறகு, தமிழ்நாட்டில் அதே ஆண்டில் நமது முன்னோடி ‘புதுமை’ இயக்குனர்களால் தயாராகி, தமிழில் சிறந்தவைகள் என்று இதே வரிசையில் தேர்ந்தெடுக்கப்பட்ட, கே.எஸ். கோபால கிருஷ்ணனின்

'கை கொடுத்த தெய்வம்', பாலசந்தரின் 'சர்வர் சுந்தரம்', பீம்சிங்கின் 'பழனி', இம்மூன்று படங்களையும்விட சிறந்த, ஏன் இந்தியாவிலேயே சிறந்த, சத்யஜித் ரேயுடன் போட்டியிடும் அளவுக்கான படம் 'உன்னைப்போல் ஒருவன்' என்று நிரூபித்தார்.

அதன்பிறகே ஏப்ரல் 1965 முதல் ஜூன் 1966 முடிய 14 பாகங்களாக தனது தமிழ் சினிமா பற்றிய விமர்சனங்களை 'தீபம்' இதழில் தொடர்ந்து எழுதினார். அது தமிழ்த் திரையுலகின் போலி முகத்திரையை கிழித்துத் தொங்கவிட்டது. அந்தத் தொடர்தான் 'திரைக்கு ஒரு திரை'. இது புத்தகமாகவோ, அவரது தொகுப்பு நூல்களிலோ வெளிவந்ததாக என்னால் உறுதியாகக் கூறமுடியவில்லை.

ஒருமுறை கம்பரைப் பற்றி பேச்சு வந்த போது, அவரது புகழ்பெற்ற பாடல்வரிகளைக் குறிப்பிட்டு,

"தோள் கண்டார் தோளே கண்டார் தொடு கழல் கமலம் அன்ன

தாள் கண்டார் தாளே கண்டார் தடக்கை கண்டாரும் அஃதே"

கம்பர் ஷாட் பை ஷாட்டா திரைக்கதையைப் போல் எழுதியிருப்பதாக வியந்தார்.

ஜெயகாந்தனின் சினிமா குறித்த தெளிவான பார்வை, இன்றும் நாம் அறிந்து பயிலத்தக்கவை.

ஐம்பத்தேழு ஆண்டுகளுக்கு முன் அவர் எழுதிய,

'திரைக்கு ஒரு திரை'யிலிருந்து ஒருசில பகுதிகள்:

ஆபாசம் என்பது நிர்வாணமா? அல்லது அரை நிர்வாணமா? அல்லது பால் உணர்ச்சியைத் தூண்டிவிடும் எந்தக் காரியமும் ஆபாசம் ஆகிவிடுமா?... நிர்வாணம் ஆபாசமெனில் எனக்கு நானே ஆபாசம்தான். மகாவீரரின் சிலை கூட ஆபாசம்தான். பழனி யாண்டியின் திருக்கோலங் கூட ஆபாசம்தான். என் மனைவியும் என் குழந்தையுங்கூட என் ஆபாசந்தான் - 'ஆபாச'மான சத்தியத்தைப் புனிதமானப் பொய்யைக் கொண்டு மூடுவதுதான் வாழ்க்கையெனில், பண்பெனில் பொய்யான புனிதத்தைவிட சத்தியமான ஆபாசத்தையே கலைஞர்கள், ஞானிகள் வணங்க முற்படுகின்றனர்.

பால் உணர்ச்சியைத் தூண்டி விடுவது கூட அல்ல, பகுத்தறியும் பண்பையே மழுங்கடிக்கும் முயற்சிகளெல்லாம் ஆபாசம்தான்.

●●●

தமிழ் சினிமாவைப் பற்றிய இதன் முப்பது வருடகாலச் சரித்திரத்தைப் பற்றிய - இதைப் பீடித்துள்ள நோயினை இதன்மீது படிந்துள்ள ஆபாசத்தை, அழகியலுக்குப் புறம்பான தமிழ் சினிமா என்ற அருவருப்பை, இதன்பாற்பட்ட ரசனையை, மாற்றத்தக்க, போக்கத்தக்க ஒரு புதிய கருத்தியக்கத்தை உருவாக்க வேண்டும் என்ற நல்லெண்ணத்தில் எனது கருத்துக்களை நான் முன் வைக்கிறேன். என் கருத்துக்களிலிருந்து மாறுபடுவோரின் மீது எனக்குப் பகைமை இல்லை. அவர்களின் தகுதிகளையோ, ஞானத்தையோ நான் கேள்விக்கு இலக்காக்க மாட்டேன்.

●●●

தற்போதைய தமிழ் சினிமாவின் புதுமைக்கும் புரட்சிக்கும் மூலவர்களாக திருவாளர்கள் ஸ்ரீதரும், கோபாலகிருஷ்ணனும் குறிப்பிடப்படுகிறார்கள். நடிப்புக்கலையின் சிகரமாகத் திரு சிவாஜி கணேசன் அங்கீகரிக்கப்பட்டிருக்கிறார். என்னவென்று எவருக்குமே தெரியாத, ஏதோ ஒன்றாய் எல்லோருக்கும் மேல் புகழ்க் கொடியும் பணக்கொடியும் உயர்த்திப் புரியாத மர்மமாய் அங்கீகரிக்கப்பட்டோ, அங்கீகரிக்கப்படாமலோ உயர்ந்திருப்பவர் திரு எம்.ஜி.ஆர்.

●●●

ஸ்ரீதரும் அவரது படங்களும்: நம்முடைய அலட்சியம் காரணமாகவும் - அசட்டை காரணமாகவும் - கருத்துப் பற்றிய அஜாக்கிரதை காரணமாகவும் நமது தரம் குறைந்து போனதால், பார்வை குறுகிப்போனதால், ரசனை மலினப்பட்டதால் ஒன்றுமில்லாத அபத்தக் களஞ்சியங்கள் எல்லாம் உன்னத சிருஷ்டிகளாகவும், தர்க்கவியலுக்கு ஒத்துவராத அற்ப வழிபாட்டுணர்வுகள் எல்லாம் கலைச்சிகரங்களைக் கண்டுவிட்ட சாதனைகளாகவும் நமக்குத் தோன்றிவிட்டன...

ஏனெனில் இன்றைக்கும் பலர் இந்தச் சினிமாத் துறையில் அவர்களுக்கே புரியாத பீடத்தில் வீற்றிருப்பது மகாஜனங்களின்

அஜாக்கிரதையான ரசனை, கணிப்பு, வழிபாடு ஆகிய குணங்களினால்தான். இவ்விதமான கீழ்நிலைகளால் உருவாக்கப் பட்டவரே திரு ஸ்ரீதர். ஸ்ரீதர்- புரட்சியைப் புகுத்தியவர்; புதுமையான திரைப்படங்களைத் தந்தவர்; இளம் மேதை என்றெல்லாம் பாராட்டப்படுவது இத்தகைய பொறுப்பற்ற அஜாக்ரதையான கணிப்பின் விளைவே.

பூஞ்சையான பாத்திரப் படைப்பு, போலித்தனமான பண்பாடுகள், அருவருப்பான, ஆனால் சுலபமான ரசனைக்கு அவசியமான காதற்காட்சிகள் எனும் இயற்கைக்குப் புறம்பான சல்லித்தனங்கள், பாமரத்தனமான ரசனையைத் திருப்திப் படுத்தக்கூடிய இன்னும் பல்வேறு விதமான - சினிமா என்கிற கலைச்சாதனத்திற்கு அவசியமில்லாத - சரக்குகளை எல்லாம் கலந்து கட்டி வெற்றிகரமாய்ச் சமாளித்ததே ஸ்ரீதருடைய நிறைவேறிய லட்சியங்களுள் ஒன்றான 'கல்யாணப் பரிசு' ஆகும்.

...

ஸ்ரீதருக்கு எப்படி நகர்ப்புறத்து வாலிபர்களையும், யுவதிகளையும் கவர்ந்துவிட வேண்டுமென்று ஒரு நோக்கம் இருக்கிறதோ அதைப்போல எல்லாத் தரத்துப் பெண்களையும் ஏதோ நமது பண்பாடு என்று நினைக்கக் கூடிய அப்பாவிகளையும் கவர்ந்துவிட வேண்டுமென்ற நோக்கம் கோபாலகிருஷ்ணனுக்கும் இருக்கிறது. எனவே அவரை விடவும் இவரது தரம் விஸ்தாரமாகி விடுகிறது. மேலும் இவர் ஸ்ரீதரைவிட கடுமையாகவும், அவருடைய ஞானத்திற்கேற்ப சிரத்தையோடும் உழைக்கிறார். எது சிறப்பு என்று தெரியாவிடினும் சிறப்பான ஒன்றை நாடி குருடனைப்போல் இவர் அலைகிறார். ஆகவே இவருடைய சாகுபடி ஒரு போகத்தைவிட மறுபோகம் கணிசமாயிருக்கிறது.

ஆதலால்தான் ஸ்ரீதரையே லட்சியமாகக் கொண்ட இவர் அவரையே விஞ்சி நிற்கிறார். ஸ்ரீதர் சமூகப் பிரச்னை என்ற ஒரு பிரக்ஞையே இல்லாமல் சில விஷயங்களைத் தொட்டு அதிலே அபத்தங்களை விளைவிக்கிறார். இவரோ அந்தப் பிரக்ஞையோடே அந்த விஷயங்களைத் தொட்டு அந்த அளவுக்குச் சமமாகவே அந்த அபத்தங்களை விளைவிக்கிறார். விளைவுகளை விட்டுவிட்டு நோக்கத்தை மட்டும் கணக்கிலெடுத்துக் கொள்ளும்போது

அவருக்குச் சமூக நோக்கு இல்லை என்பதாலும் - அதாவது உண்டு என்று இவரே காட்டிக் கொள்வதாலும் - அவரைவிட இவர் அதிக மார்க்குகள் பெற்றுவிடுகிறார்.

●●●

படம் பார்ப்போரையும் சரி, அதனைப் படைப்போரையும் சரி நான் பகிரங்கமாக ஒரு கேள்வியை இது சம்பந்தப்பட்ட ஒவ்வொருவரின் மனசாட்சிக்கும் விடுக்க விரும்புகிறேன்.

நம்மில் பலர் காதல் என்பதை அறிந்திருக்கிறோம். காதலிக்கவும், காதல் சம்பந்தப்பட்ட நெருக்கடிகளில் சிக்கியுமிருக்கிறோம். நமது சினிமாக்கள் ஏதாவது நமது அனுபவத்தை யதார்த்தமாகச் சித்தரிக்கின்றனவா?

நம்மில் பலர் வாழ்க்கையின் கொடிய சோகமான பிரியத்திற்குரிய ஒருவரின் மரணத்தைச் சந்திக்கிறோம். அந்த வேதனையின் பிரதிபலிப்பை வெளியிட்டுமிருக்கிறோம். நமதுபடங்கள் ஏதாவது இந்த அனுபவத்தை யதார்த்தமாகச் சித்தரித்திருக்கின்றனவா?

நம்மில் பலர் திடீரென்று வறியவனாக இருந்து செல்வந்தனாகவோ, செல்வந்தனாக இருந்து வறியவனாகவோ வாழ்க்கையெனும் பரமபத விளையாட்டில் ஏணி வழிபற்றி மேலேறியோ, பாம்பின் வால் பற்றி கீழிறங்கியோ, உயர்வுற்றோ, வீழ்ச்சியடைந்தோ இருக்கிறோம். இப்படிப்பட்ட உயர்விலும் சரி, வீழ்ச்சியிலும் சரி நாம் எப்படி நடந்து கொண்டிருக்கிறோம் என்ற நமது அனுபவத்தை நமது படங்கள் அறிவுக்குகந்த முறையில் விளக்கியிருக்கின்றனவா?

இப்படி, இவ்விதமாக நமது வாழ்க்கைக்கும், நமது உணர்ச்சிகளுக்கும், நமது கண்ணோட்டங்களுக்கும், நமது அனுபவங்களுக்கும் முரண்படுவதே இயல்பாகவுள்ள நமது திரையுலகப் படைப்புக்கள் அனைத்தையும் நான் குறிப்பிட முடியும்.

எனினும் இவ்விதமான அணுகல் முறையையே மறுத்து நமது திரைப்படங்களை நாம் போற்றிக் கொண்டும், பாராட்டிக் கொண்டுமிருக்கிறோம்.

•••

பள்ளம் நோக்கிப் பாய்ந்தோடும் காட்டாற்று வெள்ளமொத்த சினிமா ரசனையை, தன்னால் இயன்ற வரை நல்வழியில் தேக்கித் திசை திருப்ப ஜெயகாந்தன் செயல்பட்டார் என்பதை, தமிழ்த் திரையுலக வரலாற்றின் பக்கங்களில் எவராலும் மறைக்கமுடியாது. தமிழ்நாடு தவிர, அகில இந்திய பத்திரிகைகளின் ஏகோபித்த பாராட்டுகளையும், மகத்தான வரவேற்பையும் 'உன்னைப்போல் ஒருவன்' பெற்றது.

சத்யஜித் ரே, 'உன்னைப்போல் ஒருவனை'ப் பார்த்துவிட்டு, "அருமையான திரைக்கதை. தயாரிப்பில் இன்னும் கவனம் செலுத்தியிருக்கலாம்" என்று கூறியதாக என்னிடம் ஒருமுறை கூறினார்.

அவரிடம் வெகுநாட்களாக கேட்கத் தயங்கிய ஒரு சந்தேகத்தை அப்போது கேட்டேன். ஒரு உணர்ச்சி மயமான காட்சியில் தங்கம் தன் மகனை சமாதானப் படுத்தி சாப்பாடு போடும்போது, சட்டியில் இருந்து எடுத்த மீன் துண்டு தவறுதலாக கீழே விழுந்துவிடும். அதை அப்படியே விட்டு அடுத்த மீன் துண்டை எடுத்து தட்டில் போடுவாள் தங்கம். ஆனால் கேமரா பார்வையில் தெரியாது.

"ஏன் சார் அதை இன்னொரு டேக் எடுத்திருக்கலாமே?" என்று கேட்டேன்.

"பட்ஜெட்தான். கச்சா ஃபிலிம் பத்தாக்குறைதான்".

ஜெயகாந்தனின் 'உன்னைப்போல் ஒருவன்' திரைப்படத்தின் பெருமையையும், குறைகளையும் நேர்மையாக மனந்திறந்து, விரிவாக விமர்சனம் செய்தவர், தமிழ்நாட்டில் எனக்குத் தெரிந்து ஒரேயொருவர்தான். அவர்தான் திரைப்பட இயக்குனரும், எழுத்தாளருமான அம்ஷன் குமார்.

அவரது 'உன்னைப்போல் ஒருவன்' விமர்சனம் தனித்துவமானது.

21. ஓர் உண்மை விமர்சனம்

தனது நண்பர்களை ஒருவருக்கொருவர் அறிமுகப் படுத்தி வைப்பது ஜெயகாந்தனின் இயல்பு அல்ல. அவர்களுக்குள் தானே முகிழ்த்து, மெதுமெதுவாய், எவரும் அறியாமல் இதழ்விரியும் மலர்களைப் போல், நட்பு உருவாக நாள் பிடிக்கும்.

மாறாக, சபையில் புது நண்பர்கள் கூடியிருந்த ஒரு மாலைப் பொழுதில், நான் அறைக்குள் பிரவேசித்த போது, அவர்களுக்கு, "Our young friend, Gowtham"

என்று அறிமுகம் செய்தார். எனக்குக் கூச்சமாகவே இருந்தாலும், பெருமையாகவும் இருந்தது.

ஆனாலும் ஜே.கே, எனக்கு அவரையும், அவருக்கு என்னையும் அறிமுகப் படுத்தி வைத்த ஒரே நண்பர் அம்ஷன் குமார் மட்டும்தான். 13.12.2001 அன்று திருப்பூரில், அம்ஷன் குமார் எடுத்திருந்த 'பாரதி' ஆவணப்பட அறிமுகமும், திரையிடலுமான நிகழ்ச்சிக்கு, ஜெயகாந்தனுடன் நான் மட்டுமே சென்றிருந்தேன். நாங்கள் தங்கியிருந்த விடுதி அறையில்தான் எங்களது முதல் சந்திப்பு நடந்தது. அறிமுகமான ஒருசில நிமிடங்களிலேயே நாங்கள் நெருக்கமானவர்களாக உணர்ந்தோம். எங்கள் நட்பு குறித்து பின்னர் விரிவாக எழுத வாய்க்கும் என்றே கருதுகிறேன்.

ஜெயகாந்தனின் 'உன்னைப்போல் ஒருவன்' வகுத்த 'புதிய அலை சினிமா' சாலையை செப்பனிட்டு, அதை புதுக்கிய மகத்தான பணி அம்ஷன் குமாருடையதே. அவரது பல்வேறு ஆவணப்படங்கள் சிறந்த படைப்புகளாகவும், வழிகாட்டிகளாகவும் விளங்கினாலும், 'ஒருத்தி', 'மனுசங்கடா' எனும் இவரது இரண்டு திரைப்படங்கள்தான் தமிழ் சினிமாவுக்கு உலக அரங்கில், திரைப்பட திறனாய்வாளர்களின் மத்தியில் பெருமை சேர்த்தன.

உன்னைப்போல் ஒருவன் (1964), ஒருத்தி (2003), மனுசங்கடா (2017) போன்ற மகத்தான திரைப்படங்கள் வெளிவந்த இந்த 58 ஆண்டுகாலப் பெருவெளியில், தமிழ் சினிமா உலகம் மட்டும், அழுகி நாறிய சாக்கடைக்குள் இருக்கிறோம் என்ற உணர்வற்று, எருமை மாடுகளைப் போல், பன்றிகளைப் போல் சுகமாய் படுத்துக் கிடக்கிறது.

கடந்த சில வருடங்களாக, ஒருசில இளைஞர்களால், நம்பிக்கையின் ஒளிக்கீற்று லேசாகத் தெரிந்தாலும், சாக்கடையே பெரிதும் ஆக்கிரமித்திருக்கிறது என்பதே உண்மை.

ஆனாலும், அம்ஷன் குமாரின் திரைத்துறை செயல்பாடுகள் மகத்தானவை. அதனை அவரது புத்தகங்களே பறைசாற்றும்.

'எழுத்தும் பிரக்ஞையும்'

'சினிமா ரசனை'

'பேசும் பொற்சித்திரம்'

'ஒருத்தி' (திரைக்கதை - வசனம்)

'மாற்றுப் படங்களும் மாற்று சிந்தனைகளும்'

ஆகிய அவரது நூல்களில் சில கல்லூரி மாணவர்களுக்கு பாடமாகவே விளங்குகின்றன.

இதை நான் எழுதிக்கொண்டிருக்கும் இன்றுகூட, அவரது ஹிந்துஸ்தானி சரோட் வாத்திய இசைமேதை 'ராஜீவ் தாரநாத்' அவர்களைப் பற்றிய ஆவணப்பட வெளியீட்டு விழா பெங்களூரில் நடைபெறவுள்ளது.

இவரது 2007ல் வெளிவந்த 'பேசும் பொற்சித்திரம்' என்ற தொகுப்பில்தான் 'உன்னைப்போல் ஒருவன்' கட்டுரையைப் படித்தேன். விரிவாகவும், ஆழமாகவும் ஆராயும் அதிலிருந்து நான் தேர்வுசெய்த சில பகுதிகளை மட்டும் கீழே தருகிறேன்.

தனது சிறுகதைகள் மூலம் ஜெயகாந்தன் எழுத்துலகில் பிரவேசம் செய்தபொழுது, அவருக்கு இலக்கிய உலகமும் பத்திரிகை உலகமும் கொடுத்த அதே பரவசமான வரவேற்பினை நல்ல சினிமா ரசிகர்கள் அவரது முதல் படமான உன்னைப் போல் ஒருவனுக்கும் அளித்தனர்.

தமிழ் திரை உலகம் கொடுத்த வரவேற்பு?

அது முற்றிலும் வேறானது.

ஒரு படம் வெளியாகும் பொழுது படத்தயாரிப்பாளரோ, டைரக்டரோ ரசிக தெய்வங்களைக் கும்பிட்டு, படத்தைப் பார்த்து தங்களை வாழவையுங்கள் என்று வேண்டுகோளுடன் பத்திரிகையில் தங்கள் புகைப்படங்களைப் பிரசுரிப்பார்கள். படத்திலும் அக்காட்சிகள் டைட்டிலுடன் வரும். ஆனால் ஜெயகாந்தன் வீர முழக்கத்துடன் ஒரு கலைஞனாய் தன்னை உணர்த்திய பாங்கு, அதுவரை தமிழ்த் திரையுலகம் கண்டிராத ஒன்றாகும்.

•••

படம் சென்னை கிருஷ்ணவேனி தியேட்டரில் திரையிடப்பட்டது. மக்களின் ஆதரவும் அதற்கு நாளுக்கு நாள் பெருக ஆரம்பித்தது. ஆனால் தியேட்டர்காரர்களும் விநியோகஸ்தர்களும் படத்தை ஓடவிட்டால் தானே? மக்களைப் பார்க்க விடக்கூடாது என்பதற்காகவே 6.30 மணிக்கே டிக்கட் தராமல் மாலைக்காட்சி திரையிடலுக்கு தியேட்டர் வாயிலை மூடினார்கள். ஜெயகாந்தனும் அவரது நண்பர்களும் கையில் தடியோடு தியேட்டர் வாயிலில் எல்லாக்காட்சிகளுக்கும் கேட்டைத் திறந்து வைத்துக் கொண்டு காவல்காத்தனர். கோர்ட் நோட்டீஸ் வாங்கியும் படத்தை ஒப்பந்த காலத்திற்கு மேல் ஒரு காட்சி கூட ஓட்ட விடாமல் படம் தியேட்டரிலிருந்து எடுக்கப்பட்டது.

(தியேட்டர்காரர்களோடு செய்து கொண்ட ஒப்பந்தம் ஒரு குறிப்பிட்ட தொகைக்குக் கீழே வசூல் குறைகிற வரை படத்தைக் காட்ட வேண்டும் என்பது. - ஜெயகாந்தன்)

படம் வழக்கமான விநியோக முறையில் தோற்றுப்போனதே ஒழிய, அழைப்பின் பேரில் பல இடங்களில் காட்டப்பட்டு கட்டணம் வசூலிக்கப்பட்டதன் பேரில் ஓரளவு வருமானம் கிடைத்தது.

தமிழ்ப் பட உலகம் உன்னைப்போல் ஒருவன் படத்திற்குத் தார் பூசி மகிழ்ந்த வரலாறு நம்மை வெட்கித் தலைகுனிய வைக்கும். தமிழ்ப்படஉலகம் ஒரு போதும் அதற்காக வெட்கப் படப்போவதில்லை. செய்த தவறுக்காக வெட்கப்படுவதும்கூட ஒரு

தகுதியின் பொருட்டுதான் அமையும். அத்தகுதி அதற்கு சிறிதும் கிடையாது.

படத்தைப்பற்றி சில நல்ல விமர்சனங்களும் வந்தன. முதலாவது அதன் கும்மிருட்டு ஒளிப்பதிவு பற்றியது. படம் முழுக்க கறுப்பாக இருந்தது. சேரிக்குடியிருப்பில் சூர்ய ஒளிகூட விழவில்லை. தனது பிடிவாதத்தால் நேர்ந்த குறைதான் அது என்று ஜெயகாந்தன் பின்னர் அதற்கு பொறுப்பேற்றார். இரண்டாவது குறை படம் முழுக்க முழுக்க ஸ்டுடியோவிலேயே எடுக்கப்பட்டிருந்தது. சேரி செட் தத்ரூபமாக இல்லை.

...

குறைந்த தயாரிப்பு செலவு, நட்சத்திர அந்தஸ்து இல்லாத நடிகர்கள், அன்றாட வாழ்க்கை பிரதிபலிப்பு, மாண்பு மிக்க மனிதம் மற்றும் ஹீரோயிசம் இல்லாத கதை ஆகிய பிற நியோ-ரியாலிச பண்புகள் அதற்கு உண்டு. நடிகர்களின் நடிப்பு சோடை போகவில்லை. நன்கு உணர்ந்து நடித்திருந்தார்கள்.

ஆனால் படம் மிக மெதுவாக நகர்கிறது. சேரியில் வாழ்கிற மனிதர்களின் வாழ்க்கை வேகம் அதுவல்ல. அந்த விமர்சனங்களையும் மீறி உன்னைப் போல் ஒருவன் மெச்சத்தகுந்த ஒரு தமிழ்த்திரைப் படமாகப் புதிய முயற்சிகளின் முன்னோடியாக, இன்று திரையிடப்பட்டாலும் பார்ப்பவர்களைச் சிந்திக்க வைக்கவும் கலங்க வைக்கவும் கூடியதான ஒரு படைப்பாக இருக்கிறது. அதன் உள்ளார்ந்த பலம் எது?

உதய சங்கரின் கல்பனா (1948) ஒரு நடனக் கலைஞரின் படம் என்பதைப் போல, உன்னைப் போல் ஒருவன் ஒரு இலக்கியப் படைப்பாளியின் படம். அந்த இலக்கியப் படைப்பாளிக்கு திரைப்படம் எடுப்பதில் தடுமாற்றங்கள் இருந்ததேயொழிய சினிமாவின் மொழி பற்றிய தெளிதல் நன்றாகவே இருந்திருக்கிறது. இலக்கியத்திற்கும் சினிமாவிற்கும் உள்ள அடிப்படை நுணுக்கங்களைப் பற்றிய அறிதலும் காணப் படுகிறது. நமது பண்புகளுடன் கூடிய வாழ்க்கையை அது திரைப்படமாகக் காட்சிப் படுத்தியிருந்தது.

உன்னைப் போல் ஒருவன் நாவலின் கதைதான் உன்னைப் போல் ஒருவன் படத்தின் கதையும்; நாவலில் வருகிற கதாபாத்திரங்கள்தான்

படத்திலும் வருகிறார்கள். நாவலில் உள்ள சில சம்பவங்கள் நீக்கப்பட்டுள்ளன. ஆனால் நாவலில் சொல்லப்படாத, காட்சியில் சொல்வதால் மட்டுமே மேன்மையுறும் சம்பவங்கள் படத்தில் உண்டு.

...

தமிழ் இலக்கியத்திற்கு யதார்த்த வாதத்தைக் கொண்டு வந்தவர்களில் தலையானவர் ஜெயகாந்தன். அவரது யதார்த்த வாதத்தின் முக்கிய அம்சங்களில் ஒன்று காட்சி பூர்வமான வர்ணனைகள். வர்ணனைகளைப் படித்துவிட்டு கண்களை மூடினால் மனதினுள் காட்சி விரிய வேண்டும் என்றார் செகாவ். ஜெயகாந்தனின் வர்ணனைகள் அத்தகையவை. திரைப்பட ஊடக மொழியின் பாதிப்பும் அவரது படைப்புகளில் உண்டு. 'இந்த இடத்தில் இருந்து' என்னும் அவரது சிறுகதை கேமரா உத்தியைப் பயன்படுத்தி எழுதப்பட்டுள்ளது. இயல்பான இப்பண்புகள் அவரது திரை ஆக்கத்தை மிகவும் தூண்டியுள்ளன.

...

சிறு வயதிலேயே தன் சம்பாத்யத்தில் தன் தாயைக் காப்பாற்ற முடியும் என்று சிட்டி உறுதி கொள்கிறான். அவனால் தன் தாய் வேறு ஒருவனுடன் வாழத் தீர்மானிப்பதைத்தான் ஒப்புக்கொள்ள முடியவில்லை. படத்தில் வரும் கதாபாத்திரங்களுக்கு அதனாலேயே பிரச்னைகள் ஆரம்பிக்கின்றன. இதை ஈடிபஸ் காம்ப்ளக்ஸ் ஆராய்ச்சிக்கு வழக்கம்போல் உட்படுத்தலாம். ஆனால் சிட்டி பிற ஆண்களின் சகவாசத்தால் தன் தாயின் கௌரவம் பங்கப்படுவதாகக் கருதுகிறான் என்பது முக்கியம். அவள் சித்தாளாக வேலை செய்யும் இடங்களில் ஆண்கள் அவளை 'வாம்மே, போம்மே' என்று அழைப்பது கூட அவனுக்கு ஒப்புதல் இல்லை. அவள் தன்னுடன் வேலை செய்பவர்கள் ஒரு சகோதர பாசத்துடன்தான் தன்னிடம் பழகுகிறார்கள் என்று சமாதானமாகச் சொல்வதையும் அவனால் ஏற்க முடியவில்லை.

கொந்தளிப்பான உணர்வுகளுடன் உழலும் தங்கத்தையும் சிட்டியையும் எட்டி நின்று பார்க்கிற பக்குவம் ஜோஸ்யக் காரனுக்கு இருக்கிறது. தங்கத்தின் மீது காதல் கொண்டதாலேயே சிட்டி மீதும்

அவனுக்கு ஒரு தந்தைக்குரிய பாசம் ஏற்பட்டுவிடுகிறது. இயல்பாக அந்தக் குடும்பத்துடன் தன்னை அவன் பொருத்திக் கொள்கிறான். சிட்டியின் மூர்க்கத்தனமான நடவடிக்கைகளைப் பார்த்த பிறகு தன்னால் அவர்களுடன் தொடர்ந்து வாழ முடியாது என்பதைக் கண்டு கொண்டு அவர்களை விட்டுப்பிரிகிறான். மனிதர்களுடன் உறவு கொள்வதிலும், பிரிவதிலும் அவன் ஒரு லட்சியவாதியாகத் திகழ்கிறான். படத்தில் வில்லன் எவரும் இல்லை.

"எனக்கு என்னோட தான் சண்டை"

என்று சிட்டி சொல்கிறான். தமிழ் சினிமா ஹீரோக்கள் எவரும் பேசாத வசனம் இது.

•••

படம் முழுக்க முழுக்க அன்பின் அரவணைப்பு இன்மையால் மனிதர்கள் படும் துயரங்கள் சித்தரிக்கப் படுகின்றன.

தன் தாய் தன்னை விட்டு நிரந்தரமாகப் பிரிந்துவிட்டாள் என்பதைப் புரிந்து கொள்ளவே சிட்டிக்கு சில காலம் பிடிக்கிறது. அது அழகாகக் காட்சிப் படுத்தப்பட்டுள்ளது. படத்தின் துவக்கக்காட்சிகள் ஒன்றில் சிட்டி ஆப்பக்கார ஆயா, தங்கம் ஆகியோர் இரவில் தூங்கத் தயாராகிக் கொண்டிருப்பார்கள். அப்பொழுது தள்ளு வண்டியில் 'அரிணா ஓரணா பால் ஐஸ்' என்று சத்தம் கேட்கும். சிட்டி தங்கத்திடம் காசு வாங்கிக் கொண்டு ஓடிப்போய் ஐஸ்க்ரீம் வாங்கி சாப்பிடுவான். இரண்டாவது முறை ஐஸ்க்ரீம் வண்டி வரும் சப்தம் கேட்கும் பொழுது சிட்டி, தங்கம், ஜோஸ்யக்காரன் ஆகியோர் படுத்திருப்பார்கள். சிட்டி அப்பொழுது தூங்கியிருப்பான் அல்லது ஜோஸ்யக்காரன் அருகிலிருப்பதால் தூங்குவது போல் நடித்தானோ என்னவோ! மூன்றாவது முறை ஐஸ்க்ரீம் வண்டிக்காரனின் குரல் தாயை இழந்த சிட்டி உறங்கிக் கொண்டிருக்கும் பொழுது கேட்கும். உடனே சிட்டி எழுந்து அமர்ந்து கொண்டு, அம்மாவை நினைத்து அழுவான். முதல் இரண்டு முறைகளும் ஐஸ்க்ரீம் வண்டி வரும் பொழுது அவன் அம்மாவுடன் இருந்திருக்கிறான். மூன்றாம் முறை ஐஸ்க்ரீம் வண்டியின் சப்தம் அவனுக்கு ஐஸ்க்ரீமை நினைவூட்டுவதில்லை. அவன் இழந்துவிட்ட அம்மாவை நினைவூட்டுகிறது. இது

நாவலில் இல்லாத காட்சி, காட்சி பேச வேண்டும். அதுதான் சினிமா என்பதை ஜெயகாந்தன் உணர்ந்து படத்தை இயக்கியிருக்கிறார். சிறப்பான வசனங்களும் காட்சிகளுடன் பின்னிப் பிணைந்துள்ளன.

டெக்னாலஜி தெரிந்த பல தமிழ் சினிமா இயக்குநர்கள் 'உன்னைப்போல் ஒருவன்' படத்திலுள்ள குறைகள் இன்றி படமெடுக்கத் தெரிந்தவர்களாக இருக்கலாம். ஆனால் கட்புலனுக்குரிய ஊடகம் சினிமா என்பதை உணர்ந்து கொண்டதற்கான இத்தகைய சான்றுகள் அவர்கள் படங்களில் இருப்பதில்லை. ஜெயகாந்தனின் கதை வசனங்களை வைத்துக்கொண்டு பிறர் எடுத்த படங்களையும் அவரே இயக்கிய 'உன்னைப் போல் ஒருவன்' படத்தையும் ஒப்பிடுவதன் மூலமே இதை உணரமுடியும். இதனாலேயே சினிமா இலக்கணக் குறைகளைக் கண்ணுற்றும் அதன் மனித சித்தரிப்பின் சிறப்புகளுக்காக உன்னைப் போல் ஒருவன் படத்தைப் பிரெஞ்சு சினிமா சரித்திர ஆய்வாளர் 'ஜார்ஜஸ் சாடுல்' (Georges Sadoul) பாராட்டினார்.

ஒரு எரிமலை போல் வெடிக்கும் சிட்டி அவிந்து போய் நீரூற்றாகிறான். தனது தங்கையைப் பார்க்கும் அவனது கண்களில் பிரகாசம். அவனது வாழ்க்கைப் பயணம் புதிய பொறுப்புடன் துவங்குகிறது.

•••

அம்ஷன் குமார் குறிப்பிடும் 'ஜார்ஜஸ் சாடுல்' (Georges sa doul) என்பவர், சினிமா மற்றும் சினிமா தயாரிப்பாளர்களுக்கான கலைக்களஞ்சியம் (Encyclopaedia) தயாரிப்பில் புகழ்பெற்ற, ஃபிரெஞ்சு சினிமா விமர்சகர் ஆவார்.

இந்தப் படம் குறித்து எம்.ஜி.ஆர் கடுமையான அவதூறு பரப்பிக் கொண்டிருந்த அதே சமயத்தில், இந்தப் படத்தைப் பார்க்க வேட்டியை மடித்துக் கட்டிக் கொண்டு, தோள் துண்டை கையில் எடுத்தபடி, நேரமாகிற அவசரத்தோடு வேகவேகமாக கிருஷ்ணவேணி தியேட்டருக்குள் நுழைந்தார் அறிஞர் அண்ணா என்று கலையுலக அனுபவங்களில் கூறுகிறார் ஜெயகாந்தன்.

மேலும் அம்ஷன் குமார் குறிப்பிடும்

"அரிணா ஓரணா பாலைஸ்" என்ற வசன டப்பிங் குரல் தன்னுடையதே என்று என்னிடம் ஒருமுறை ஜெயகாந்தன் கூறினார்.

'உன்னைப் போல் ஒருவன்' படம் குறித்து ஜெயகாந்தன் எழுதிய, 'ஓர் இலக்கியவாதியின் கலையுலக அனுபவங்களி'ன் பத்து அத்தியாயங்கள் சொல்லும் ஏராளமான தகவல்களை, தேடிப் படித்துக் கொள்வீர்கள் என்ற நம்பிக்கையில், நான் கூறியது கூறாமல் தவிர்த்தாலும், இன்னும் ஓர் அத்தியாயம் இது குறித்தே தொடரும் என்பதைக் கூறிக் கொண்டு...

22. புதிய அலை தமிழ் சினிமா

உன்னைப்போல் ஒருவன் திரைப்படம் குறித்து,

"இது நூறு நாட்கள் ஓடும் படமல்ல; நூறு ஆண்டுகள் பேசவைக்கும் படம்" என்றார் ஜெயகாந்தன்.

அவர் சொல்லி ஐம்பத்தெட்டு ஆண்டுகளுக்குப் பின் இப்போது என்னைப் பேச வைத்திருக்கிறது. இன்னும் பலரையும், இன்னும் பல்லாண்டுகளுக்குப் பின்னும் பேசவைக்கும்.

சென்னை மாநகரின் ரயில்களிலும், பஸ்களிலும் இன்னபிற வாகனங்களிலும் பயணம் செய்யும்போது, தெருவோரக் குடிசைகளிலும், குப்பங்களிலும் வாழும் மனிதர்களைக் காணும் நடுத்தட்டு, மேல்தட்டு வர்க்கத்தினரின் கண்களுக்கு ஏழ்மையும், அதற்கு அடிப்படையான பணமும் மட்டுமே அவர்களின் பிரச்சினையாகத் தெரியும்.

நடுத்தட்டிலும், மேல்தட்டிலும் வாழும் உன்னைப் போலவே ஒருவன்தான், தெருவோரக் குடிசையிலும் வாழ்ந்து கொண்டிருக்கிறான். குடிசையில் வாழும் மனிதர்களுக்கு பணம் மட்டுமே பிரச்சினை இல்லை. உன்னைப் போலவே அன்பு, அரவணைப்பு, மானம், ரோஷம், சுயமரியாதை, காதல், பெருந்தன்மை, நாகரிகம் போன்ற அனைத்திலுமான பிரச்சினைகள், அவர்கள் வாழ்விலும் நிறைந்தே இருக்கிறது என்று, படம் பார்க்க வந்து குந்தியிருக்கும் ரசிகர்களைப் பார்த்து மட்டுமல்லாமல், உலகத்துக்கே ஜெயகாந்தன் சொல்லும் கதைதான் 'உன்னைப் போல் ஒருவன்'.

'ஆசிய ஜோதி பிலிம்ஸ் அளிக்கும் உன்னைப் போல் ஒருவன்' என்ற ஆர்ப்பரிப்புடன், துரிதகதியில் மீட்டும் வீணையின்

நாதத்தோடு படம் தொடங்கும். வீணையைத் தொடர்ந்து உச்சஸ்தாயியில் ஷெனாயின் கம்பீரமான பின்னணியில், 'We deal with problems of life' என்று முழுத் திரையிலும் காட்டப்படும் வாசகம், நம்மை ஒரு புதுமையான சினிமாவுக்குள் நுழைகிறோம் என்று கட்டியம் கூறும்.

சுமார் ஒன்றே முக்கால் நிமிட டைட்டில் கார்டு காண்பிக்கும் நேரத்துக்குள் வீணையும், ஷெனாயும், வயலினும், புல்லாங்குழலும், டோலக்கும், தபலாவும், சந்தூரும், சாரங்கியும், நமது உள்ளத்தைக் கவர்ந்து, ஒரு பரவச நிலைக்கு அழைத்துச் செல்லும்.

'ரே' யின் பதேர் பாஞ்சாலியில் சிதார் மேதை ரவிசங்கர் டைட்டிலுக்கான இசையை, மூன்றே வாத்தியங்களில் முடித்திருப்பார். முழுதும் சிதாரும், மிருதங்கமும் முடியும் தருவாயில் புல்லாங்குழலும்.

சாஸ்திரீய இசை வாத்தியங்களில் நாட்டுப்புற இசை!

பதேர் பாஞ்சாலியில் ரவிசங்கரின் ஆளுமை 'ரே'யை விஞ்சி மேல் தெரியும்.

ஆனால் உன்னைப் போல் ஒருவனில் ஜெயகாந்தன் தான் கிறங்கி மயங்கிய வாத்தியங்கள் அனைத்தையும் பயன்படுத்த விழைந்திருக்கிறார். தனக்கு முதல் திரைப்பட அனுபவமாய் இருப்பினும், வீணை மேதை சிட்டிபாபு, முழுமையாக தன்னை ஜெயகாந்தனுக்காக அர்ப்பணித்திருக்கிறார்.

1958 ல் 'ஜல் சாகர்'(The Music Room) என்ற தனது நான்காவது படத்துக்கு, சத்யஜித் ரே, சிதார் மேதை உஸ்தாத் விலாயத் கானோடு பணிபுரிந்தார். அந்தப் படத்திற்கான இசைக் கோர்ப்புப் பணியில் ஒரு காட்சிக்காக, 19ம் நூற்றாண்டைச் சேர்ந்த, பின்லாந்து இசை மேதை 'ஜான் சிபெலியஸ்' மற்றும் விலாயத்கான் இருவரின் இசையையும் இணைத்து பயன்படுத்தியிருப்பதை ஒரு பேட்டியில் குறிப்பிட்டார். மேலும், 'சிபெலியஸி'ன் இசையைக் கேட்கும்போது சில குறிப்பிட்ட இந்திய ராகங்கள் தன் நினைவில் மோதுவதாகவும் கூறினார். அவரது இந்திய மற்றும் மேற்கத்திய இசைஞானமென்பது அவரது குடும்பக் கலைச் சூழலில், குழந்தைப் பருவத்திலிருந்தே வளர்ந்தது.

'ஜல்சாகர்' வெளிவந்து எட்டு ஆண்டுகளுக்குப் பின், ஆனந்தவிகடனில் ஜெயகாந்தனின் 'பாரீசஸுக்குப் போ' நாவல் தொடராக வெளிவந்தது. அதில் ஒரு பாத்திரமான சாரங்கன் குறித்த ஒரு பத்தி.

"அவனுக்கு வாழ்க்கையின் மீது ஒரு புதிய நம்பிக்கை ஏற்பட்டது. இந்தக் கடிதத்தை படித்த பிறகு, ஃபின்லாந்து தேசத்தின் சுதந்திரச் சிந்தனைகளுக்கு உருவம் கொடுத்து, அந்தத் தேசத்தின் வெற்றிக்காக எக்காளமிடுவது போல் எழுந்த 'செபிலியஸி'ன் 'ஃபின்லாண்டியா' என்ற இசைக்கோலத்தைக் கேட்டது போல் அவன் புத்தெழுச்சி பெற்றான். இந்தக் கடிதத்தைத் தன்னிடம் அவள் கொணர்ந்ததற்காக அவன் மீண்டும் தன்னை மறந்த மகிழ்ச்சியில் அவளுக்கு நன்றி பாராட்டிக் கொண்டிருந்தான்".

நான் கடந்த சில மாதங்களுக்கு முன், பின்லாந்து போகும் சமயத்தில் இதைப் படித்து ஆச்சரியப் பட்டேன். சத்யஜித் ரே, ஜெயகாந்தன் இருவரது இசைத்தேடல்கள் ஒன்றிணையும் புள்ளி எனக்குப் புரிந்தது. அந்த ஆச்சரியத்தோடு, இசைமேதை 'ஜான் ஸிபெலியஸ்' பிறந்த ஊரான 'ஹமீன் லின்னா' *(Hämeen linna)* ரயில் நிலையத்தை படம்பிடித்துக் கொண்டு வந்தேன். (*Linna* என்றால் ஃபின்னிஷ் மொழியான சுவோமியில் 'கோட்டை' என்று பொருள்)

இந்த இருவருக்கும் மேற்கத்திய இசையில் அபரிமிதமான ஈர்ப்பு இருந்தாலும், இருவரின் படங்களிலும், இந்திய மரபிசையின் தாக்கமே மேலோங்கியிருக்கிறது.

தங்கம், மாணிக்கம் மீது மோகவயப்படும் ஒரு காட்சியில், வீணையின் நாதத்தோடு, சந்தூர் இழைந்து எழுப்பும் இசை, நம்மை குடிசைக்குள் 'நாரத கான சபா'வில் 'ஜுகல்பந்தி' கேட்கும் உணர்வை ஏற்படுத்தும்.

படம் முழுதும் பின்னணி இசையைத் திணிக்காமல், நறுக்குத் தெறித்தாற்போன்ற வசனங்களுக்கும், அவசியமான ஓசைகளுக்கும் மட்டுமே இடம் தந்து இடைவெளியை நிரப்புதற்கே வாத்தியங்கள் இசைக்கின்றன.

பதேர் பாஞ்சாலியில் ஓடும் ரயிலை ஒரு நிமிட காட்சியாக அழகியலோடு படமெடுத்திருப்பார். அதன்பிறகு அவ்வப்போது

பின்னணியில் ரயில் ஓடும் சப்தம் மட்டும் உள்ளடங்கி ஒலிக்கும். உன்னைப்போல் ஒருவனிலோ பலமுறை ரயில் ஓடும் சப்தம் பின்னணியில் ஒலித்துக் கொண்டே இருக்கும். ஆனால், ரயிலைக் காட்டுவதற்கு வாய்ப்புகள் இருந்தும், ஒருமுறை கூட ரயிலைக் காட்டாதது எனக்கு வியப்பையும், இயக்குனரின் மேம்பட்ட நம்பிக்கை சார்ந்த கலையுணர்வையும் காண்பித்தது.

'உன்னைப்போல் ஒருவன்' தொடங்கும் முன் அது குறித்த ஓர் அறிக்கை திரையில் காட்டப் படுகிறது. அதை கம்பீரமாக ஜெயகாந்தனே படிக்கிறார்.

அது கீழே வருமாறு:

இப்படத்தின் கதை சேரிவாழ் மனிதர்களைப் பற்றியது. அவர்களின் உணர்ச்சிகள் பற்றியது. அவர்களின் ஆன்மாவைப் பற்றியது.

இந்தப் படம் அந்த வாழ்க்கையைப் போல் தேக்கமானது. இயல்பானது. ஆழமானது.

இது படமாவதற்குமுன் ஆனந்தவிகடன் பத்திரிகையில் வெளியானபோது பல்லாயிரக்கணக்கான வாசகர்கள் பாராட்டியிருந் தார்கள்.

ஆனந்தவிகடனுக்கும் அவ்வாசக அன்பர்களுக்கும் எனது நன்றி உரியது. இந்த முதல் முயற்சியில் குறைகள் பல இருக்கலாம். அவை புதுமையான குறைகளாய் இருப்பின் நான் திருப்தியுறுவேன்.

- த. ஜெயகாந்தன்.

படம் தொடங்கி பத்து விநாடிகளுக்குள் நம்மை கதைக்குள் இழுத்துவிடுகிறார். நாவலில் வந்த 'ஃப்ளாஷ் பேக்' கெல்லாம் தவிர்த்து, குழப்பமற்ற திரைக்கதை. கதையை மாற்றவில்லை. படத்துக்கேற்ப சுவைபட காட்சிகளை மாற்றினார்.

இந்தக் கதையை சினிமாவுக்காக எடிட் செய்வதற்கு முன்பு, ஆனந்தவிகடன் பொங்கல் மலருக்காகத்தான் முதலில் எடிட் செய்தார். அந்த இதழில் சுமார் மூன்றில் இரண்டு பங்கு கதைதான் அவரே வெட்டிச் சுருக்கி வெளிவந்தது. தனிப் புத்தகமாக வரும்போதுதான் முழுமையாக வெளியிட்டார்.

நாவலில் வராத சில காட்சிகள் படத்துக்கு மேலும் மெருகூட்டின.

இன்று வரை தமிழ் சினிமாவில், நகைச்சுவைக்காவும், நையாண்டிக்காகவும் காமெடி நடிகர்கள் மட்டுமே பேசிவரும் சென்னை மொழி, இந்தப் படத்தில் கதாநாயக அந்தஸ்தை எட்டியது. ஒவ்வொரு வசனமும் நம்மை சிரிக்க வைக்க வில்லை. கலை உச்சத்தை எண்ணி நெகிழ வைக்கிறது. உன்னைப்போல் ஒருவன் படத்தில் நடிகர்கள் பேசும் வசனங்கள், அந்தப் படத்திற்கு ஒரு காவிய மேன்மையை அளிக்கிறது.

சென்னைவாழ் மக்களின் இயல்பான மொழியை, திரைப்படங்களிலும், நாடகங்களிலும், தனது பத்திரிகையிலும் கேலிக்குரியதாக ஆக்கியதில், 'சோ'வுக்கே முதலிடம். அவரைத் தொடர்ந்து இன்றுவரை அதே பணியைத் தமிழ்த் திரையுலகில் தொடர்ந்து செய்பவர் கமல்ஹாசன்.

அந்த மொழி ஒரு பிரதேசத்தின் அடையாளமென்றும், அது மதிக்கத் தகுந்த மனிதர்களின் வாழ்வியல் மொழி என்றும் தமிழ்த் திரையுலகில் நிலைநிறுத்திய முதல் திரைப்பட இயக்குனர் ஜெயகாந்தன்.

1958 ல் வெளிவந்த 'சபாஷ் மீனா' வில் சந்திரபாபு சென்னை மொழியைத் திறம்பட பேசி நடித்திருப்பார். காட்சிகள் நகைச் சுவைக்காக இணைத்திருந்தாலும், ரிக்ஷா இழுப்பவராக நடித்திருந் தாலும், 'அடா புடா' என்று ஒருமையில் பேசும் கோட் சூட் போட்டிருக்கும் கதாநாயகனை,

"ஓம்மூஞ்சீல ஏங்கய்ய வக்க",

என்று முகத்திலேயே தாக்கும் சுயமரியாதை உள்ளவராகக் காட்டியிருப்பார்கள்.

'உன்னைப்போல் ஒருவன்' சென்னை மொழிக்கான நியாயமான இடத்தைக் கொடுத்தும், அதற்கு நாற்பத்தெட்டு வருடங்களுக்குப் பிறகுதான் 'பா.ரஞ்சித்' சென்னை மொழிக்கான உயரிய இடத்தை தமிழ்த் திரையுலகில் மீட்டெடுக்கிறார். இடையில் இயக்குநர் துரையின் "பசி" போன்ற ஓரிரு திரைப்படங்கள் வந்து போனது அதிசயங்களே!.

உன்னைப்போல் ஒருவன் படத்தின் முக்கிய பாத்திரங்களில் நடித்தவர்கள் R.காந்திமதி, P.உதயன், S.N.லட்சுமி, S.பிரபாகர், A.K.வீராச்சாமி ஆகியோர் ஆவர்.

இவர்களது வசனங்களில் சில உதாரணங்கள் வருமாறு.

அன்னம்மா கெய்வியின் காவியச்சுவை சொட்டும் கதையில்:

"தஜரத மவராசா வேட்டக்கி போனாரா,

பொயுது பூடுச்சுப்பா.

இருட்டுல எதுனாச்சும் வருதான்னு பாத்துகினே க்கிறாரு.

அந்நான்ட பொதுருக்கு பின்னாலர்ந்து குடுகுடு குடுகுடுன்னு ஒரு சத்தம்..."

தொண்டர் துரைக்கண்ணு:

"மனுசன் பூனையோ காக்காவோ இல்ல; வளந்த கதய மறந்துட்றதுக்கு.

நீ எப்டி காப்பாத்துவ ஒங்கம்மாவ; சொல்லு?".

கிளி ஜோசியர் மாணிக்கம்:

"நம்மால இன்னோர்த்தருக்கு கஸ்டம் வராமாரி நான் என்னிக்குமே நடந்துக்க மாட்டேன்".

சிட்டிபாபு:

"இன்னா வேஷம் போட்ற.

உங்கைல கொஞ்ச வந்தேன்னு நென்ச்சிகினியா.

அந்த ஓங்குர்விகாரன் ஊரவுட்டே ஓட்டான்.

அத்த சொல்டு போவத்தான் வந்தேன். இன்மே வரவே மாட்டேன்".

தங்கம்:

"...அதனால, ஓங்கோவம், ஓரோஷம் அல்லாத்தியும் வுட்டுடாத.

நம்ப மாரி மனுஷாளுக்கே அதான்டா; சொத்து".

இந்தப் படத்தில் நடித்ததைப் போல் (இவர்களில் சிலர் தங்கள் வாழ்நாளில் பிரபலமாக ஆகியிருந்தாலும்கூட) அதன்பின் நடித்த பலநூறு படங்கள் எதிலும் சிறப்பான நடிப்பை வெளிப்படுத்தும் வாய்ப்பு அமையாதது தமிழ் சினிமாவின் குறைமட்டுமேதான்.

தமிழ்ப் படங்களின் பாடாவதி ஃபார்முலாவை உடைத்து, இறப்பையும், அதன் இழப்பையும், இயல்பாய் வெடித்துப் பொங்கியழ, எடுக்கும் காலத்தையும் சரியாக நிர்ணயித்து காட்சிகளை உருவாக்கியிருந்தார் ஜெயகாந்தன். சிட்டிபாபுவின் அழுகை, ஷெனாயோடு எழுந்து, பின் அடங்கி, வீணையின் நாதத்தோடு அவனது முகத்தில் தேக்கும், நம்பிக்கை ஒளிவீச படம் முடியும் போது, திரைமுழுதும் தோன்றும்,

'...*and the problems never.*'

என்ற வாக்கியம், முடிவில்லாத சிந்தனையை நமக்குள் பற்ற வைக்கும்.

1965 க்கு முந்தைய இந்தியத் திரையுலக வரலாற்றில், எனக்குத் தெரிந்த வரை, சமூக மற்றும் பொருளாதார நிலைகளிலான, அடித்தட்டு மக்களின் உயர்தர வாழ்வை திரைப்படமாக்கிய முதல் இயக்குனர் ஜெயகாந்தன்.

1996 ல் அவரிடம் நான் கேட்டபோது, "ஒரேயொரு வீடியோ பிரதிதான் இருக்கிறது. பத்திரமாகத் திருப்பிக் கொடுங்கள்" என்று உன்னைப்போல் ஒருவன் வீடியோ கேஸெட்டைக் கொடுத்தார். என் நண்பர்களின் கேபிள் டிவி அலுவலகத்தில் மூன்று நாட்கள் மூன்றுமுறை பார்த்துவிட்டு திரும்பக் கொடுத்துவிட்டேன். அப்போதுதான் மிகவும் நைந்துபோன 'சிலநேரங்களில் சில மனிதர்கள்' திரைக்கதை - வசனம் புத்தகத்தையும் கொடுத்தார். புத்தகத்தை காப்பி எடுத்த நான், வீடியோ கேஸெட்டை காப்பி பண்ணாமல் கொடுத்து விட்டேன். (சி.நே.சி.ம. திரைக்கதைப் புத்தகத்தைப் படித்துவிட்டு, 1998ல் நான் ஒரு குறும்படம் எடுக்க திரைக்கதை எழுதி, முடியாமல் ஏறக்கட்டியது வேறு கதை)

1964ல் 'உன்னைப்போல் ஒருவன்' எடுக்கப்பட்டு, திரையரங்குகள் மூலம் மக்களிடம் கொண்டு சேர்க்க முடியாத பாவத்துக்கு மட்டும், நான் ஒப்பாரி வைக்கவில்லை.

2003ல் அம்ஷன் குமார் இயக்கிய 'ஒருத்தி'யை திரையரங்கில் வெளியிட அவரும், நானும் பட்ட பாட்டை, தோல்வியுற்ற கதையை தனியாகவே ஒரு அத்தியாயம் எழுதலாம்.

2016ல் 'லெனின் பாரதி' இயக்கிய 'மேற்குத்தொடர்ச்சி மலை' இளையராஜா இசையமைத்து, விஜய்சேதுபதி தயாரித்தும் கூட

2018ல்தான் வெளிவந்தது. வந்துமென்ன! வெகுவான மக்களிடம் கொண்டு சேர்க்க முடியாத நிலைதான்.

2017ல் எடுத்த இயக்குனர் செழியனின் 'To let' 2019ல் தான் வெளியானது.

2017ல் அம்ஷன் குமார் இயக்கிய 'மனுசங்கடா' வுக்கும் அதே கதிதான்.

2020ல் அருண் கார்த்திக் இயக்கிய 'நசீர்'.

ஜான் ஆபிரகாம் எடுத்த 'அக்ரஹாரத்தில் கழுதை',

ருத்ரையா வின், 'அவள் அப்படித்தான்', பீ.லெனின் எடுத்த, 'நாக் அவுட்', பாலு மகேந்திரா வின், 'வீடு', அமுதன் எடுத்த 'பீ', திவ்ய பாரதியின், 'கக்கூஸ்' என்று அடையாள உண்ணாவிரதம் மாதிரி அடையாளம் காட்ட ஓரிரு படங்கள் தொடர்ந்து வந்து கொண்டிருப்பதே மனதுக்கு ஆறுதலளிக்கிறது.

வங்கத்தில் தன் ஆயுளில் 36 படங்களை 'சத்யஜித் ரே'யால் இயக்க முடிகிறது.

தமிழ்நாட்டில் மட்டும் ஓரிரு படங்களுக்கு மேல் இவர்களால் எடுக்க முடியாததற்கு காரணம் என்ன?

தமிழ் சினிமா, கலைஞர்கள் கையில் இல்லாமல், திரைப்படக்கலையைப் பற்றிய தீவிர உணர்வற்ற மேம்போக்கான முதலீட்டு வியாபாரிகளின் கையில் கட்டுண்டு கிடப்பதும், அவர்களின் அமைப்பறியா கூட்டு இயக்கம் கலைஞர்களை காயடிப்பதும்தான்.

இறுதியாக, இரண்டு வாக்கியங்களை கோடிட்டு முடிப்பது சரியாக அமையும்.

"பதேர் பாஞ்சாலியை வழக்கமான முறையில் வெளியிட்ட போது, முதல் இரண்டு வாரங்கள் அரங்குகள் காலியாகவே இருந்தன. பிறகு கொஞ்சங்கொஞ்சமாய் படம் பேசப்பட்டு, கூட்டம் வரத் தொடங்கியது. சராசரி வங்காளிகளால், அரங்கு நிறைந்த காட்சிகளாய் அதிக நாட்கள் ஓடியது படம்."

- *The Cinema of Sathyajit Ray*

இதற்கு நேர்மாறாக ‘உன்னைப்போல் ஒருவனு’க்கு மாம்பலம் கிருஷ்ணவேணி தியேட்டரில் முதல் நாளிலிருந்தே திரையிட்ட ஒரு வாரமும் ஹவுஸ் ஃபுல். இங்கு பிரச்சினை ரசிகர்கள் அல்ல. திரையுலக முதலைகள். தொடர்ந்து படத்தை ஓடவிடாமல் ஒழித்தது அவர்கள்தான்.

“எனக்கு ஒரு மிக நிலைத்த ஆதரவாளர் கூட்டம் இருக்கிறது. நான் என்ன எடுத்தாலும் அது நகரில் மூன்று தியேட்டர்களில், மூன்று காட்சிகளாகக் குறைந்தது ஆறு வாரங்களாவது கட்டாயம் ஓடும்”

- *Sathyajit Ray*

முதல் படத்தையே முடக்கிய தமிழ்த் திரையுலகில், ஆதரவாளர்களே இருந்தாலும் தியேட்டருக்கு எங்கே போவது?

விரிந்து பரந்த சென்னை மாநகரில், இன்று வரை ஒரேயொரு தியேட்டராவது இந்த வகைப் படங்களுக்காக உருவாக்கப் பட்டிருந்தால்...!

தமிழ்நாட்டில் கலைஞர்களுக்கா பஞ்சம்?

கடந்த சில ஆண்டுகளாக மார்க்சிய, அம்பேத்கரிய, பெரியாரிய தத்துவங்களை உள்வாங்கிய இளம் இயக்குனர்களின் வரவு பெரும் வரவேற்புக்குரியது.

‘கூழாங்கல்’ எடுத்த P.S.வினோத் ராஜ், ‘ஜெய்பீம்’ எடுத்த T.J.ஞானவேல், ‘காக்கா முட்டை’ எடுத்த M.மணிகண்டன், ‘விட்னஸ்’ எடுத்த தீபக் போன்ற யதார்த்த சினிமா இயக்குனர்கள் மட்டுமல்லாமல், மெயின்ஸ்ட்ரீம் சினிமாவிலும் யாதார்த்தத்தை கலக்கும் முயற்சியில் நம்பிக்கை தரும் விதமாக பா.ரஞ்சித், மாரி செல்வராஜ், வெற்றிமாறன், சை.கௌதம்ராஜ் போன்றோர் செயல்படுவது தமிழ்சினிமாவின் எதிர்காலம் சிறப்புறும் என்ற நம்பிக்கையை விதைக்கிறது.

தன் முதல் படமான ‘பதேர் பாஞ்சாலி’யில், சமூகத்தின் மேல்தட்டு குடும்பத்தின் வறுமையை கதைக் களமாக அமைத்திருப்பார் ‘ரே’.

ஜெயகாந்தனோ அடித்தட்டு குடும்பத்தின் வறுமையையல்ல; வாழ்க்கையையே கதைக்கான பீடமாக்கியிருப்பார்.

எது எவ்வாறாயினும், வெகு குறைவாகவே தமிழ் சினிமாவில் பங்கெடுத்திருந்தாலும், என்னைப் பொறுத்தவரை, தமிழ்நாட்டின் 'சத்யஜித் ரே', 'தமிழின் புதிய அலை சினிமாவின் தந்தை' ஜெயகாந்தன் தான்.

23. என் வீட்டில்

திருச்சிக்கு அவரோடு முதல் பயணம் போய்வந்த பிறகு, நான் வாரத்தில் மூன்று அல்லது நான்கு நாட்களாவது ஜே.கே. சார் வீட்டின் மாடிக் கொட்டகையில் ஆஜராகத் தொடங்கினேன். தலையாய செவிச்செல்வம் சேரத் தொடங்கியதும், வாசிப்பே எனக்கு அற்றுப்போனது. நாள் முழுதும் தொழில், குடும்பம், அலைச்சல். அதைத்தவிர, எனக்கு மனோரீதியான விடுதலை என்பது, ஜே.கே. சார் உடன் இருப்பதானது. அவரை நான் சந்திப்பதில் சிறு இடைவெளி விழுந்து, நான் மீண்டும் செல்லும்போது அவருடைய வரவேற்பு இப்படியிருக்கும்.

"வாங்க கௌதம்! அனாமிகா எப்டி இருக்கா?"

என் மகளை விசாரிப்பதிலிருந்துதான் எப்போதுமே உரையாடல் தொடங்கும்.

எங்களுக்கு மாலையென்பது பொதுவாக எட்டு மணிக்குத் தொடங்கும். இரவு தொடங்க மறுநாளாகிவிடும். புது நண்பர்களோ, வெளியூர் நண்பர்களோ, நீண்ட இடைவெளியில் சந்திக்கும் நண்பர்களோ வருகை புரியும் நாட்களே விசேஷ தினங்கள் ஆகும்.

அந்த வருடங்களில்தான், அவரைக் காண வரும், அவரது நீண்ட கால சென்னை நண்பர்களை, ஒவ்வொருவராக நான் அறிந்து கொண்டேன். அவர்களில் முக்கியமானவர்களாக எனது நினைவில் இருப்பவர்கள் இயக்குனர் லெனின் ரத்தினசபாபதி, எழுத்தாளர் சா.கந்தசாமி, எழுத்தாளர் பிரபஞ்சன், ஓவியர் ஆதிமூலம், கவிதா பதிப்பகம் சொக்கலிங்கம், செண்பகா பதிப்பகம் சண்முகம், கவிஞர் பரிணாமன், டாக்டர் திலீபன், டாக்டர் குமாரபாபு, டாக்டர் பூங்குன்றன், அம்பத்தூர் செல்வம், நடிகர் ஸ்ரீகாந்த், நடிகர் நாகேஷ்,

முனைவர் கே.எஸ்.சுப்ரமணியன், முனைவர் ம.ராஜேந்திரன், திப்பு, அன்பு, ஆறுமுகம், எடிட்டர் லெனின், தினமணி நடராஜன், இளையபெருமாள் சுகதேவ், பாரதி கிருஷ்ணகுமார், பத்திரிகையாளர் மணி ஆகியோராவர். பலர் இன்றைய என் நினைவில் விடுபட்டிருக்கலாம். இவர்களனைவருமே ஜே.கே. யுடன் நெருக்கமான அன்பும், தொடர்பும் கொண்டிருந்தவர்கள். அவ்வப்போது வந்துபோகும் பலரையும் நான் குறிப்பிடவில்லை என்பதோடு, நானில்லாத போது வந்தவர்களின் பட்டியல் பெரிது. அதில் வைரமுத்து, இளையராஜா, கமல்ஹாசன், ரஜினிகாந்த் அடக்கம். இவர்களில் பலர் இனிவரும் தொடர்களில் இடம் பெறுவார்கள் என்பதற்காகவே இந்தக் குறிப்பு.

நண்பர் இயக்குனர் லெனின் ரத்னசபாபதி அவர்கள் ஜெயகாந்தனின் ஆரம்பகால, சம வயது நண்பர். இவர் ஜெயகாந்தனின் திரைப்பட இயக்கங்களுக்கு உறுதுணையாக இருந்தவர். இவருடனான ஒரு நிகழ்வைக் களமாக்கி 'இரு நண்பர்கள்' என்ற ஒரு கதையை ஜெயகாந்தன் எழுதியுள்ளதாக அவரே கூறியதாக, இவரே ஒருமுறை குறிப்பிட்டார். அந்தக் கதை நான் படித்ததில்லை.

1978ல் தயாரான 'புதுச் செருப்புக் கடிக்கும்' படத்தின் இயக்கத்தில் இவருக்கு முக்கிய பங்குண்டு. ஆனால், அந்தப் படம்தான் இன்று இல்லாமலே போய்விட்டது. அதில் ஜெயகாந்தன் எழுதி, *MBS* இசையமைத்து, *SPB* பாடிய 'சித்திரப்பூ சேலை' மட்டும் இன்றும் *YouTube* ல் மடிப்பு கலையாமல் மயக்கி வருகிறது.

ஒரு மாலை சந்திப்பில் இவர்கள் இருவருடன்தான் முதன்முதலாக வோட்கா பருகினேன். ரஷ்யன் வோட்கா. அதைப் பருக ஒரு புதிய முறையை அன்று ஜே.கே. சொல்லிக் கொடுத்தார். அது ஓர் இனிய மாலை.

லெனின் சார் ஒரு மொபெட் வைத்திருப்பார். சில நாட்கள் 'ஜே.கே. நகரி'லிருந்து புறப்பட்டு, கோடம்பாக்கத்தில் குடியிருந்த என்னை, என் வீட்டில் இறக்கிவிட்டு, அதன்பிறகு நள்ளிரவில் ராஜா அண்ணாமலைபுரத்தில் இருந்த அவர் வீட்டுக்குச் செல்வார். அறுபதைத் தாண்டிய அவர்களின் செயல்பாடுகள் அப்போது என்னை ஆச்சரியப்படுத்தின.

நான் சிறுவயதில் கேட்ட சொலவடைகளுள் ஒன்று, 'இவுரு அரிச்சந்திரன் வூட்டுக்கு அடுத்தவூட்டுக்கார்ரு'.

ஆனால், நான் அடுத்த வீட்டுக்காரனாக இருந்த வீட்டின் சொந்தக்காரர்தான் 'மணிக்கொடி சீனிவாசன்'. அவருடைய மீசையின் அடையாளமாக 'ஸ்டாலின் சீனிவாசன்' என்ற பெயர்தான் பம்பாயிலும், டெல்லியிலும் பிரசித்தம். அது அவருடைய வீடு என்ற விபரமே எனக்கு அங்கு குடிபோன மூன்று ஆண்டுகளுக்குப் பின்னரே தெரியவந்தது. அப்போது அவர் இறந்து பத்து ஆண்டுகளுக்கு மேலாகிவிட்டது. அவருடைய பிள்ளைகளில் ஒரு மகள், இரண்டு மகன்கள் மட்டும் அந்த வீட்டில் வாழ்ந்து வந்தார்கள். அந்த மூவருமே திருமணம் செய்துகொள்ளாதவர்கள். மகள் ஒரு வக்கீல். அவர் பெயர் ராதா சீனிவாசன். ஆண்கள் இருவரில் ஒருவர் ஜயதேவ் சீனிவாசன். இவரோடுதான் எனக்கு நெருக்கம்.

மணிக்கொடி சீனிவாசன் கலைஞரின் 'பராசக்தி' படத்துக்கு சென்சார் செய்த அதிகாரி என்பது ஒரு துணுக்கு. அவரது தமிழ்மொழியின் மீதான அபரிமிதமான ஈடுபாட்டைக் குறித்து ஒரு அத்தியாயமே எழுதுமளவுக்கு விஷயங்கள் உள்ளதால் பிறகு தொடர்வோம்.

ஒரு மாலை சந்திப்பில் இவர்களைப் பற்றி ஜே.கே.யிடம் தெரிவித்தேன். தாகூரைப்போலவே நீண்ட தாடி வைத்திருக்கும் ஜயதேவ் சீனிவாசன் பற்றி குறிப்பிட்டபோது, அவருடைய சகோதரி ராதா சீனிவாசன் தனது மனைவியின் இளமைக்கால வகுப்புத் தோழி என்று ஜே.கே. குறிப்பிட்டது எனக்கு ஆச்சரியமளித்தது.

இன்னுமொரு இனிய மாலையில், ஜே.கே.யை என் வீட்டுக்கு ஒருநாள் விருந்துக்கு வருமாறு அழைத்தேன்.

"எதாவது விசேஷம் இருக்கும்போது சொல்லுங்க. வரேன்" என்றார்.

"நீங்க வரதே விசேஷந்தான சார்!"

"அது இல்லங்க. அனாமிகா பொறந்த நாள், அது மாதிரி சொல்றேன்."

நான் மகிழ்ச்சியடைந்தேன். அப்போது தினமணி கதிரில், அவர் 'சபை நடுவே' எழுதிக்கொண்டிருந்ததாக நினைவு. அடுத்து வந்த என் மகளின் பிறந்த நாளுக்கு அவருக்கு அழைப்பு விடுத்தேன். அவர் அவரது மகள் தீபலக்ஷ்மியோடு என் வீட்டுக்கு வந்தது எனக்குப் பெருமை சேர்த்தது.

திருவல்லிக்கேணியில் இருந்து ஒரு முஸ்லிம் நண்பரை அழைத்து 'மட்டன் தம் பிரியாணி'யுடன், என் அம்மாவின் சமையலையும் இணைத்து மதியவிருந்து படைத்தோம்.

மாடியில் இருந்த எனது அறையில், எப்போதும் இருக்கும் 'ரம்' அப்போதும் இருந்தது. அவரிடம் மென்மையாகக் கேட்டேன். அவர் எந்தத் தடுமாற்றமும் இன்றி உடனே மறுத்துவிட்டார்.

என் தாயும், தந்தையும் நான் அதுவரை அவர்களிடம் பார்த்திராத, மிகுந்த மரியாதையுடனும், அன்புடனும் ஜே.கே. யையும், தீபலக்ஷ்மியையும் உபசரித்தார்கள்.

என் பள்ளிப்பருவத்தில், ஜெயகாந்தனின் 'கோகிலா என்ன செய்துவிட்டாள்' படித்ததற்காக என் தலைமயிரைக் கற்றையாகப் பிடித்து, குனியவைத்து முதுகில் ஓங்கி ஓங்கிக் குத்திய என் தந்தையார், ஜே.கே.விடம் காட்டிய பவ்யம் எனக்கு விநோதமாயிருந்தது.

எங்கள் வீட்டில் வாங்கும் ஒரே தினசரியான தினமணியின் சேர்க்கையில் வரும் கதிரில், என் அப்பா அப்போது 'சபை நடுவே'யைத் தொடர்ந்து படித்து வந்தார்.

"ஓங்கள மாதிரி ஒலகத்துலயே யாரும் எழுத முடியாது சார்!" என்று அவர் சொன்னது மட்டுமே இன்றும் என் நினைவில் உள்ளது.

அவர் ஜே.கே.யைப்போலவே ஐந்தாவது தேறாதவர் என்பதும், மளிகை, ஜவுளி, சாராயம் மற்றும் பிராந்திக்கடைகள் நடத்தியவர் என்பதும் கவனத்தில் கொள்ளத் தக்கது.

எனது மற்றும் எனது இணையரின் சகோதர சகோதரிகளை மட்டுமே அழைத்த பிறந்தநாள் கூடுகை அது. அந்த நாள் எனக்கு ஜே.கே.யால் சிறப்புப் பெற்றது.

எனது அடுத்த வீட்டுக்காரரான ஜெயதேவ் சீனிவாசனை ஜெயகாந்தனுக்கு அறிமுகம் செய்து வைத்தேன். அவர்கள் பழையன பேசினார்கள். அவர் ஃபிரான்ஸில் கணிதப் பேராசிரியராகப் பணியாற்றியதும், பிறகு வெனிசுலாவில் அதே பணியைத் தொடர்ந்ததும் பேசப்பட்டது. அவரது ஆடைகள் உலகம் சுற்றியவராக அடையாளம் காட்டாது. ஒரு பழுப்பேறிய கதர் வேட்டி. அதே பழுப்பில் தலையால் மாட்டும் அரைக்கை கதர் பனியன். கழுத்தில் தொங்கும் கயிற்றோடு ஒரு மூக்குக் கண்ணாடி. தெருவில் நிற்கும்போது வாயில் புகையும் வளைந்த பைப். 'எப்போதுமே கத்தரிக்கோலை பார்த்திருக்காதோ!' என்று எண்ண வைக்கும் அடர்ந்து தொங்கும் வெண்மை கலந்த தாடியும், அதே வண்ண தலைமுடியும். இவை தவிர, அவரை நான் வேறு மாதிரி பார்த்ததே கிடையாது.

நானும், ஜெயகாந்தனும் மட்டுமான சந்திப்பின்போது, எங்கள் இருவருக்குமே வயது நினைவுக்கு வருவதேயில்லை. என் அப்பாவின் உடனிருப்பு என்னைச் சிறுவனாக்கி ஒதுக்கியது. அதனால் நான் எனது கேமராவின் துணையோடு படமெடுப்பதில் லயித்தேன்.

இவையெல்லாம் நடந்து கால் நூற்றாண்டு கடந்துவிட்டது.

இதே வருடத்தில்தான் ஜெயகாந்தன் சிங்கப்பூர், மலேசியா மற்றும் பிலிப்பைன்ஸ் சுற்றுப் பயணத்தை மேற்கொண்டார். அந்தப் பயணத்துக்கான விசா ஏற்பாடுகளுக்கு நானும் உடன்சென்றேன். அப்போது 'பஜாஜ் சேடக்' ஸ்கூட்டர் வைத்திருந்தேன். அதில் அவரைப் பின்னால் வைத்துக்கொண்டு சென்னையில் ஓட்டுவதே எனக்குப் பதற்றம் நிறைந்த பயணங்கள்தான். சாலையில் போவோர் வருவோரின் கண்களையும் கவர்ந்துவிடுவார். சிக்னலில் நிற்கும்போது என்னைக் கூச்சம் வந்து தழுவிக்கொள்ளும்.

அப்போது விசா அலுவலகம், தியாகராயநகர் அபிபுல்லா சாலையில் இருந்தது. அங்கு வரிசையில் நிற்கும்போது, எங்களுக்குச் சில நபர்களுக்கு முன்னால் நிற்கும் ஒருவரைக் காட்டி, அவரைத் தெரியுமா? என்று கேட்டார். எனக்குத் தெரியவில்லை. அவர்தான் 'ஞானக்கூத்தன்' என்றும், கவிஞர் என்றும் கூறினார். எனக்குக்

கவிதைகள் மூலமாக எந்தக் கவிஞரையுமே தெரியாது. கவிஞர்கள் மூலமாக சில கவிதைகள் மட்டுமே தெரியும். கவிதைகள் படிக்கும் ஆர்வம் எனக்குக் 'கடல்லயே' இல்ல.

எதேச்சையாக திரும்பிய கவிஞர், ஜே.கே.யோடு நலம் விசாரித்து பேசிக்கொண்டிருந்தார். விசா அலுவலகத்தின் உள்ளே போய் சிறிது நேரம் காத்திருக்க நேர்ந்தது. எங்கள் பேச்சு தொடர்ந்தது.

கௌண்டரில் இருந்து

"தண்டபாணி", "தண்டபாணி" என்று அழைத்துக் கொண்டிருந்தார்கள். நாங்கள் கவனிக்கவில்லை.

கௌண்டரில் இருந்தவர் எழுந்து நின்று, எங்களைப் பார்த்து கூவியதும்தான் நாங்கள் நிலைக்கு வந்தோம்.

பாஸ்போர்ட்டில் இருந்த தந்தையின் பெயரை அழைத்தது அவரிடம் கவனம் பெறவில்லை. பிறகு வேலை முடிந்தபின், இதே மாதிரி ஏர்போர்ட்டில் விமானம் ஏறும்போதும் ஒருமுறை நிகழ்ந்ததாகக் கூறினார்.

வெளியே வந்ததும், டீ குடிக்க அழைத்தார். என் வீடு பக்கம்தான் என்று நான் அழைத்தேன். 'டீக்கடையில் குடிக்கும் ருசியே தனி' என்று சிலாகித்தார்.

சர்மா பார்க் அருகில் நின்ற தள்ளு வண்டியில் டீ குடித்தோம். என்னைக் காசு தர விடாமல் தடுத்து, அவர் கொடுத்தார்.

கிளம்பும்போது, என் வீட்டுக்குப் போய் 'அப்பா, அம்மாவைப் பார்த்துவிட்டுப் போகலாம்' என்றார். பார்க்கக் கிளம்பினோம்.

24. அம்மா மண்டபம்

"நீங்க சிகார் புடிப்பீங்களா?"

"அப்டின்னா சார்?"

"சுருட்டுங்க!"

"பழக்கமா இல்ல... ஆனா புடிச்சிருக்கேன் சார்."

மேலே குறிப்பிட்ட உரையாடல் ஜே.கே. சார் கிழக்காசிய சுற்றுப்பயணம் முடித்து வந்த பின்னான முதல் சந்திப்பில்...

ஜெயங்கொண்டத்தில் எங்களது மளிகைக் கடையில் மிகவும் அதிகமாக விற்கும் பிரபலமான சுருட்டு, 'பூட்டு' மார்க் சுருட்டு. நானறிந்த முதல் புகைபிடிக்கும் பெண்ணென்றால் அது என் ஆயாதான். அவர் கக்கூஸ் உள்ளிருக்கும்போது வெளியில் வரும் புகையே அதற்கு ஆதாரமானது. அதுவே எனக்குத் தூண்டுகோலுமானது.

யாருக்கும் தெரியாமல் எங்கள் கடையிலிருந்தே திருடி வந்த சுருட்டை, கக்கூஸுக்குள் பற்ற வைக்க நான் பட்ட பாடு இருக்கே... *முடியல..! முடியல..!*

ஏன் முடியவில்லை என்பதை இருபத்தைந்து வயதில் நான் தா.பழூரில் வாழ்ந்த காலத்தில்தான் புரிந்துகொண்டேன்.

இந்தியாவின் மிகச்சிறந்த ஓவியர்களில் ஒருவரும், அற்புதமான பல ஓவியர்களை உருவாக்கியவருமான A.P.சந்தனராஜ், கும்பகோணம் ஓவியக் கல்லூரியில் பணிபுரிந்தபோது, அவருடைய மாணவனாகவும், தொண்டனாகவும் இருந்த எனது பால்ய கால நண்பன் வனராஜ், தா.பழூரில்தான் ஃபோட்டோ ஸ்டுடியோ

வைத்திருந்தான். ராகுல் சாங்கிருத்யாயனின் சொல் கேட்டு, நான் வீட்டை விட்டு வெளியேறி, ஓவியம் கற்க அவனிடம்தான் போய்ச் சேர்ந்தேன்.

அந்தக் காலங்களில் நாள் முழுதும் சுருட்டுப் பிடிக்கும் இருபத்தைந்து வயது இளைஞனான அவனோடு, காலையில் ஏரிக்குப் போகும்போது மட்டும், ஒரு சுருட்டுப் பிடித்து பழக முயன்றேன். அப்போதுதான் தெரியும் ‘சுருட்டில் ஓட்டை இருக்கிறதா என்று பார்த்து வாங்க வேண்டும்’ என்று. எனது முதல் சுருட்டு அனுபவம் அவிந்து போனதற்கு ஓட்டைச் சுருட்டே காரணம் என்று ஊதி உணர்ந்தேன்.

எங்களது இரண்டாவது சுற்றில் கீழே போன ஜே.கே. கையில் ஒரு பையோடு மேலே வந்தமர்ந்தார். எங்களுக்கு ஒரு ரவுண்ட் என்பது, குறைந்தது இருபது நிமிடங்களில் இருந்து சுமார் நாற்பது நிமிடங்கள் வரையான கால அளவாகும். வீட்டுக்குப் போகும் திட்டமிருந்தால் பெரும்பாலும் இரண்டோடு முடித்துவிடுவேன். சில சமயம்,

“இன்னொரு சின்னது” என்று அவர் உபசரிப்பார். ஏற்பதும் உண்டு, மறுப்பதும் உண்டு.

மறுநாள் காலையில் எனக்கு ஏதும் முக்கிய வேலையிருந்தாலோ, வீட்டுக்கு யாரும் விருந்தினர் வந்திருந்தாலோ, எவரையும் சந்திக்கப் போகும் சூழல் இருந்தாலோ, முக்கியமாக என் இணையருடன் ஊடல் இருந்தாலோ கண்டிப்பாக நான் மதுவைத் தவிர்த்துவிடுவேன். நான் மகிழ்ச்சிக்கு மட்டுமே மதுவருந்தும் வகையினன்.

நான் மதுவைத் தவிர்க்கயில், “அப்டியா!” என்ற ஆச்சரிய வார்த்தை ஒன்றைத் தவிர ஜே.கே. ஒருநாள்கூட என்னை வற்புறுத்தியதில்லை.

அன்று நான் கிளம்பும்போது, அந்தப் பையை எடுத்து என்னிடம்,

“ஜெயதேவ் க்கு ‘டொபேக்கோ’ டின் வச்சிருக்கேன். அவர்ட்ட குடுத்துடுங்க” என்று நீட்டினார். பைகொடுத்த அவருக்குக் கைகொடுத்து விடைபெற்றேன்.

வீட்டுக்கு வந்துதான் பையைப் பிரித்துப் பார்த்தேன். எங்கள் மகளுக்கு காதுகளிலும், கழுத்திலும் அணியும் ஓர் அணிகலன் செட், எனக்கு ஒரு டி சர்ட், ஃபிலிப்பைன்ஸ் தயாரிப்பான பத்து சுருட்டுகள் அடங்கிய அழகிய பெட்டி மற்றும் புகையிலை அடைத்த டின் ஒன்று. புகையிலை டின்னை (ஜெயதேவ் சீனிவாசன்) தாடி தாத்தாவிடம் கொடுத்துவிட்டேன். அவரை அப்படித்தான் நாங்கள் அழைப்போம். அவர் எனக்குக் கொடுத்த சுருட்டுகள்தான் என்னை மிகவும் கவர்ந்தது. ஒவ்வொரு சுருட்டிலும் வாயில் வைக்கும் பகுதியில் தந்த நிறத்திலான சிறிய பைப் பொருத்தப் பட்டிருந்தது. அவற்றைப் பல மாதங்கள் வைத்திருந்து புகைத்தேன்.

ஜெயகாந்தனுக்குப் பிறகு அதே ஆண்டான 1934ல் பிறந்த தினசரிப் பத்திரிகைதான் 'தினமணி'. அது தொடங்கிய காலத்தில் உதவி ஆசிரியராகவும், பத்து ஆண்டுகளுக்குப் பின் அதன் ஆசிரியராகவும் பொறுப்பு வகித்தவர் ஏ.என்.சிவராமன். அவர் தினமணியில் அரை நூற்றாண்டுக்கும் மேல், அதாவது சரியாக 54 ஆண்டுகள் பணிபுரிந்தார் என்பது பத்திரிகையுலக அதிசயங்களில் ஒன்று.

நான் பள்ளிப் பருவகாலத்தில், எழுத்துக் கூட்டிப் படிக்கப் பழகிய முதல் பத்திரிகை தினமணி. கல்லூரி நுழைந்ததும், எனது மானசீக ஆசிரியர்களுள் ஒருவரானார் ஏ.என்.சிவராமன். நமக்குப் புதுமைப்பித்தனை வழங்கிய வார இதழான 'மணிக்கொடி'யை 1933ல் தொடங்கிய ஐவருள் இவரும் ஒருவர். இந்த ஐவரையும் பற்றி பின்வரும் கட்டுரைகளில் பார்க்க வாய்ப்புள்ளதால்...

தினமணியை மணிக்கணக்காக படிக்கும் பழக்கம் எனக்கு பதினேழு வயதில் தொடங்கியது. நான் தொடர்ச்சியாக படிக்கத் தொடங்கி ஆறேழு வருடங்களில் தினமணி ஆசிரியராக ஐராவதம் மகாதேவன் பொறுப்பேற்றார். பத்திரிகையின் வடிவமைப்பிலும், எழுத்து சீர்திருத்த வடிவங்களிலும், எளிய, சரியான தமிழ் வார்த்தைகளை புகுத்துவதிலும் இவர் தீவிரமாக இயங்கினார்.

ஏ.என்.சிவராமன் மிகுந்த கூச்ச சுபாவமுள்ளவர். மேடைப் பேச்சை முற்றிலும் தவிர்ப்பவர். நான் சென்றிருந்த ஒரு கூட்டத்தில் அவரைப் பேச வைக்க பலரும் முயன்று தோற்றதை நான் நேரெதிரில்

கண்டேன். ஆனால், ஐராவதம் மகாதேவன் அவ்வாறில்லை. நான் அவரை முதன்முதலில் ஆழாவார்பேட்டை அம்புஜம்மாள் தெருவில் அமைந்த 'சீனிவாச காந்தி நிலையத்தில்' நடந்த ஓர் இலக்கியக் கூட்டத்தில்தான் பார்த்தேன். அசோகமித்திரனும் கலந்து கொண்ட அந்த சிறு கூட்டத்தில் அவர் பேச்சு என்னை மிகவும் கவர்ந்தது.

அவருக்குப் பின் ஆசிரியராக வந்த கி.கஸ்தூரிரங்கன் காலம் வரையும்கூட நான் தினமணியில் தோய்ந்துதான் கிடந்தேன். அரசியல், சமூகம், இலக்கியம், இசை, சினிமா, ராசிபலன்கள், இன்றைய நிகழ்ச்சிகள், ரேடியோ, தொலைக்காட்சி நிகழ்ச்சிகள், விளையாட்டு, உலகம் என்று எல்லா வகையான செய்திகளையும் ஒன்றுவிடாமல் படிப்பதுதான் எனக்கு செய்தித்தாள் வாசிப்பு. முக்கியமாக, இந்த வார நிகழ்வுகள், இன்றைய நிகழ்ச்சிகள் போன்றவை என்னை வெகுவாக வழிநடத்தின. அதில் நான் கண்ட 'தமிழ்நாடு கலை இலக்கியப் பெருமன்ற'த்தின் நிகழ்வுகளே என்னை முதலில் கவர்ந்தவை.

வங்கக்கடலுக்கு முதுகையும், பொதுப்பணித்துறை அலுவலகத் துக்கு முகத்தையும், நெஞ்சில் அழுத்திய புத்தகங்களோடு, வடதிசை நோக்கி கையையும் காட்டி நிற்கும் பாரதி சிலையின் அடிவாரம்தான் நிகழ்வுகள் கூடும் இடம். எண்பதுகளின் பிற்பகுதியில் அங்கு சமமற்ற புல்வெளிதான். கூட்டமும் அதிகபட்சம் பதினைந்து பேர்கள்தான்.

எண்ணிக்கைதான் குறைவு. ஆனால், உரையாடலுக்கு வரும் சிறப்பு அழைப்பாளர்கள் உண்மையாகவே சிறந்த ஆளுமைகள். அங்குதான் 'சேற்றில் மனிதர்கள்' எழுதிய, சாகித்ய அகாதமி விருது பெற்ற ராஜம் கிருஷ்ணன், அப்போது தினமணி கதிரில், 'மானுடம் வெல்லும்' தொடர் எழுதிக்கொண்டிருந்த பிரபஞ்சன், கவிஞர் இன்குலாப் இப்படி இன்னும் பலர்.

அந்தக் கூட்டங்களுக்குத் தவறாமல் சென்று விடுவேன். அந்த மாதாந்திரக் கூட்டத்தின் ஏற்பாட்டாளர், பின்னாளில் தமிழ்நாடு கலை இலக்கியப் பெருமன்றத்தின் மாநிலச் செயலாளராக உயர்ந்தவரும், 'கலை' எனும் சிற்றிதழை ஒன்பது ஆண்டுகள் தொடர்ந்து நடத்தியவருமான தோழர் மு.மணிமுடி ஆவார்.

அங்குதான் எனக்குத் தோழர் கடலூர் பாலன் அறிமுகமானார். சிறப்பு அழைப்பாளர் வருவதற்கு முன் அவர் பாடிய பாடல் ஒன்று இன்றைக்கும் மறக்க முடியாது. கவிஞர் பரிணாமன் எழுதிய, ‘பாரதி பிடித்த தேர்வடம் நடு வீதி கிடக்கிறது’ என்ற அந்தப் பாடலை, பின்னாளில் ஜே.கே. சபையில் கவிஞர் பரிணாமனே பாடிக்கேட்பேன் என்று எனக்கு அப்போது தெரியாது.

எழுத்தாளர் பிரபஞ்சனுடனான உரையாடலின்போது வாசகர் ஒருவர், வேறொரு எழுத்தாளரைக் குறிப்பிட்டு, மனித வாழ்வில் நம்பிக்கையை விதைக்கும் ஒரு கதையை குறிப்பிட்டு, “இதை எழுதிய அவர், கீழான தரமற்றவர்களின் கதையையும் எழுதியிருக்கிறாரே?” என்று வினா எழுப்பினார்.

எப்போதும் போல் முந்திரிக் கொட்டையாகிய நான், “நம்பிக்கையூட்டும் ‘தாய்’ எழுதிய மக்ஸீம் கார்க்கிதான், கீழ் சரியும் மனிதர்களைப் பற்றிய ‘அர்தமோனவ்கள்’ எழுதினார்” என்றேன். வினா எழுப்பிய நண்பரோ பிரபஞ்சனிடமிருந்தே பதிலை எதிர்பார்த்து மீண்டும் கேட்டார். என்னைக் காட்டி, “அவுரு சொன்னதுதான்” என்று பிரபஞ்சன் முடித்துவிட்டார்.

கூட்டம் முடிந்து எல்லாரும் எழுந்ததும், பிரபஞ்சன் என்னிடம் விசிட்டிங் கார்டு கொடுத்து, “நேரம் கிடைக்கும்போது வீட்டுக்கு வாருங்கள்” என்று அழைத்தார். நான் மகிழ்ச்சியில் திளைத்தேன். கூட்டத்துக்கு வருபவர்களிடம் அவர்களது பெயர் மற்றும் முகவரியை ஒரு நோட்டுப் புத்தகத்தில் வாங்கி வைத்துக்கொள்வார் மணிமுடி.

எழுத்தாளர் பிரபஞ்சன் வீட்டுக்குப் போனதும், ஓரிரு வாரங்கள் அது தொடர்ந்ததும் தனிக் கதை.

ஆனால், தோழர் மணிமுடி என்னைத் தேடி என் வீட்டுக்கு வந்ததுதான் என்னை ஆச்சரியத்தில் மூழ்கடித்தது. வீட்டுக்கு வந்து ஒருமணி நேரத்திற்கு மேல் என்னோடு உரையாடினார். நான் ஏதும் எழுதியிருக்கிறேனா என்று ஆவலோடு விசாரித்தார். நான் எப்போதும்போல் அவருக்கு எந்த நம்பிக்கையும் கொடுக்க வில்லை.

அதற்குக் கொஞ்ச நாளிலேயே, 'ஊர் சுற்றிப் புராணம்' என்னை ஊரைவிட்டே துரத்திவிட்டது. நான் தா.பழூரில் இருந்தபோது, திருச்சி திருவரங்கத்தில் காவிரிக் கரையோரம், அம்மா மண்டபம் சாலையில் அமைந்த 'அமலாசிரம'த்தில் மூன்றுநாள் இலக்கியப் பட்டறை ஏற்பாடு செய்திருந்தது 'தமிழ்நாடு கலை இலக்கியப் பெருமன்றம்'.

அந்தப் பட்டறையில் கலந்துகொண்டு மூன்று நாட்கள் அங்கே தங்கியிருந்தது எனக்கோர் புது அனுபவம். இலக்கியமும், கம்யூனிசமும் இணைந்து, சூழ்ந்து நகர்ந்த நாட்கள் அவை.

அங்கு எழுத்தாளர் பொன்னீலன், கடலூர் பாலன், சமீபத்தில் பொள்ளாச்சியில் நூற்றாண்டு விழா எடுக்கப்பட்ட நாயகன் கே.சி.எஸ்.அருணாசலம், இன்னும் நானறியாத ஏராளமான கலைஞர்களும், இளைஞர்களும் ஓயாமல் உரையாடினர். நான் சிறு வயதிலிருந்து மனப்பாடம் செய்து பாடி மகிழும் 'பாதை தெரியுது பார்' திரைப்படத்தின் 'சின்னச்சின்ன மூக்குத்தியாம்...' பாடலை அதைப் படைத்த கே.சி.எஸ். அவர்களே மேடையில் பாடக்கேட்ட அற்புதமும் நிகழ்ந்தது. அங்குதான் நான் தோழர்.மு.மணிமுடியுடன் நெருக்கமாகப் பழகும் வாய்ப்புக் கிடைத்தது.

ஆனால், அதன்பிறகு அவரை நான் சந்தித்தது, ஜெயகாந்தன் தகனத்துக்குப் பின் அந்த பெசன்ட் நகர் மின் மயானத்தை விட்டு அகல மனமின்றி நின்றுகொண்டிருந்த கூட்டத்தில்தான். 1989க்கும், 2015க்கும் இடையிலான 26 வருடங்கள் கழித்து நான் அடையாளம் கண்டுகொண்டேன். அவருக்கு நினைவூட்டினேன். அவரால் நினைவை மீட்க முடியவில்லை. ஆயினும் அவரது இயல்பான அன்பு மனம் எனது தொடர்பு எண்ணை வாங்கிக்கொண்டது.

ஒருசில நாட்களில் என்னை அழைத்தார். "ஜெயகாந்தனுக்கு ஒரு நினைவேந்தல் நிகழ்ச்சி ஏற்பாடு செய்கிறோம். நீங்கள் வந்து கலந்துகொண்டு பேசவேண்டும்" என்று அழைத்தார். அப்போது நான் நம்மாழ்வாரின் வானகத்தில் வாழ்ந்து வந்ததைக் குறிப்பிட்டு, வர இயலாமைக்கு வருந்தினேன்.

ஆனால், அதற்கடுத்த மூன்றே ஆண்டுகளில் அவர் மறைந்து விட்டார் என்பதையும், 61 வயதில் மறைந்த அந்த வாழ்நாள்

முழுதும் இலக்கியப் பணி செய்த இளைஞருக்கு, தலைவர்கள் தோழர் ஆர்.நல்லகண்ணு மற்றும் தோழர் தா.பாண்டியன் கலந்துகொண்டு நினைவேந்தல் நிகழ்வு நடத்தியதையும், இரண்டு நாட்கள் முன்புதான் அறிந்து வருந்தினேன்.

1995 -, 96ல் நான் ஸ்கிரீன் பிரிண்டிங் தொழில் செய்து வந்ததால், எனது நேரம் எனது கட்டுப்பாட்டிலேயே இருந்தது. அதனால்,

“நாளைக்கு புரசவாக்கத்துல ஒரு மீட்டிங் இருக்கு... வரீங்களா?” என்ற ஜே.கே.க்கு, “வரேன் சார்” என்பதே எனது பதிலானது.

“கார் அனுப்புவாங்க, நீங்க சரியா அஞ்சு மணிக்கு இங்க வந்துடுங்க.''

மறுநாள் சரியாக நானும் வந்தேன். காரும் வந்தது. அம்பாசெடர். அவரும் சரியாகக் கிளம்பினார். அழைப்பதற்காக வந்த இருவரோடு நான் பின்னால் ஏறிக்கொண்டேன். என்ன கூட்டம்? எங்கே போகிறோம்? என்ற எந்த விசனமும் இல்லாமல் வேடிக்கை பார்த்துக் கொண்டே காரில் பயணித்தேன். புரசைவாக்கம், கங்காதீஸ்வரர் கோயில் தெருவில், கோயிலுக்கு எதிரே தென்புறத்தில் உள்ள, சென்னை மாநகராட்சி ஆண்கள் மேல்நிலைப் பள்ளி வாயிலுக்குள் கார் நுழைந்தது.

அது பள்ளி நிர்வாகம் நடத்தும், ஒரு குழந்தைகள் தினவிழா. ஒரு நூறு நாற்காலிகள் தான் போடப்பட்டிருந்தன. அதில் பாதிபேர் தான் அமர்ந்திருந்தனர்.

ஜே.கே.சார் மரியாதையுடன் அழைத்து மேடையில் நடுநாயகமாக அமரவைக்கப்பட்டார். நான் காலியாக இருந்த பின் வரிசை நாற்காலி ஒன்றில் அமர்ந்தேன். அவருக்கு காஃபி கொடுத்து உபசரித்தார்கள்.

அவர் காஃபி டம்ளரை எனக்கு உயர்த்திக் காட்டி அருந்தினீர்களா? என்பது போல் சைகை செய்து எனக்குக் கொடுக்கச் சொல்வதற்கு முனைந்தார். அதை எதிர்பாராத நான் கூசி, ‘வேண்டாம்’ என்று பதில் சைகை செய்தேன்.

அவர் வந்த பதினைந்து நிமிடங்களில் நாற்காலிகள் நிரம்பி, நிற்பவர்களின் கூட்டம் அதிகரித்தது. சுமார் முன்னூறு பேர் நிறைந்த

அந்தக் கூட்டம் அவரது பேச்சைக் கேட்க மட்டுமே வந்திருப்பதை உணர முடிந்தது.

ஒரு மணி நேரம் பேசினார். அவரது மணிவிழா பேச்சைவிட இது உணர்வுபூர்வமாகவும், அறிவுபூர்வமாகவும் சிறந்து வெளிப்பட்டது.

நேரு எழுதிய 'உலக வரலாறும், 'சுயசரிதையும்' நான் ஏற்கெனவே படித்திருந்தேன். ஆனால் அன்றைய ஜே.கே.யின் பேச்சில் நான் அறிந்திராத நேருவைப் பற்றிய பல நிகழ்வுகளும், தகவல்களும் அருவியெனக் கொட்டித் தீர்ந்தன. அவரது பேச்சில் நாங்கள் அனைவரும் கட்டுண்டு கிடந்தோம். 200 பேரோ, 2000பேரோ அவரது பேச்சின் வீச்சு மட்டும் ஒரே மாதிரியே திகழ்ந்தது. எல்லாரும் மெய்மறந்திருந்த கணமொன்றில் சட்டெனப் பேச்சை முடித்துவிட்டார். அவ்வளவுதான். திரைப்படம் முடிந்ததுபோல் கூட்டம் கலைந்தது.

காரில் திரும்பும்போது, என்னுள் அவரது பேச்சு ரீங்கரித்துக் கொண்டிருந்தது. திடீரென, நான் எதிர்பாராதபோது,

"கௌதம், பேச்சு எப்டி இருந்துது?" என்றார்.

நான் ரசித்து ருசித்து உள் வாங்கியதால், நான் புதிதாக அன்று அவரது பேச்சிலிருந்து தெரிந்துகொண்ட சில நிகழ்வுகளைச் சொல்லி எனது ஆச்சரியத்தையும் தெரிவித்தேன். அவர் அமைதியானார். அவர் கேட்டது என்னை அளக்க என்று புரிந்துகொண்டேன்.

மிக விரைவிலேயே எங்களது இரண்டாவது திருச்சிப் பயணம் நிகழ்ந்தது. பாரதிதாசன் பல்கலைக்கழகத்தின் செனட் மீட்டிங். நாங்கள் இருவர் மட்டுமே புறப்பாடு. மாடிக் கொட்டகையிலேயே ரம். ரயிலுக்கு அவரே சாப்பாடு எடுத்து வருவதாகக் கூறிவிட்டார். அன்று இருவருக்குமே இடம் சைடு அப்பரும், லோயரும். வண்டி புறப்பட்டு அரை மணி நேரம் கழித்து சாப்பாட்டுப் பொட்டலத்தை எடுத்தார். ஒன்றுதான் இருந்தது. நான் பேசாமல் பார்த்துக் கொண்டிருந்தேன். பொட்டலத்தைப் பிரித்தார். இலையின் மேல் சப்பாத்திகளும், தக்காளித் தொக்கு போன்ற ஒன்றும் இருந்தது. எனக்குப் புரிந்துவிட்டது. இருவருக்கும் ஒரே பொட்டலம்தான்.

"சாப்டுங்க கௌதம்..."

“நீங்க சாப்டதும் அப்பறம் சாப்புட்றேன், நீங்க சாப்டுங்க சார்”

“ஏன்? என்னோடயே சாப்டுங்க.”

இருவர் கைகளும் மாறிமாறி சப்பாத்திகளைப் பிய்த்தன. நான் கல்லூரிக் காலத்துக்குப் பின் ஒரே இலையில் பகிர்ந்து சாப்பிட்டேன். அன்று உணவு மட்டுமா ருசித்தது. அவரது அன்பின் ருசி அதிகம்தான்.

அதிகாலை ரயில்நிலையத்தில் இருந்து ஆனந்தாவுக்கு நடந்தே போனோம். அவரது முடிவுதான். காலைக்கடன்கள் முடித்துக் கிளம்பி காருக்காகக் காத்திருந்தோம். மோதி சார் வரவில்லை. அறைக்குள்ளேயே அவரை கட்டிலில் அமரச் சொல்லி ஓரிரு படங்கள் எடுத்தேன். பாரதிதாசன் பல்கலைக்கழகத்தின் செனட் மீட்டிங் கோரம் இன்றி ரத்தானது. மீண்டும் அறைக்கு வந்தோம். மோதி திருவரங்கத்தில் இருப்பதாகவும், அவர்களின் உபயத்தில் அங்குள்ள மடத்தில் மதிய சாப்பாடு வழங்கப்போவதாகவும், எங்களை உணவருந்திவிட்டு ஓய்வெடுக்கச் சொன்னதாகவும், மோதி சார், திருவரங்கத்தில் இருந்து நேரே இங்கு வரவிருப்பதாகவும் கார் ஓட்டுனர் வந்து சொன்னார்.

“கௌதம், நாமளும் மடத்துல சாப்டலாமா?” என்றார் ஜே.கே.

உடனே புறப்பட்டு விட்டோம்.

1989ல் நான் வந்து தங்கியிருந்த அதே அமலாசிரமம் வழியாக, அம்மா மண்டபத்தில் திரும்பி மடத்தை அடைந்தோம். மோதி சார் எதிர்பாராத எங்கள் வருகையால் பெரும் மகிழ்ச்சியடைந்தார். ஆனால், சாப்பாட்டுக்கு அரைமணி நேரம் தாமதமாகும் என்று தயங்கியபடி கூறினார்.

“நாங்க அம்மா மண்டபம் போயிட்டு வரோம்” என்று உடனே கிளம்பிவிட்டார் ஜே.கே.

காவிரியைத் தழுவிய காற்று வெயிலை உதாசீனம் செய்தபடி, எங்களையும் தழுவிக்கொண்டு நழுவியோடியது. அங்கும் அவரைப் படம் பிடித்துக்கொண்டிருந்தேன்.

ஒரு கட்டத்தில், “நீங்களே என்னை எடுத்துகிட்ருக்கீங்க, கேமராவ குடுங்க, நான் ஒங்கள எடுக்குறேன்” என்று கேமராவை

வாங்கி, பின்னால் ஓடும் காவிரி தெரிய என்னை ஒரு படமெடுத்தார். கார் ஓட்டுனரும் அவரோடு படமெடுத்துக்கொள்ள ஆசைப் பட்டார். பிறகு மோதி சாரோடு சாப்பிட்டோம்.

அந்தத் திருச்சி வருகையை யாருக்கும் தெரியப்படுத்தாததால் வெளியூர் நண்பர்கள் எவரும் வரவில்லை. மதிய ஓய்வுக்குப் பின் ஓரிரு திருச்சி நண்பர்களுடன் மாலை மதுவோடு விளையாட்டு.

சென்றமுறை திருச்சி வந்தபோது சிவமூலிகையைக் காரணம் காட்டி,விட்டுச் சென்றது என்னை உறுத்திக்கொண்டே இருந்தது. இந்தமுறை அந்தத் தடையை உடைத்தேன். மோதியும், நண்பர்களும் எங்களை அன்று இரவே ரயிலில் வழியனுப்பினர்.

25. மாம்பழ நினைவுகள்

முதல் நாள் இரவு திருச்சியில் ரயிலேறிய நாங்கள் மறுநாள் காலை மாம்பலம் ரயில்நிலையத்தில் இறங்கினோம். நான் முதலில் இறங்கிக் காத்திருக்க அவர் பின்னால் வந்து இணைந்துகொண்டார்.

நான் எப்போதுமே மெதுவாக நடக்க இயலாதவன். என் கால் எலும்பு முறிந்து கையில் ஊன்றுகோலுடன் நடக்கலானபோதுகூட, விந்திவிந்தி நடந்தாலும் எல்லாருக்கும் முன்னே வேகமாக நடந்து போகும் இயல்பு கொண்டவன். அவ்வாறு நான் வேகமாக விந்தி நடப்பதை, என் மகள் வேடிக்கையாக நடந்து காட்டி கிண்டல் செய்தாலும், என்னால் மாற்றிக்கொள்ள முடியாத இயல்பு அது.

ஜெயகாந்தன் மெதுவாக நடக்கும் பருவத்தில் இருந்தார். அதனால் நான் இருபது அல்லது முப்பது அடிகள் நடந்தபின், அவருக்காக நின்று காத்திருந்து அவரோடு இணைவேன். மீண்டும் பத்தடிகூட அவரோடு சேர்ந்து நடக்க முடியாமல் வேகமாக முன்னேறிவிடுவேன். மீண்டும் காத்திருப்பு.

துரைசாமி சப்வே அருகே, நடைமேடையிலிருந்து தண்டவாளத்தில் இறங்கித் தாண்டி, உடைக்கப்பட்டிருக்கும் சுவரின் இடைவெளி வழியே வெளிச்செல்ல வேண்டும். எங்களை இறக்கிவிட்ட ரயில் கிளம்பவும், நாங்கள் நடக்கத் தொடங்கவும் சரியாக இருந்தது.

திடீரென்று ஜே.கே.யின் முன்னால் வந்து ஒருவர் தடுப்பைப் போல் இரு கைகளையும் முன்னே நீட்டியபடி நின்றார். அவரது இரண்டு கைகளிலும் இரண்டு பெரிய மாம்பழங்கள் இருந்தன. ஜே.கே. தனது பெட்டியைக் கீழே வைத்துவிட்டு இரண்டு பழங்களையும், இரண்டு கைகளிலும் வாங்கியபடி ஆங்கிலத்தில் நன்றி சொன்னார்.

பழங்களைக் கொடுத்த சிவந்த மேனியர், சிரித்த முகத்துடன் கையெடுத்துக் கும்பிட்டுவிட்டு, எதுவுமே பேசாமல் சிரித்தபடி மகிழ்ச்சியோடு விலகிச் சென்றுவிட்டார்.

நாங்கள் இருவரும் ஒருவரையொருவர் பார்த்துச் சிரித்துக் கொண்டோம்.

“உங்களுக்குத் தெரிஞ்சவரா சார்?”

“இல்லை” என்று மறுத்துத் தலையசைத்தார்.

என்னிடமிருந்த ஒரு பையில் பழங்களைப் போட்டு, வெளியில் வந்து ஆட்டோ பிடித்து அவரை ஏற்றி, பழப்பையையும் கொடுத்து அனுப்பிவிட்டு என் வீட்டுக்கு நடக்கத் தொடங்கினேன். இது போன்ற நிகழ்வுகள் நான் உடனிருக்கும்போதே பலமுறை கண்டிருக்கிறேன். ஒவ்வொன்றும் ஒவ்வொருவிதம்.

ஒருநாள், தமிழ்நாட்டின் தலைசிறந்த ஓவியர்கள், எழுத்தாளர்கள் மற்றும் பதிப்பாளர்கள் கலந்து கூடிய சபை, இரவு பன்னிரண்டு மணிவரை நிறைவு பெறவில்லை. இரவு உணவுக்கு நுங்கம்பாக்கத்தில் இருந்த பிரபலமான ஒரு பழைய ஹோட்டலுக்கு (இப்போது Harrisons) செல்லலாம் என்று டாக்டர் பூங்குன்றன் அழைத்தார். மூன்று கார்களில் புறப்பட்டோம். நாங்கள் போய் நிறுத்தும் முன்பே அவர்கள் கடையடைத்திருந்தார்கள்.

அங்கிருந்து ஓட்டல் தாசபிரகாஷ்க்குப் பறந்தோம். அங்கு நாங்கள்தான் கடைசி வாடிக்கையாளராக உள்ளே நுழைந்து விட்டோம். ஜவஹர்லால் நேரு, காமராஜர், பேரறிஞர் அண்ணா போன்ற பேராளுமைகளையெல்லாம் தனது ருசியால் கவர்ந்த உணவகம் அது.

எதுவும் இல்லையென்று சொல்லாமல் எங்களுக்குப் பரிமாறினார்கள். நாங்கள் மொத்தம் பன்னிரண்டு பேர்.

சாதாரணமாகவே எனக்கு இட்லி உயிர். தாசபிரகாஷ் இட்லி இன்னும் ஸ்பெஷல். எனக்கும் ஜே.கே. சாருக்கும் இடையில் மூன்று பேர் அமர்ந்து சாப்பிட்டுக்கொண்டிருந்தார்கள். அன்றைக்கும் நான் மட்டுமே இளைஞன்.

திடீரென்று ஜே.கே., "கௌதம்..." என்று அழைத்தார். நான் எட்டிப் பார்த்தேன். என் பக்கம் ஒரு இட்லியை நீட்டிக் கொண்டு, "இந்தாங்க" என்றார்.

இடையில் இருந்தவர் அதை வாங்கி என்னிடம் கொடுத்தார். என் ருசியறிந்தும், எனது பாம்பைப் போன்ற வயிறறிந்தும் கொடுத்தது அந்த இட்லி. அந்த ஒரு இட்லி எனது திருப்தியின் எல்லையைத் தொட்டது.

வாயில் உணவோடும், பேச்சோடும் நேரம் போய்க் கொண்டிருந்தது. அப்போது இணைத்துப் போடப்பட்ட எங்களது நீண்ட மேசைக்குக் கொஞ்சம் தள்ளி நாற்பது வயது மதிக்கத்தக்க ஒருவர் பவ்யமாக நின்றுகொண்டு, ஜெயகாந்தனையே பார்த்துக்கொண்டிருந்தார். அவர் ஓட்டல் சம்பந்தப்பட்டவராகத் தெரியவில்லை. ஜே.கே. அருகில் அமர்ந்து சாப்பிட்டுக் கொண்டிருந்த நண்பர் ஜே.கே.விடம் இதை சுட்டினார். அதன்பிறகே அவரைப் பார்த்த ஜே.கே. அவருக்கு தலையசைத்து முகமன் கூறினார்.

ஜே.கே. அருகில் வந்த அவர் இருகைகூப்பி வணங்கியபடி,

"ஐயா, வணக்கம். நான் துபாய்ல இருக்கேன். நான் ஒங்க புக்ஸ் படிச்சதில்ல. ஆனா எங்க அம்மா, அக்காவுக்கெல்லாம் ஒங்க புக்குன்னா உயிரு. ஒங்க புக்ஸ்தான் எங்க வீட்ல நெறயா இருக்கு..." என்று தொடர்ந்தார்.

"சந்தோஷம். இப்ப லீவுல வந்துருக்கீங்களா?" என்றார் ஜே.கே.

"ஆமா சார். தொந்தரவு பண்ணிட்டேன். என்னால கன்ட்ரோல் பண்ணமுடியல. வீட்ல போய் சொன்னேன்னா ரொம்ப சந்தோஷப் படுவாங்க. நீங்க சாப்டுங்க சார். நான் வர்றேன்" என்று வணங்கியபடி விடைபெற்றார்.

அதன்பின் நாங்கள் சாப்பிட்டு முடித்து பில் கேட்கும்போதுதான் தெரியவந்தது, அந்த துபாய்க்காரர் எங்கள் அனைவருக்குமான பில்லை செலுத்திவிட்டுச் சென்றார் என்பது.

அங்கு உடன் வந்திருந்த அனைவருமே வறுமைக்கோடல்ல; வசதிக்கோட்டையே மிதிக்காமல் தாண்டியவர்கள்தான்.

ஆனாலும் இந்த நிகழ்வு எல்லாரையும் நெகிழச் செய்துவிட்டது. ஜெயகாந்தனைவிட பொருளாதாரத்தில் விஞ்சியவர்களான அவர்கள் அனைவருக்கும் அன்று ஜெயகாந்தனின் எழுத்துதான் உணவளித்தது. அவரது எழுத்தின் மகிமையுணர்ந்த அந்தத் துபாய்க்காரரின் பெயர்கூட நாங்கள் யாரும் அறியோம். அன்று இரவு இரண்டு மணிக்கு மேல்தான் எல்லாரும் பிரிந்தோம்.

1994லிருந்து பொங்கல், தீபாவளி, புத்தாண்டு, அவரது பிறந்தநாள்கள், எனது பிறந்தநாள்கள் மற்றும் எல்லா விசேஷ தினங்களிலும் நாள் முழுதும் என் இணையரோடும், மகளோடும் இனிதே கழித்துவிட்டு, இரவு 7 அல்லது 8 மணிக்கெல்லாம் ஜே.கே. சாரிடம் தஞ்சமடைந்துவிடுவேன். இது 2007 வரை இடைவிடாது தொடர்ந்தது. 2007க்குப் பிறகு பிறந்தநாள் மற்றும் நலம் விசாரிப்பு சந்திப்புகள் மட்டுமே தொடர்ந்தது. குறிப்பாக 1994 - முதல் 2005 வரையிலான காலங்களில், அவருடனான எனது நெருக்கம் அதிகமாக இருந்தது.

அதிகமான நண்பர்களைக் கொண்டிருந்த நான், எனது பெரும்பாலான நண்பர்களை ஜே.கே. சார் சந்திப்புக்கு உடன் அழைத்துச் சென்றிருக்கிறேன். ஒரேயொரு முறை வருகையிலேயே தலைதெறிக்க ஓடிய நண்பர்களும் உண்டு. மிரண்டு போனாலும், மீண்டும் வந்த நண்பர்களும் உண்டு.

1995 - 97 வரையிலான மூன்று ஆண்டுகளில் மட்டும் அவரது பெரும்பாலான வெளியூர் பயணங்களில் நானும் பங்கு பெற்றேன். அதில் திருச்சி பயணங்களே அதிகமாகும். அதற்கு முக்கிய காரணம், பாரதிதாசன் பல்கலைக்கழகத்தின் செனட் உறுப்பினராக அவர் அங்கம் வகித்ததே. அது மட்டுமல்லாமல் தஞ்சாவூர், திருவையாறு, பட்டுக்கோட்டை, புதுக்கோட்டை மற்றும் இவையடுத்துள்ள எந்த ஊர்க் கூட்டங்களில் கலந்துகொள்ள வேண்டியிருந்தாலும் திருச்சி ஆனந்தாவில்தான் எங்களது வாசம்.

1996 ஆங்கிலப் புத்தாண்டு பிறந்த இரவை, நாங்கள் திருச்சி ஆனந்தாவில்தான் கடத்தினோம். எங்கள் மாடி அறை ஜன்னலில் இருந்து பார்த்தால், கீழே ஆனந்தா ஏற்பாடு செய்திருந்த திறந்தவெளி உணவகத்தில் படாடோபமான புத்தாண்டுக்

கொண்டாட்ட ஏற்பாடுகள் தெரியும். மக்களின் ஆரவாரம் சரியாக இரவு பன்னிரண்டு மணிக்கு விண்ணதிர வைத்தது. நாங்களும் புத்தாண்டில் முதல் 'சியர்ஸ்' சொல்லித் தொடங்கி முடித்தோம்.

அடுத்தமுறை திருச்சிக்கு வந்தபோதுதான் காவிரிக் குளியல் வாய்த்தது. இப்போது கோவையில் வசிக்கும் கோவை மணி அப்போது திருச்சி அருகில் இருந்த, மோதி அவர்களுக்குச் சொந்தமான ஒரு தொழிற்கூடத்தில் மேற்பார்வையாளராக பணியாற்றி வந்தார். கோவை மணி, ஜெயகாந்தனுடன் 1950களின் இறுதியிலிருந்தே நட்பு பூண்டவர். அது வெறும் நட்பு என்று குறுக்க முடியாது. அதையும் தாண்டி நெருக்கமானது. அன்பும், பணிவும் அவருடன் ஒட்டிப்பிறந்தவை.

அந்தப் பயணத்தின்போது சென்னையிலிருந்து எங்களுடனே பழனியும், திருப்பத்தூரிலிருந்து பீசாவும், பட்டுக்கோட்டையிலிருந்து துரைராஜும் மட்டுமே இணைந்திருந்தார்கள்.

காலையில் ஜே.கே.யோடு பாரதிதாசன் பல்கலைக்கழகம் போய்வந்து, ஆனந்தாவில் மதிய உணவு அருந்திய பின், உண்ட களைப்பும் நீங்கி, நாங்கள் ஐவரும் காவிரிக்கு நீராடக் கிளம்பினோம்.

காவிரியில் நனைந்துவிட்டு அங்கிருந்து கோவை மணி வீட்டுக்குப் போய் அவரது குடும்பத்தினரை நலம் விசாரித்துத் திரும்புவதே திட்டம். ஏதோ வேலை காரணமாக மோதி எங்களுடன் வரவில்லை. எங்களது கார் ஓட்டுனர் காவிரியின் கரையிலேயே ஏகாந்தமான ஓர் இடத்துக்கு அழைத்துச் சென்றார்.

காவிரி நுங்கும் நுரையுமாக பொங்கிப் பெருக்கெடுத்து ஓடவில்லை. ஆனால் ஆழங்காண முடியா அழுத்தத்துடன் தவழ்ந்தும், அசைந்தும், மிரட்டியபடி நகர்ந்துகொண்டிருந்தது.

காவிரிக்கரையின் மேல் நின்ற காரிலேயே உடைகளைக் களைந்து வைத்துவிட்டு எல்லாரும் ஜட்டியோடு கரையிறங்கினோம். காவிரியின் திருச்சிக் கரையில் அன்றுதான் முதல் முறை இறங்குகிறேன். அதற்கு முன் ஒரேயொரு முறை ஹொகேனக்கல் சென்று குளித்த அனுபவம் உண்டு. அது அருவிபோல விழுந்த காவிரியில் குளித்தது. ஆனாலும், 1982லேயே காசியிலுள்ள

கங்கையில் குளித்திருக்கிறேன். தஞ்சை மாவட்டத்தில் அமைந்த எங்களது பூர்வீக ஊரில் ஓடும் சிற்றாறிலும், சில வாய்க்கால்களிலும் கூட குளித்ததுண்டு. நீச்சல் தெரியாத எனக்கென்ன! எல்லாம் ஒன்றுதான்.

சுமார் ஒரு மணிநேரம் ஆற்றில் கிடந்தோம். ஜே.கே. ஒரு கதை சொன்னார். பீசா பாடினார். நான் எச்சரிக்கையுடன் ஆற்றை எதிர்த்து நின்றபடி (கரையோரம்தான்) அவர்களை வேடிக்கை பார்த்துக் கொண்டிருந்தேன். அவர்களின் அரட்டையைக் கேட்டபடி, குளியல் சுகம் என்னை அடிமைப் படுத்திவிட்டது. ஒவ்வொருவராக எல்லாரும் கரையேறி உடை மாற்றிக்கொண்டிருந்தார்கள். நான்தான் கடைசி.

நான் கரையேறி துண்டால் உடம்பை துடைத்துக் கொண்டிருந்த போது,

“கௌதம், பாம்பு போச்சே. பாத்தீங்களா?” என்றார் ஜே.கே.

“எங்க சார்!?”

“ஒங்களுக்கும் பழனிக்கும் நடுவுலதான் போனுது!”

நான் விக்கித்து நின்றேன்.

“ஏன் சார் சொல்லல” என்று அதிர்ந்து போய்க் கேட்டேன்.

“சொல்லிருந்தா அப்பவே மேல ஏறியிருப்பீங்க. இவ்ளோ நேரம் ஜாலியா குளிச்சிருக்க மாட்டீங்கல்ல...”

“நிச்சயமா மேல ஒடியாந்துருப்பேன் சார்!”

“அதனாலதான் சொல்லல. அது தண்ணிப்பாம்புதான்... தீனிய தேடி அது பாட்டுக்குப் போவுது. நம்மள ஒன்னும் பண்ணாது!”

இருந்தாலும் எனக்கு பத்து நிமிடங்கள் பதற்றம் இருந்தது.

அதன்பிறகு மாம்பழச் சாலையில் பழங்கள் வாங்கிக் கொண்டு, திட்டப்படி கோவை மணி அவர்களின் குடும்பத்தினரை சந்தித்துவிட்டு, திட்டத்திலில்லாத மோதிக்குச் சொந்தமான அந்த தொழிற்கூடத்தையும் பார்த்துவிட்டு ஆனந்தா வந்து சேர்ந்தோம். அங்கு எங்களுக்காக மோதி காத்திருந்தார்.

அன்று இரவு மதுவிருந்து நீண்டது. மது ஒரு அடையாளம்தான். உண்மையில் அது பேச்சு விருந்துதான். ஜே.கே.யின் பேச்சு நேரத்தை விழுங்கும் விதம் விநோதமானது. மணிகள் துளிகளாகும் மாயம் நிறைந்தது.

பதினொரு மணிக்கு,

“நான் டிஃபன் வாங்கி வந்து வைத்து விடவா சார்?” என்று நினைவூட்டினேன்.

அவர்கள் யாருமே சாப்பாட்டைப் பற்றிக் கவலைப்படாதவர்கள். எனக்கு மதுவுக்குப் பின் உணவு அவசியம். அது வெறும் நான்கு இட்லி மட்டும் இருந்தால்கூட போதும். என்னை எல்லாரும் விநோதமாகப் பார்த்தார்கள்.

உடனே மோதி சார், “கௌதம், உங்களுக்கு என்ன வேணும்னு சொல்லுங்க. டிஃபன் பத்தி நீங்க கவலைபடாதீங்க” என்றார்.

நான் கொஞ்சம் வழிந்தபடி,

“அதுக்கில்ல சார்” என்றேன்.

“பரவாயில்ல, உங்களுக்கு என்ன வேணும்னு சொல்லுங்க. உங்களுக்கு வாங்கித் தரவேண்டியது என் பொறுப்பு” என்றார்.

நான் ஜே.கே.யைப் பார்த்தேன்.

உடனே ஜே.கே., “கேக்றார்ல... சொல்லுங்க!” என்றார்.

“எனக்கு நாலு இட்லி கிடைச்சா போதும் சார்” என்றேன்.

“அவ்ளோதான... உங்களுக்கு எத்தனை மணி ஆனாலும், இட்லி வாங்கித் தரவேண்டியது என் பொறுப்பு. சாப்பாட்டுக் கவலைய விடுங்க!” என்றார்.

எங்கள் பேச்சு சினிமா, இளையராஜா, ஏ.ஆர்.ரஹ்மானின் ‘வந்தேமாதரம் ஆல்பம்’ என்று தறிகெட்டுப் போய்க்கொண்டிருந்தது.

மணி பன்னிரண்டு ஆகும்போது நான் நம்பிக்கை இழந்து விட்டேன்.

அடுத்த அரைமணி நேரத்தில் சபை அடங்கியது. ஜே.கே. எதாவது வாங்கி வரச் சொல்லிவிட்டார். அவரோடு பீசாவும், கோவை மணியும் அறையிலேயே தங்கிவிட, மீதமிருந்த எங்கள் மூவரையும் அழைத்துக்கொண்டு மோதி காரில் கிளம்பினார்.

கார் கிளம்பி மூன்றே நிமிடங்களில் ஒரு பெரிய நட்சத்திர விடுதிக்குள் நுழைந்தது.

“கௌதம் நீங்க இட்லிதான கேட்டீங்க. ஒங்களுக்கு சூடான இட்லி ரெடி… வாங்க” என்றபடி காரிலிருந்து இறங்கினார் மோதி.

இட்லி கிடைக்கும் என்று நம்பமுடியாமலும், அவரது பேச்சின் உறுதியில் நம்பிக்கை வைத்தும் இறங்கி, அவரைப் பின் தொடர்ந்தேன்.

இரவு ஒரு மணிக்கு எங்களுக்கு சுடச்சுட ஆவி பறக்கும் இட்லிகள் பரிமாறப்பட்டன. ஆனந்தமாய் வாயும், வயிறும் நிறைய சாப்பிட்டோம். பகட்டான அந்த ஓட்டலின் இட்லி விலையினைப் பார்த்தபின்தான் எங்கள் வாயடைத்துப் போனது. பார்சல் உணவை வாங்கிக் கொண்டு, மோதியின் அன்பில் நெகிழ்ந்து, பேசாமல் திரும்பினோம்.

மற்றுமொரு திருச்சி பயணத்தின்போது, திருவையாறு நிகழ்வொன்றும் இணைந்துகொண்டது. பாரதியின் 114வது ஆண்டு பிறந்தநாள் விழாவும், திருவையாறு பாரதி இயக்க 16வது ஆண்டு நிறைவு விழாவும் இணைந்து கொண்டாடப்படும் நிகழ்வுக்கு சிறப்புரையாற்ற ஜே.கே. அழைக்கப்பட்டிருந்தார்.

அன்றைய பேச்சு, பாரதிக்கு செய்த சதாபிஷேகம்தான். பாரதியையும், பாரதியைக் கொண்டாடிய அன்பர்களையும், முக்கியமாக பாரதியின் தமிழையும் பல்வேறு கோணங்களில் வியர்வை வழிந்தோட விதந்தோதினார். என் நினைவு சரியெனில், திருவையாற்றில், அந்தக் கூட்டம் நடந்தது ஒரு சிறிய திருமண மண்டபம் என்றே கருதுகிறேன். நிரம்பி வழிந்த அந்தக் கூட்டம் அவர் பேச்சு முடிந்தும்கூட கலைய மனமின்றி காலத்தைத் தாமதித்தது.

திருவையாறு பாரதி இயக்கம் சார்பாக எங்களுக்கு விருந்தோம்பல் செய்த சௌந்தர் என்ற இளைஞர் என்னிடம் நெருங்கி,

“எனக்கு வீட்டில் சில பொறுப்புகள் மட்டும் இல்லையென்றால், இப்போதே புறப்பட்டு ஜெயகாந்தனோடு கூடவே வந்து விடுவேன்” என்று சொன்னது இன்றைக்கும் என்னால் மறக்க முடியாத ஒரு சம்பவம். இதை நான் ஜே.கே.யிடம் சொன்னபோது

அவரது முகத்தில் ஒரு சிறு மாற்றமும் ஏற்படவில்லை.

அதைவிட ஆச்சரியம், அந்த செளந்தர், பாரதி செளந்தராக முகப்புத்தக நட்பாகி 26 வருடங்களுக்குப் பிறகும் என்னைத் தொடர்பு கொண்டதுதான்.

மறுநாள் இரவுதான் சென்னைக்கு ரயில் ஏறினோம். அன்றும் ரயிலுக்கு வழியனுப்ப ஏழெட்டுபேர் வந்திருந்தனர். ரயிலின் ஜன்னலுக்கு வெளியே நெருக்கமாக மோதி நின்றுகொண்டிருந்தார். ஜே.கே. ஜன்னலோரம். நான் அவரருகில். எனக்கடுத்து பழனி.

திடீரென்று ஜே.கே. எதிரில் அமர்ந்திருந்தவரைப் பார்த்து, கையெடுத்து வணங்கி,

"நீங்க கொடுத்த மாம்பழங்கள் ரொம்ப நல்லாருந்துது" என்றார். எதிரில் அமர்ந்திருந்த சிவந்த மேனியரைப் பார்த்து நான் ஸ்தம்பித்துப் போனேன்.

சுமார் ஒரு வருடத்துக்கு முன்னர் முழுதாக ஒரு நிமிடம் கூட மாம்பலம் ரயில்வே பிளாட்பாரத்தில் பார்த்திராத அவரை ஜே.கே. தன் நினைவில் வைத்திருந்து நன்றி சொன்னது, என்னை ஆச்சரியத்தில் கூவ வைத்துவிட்டது.

"எப்டி சார்?" என்று அவரைப் பார்த்தே சப்தமிட்டேன். ரயில் ஜன்னலுக்கு வெளியிலிருந்து மோதி,

"என்ன..? என்ன கௌதம்?" என்று முகத்தில் ஆவல் ததும்பக் கேட்டார். எனக்கு மட்டுமே தெரிந்த அந்த ஓரிரு விநாடிகள் நடந்த சம்பவத்தைக் கூறினேன்.

ரயில் கிளம்பும் முன்னான அடுத்த சில நிமிடங்கள் வரை, நாங்கள் ரயிலில் இல்லை... ஆச்சரியத்தில் இருந்தோம்!

26. ஸ்கூட்டர் பயணம்

புத்தகங்களின் அருமை தெரியும் வயது வரும் முன்பான பாலபருவத்திலேயே, பொம்மைகளை தனதாக்கிக்கொள்ளும் குழந்தை மனநிலையில், புத்தகங்களை எனதாக்கிக்கொள்ளப் பழகியிருந்தேன். அப்படி எனது சேமிப்பில் அடங்கிய முதல் ஐந்து புத்தகங்களில், என்னை விட்டுப் பிரிந்துபோன இரண்டு புத்தகங்களை மட்டும் என்னால் இன்றுவரை மறக்க முடியவில்லை.

அதில் ஒரு புத்தகம்; நடிகர் திலகம் சிவாஜி கணேசனின் 150வது பட வெற்றி விழா சிறப்பு மலர்.

ஜெயங்கொண்டத்தில் மளிகைக்கடை வைத்திருந்த என் தந்தையார், ஒவ்வொரு வார இறுதியிலும் சரக்கு கொள்முதலுக்காக கும்பகோணம் அல்லது திருச்சி செல்வது வழக்கம். அப்படியொரு திருச்சி பயணத்தின்போதுதான் அவரோடு அந்த சிவாஜியின் புத்தகமும் எங்கள் வீட்டுக்கு வந்து சேர்ந்தது. அது போன்ற ஒரு மலர் தமிழ்த் திரையுலகில் இதுவரை வேறு யாருக்கும் வெளிவந்ததாக நான் அறியவில்லை.

ஏழு வயதான எனது கைகளுக்குள் அடங்காத பெரிய புத்தகம் அது. சிவாஜியின் 'பராசக்தி' முதல், 'சவாலே சமாளி' வரையிலான 150 படங்களின் தகவல் பெட்டகம். நான் தமிழ்த் திரையுலக வரலாற்றை அந்த அரிச்சுவடியில் இருந்துதான் படிக்க ஆரம்பித்தேன்.

சிவாஜியின் படங்கள் வெளிவந்த வரிசையில், ஒவ்வொரு பக்கம் முழுவதும், அந்தப் படத்தின் ஒரு காட்சியும், அந்தப் படத்தின் பெயரும், இயக்குனர் பெயரும், தயாரிப்பாளர் விபரமும்,

இசையமைப்பாளர் மற்றும் உடன் நடித்த நடிகர்கள் போன்ற அனைத்து விபரங்களுடன் நூற்று ஐம்பது பக்கங்களில் நூற்று ஐம்பது திரைப்படங்களின் அனைத்து முக்கிய செய்திகளும் உள்ளடக்கி அழகான தாள்களில் அருமையாக அச்சிடப்பட்ட புத்தகம்.

அது எப்படி என் தந்தையின் கைக்கு வந்தது என்பதும், அந்த விழாவில் அவர் கலந்துகொண்டாரா? என்பதும் இன்றுவரை எனக்குத் தெரியாத விஷயம்தான்.

ஆனால், அந்த விழாவின் பிரம்மாண்டமான ஏற்பாடுகளையும், அதில் ஜெயகாந்தனும் கலந்துகொண்டு, உரையாற்றினார் என்பதையும் பின்னாளில் அறிந்துகொண்டேன். அகில இந்திய சிவாஜி கணேசன் ரசிகர் மன்றத்தால், 1971 ஜூலை மாதத்தில் ஒரு சனி மற்றும் ஞாயிறு என்று இரண்டு நாட்கள், நடத்தப்பட்ட அந்த விழா போன்று தமிழ்நாட்டில் வேறு எந்த நடிகரையும் இதுவரை எவரும் கொண்டாடியதில்லை.

150 வெண்புறாக்கள் வானை நோக்கி பறக்கவிடப்பட்டதும், 150 அதிர்வேட்டுகள் விண்ணதிர வெடிக்கப்பட்டதும், புறப்பட்ட இடத்திலிருந்து, விழா மேடை அமைக்கப்பட்ட பிஷப் ஹீபர் உயர்நிலைப்பள்ளிக்கு ஊர்வலம் வந்து சேர ஆறு மணி நேரம் ஆனது என்பதும் விழாவின் பிரம்மாண்டத்தை உணர்த்தும்.

அந்த விழாவில் கலந்துகொள்ள அன்றைய முன்னணி இயக்குனர்கள் மற்றும் நடிகர்கள் அனைவரும் தனி விமானத்தில் சென்னையிலிருந்து வந்தார்கள் என்பதும், தமிழ்த் திரையுலகமே திருச்சியில் ஒன்று கூடியது என்பதும் இந்தியாவையே திரும்பிப் பார்க்க வைத்த ஒரு நிகழ்வு. அவர்களின் பெயர்ப் பட்டியல் மிகவும் நெடியதும் இங்கு அவசியமற்றதும் ஆகும். ஆயினும் பின்னாளில் தமிழ்நாடு முதல்வராக விளங்கிய, 'சவாலே சமாளி'யின் கதாநாயகியுமான ஜெயலலிதாவும் அதில் ஒருவர் என்பது தகவல்.

முதல் படத்திலிருந்து தனது நூற்று ஐம்பதாவது படம் வரை அனைத்திலும் கதாநாயகனாக நடித்த சிவாஜியைத் தவிர வேறு எந்த நடிகரும் அப்போது தமிழ்நாட்டில் இல்லை. இப்போது வரையும் கூட இல்லையென்றே தோன்றுகின்றது.

சிவாஜியின் 150வது படமான 'சவாலே சமாளி'யை இயக்கியவர், ஜெயகாந்தனின் 'உன்னைப்போல் ஒருவன்' படத் தயாரிப்பாளர்களில் ஒருவரும், 'யாருக்காக அழுதான்' படத்தயாரிப்பில் ஜெயகாந்தனின் உதவியாளராகவும் பணியாற்றிய மல்லியம் ராஜகோபால் ஆவார்.

சிவாஜி கணேசனை அனைவரும் விதந்தோதும் அந்த பிரம்மாண்டமான கூட்டத்தில் ஜெயகாந்தனின் ஆவேசமான பேச்சிலிருந்து சில வரிகள்...

(ஆவேசமின்றி அவரால் மேடையில் பேசமுடியாத காலமது)

"... கலையை மொழியென்ற தராசில் எடைபோட முடியாது. மொழிக்கும், நாட்டுக்கும் அப்பாற்பட்ட, ஒரு எல்லைக் கோட்டுக்குள் அடங்காத ஒன்றுதான் கலை.

கலையால் யாரும் சமுதாயத்துக்கு நன்மை செய்துவிட முடியும் என்று நம்பிக் கொண்டிருப்பவன் அல்ல நான்.

அந்தக் கலையே சமுதாய சீரழிவுக்குக் காரணமாக அமையும்படி, அதைக் கீழ்த்தரமாக்கி விடாதீர்கள் என்றுதான் நான் கேட்டுக் கொள்கிறேன்!"

இதனைத் தொடர்ந்து சிவாஜி கணேசனை அளவோடு பாராட்டிப் பேசினார் ஜெயகாந்தன்.

ஜெயகாந்தன் என்னிடம் கூறிய ஒரு சிறு துணுக்கு:

ஜே.கே. யை விருந்துக்கு அழைத்த சிவாஜிகணேசன் அருகிருந்து அன்போடு அவரே உபசரிக்கும் போது,

"இது நம்ப பண்ணையிலேர்ந்து வந்த நெய்..." என்று கூற,

"நெய் வெண்ணெயிலேர்ந்துதான் வரும்!" என்று ஜே.கே. கூற, உடனே சிவாஜி வெடித்துச் சிரித்தாராம்.

இது இத்தோடு நிற்க; எனது சிவாஜி கணேசனின் அந்தச் சிறப்பு மலர், என் இளம்பிராய எதிரிகளால் தொலைக்கப்பட்டதே இன்றும் எனது தீராத சோகம்.

என்னைப் பிரிந்த இரண்டாவது புத்தகம் 'காமராஜ் ஒரு சரித்திரம்'.

என் அப்பாவின் கடைக் கல்லாப்பெட்டியின் மேலிருந்து, நான் கண்டெடுத்த புத்தகம். காமராஜர் 1975 அக்டோபரில் இறந்தபின், அடுத்த சில மாதங்களில் அது வெளிவந்திருக்கலாம்.

இதை எழுதியவர் காமராஜரை விட நான்கு வயது இளையவரும், அவருடனேயே வளர்ந்தவரும், அவரைப் போலவே திருமணம் செய்து கொள்ளாதவரும், அவரை குருவாகவே ஏற்று வாழ்ந்த காந்தியவாதியுமான முருக.தனுஷ்கோடி ஆவார்.

இவர் எந்த விக்கிப்பீடியா கண்களிலும் தட்டுப்படாத ஓர் அப்பாவி. நீங்கள் இவரைத் தேடினால் இவர் கிடைக்க மாட்டார். ஆனால், இவர்1964ல், 50,000 ரூபாய் கொடுத்து, காமராஜரின் கைகளால் திறக்கப்பட்ட பெண்கள் பள்ளி உங்கள் முன் வந்து நிற்கும். அதன் பெயர் 'முருக தனுஷ்கோடி பெண்கள் மேல்நிலைப் பள்ளி'.

அவருடைய அந்தப் புத்தகத்தில் என்னை முதலில் கவர்ந்தது, அதில் அச்சாகியிருந்த காமராஜரின் ஆயுட்கால ஆல்பம்தான். தமிழ்நாட்டு, இந்திய மற்றும் உலக தலைவர்களோடெல்லாம் அவர் இணைந்திருக்கும் படங்கள் இன்றும் என் மனதில் நிலைபெற்றுத் திகழ்கின்றன. அந்தப் புத்தகம் கிடைத்து சில வருடங்கள் கழித்துதான் அதைப் படிக்க ஆரம்பித்தேன். அது தமிழ்நாடு காங்கிரஸ் கமிட்டியின் வரலாற்றை, காமராஜருக்கும், ராஜாஜிக்கும் நடந்த உட்கட்சிப் போராட்டங்களை, ஒரு முதலமைச்சரின் நேர்மையான செயல்பாடுகளை, தன் ஊரில் தாயின் குடியிருப்பில் யாரோ பஞ்சாயத்து அதிகாரி ஒருவர் குடிநீர்க் குழாய் அமைத்துத் தந்திருப்பதைக் கண்டு கொதித்தெழுந்து அதை இடித்து அகற்ற அறிவுறுத்திய பண்புகளை எனக்குக் காட்டி, எனது பதின்பருவத்திலேயே கவர்ந்து ஆட்கொண்டது.

காமராஜரை நெருக்கமாக அறிந்துகொள்ள, முருக. தனுஷ்கோடியின் 'காமராஜ் ஒரு சரித்திரம்' அளவுக்கு சிறப்பான இன்னொன்றை நான் இன்னும் பார்க்கவில்லை.

இது இவ்வாறிருக்க, நானும் ஜெயகாந்தனும் மட்டும் இனிதாய் பேசிக் களித்த ஒரு மாலையில், கத்திபோல் கூராய் மடிப்பு கொண்ட கதரணிந்த ஒருவர் வருகை புரிந்தார். அவர் அப்போதே தமிழ்நாடு காங்கிரஸ் கட்சியில் பிரபலமாக இருந்த, இப்போது தமிழ்நாடு காங்கிரஸ் கமிட்டியின் மாநில துணைத் தலைவராக இருக்கும் ஆ.கோபண்ணா ஆவார். அவர் மதுவைத் தீண்டாதவர் என்று அறிந்தேன்.

நானோ சொல்லிக்கொள்ள ஒன்றுமில்லாதவன். அவர்கள் இருவரும் தொடர்ந்து பேசிக்கொண்டிருந்தார்கள். நான் காதால் கேட்டுக்கொண்டும், உதட்டால் உறிஞ்சிக்கொண்டும் பொழுது போக்கினேன். இரண்டு மணி நேரம் மெதுவாகவே போனது.

காமராஜரைப் பற்றி ஒரு புத்தகம் வெளியிட இருப்பதாகக் கூறிய கோபண்ணா,

"'காமராஜ் ஒரு சரித்திரம்' னு ஒரு புக்க தேடுறேன். எங்கயுமே கெடைக்கல ஜே.கே.!" என்றார்.

"முருக.தனுஷ்கோடி எழுதுனதா?" என்று நான் இடைமறித்தேன்.

அவசியமற்ற பொருள்போல் அதுவரை இருந்த என்னைப் பார்த்து, "ஆமா. அதான். ஒங்கள்ட இருக்கா?" என்றார் கோபண்ணா.

"இருக்கு சார்!" என்றேன்.

மிகுந்த மகிழ்ச்சி அடைந்த கோபண்ணா, அந்தப் புத்தகத்தை நான் அவரிடம் எப்படிச் சேர்க்க வேண்டும் என்று துரிதமாகத் திட்டமிட்டார்.

முதலில் நான் ஜே.கே.விடம் கொடுப்பதாகச் சொன்னேன். அவருக்கு மிகுந்த அவசரமாக தேவைப்படுவதால், என் வீட்டை விசாரித்தார். நான் தி.நகர் என்று சொன்னதும், அவர் தி.நகரில் கோபதி நாராயணசாமி சாலையில் ஓரிடத்தைக் குறிப்பிட்டு மறுநாள் அங்கு வருவதாகச் சொன்னார். மறுநாள் நானே அங்கு சென்று இருபத்திரெண்டு வருடங்களாக, பலநூறு புத்தகங்களோடு பாதுகாத்து, பராமரித்த, என் பால்ய கால நண்பனான 'காமராஜ் ஒரு சரித்திர'த்தை அவரிடம் சேர்த்தேன்.

அவ்வளவுதான். அந்தப் புத்தகம் என்னிடமிருந்து தொலைந்து போனது.

ஆ.கோபண்ணா அதன் பிறகு வெளியிட்ட 'காமராஜ் ஒரு சகாப்தம்' என்ற புத்தகத்தை கடைகளில் பார்த்தேன். அதைக் காசு கொடுத்து வாங்க எனக்கு மனமில்லை.

இது நடந்து நான்கைந்து ஆண்டுகளுக்குப் பின் திருவல்லிக் கேணியில் எனது நண்பரின் அச்சகத்தில் கோபண்ணாவைப் பார்த்தேன். என்னை நானே ஜே.கே. வீட்டின் சந்திப்பைச் சொல்லி

அறிமுகப் படுத்திக்கொண்டு பேச முயன்ற போதும், அவருக்குச் சுத்தமாக நினைவில்லை. புத்தகத்தை நினைவூட்டியபோதும் முகத்தில் எந்த உணர்வு மாற்றமும் நிகழவில்லை. எனக்குக் கோபம் வரவில்லை... விரக்திதான்!

காமராஜரைப் போலவே சிறந்து வாழ்ந்த முருக.தனுஷ்கோடியும், அவரது புத்தகமும் இன்றும் என்றும் என் இனிய நினைவில்...

ஓரிரு வார தொடர்ச்சியான ஜே.கே. சந்திப்பில்லாத ஒரு காலைநேர தினமணி சகவாசத்தில், ஆழ்வார்பேட்டை சீனிவாச காந்தி நிலையத்தில் ஓர் இலக்கியக் கூட்டத்தின் அறிவிப்பைக் கண்டேன். சா.கந்தசாமி, அசோகமித்திரன், ஓவியர் ஆதிமூலம், ஒரு விமர்சகர் மற்றும் ஜெயகாந்தன் கலந்துகொள்ளும் நிகழ்வு. பஜாஜ் சேடக்கும், நானும், கேமராவும் நேராக நிகழ்ச்சிக்குச் சென்றோம்.

விமர்சகர் தவிர மற்ற அனைவரும் நறுக்குத் தெறித்தாற்போல பேசினார்கள். அனைவரையும் ஒவ்வொரு படம் எடுத்தேன். விமர்சகருக்கு தொடங்கத் தெரிந்த பேச்சை, நிறுத்தத் தெரியாமல் ஓட்டிக்கொண்டிருந்தார். அசோகமித்திரன் தவிர மற்றவர்கள் முகத்திலும் சகியாமை தெரிந்தது. இருபது பேர் கூட இல்லாத கூட்டம். பொறுக்க முடியாத நான் கூச்சமே இல்லாமல் எழுந்து வெளியே வந்து ஸ்கூட்டர் அருகே நின்றுகொண்டிருந்தேன்.

கூட்டம் முடிந்து அனைவரும் வெளியே வந்தார்கள். ஜே.கே. வுக்காக ஏற்பாடு செய்திருந்த ஒரு அம்பாசெடர் காத்திருந்தது. என்னைத் திரும்பிப் பார்த்துவிட்டு ஜே.கே. அவரை வழியனுப்ப காரருகே காத்திருந்தவர்களிடம்,

“கௌதம் வந்துருக்காரு. நான் அவரோட போயிட்றேன்” என்று கூறியபடி என்னை நோக்கி நடந்து வந்தார். இதை கொஞ்சமும் எதிர்பாராத எனக்கு மகிழ்ச்சிதான். ஸ்கூட்டரைத் திருப்பி நிறுத்தி உதைத்துக் கிளப்பினேன். பின்னால் ஏறியமர்ந்து என் இரு தோள்களையும் பற்றியபடி,

“கௌதம், ஒங்களுக்கு ஏதும் வேலயிருக்கா?” என்றார்.

“இல்ல சார். ஃப்ரீயாதான் இருக்கேன்” என்றேன்.

அவர் சந்தோஷமடைந்தது அவர் குரலில் தெரிந்தது.

சகிக்க முடியாத அந்த விமர்சகரின் பேச்சு குறித்து கேட்டேன்.

“நீங்க இன்னும் முன்னாடியே வெளிய போயிருக்கலாம். நாங்க கெஸ்ட் வேற. எங்க தலையெழுத்து. ஒக்காந்திருந்தோம்” என்றார்.

எங்கள் இருவரையும் சென்னையின் உப்புக்காற்று முகத்தில் அடித்துத் தள்ள நாங்கள் முன்னோக்கிப் பறந்தோம். ஹெல்மெட் இல்லாத அந்தப் பயணமும் ஒரு சுகம்தான். அவரது குரலில் சமீபத்திய சினிமாப் பாட்டு ஒன்று சப்தமாய் எழுந்தது.

ஒரு ஆட்டோ ஸ்டாண்டுக்குப் போகச் சொன்னார். அங்கு நாங்கள் தேடிய நண்பர் இல்லை. அவருக்குத் தகவல் சொல்லச் சொல்லிவிட்டு, நடிகர் ஸ்ரீகாந்த் வீட்டுக்குச் சென்றோம். பேச்சு அரைமணி நேரத்தில் முடிந்தது. மீண்டும் ஆட்டோ ஸ்டாண்ட். நண்பர்கள் கூடியிருந்தார்கள். ஸ்கூட்டரை ஓரமாக நிறுத்திவிட்டு, ஆட்டோவில் அமர்ந்து புகைத்தோம். ஆட்டோ நண்பர்களுக்கு ஒரே மகிழ்ச்சிதான். சுமார் ஒரு மணி நேரம் பேச்சும் புகையும் தொடர்ந்தது.

அவரது வீட்டுக்குச் சென்று, ரம்மோடு கூடிக் களிக்க மணி பத்துக்கு மேலாகிவிட்டது.

ஸ்க்ரீன் பிரின்டிங் மற்றும் ஃபோட்டோகிராஃபி தொழிலில் எனக்குப் போதிய வருவாய் கிடைக்கவில்லை. மீண்டும் 1997 ன் இறுதியில் கடன ஒடன வாங்கி ஒரு கடை திறந்தேன். மருந்துக் கடைதான். சைதாப்பேட்டை ஆஞ்சநேயர் கோயில் தெருவில் அமைந்த அந்தக் கடையை காலையிலேயே வந்த ஜெயகாந்தன் குத்துவிளக்கேற்றி தொடங்கி வைத்து மதியம்வரையும் கடையிலேயே இருந்தது எனக்கு மகிழ்ச்சியளித்தது. கடையின் பெயர் ‘பாரதி பார்மசி’.

இந்தக் கடை திறந்தபின் ஜே.கே. சந்திப்பு வாரம் ஒருமுறையானது. கடைக்கு அருகிலேயே வீடெடுத்து தி.நகரிலிருந்து சைதாப்பேட்டைக்குக் குடிபெயர்ந்தேன்.

கடை திறந்து ஒரு வருடத்திற்குள் எனது ஸ்கூட்டர் பயண விபத்தொன்றில் சிக்கினேன். எனது வலது கால் சிற்றெலும்பு *(Fibula)* மட்டும் இரண்டாக உடைந்தது. ஆனால் சிதையவில்லை. டாக்டர் ‘ப்ளேட் வைக்க வேண்டும்’ என்று சொன்னார். என் இயல்புப்

படி எலும்பை அழுத்திக் கட்டுப் போடச் சொன்னேன். பேசாமல் போட்டார். கட்டோடு கடைக்குப் போய் உட்கார்ந்திருந்தேன். இரண்டாவது கட்டு நானே வீட்டில் போட்டுக்கொண்டேன்.

ஜே.கே. ஃபோனில் விசாரித்தார். 'பார்க்க வரவா?' என்றும் கேட்டார். நான் மறுத்துவிட்டேன். எக்ஸ்ரே எடுத்துப் பார்த்தபின், மூன்றாவது கட்டும் நானே போட்டுக்கொண்டேன்.

ஜே.கே.யைப் பார்த்து இரண்டு மாதங்கள் கடந்துவிட்டது. ஒரு ஞாயிறன்று மாலை கால்கட்டோடு, அலுமினிய ஊன்றுகோலையும் எடுத்துக்கொண்டு, என் மகளுக்கு வாங்கிய மகளிர் சைக்கிளில் ஜே.கே. வீட்டுக்குக் கிளம்பிவிட்டேன். என் இணையரின் வேண்டுகோள் எல்லாம் விழலுக்கு இறைத்த நீர்தான்.

ஊன்றுகோலோடு மாடியேறி, குடிசைக்குள் நுழைந்த என்னை எதிர்பாராத ஜே.கே. பதறிவிட்டார். உரிமையோடு இடித்துரைத்தார். அன்று நான் மதுவை ஒதுக்கி, இரண்டு மணிநேர உரையாடலுக்குப் பின் மீண்டும் சைக்கிளில் சைதைக்குத் திரும்பினேன்.

27. பன்றிக்கறியும் மாட்டுக்கறியும்

ஜே.கே. சாருடன் நான் பயணித்த அனைத்து வெளியூர்ப் பயணங்களையும் மற்றும் சென்னையில் சுற்றித்திரிந்த எல்லா நிகழ்வுகளையும், பதிவு செய்வது எனது நோக்கமல்ல. உண்மையின் துணைகொண்டு நினைவுகளை மீட்டெடுப்பதும், ஜே.கே. யுடனான என் வாழ்வைத் திரும்பிப் பார்ப்பதும், எனக்குள் ஏற்பட்டிருக்கும் தற்போதைய மாற்றங்களுக்கு ஒரு பாடமாகக் காண்கிறேன். அது எனது எஞ்சிய வாழ்வில் நான் எடுத்து வைக்கும் அடிகளுக்குப் படிகளாகும் என்றும் நம்புகிறேன்.

ஜெயகாந்தன், தன் நண்பர்களை கையாள்வதில் நாகரிகமான அனுபவம் தெரியும். அவரவர் விருப்பங்களையும், எல்லைகளையும் உணர்ந்து அவர்களை அங்கீகரித்தார். அவரது அந்தரங்கங்களைப் பரிமாறிக்கொள்வதற்கு மிகவும் குறைவான நண்பர்களையே தேர்ந்தெடுத்தார். நம்பத்தகாத நண்பர்களும் அவரை நாடி வருவதுண்டு. அவர்முன் வைக்கும் கோரிக்கைகளுக்கு, 'இல்லை' என்றும் 'முடியாது' என்றும் சொல்வதற்கு எப்போதும் தயாராகவே இருந்தார். இங்கிதம் கருதி அவரது செயல்பாடுகள் அரிதினும் அரிது. அவரது கோபம் அவரது 'தொண்டைத்தண்ணி'யை எப்போதும் காக்கும் கவசமாகவே விளங்கியது. ஊடல் கொண்டு சபைக்கு வராத நண்பரொருவர் குறித்துப் பேசும்போது, "வந்தா சந்தோஷம்; வரலன்னா வருத்தமா என்ன!" என்று பற்றற்றே பேசினார். நெருக்கமான வயது பேதமற்ற அரட்டைகளின்போது, நமது நகைச்சுவை துணுக்குகளுக்கு மேசையில் தட்டியபடி, குலுங்கிக் குலுங்கிச் சிரிப்பார். நான் ஒவ்வொரு முறை குடிசைக்குள் நுழையும் போதும் அவரிடமிருந்து தனித்த மகிழ்ச்சி வெளிப்படுவதை உணர்ந்திருக்கிறேன். இதை அவரது மறைவுக்குப் பின் நான்

திருப்பத்தூரில் வசித்தபோது அங்கு வந்திருந்த நண்பர் பழனி இன்னொரு நண்பரிடம் குறிப்பிட்டு என்னை அறிமுகப்படுத்திய போது எனக்குப் பெருமகிழ்ச்சி விளைந்தது.

பழனியின் வார்த்தைகள்,

“கௌதம் வந்தாலே ஜே.கே. சந்தோஷமாயிடுவாரு.”

ஜே.கே. தனது எழுத்துகளில் கவனமாக முன்னிறுத்தும் அவரது தணிக்கை மனம், நண்பர்களுடனான நேரத்தில் கொஞ்சமும் கவனம் பெறாது. சிந்திக்கும் முறைகளில் ஒன்றாகவே அவரது சபை உரையாடல் விளங்கும். சரியோ, தவறோ புதிய கோணங்களையும், புதுப்புது விளக்கங்களையும் ஒவ்வொரு விஷயத்திலும் எங்கள் முன் வைத்துக்கொண்டேயிருப்பார். ஆரம்பகாலச் சந்திப்புகளில் அடிக்கடி குறுக்கிடும் இயல்பு கொண்ட நான், போகப்போக அதைக் குறைத்துக்கொண்டேன். எனக்கு முற்றிலும் உடன்பாடில்லா கருத்துகளையும்கூட, உள்வாங்கவும், அதைப் பகுத்துணரவும் மட்டுமே பயின்றேன். அவரது பேச்சு தடைபடாதிருக்கும்போது சுதந்திரமான வாதப்பிரதிவாதங்கள் அவரிடமிருந்தே வந்து விழுந்து கொண்டிருக்கும். அது அவருக்கான பயிற்சி முறையென்றே நான் உணரத் தொடங்கினேன். அவரின் பேச்சுகளை முழுதும் பின்தொடரும் நான், பேச்சினிடையே அவ்வப்போது சில ஒற்றை வார்த்தை கேள்விகளையோ, மாற்றுக் கருத்துகளையோ சொருகுவதுண்டு. அதை மேலும் அவரது கருத்துகள் செழுமையுறப் பயன்படுத்திக்கொள்வார்.

மிகமிக அரிதாக சில தடுமாற்றங்கள் ஏற்படும்போது, அது நிச்சயம் தவறென்று நான் உணர்ந்தால், எவ்விதத் தயக்கமும் இன்றி அதை முன்வைப்பேன். அவரும் மகிழ்ச்சியோடு ஏற்றுக் கொள்வார்.

எது குறித்த உரையாடலிலோ,

“அஞ்சுவது அஞ்சாமை அறியாமை” என்றார். நான் உடனே, “பேதைமை” என்று குறுக்கிட்டேன்.

“அது!” என்றபடி தன் முன்னிருந்த மேசையின் விளிம்பில் தன் ஆள்காட்டி விரலால் ஓங்கித் தட்டி, எந்தவித சால்ஜாப்புமின்றி ஏற்றுக்கொண்டார். இதுபோன்ற நிகழ்வுகள் ஒன்றிரெண்டுதான்

என்றாலும் எனக்கு ஆச்சரியமளிக்கும். அவருடைய நினைவாற்றல் குறித்து நான் வியக்காத பொழுதில்லை என்று சொல்லலாம்.

நான் 'பாரதி பார்மசி' திறப்பதற்கு சில காலங்களுக்கு முன்பு 'யாமறிந்த புலவரிலே' என்று தூர்தர்ஷனுக்காக ஒரு தொலைக்காட்சித் தொடருக்கு ஜே.கே. திரைக்கதை, வசனம் எழுதும்போது உடனிருக்கும் வாய்ப்பு எனக்குக் கிட்டியது. அந்தத் தொடருக்கு திரைக்கதை, வசன உதவியாளராக கவிஞர் பரிணாமன் விளங்கினார்.

ஜே.கே. திரைக்கதை, வசனம் எழுதும் முறையை அருகில் இருந்து பார்ப்பதற்காக ஒருசில நாட்கள் தொடர்ந்து சென்றேன்.

தனது சுழல் நாற்காலியில் அமர்ந்தபடி, அவ்வப்போது மீசையை இழுத்து வருடிக்கொண்டே, கவிஞர் பரிணாமன் எழுத எழுத, நிறுத்தி நிதானமாகவும், தொடர்ச்சியாகவும் அருவிபோல் சொல்லிக்கொண்டே இருந்தார். கவிஞருக்குத்தான் வேகம் போதவில்லை. தேவையான ஒவ்வொரு இடத்திலும் நிறுத்தற்குறிகளையும்கூடத் தவறாமல் குறிப்பிட்டார். அவர் மனதில் ஏற்கெனவே எழுதியதைப் படித்துச் சொல்வதைப் போலவே இருந்தது.

திருவள்ளுவரைப் பற்றிய தொடரின் வேலையின் போதே நான் உடனிருந்தேன். என் பார்வையில் திரைக்கதை அருமையாகவே இருந்தது. வசனத்தைப் பொறுத்தவரை தொலைக்காட்சியில் வரும் எல்லா நாடகங்களின் லட்சணம் போலவே தோன்றியது. ஆங்காங்கே ஜே.கே. தெரியத்தான் செய்தார்.

ஔவையார் தொடங்கி, திருவள்ளுவர் உட்பட ஏழு புலவர்களின் வாழ்வையும், அவர்தம் எழுத்துகளையும் முன்வைக்கும் ஒரு தொலைக்காட்சித் தொடர் அது. ஒவ்வொரு தொடரும் அரைமணி நேரம் கால அளவைக் கொண்டது. தயாரிப்பு ஆ.கோபண்ணா.

ஆயினும் 'உன்னைப்போல் ஒருவன்' வசனங்களை எழுதிய கைகள் இதை எழுதுவதை என்னால் சகிக்க முடியாத ஒரு தருணத்தில் அவரிடம் கேட்டேன்.

"சார், இது நல்லா வருமா சார்?"

"நண்பர்களுக்காக சிலது பண்ண வேண்டியிருக்கே!"

ஆயிரமாயிரம் ஆண்டுகளாய் தமிழை உயிர்ப்போடு நமக்கு விட்டுச் சென்ற நம் புலவர்களைக் குறித்த இந்தத் தொடர் நம் சந்ததிக்கு மிகமிக அவசியமானது என்பதில் யாருக்கும் மாற்றுக் கருத்து இருக்க முடியாது. ஆனால், அந்தத் தொடரை தொலைக்காட்சியில் பார்த்தபோது, நான் மிகுந்த அதிருப்தி அடைந்தேன்.

ஔவையார் தொடரில் K.B.சுந்தராம்பாளின் குரலையொத்த 'கோவை கமலா'வின் குரல் மட்டும்தான் மனதில் நிற்கிறது. ஜெமினியின் 'ஔவையார்' பார்த்தவர்களுக்கு இதைப் பார்க்க நிச்சயம் பொறுமை இருக்காது.

திருவள்ளுவர் தொடரிலும் அதே கதைதான். சீர்காழி சிவசிதம்பரம் பாடும் திருக்குறள்தான் இனிக்கும். திருவள்ளுவர் கறுப்பாயிருந்ததும் ஒரு சிறப்புதான்.

தூர்தர்ஷன் எனும் சிறைப்பறவைக்குக் கண்ணுக்கெட்டிய தூரம்வரை விடுதலைக்கு வாய்ப்பு தெரியவில்லை.

அவருடன் பழகிய முதல் நாளிலிருந்து இறுதிவரை அவருடைய கதைகளைப் பற்றி அவரிடம் நான் ஒருமுறைகூட பேசியதே இல்லை. அவருடைய திரைப்படங்கள் குறித்து இருவருமே பலமுறை பேசியிருக்கிறோம்.

ஒரேயொரு முறை அவர் என்னிடம், நான் அதுவரை கேள்விப்பட்டிராத அவருடைய சிறுகதை ஒன்றைக் குறிப்பிட்டு, 'படிச்சிருக்கீங்களா?' என்று கேட்டார். நான் 'இல்லை'யென்று சொன்னதும், அந்தக் கதையை முழுதும் அவர் சொல்லக் கேட்டேன். இப்போது 'அது எந்தக் கதை?' என்று நினைவிலில்லை. ஆனால், அப்போது எனக்கு, அவர் கதையை அவரே சொல்லக் கேட்கிறோம் என்ற பெருமிதம் தோன்றியது.

அவர் திறந்துவைத்த 'பாரதி பார்மசி' வெறும் மருந்துக் கடையாகத் தொடங்கி, மளிகை, ஸ்டேஷனரி, ஐஸ்கிரீம், வாட்டர் கேன் சப்ளை என்று விரிவாகத் தொடங்கியது... மேலும்மேலும் கடன் வாங்கித்தான்!

ஜே.கே. வீட்டுக்குத் தேவையான மருந்துகளை என்னிடமிருந்தே வாங்கத் தொடங்கினார். எந்தக் குறிப்பிட்ட காரணமும் இல்லாமல் கடந்த மூன்று வருடங்களாக அவரைப் பார்க்கப் போய்க் கொண்டிருந்த நான் இப்போது சில லோகாயத காரணங்களோடு போகத் தொடங்கினேன். அவருடைய சொந்த வேலைகள் சிலவற்றிலும் மிகுந்த மகிழ்ச்சியுடன் உதவிகள் செய்து வந்தேன். கடை என் நேரத்தை வெகுவாக ஆக்கிரமித்தாலும், மாதம் நான்கைந்து முறையாவது இரவுநேர சந்திப்புகள் தொடர்ந்தன.

அவ்வாறான ஒரு சந்திப்பில்,

“நீங்க மாட்டுக்கறி சாப்டுவீங்களா?” என்றார்.

அது ஒரு தகாத செயலைப்போல் என் மனதில் ஊறியிருந்த காலம்.

“சாப்டதில்ல சார்!” என்றேன்.

“நீங்க சார்?” என்று அவரைக் கேட்டேன்.

“கம்பெனிக்கு ஆள் இருந்தா எல்லாக் கறியும் சாப்டுவேன்!”

அதனைத் தொடர்ந்து அவர் உட்கொண்ட மாமிசப் பட்டியலைச் சொன்னார். எனக்கு மிரட்சியாய் இருந்தது. பன்றியின் கொழுப்பு மிகுந்த வார் பகுதியின் ருசியை சிலாகித்தார்.

“மாட்டுக்கறின்னா, மாட்டையா எலையில வைக்கிறாங்க..? எலையில வைக்கிற எல்லாம் உணவுதான்!”

அவருடைய இந்த விவரணை எனக்குப் பிடித்திருந்தது.

எனக்கும் இறைச்சி உணவுக்குமான உறவென்பது வித்தியாசமானது.

எனது நான்கு வயதுவரை அம்மா ஊட்டிய அனைத்தையும் சாப்பிட்டு வந்த நான், ஒருமுறை அம்மைநோய் கண்டு எழுந்தபின், எந்த இறைச்சியையும் ஏற்க மறுத்தேன் என்று என் பெற்றோர் சொல்லக் கேள்வி. எனது நினைவில், நான் இறைச்சியை விரும்பி உண்ட எந்த சிறுவயது நினைவும் இல்லை.

என் ஆயா, கோழியின் தலையை நீர் நிறைந்த சொம்பினுள் நுழைக்கயில், உதைக்கும் கோழியின் கால்களைக் கண்டு பதைக்கும் நான், ஓடிச்சென்று என் ஆயாவின் முதுகில் எட்டி உதைப்பேன்.

"ஐயேய்யெ, ஐயேய்யெ... என்ன கொன்னுட்டான், கொன்னுட்டான்!" என்று கத்திக்கொண்டே, கோழியைக் கொன்று விடுவார்கள்.

தொடர்ந்து, "பேரனிடம் ஒத வாங்கித்தான் சாகப்போறன்னு 'கொளக்குடி' சோசியன் சொன்னான்" என்று ஆயா சிரித்துக்கொண்டே கூறுவார். இது போன்ற நிகழ்வுகள் தொடராவண்ணம் நானறியாமல் என்னிடமிருந்து மறைத்தபடி, வீட்டில் கொலைகள் தொடர்ந்தன.

என் வீட்டு உறவுகள் அனைவரும் வாரம் இருதினங்கள் மற்றும் விருந்தினர் வரும் தினங்கள் தவறாது இறைச்சி உண்பவர்கள். அதில் ஆடு, கோழி, மீன்வகைகள், இறால், சுறா, நண்டு, கருவாட்டு வகைகள் தொடர்ச்சியாக மாறி மாறி வருபவை. விசேஷமாக வரும் உயிரினங்கள் காடை, கொக்கு, புறா போன்றவை.

நான், சுத்த சைவ சன்மார்க்க நெறி பற்றியோ, புத்தர், வள்ளுவர், வள்ளலார் மற்றும் காந்தி பற்றியோ எதுவும் தெரியாமலும், காரணம் புரியாமலும் அசூயை கொண்டு புலாலை ஒதுக்கியவன். நான்கு வயதிலிருந்து எட்டு வயதுவரை, எனக்குக் கடுமையான சோதனைக் காலம். என்னைச் சோதித்தது வேறு யாருமல்ல; என் தெய்வத்தாயேதான். வீட்டில் புலால் சமைக்கும் நாட்களில் எல்லாம், எனக்குத் தட்டில் இறைச்சி உணவுகளோடு என் அருகில் அமர்ந்து, என்னை சாப்பிட வைப்பதற்கான முழு முயற்சியில் என் தாயார் ஈடுபடுவார்.

'தேனோடு கலந்த தெள்ளமுது' என சோறோடு கலந்த கறித்துண்டை என் வாயில் திணித்து விழுங்கச் சொல்வார். என் இரு கண்களிலும் தாரை தாரையாகக் கண்ணீர் வழியத் தொடங்கிவிடும். வாய் அசையும். ஆனால் மெல்லாது. மெல்லுவது போல் அசையும் வாயைப் பார்த்தபடி, "மெல்லுடா, மென்னு முழுங்குடா!" என்று சொல்லிக்கொண்டே முதுகில் சாத்துவார். சிலசமயம் பின்னால் விழுந்த அடியின் அதிர்வில், வாயிலிருந்து தெறித்து கறி மட்டும் முன்னால் வந்து விழும். அது என்ன மாயமோ, நான் எவ்வளவு மென்று விழுங்கினாலும் சோற்றுப் பருக்கைகள் மட்டும் உள்ளே போய், கறி வாயிலேயே தேங்கி நிற்கும். அடியும் அழுகையுமாய் எனக்குச் சாப்பிடும் நேரமென்பது தண்டனைக் காலம்தான். இறுதியாகத் தோற்றுப்போன என் அம்மா, ரசத்தை ஊற்றி, "தின்னுத்

தொல!" என்று காதைத் திருகி விடுதலை அளிப்பார். வீட்டில் இறைச்சி சமையல் என்றாலே எனக்கு வயிறு சில்லிட்டுவிடும். சில வருடங்கள் போராடிப் பார்த்துவிட்டு, பத்து வயதுக்குள்ளாகவே எனக்கு முழு விடுதலை அளித்துவிட்டார்.

அதன் பிறகு எல்லாருக்கும் முன் நான் ரசமோ, சாம்பாரோ ஊற்றி சாப்பிட்டபின் அவர்கள் சாப்பிடுவார்கள். அல்லது அனைவரும் உண்டபின் டெட்டால் தெளித்து நன்றாகத் துடைத்தபின் நான் சாப்பிடுவேன். ஆயினும் டெட்டால்தான் தோற்றுப் போகும். குமட்டலோடே சாப்பிடுவேன்.

ஐந்து பிள்ளைகள் உள்ள, அடிக்கடி விருந்தினர் வந்துபோகும் எங்கள் வீட்டில், நான் பிரச்சினைக்குரிய பிள்ளையாகவே வளர்ந்தேன். என் இருபத்தாறு வயதுவரை இது தொடர்ந்தது. பதின்ம வயதுகளின் இறுதியில் நண்பர்களோடு மது அருந்திய ஓரிரு தருணங்களில்கூட இறைச்சியைப் பிடிக்காமல் முற்றாக ஒதுக்கியே வாழ்ந்தேன்.

நண்பர் ராகுல் சாங்கிருத்யாயனின் சொல்படி, நான் தா. பழூரில் வாழ்ந்த காலத்திலும், அரபிக்கடல் ஓரத்தில் அமைந்த மீனவ கிராமமான 'பள்ள'த்தில் தங்கியிருந்த காலத்திலும், இறைச்சி உணவினால் சிறிதே இடைஞ்சலுக்கு ஆளானேன். ஆயினும் எனக்கு இறைச்சியைவிட இடைஞ்சல்களே இனித்தன.

1990ம் ஆண்டு சென்னை தி.நகரில், பிரம்மாண்டமான அசைவ உணவு விடுதி ஒன்று ஆரம்பித்தோம். திரைப்பட நடிகை மனோரமா தான் ரிப்பன் கட் பண்ணி திறந்து வைத்தார். முதலாளியே அசைவம் சாப்பிடாமல் அசைவ உணவு விடுதி எப்படி நடத்துவது?

ஓட்டல் திறப்பதற்கு ஓரிரு மாதங்களுக்கு முன்பிருந்தே, சென்னையில் இருக்கும் பிரபல மற்றும் பழம்பெருமை மிக்க அசைவ உணவு விடுதிகளில் சென்று சாப்பிட்டுப் பழக ஆரம்பித்தேன். அதில் மிகப் பழைய ஓட்டலென்றால் அது யானைக்கவுனி 'கோல்டன் கேப்'தான். ஒருகாலத்தில், தாம்பரத்தில் இருந்து ஆட்டுக்கால் பாயா வாங்க பாத்திரத்தோடு ரயிலில் வந்த வாடிக்கையாளர்களைக் கொண்டிருந்த கடை அது. சென்ற நூற்றாண்டில் வாழ்ந்த பாயா விரும்பிகளின் மனதில் மட்டுமே இப்போது வாழ்கிறது. எதையுமே

வீட்டில் சாப்பிடாத நான் எல்லாவற்றையும் பல்வேறு ஓட்டல்களில் சாப்பிட்டுப் பழகினேன்.

ஆயிரம் இருந்தும், வசதிகள் இருந்தும் இன்றும் எனக்கு அசைவத்தை ஒழுங்காகச் சாப்பிடத் தெரியாது. ஆனால், எங்கள் வீட்டில் எல்லாரும் ராஜ்கிரண்கள்தான்.

இந்த லட்சணத்தில் ஒருநாள் "வெண்பன்றி வறுவல் கிடைக்கும்" என்ற தகவல் பலகை என் கண்ணில் பட்டது. அதுவும் வடபழனி நூறடி ரோடு சிக்னல் அருகிலேயே.

பிறகென்ன! ஜே.கே.யோடுதான் முதன் முதலாக பன்றி வறுவல் சாப்பிட்டேன். முதன்முதலாக மாட்டுக்கறி ருசித்ததும் அவரோடு தான்.

ஒருநாள் கடையை மூடிவிட்டு வீட்டுக்கு வந்து உடை மாற்றிக் கொண்டிருந்தேன். இரவு உணவை கடைக்கே கொண்டுவரச் சொல்லி, எட்டரை மணிக்கெல்லாம் சாப்பிட்டுவிடுவதால் படுக்க வேண்டியதுதான். மணி பத்திருக்கும். டெலிபோன் மணி அடித்தது.

"ஹலோ"

"ஹலோ கௌதம், ஜே.கே. பேசுறேன்..."

என்னுள் ரத்த ஓட்டம் அதிகரிக்க,

"சொல்லுங்க சார்!" என்றேன்.

"படுத்துட்டீங்களா?"

"இல்ல சார். நேரமாகும்..."

"நம்ப குப்புசாமி, திருப்பத்தூர் நண்பர்கள்லாம் வந்துருக்காங்க. வர்றீங்களா?"

"இதோ வரேன் சார்."

"அப்டியே, அன்னிக்கு வாங்கிட்டு வந்தீங்களே..."

"வறுவலா சார்?"

"ஆமா, அதேதான். கெடச்சா வாங்கிட்டு வாங்க!"

கிடைத்தது. வாங்கிச் சென்றேன். ஜே.கே.க்குப் பெருத்த மகிழ்ச்சி. திருப்பத்தூர் நண்பர்கள் மூவர் வந்திருந்தனர். எனக்கு

மீண்டும் விடிந்ததைப் போலானது. ரம்முடன் உற்சாகம் கரைபுரண்டது. இரண்டு மணி அளவில் ஜே.கே. கீழே படுக்கச் சென்றுவிட்டார்.

நாங்கள் மொட்டை மாடியில் படுக்கச் சென்றோம். பீசா ஒரு பாட்டுப் பாடினார். அடுத்து, நான் பிறந்த வருடம் வெளிவந்த, 'பாதை தெரியுது பார்' படத்தின், 'சின்னச் சின்ன மூக்குத்தியாம்...' பாடலை நான் பாடினேன். ஆறுமுகம் சார் வியந்து பாராட்டினார். அன்று அனைவரும் படுக்க மணி மூன்றாகிவிட்டது.

28. கண்ணாமூச்சி ஆட்டம்

1965-66களில் பத்திரிகையில் தொடராக வெளிவந்து, 1966ம் ஆண்டு இறுதியில் புத்தகமாக வெளிவந்த நாவல் 'பாரீசுக்குப் போ'. அது 1985ல் சென்னைத் தொலைக்காட்சியில் 'நல்லதோர் வீணை' என்ற பெயரில் நெடுந்தொடராக ஒளிபரப்பானது.

திரையுலகில் பிரபலமாக இருந்த நடிக நடிகையர்களைக் கொண்டு, ஜெயகாந்தனின் நெருங்கிய நண்பரான சு.கிருஷ்ணசுவாமி இதை உருவாக்கினார். லலிதாவாக லட்சுமியும், சாரங்கனாக நிழல்கள் ரவியும், சேஷையாவாக பூர்ணம் விஸ்வநாதனும், மகாலிங்கமாக ஏ.ஆர்.சீனிவாசனும் (A.R.S) நடித்திருந்தனர். தமிழ்நாட்டின் தொலைக்காட்சி வரலாற்றில் முதன்முதலாக ஒளிபரப்பாகிய மெகா சீரியல் இதுவாக இருக்கலாம். ஆனாலும் கதையின் தரத்தினால், சென்னைத் தொலைக்காட்சி இலக்கணங்களையும் மீறி, தொடர் சிறப்பாகவே இருந்தது. ஏற்கெனவே நான் நாவலைப் படித்திருந்ததால், மிகுந்த சுவாரசியத்தோடு ரசித்தேன்.

அதன்பிறகு நீண்ட இடைவெளிக்குப் பிறகு ஜெயகாந்தனின் 'சுந்தர காண்டம்' நாவல் தொலைக்காட்சித் தொடராக உருவானது.

அந்தச் சமயத்தில் ஓர் இனிய மாலையில்,

"கௌதம் நீங்க சினிமா ஷூட்டிங் பாத்துருக்கீங்களா?" என்றார்.

"அதுக்குன்னு போய் பாத்ததில்ல சார். ரோட்ல போறப்ப வழில பாத்துருக்கேன். ஆனாலும், ஸ்டூடியோ போய்ப் பாத்ததில்ல!"

வெறுமனே சாலையில் நின்று வேடிக்கைப் பார்ப்பதை அநாகரிகமாக நினைப்பது எனக்கு பெற்றோரால் ஊட்டப்பட்ட இயல்பு. சென்னை சாலையொன்றில் பிரபு தேவா ஆடிய 'டேக் இட் ஈசி ஊர்வசி...' பாடல் படமாக்கத்தை நானும் ஒரு

கௌதமன் | 219

பேருந்து பயணத்தின்போது பார்த்திருக்கிறேன். இது போன்ற பல தருணங்கள் போகிற வழிகளில் தானே நிகழ்ந்தது உண்டு.

நான் 1981ல் சென்னை வந்து முதன்முதலாக தங்கிய குடியிருப்பு தியாகராயநகர், 75, G.N. செட்டி சாலை. அதாவது 'கோபதி நாராயணசாமி செட்டி சாலை'.

பின்னாளில் எம்.ஜி.ஆர்., செட்டியை வெட்டி எடுத்துவிட்டார். அதேபோல் டாக்டர் ரங்காச்சாரி சாலையில் இருந்து 'சாரி' யையும் எடுத்துவிட்டார். இதுபோல் இன்னும் எவ்வளவோ நீக்கப்பட்டன.

ஆனாலும், சாதியே பெயராக விளங்கும், தி.நகரில் 'சாரி' தெருவிலும், சைதாப்பேட்டையில் 'செட்டி' தெருவிலும் இன்னும் இதுபோன்ற பலப்பல தெருக்களின் பெயரிலும் சாதி இன்றும் ஒட்டிக்கொண்டுதான் இருக்கிறது. இப்போது கூகுள் மேப்பில் பார்த்தால் கோபதி நாராயணசாமி சாலையோடு 'செட்டி' மீண்டும் சேர்ந்திருப்பது எனக்கு அதிர்ச்சி அளித்தது. தெருப்பெயரில்கூட சாதியை நீக்கத் தடுமாறும் அரசுகள், மனிதப் பதர்களின் புத்தியில் இருந்து சாதியை நீக்க என்ன செய்துவிடப் போகிறது என்ற அலுப்பு மேலிடுகிறது!

ஜே.கே. ஒருமுறை கேட்டார்...

"ஜாதிய ஒழிச்சுட்றீங்க. சரி; ஜாதி புத்திய எப்படி ஒழிப்பீங்க?"

நான் அப்போது ஆமோதித்து தலையாட்டியதோடு மட்டுமல்லாமல் அந்தப் பார்வையை விதந்தோதினேன். அவர் மறைவுக்குப் பின் நான் அம்பேத்கரைப் படித்த பிறகுதான் எனக்குத் தெளிவு பிறந்தது. புத்தியில் இருப்பதுதான் சாதி. மனிதன் தன் புத்தியிலிருந்து சாதியை ஒழிப்பதே சாதியொழிப்பு.

ஜே.கே. குறிப்பிடும் 'சாதி புத்தி' என்பது ஒவ்வொரு சாதிக்குமான தனிப்பட்ட குணங்கள் என்பதாக எடுத்துக்கொண்டால், அது எவ்வளவு பேதைமை நிறைந்த பழிகூறல் என்பதை அவரது எழுத்துகளில் இருந்தே தெளியலாம்.

கோபதி நாராயணசாமி சாலையில் நான் குடியிருந்த கட்டடம் இருந்த இடத்தில் இன்று பிரம்மாண்டமான புதிய சரவணா ஸ்டோர்ஸ் அறை கலன்கள் கடை வைத்திருக்கிறது.

ஆனால், 1980களின் தொடக்கத்தில் அந்தக் கட்டடம் தமிழ்த் திரையுலக தயாரிப்பு மையங்களில் முக்கியமான ஒன்றாக விளங்கியது.

நாங்கள் மொட்டை மாடியில் ஆஸ்பெஸ்டாஸ் கூரையால் அமைந்த அந்த வீட்டில் குடியிருந்தபோது, என் தந்தையின் நண்பருடைய அந்தப் பழைய பங்களாவின் தரை தளத்தில், பிரபலமான, சிவாஜி கணேசனிலிருந்து கமல், ரஜினி, விஜய் வரை ஏராளமான ஹீரோக்களை வைத்து திரைப்படமெடுத்த KRG புரொடக்சன்ஸ் அலுவலகமும், முதல் மாடியில் இசைஞானி இளையராஜாவின் சகோதரர் R.D.பாஸ்கரின் அலுவலகமும் இருந்தது. மிகப்பெரிய மூன்று மாமரங்கள் அந்த பங்களாவை சூழ்ந்து கவிந்திருக்கும். அவை பங்கனப்பள்ளி, மல்கோவா, கிளிமூக்கு. மொட்டை மாடியில் பழைய சோற்றுக்குத் துணையாக, மாம்பழங்களை 'அப்பைக்கப்ப' பறித்து உண்போம்.

எங்களது முக்கிய பொழுதுபோக்கு மாடியிலிருந்து கீழே, நின்றுகொண்டும், நடந்துகொண்டும், பேசிக்கொண்டும் இருக்கும் தமிழ்நாட்டின் பிரபல நடிகர்களையும், பிரபலமாகிக்கொண்டிருந்த நடிகர்களையும் வேடிக்கைப் பார்ப்பதுதான். சில நடிகர்களிடம் என் தம்பி கீழே இறங்கிச் சென்று "மணி என்ன சார்?" என்று கேட்டுவிட்டு, பதிலை பெற்றுக்கொண்டு, மகிழ்ச்சியோடு மேலே ஓடி வருவான். அது ஒரு விளையாட்டு.

நாங்கள் மேலிருந்தபடி பலமுறைப் பார்த்த நடிகர்கள், வெள்ளை வேட்டி சட்டையில் கவுண்டமணி, வேட்டியை மடித்துக் கட்டிய செந்தில், T.ராஜேந்தர், விஜயகுமார், ராஜீவ்...

முதல்மாடியில் ஒரு தனியறையில் திரைப்பட இயக்குனர் கனவில் தங்கியிருந்த, என்னைவிட பத்து வயது மூத்த இரு நண்பர்கள் எனக்கு வாய்த்தனர். அவர்களோடு சிறிது காலம் தங்கியிருந்த சென்னைத் திரைப்படக் கல்லூரியின் சினிமாட்டோகிராஃபி பிரிவில் பணியாற்றிய 'G P' என்று எங்களால் அழைக்கப்படும் G.P.கிருஷ்ணன் எனக்கு நெருக்கமானார். இவர் 'நாயகன்' திரைப்படத்தில் உதவி ஒளிப்பதிவாளராகப் பணிபுரிந்தவர். பின்னாளில் பல திரைப்படங்களுக்கு ஒளிப்பதிவாளராக இயங்கினார். இன்றும் திரையுலகில் இயங்கிக்கொண்டிருப்பவர்.

எப்போதும் வெறிச்சோடியிருக்கும் G.N.சாலையில், எங்கள் வீட்டுக்கு நேர் எதிரில் ஒரு பெட்ரோல் பங்க் இருக்கும். ஒருநாள் காலை ஏழு மணிக்கு அங்கு லேசான பரபரப்பு நிலவியது. நானும்,

GPயும் எங்கள் வீட்டு காம்பவுண்ட் கதவருகே நின்று பார்த்துக் கொண்டிருந்தோம்.

அப்போதே மிகவும் பிரபலமாகி இருந்த சில்க் ஸ்மிதா, ஷாட்ஸ் அணிந்து, மோட்டார் பைக் ஓட்டிக் கொண்டு, பெட்ரோல் போட வருவதுபோல், ஒரு காட்சி படமாக்கப்பட்டுக்கொண்டிருந்தது. வேடிக்கைப் பார்க்கக்கூட அப்போது கும்பல் சேரவில்லை.

GP, "கௌதம் வாங்க, கிட்ட போய்ப் பாப்போம்" என்று என்னைத் தூண்டினார். பதினெட்டே வயதான நானும், என்னைவிட ஏழெட்டு வயது மூத்தவரான அவரும், வெட்கத்தோடே காலியான சாலையைக் கடந்து பெட்ரோல் பங்கை நெருங்கினோம். ஆட்கள் குறைவான அந்தச் சூழலில், படப்பிடிப்பு முடியும் தருவாயில் சில்க் ஸ்மிதாவின் பார்வை எங்கள் பக்கம் திரும்பியது. சில விநாடிகள் கூட அவரது பார்வையை சந்திக்கத் திராணியற்ற எனது கண்கள் வெட்கத்தால் தடுமாறின.

"ஒங்களத்தாங்க பார்த்தாங்க..." என்று பலவாறு GP என்னைக் கிண்டல் செய்துகொண்டிருந்தார். நாங்கள் இருவருமே வெட்கப் பிராணிகள் என்பதே உண்மை. இது ஒன்றுதான் நான் ஐம்பதடி நடந்து போய்ப் பார்த்த ஷூட்டிங்.

"நாளைக்கு வர்றீங்களா? வளசரவாக்கத்துல ஷூட்டிங். ஒங்க வண்டிய இங்க வச்சுட்டு ஆட்டோவுல போயிடலாம்" என்றார் ஜே.கே.

மறுநாள் நாங்கள் போய்ச் சேர மதியம் பன்னிரெண்டுக்கு மேலாகிவிட்டது. போன கையோடு எங்களை அழைத்துச் சென்று சாப்பாடு போட்டார்கள்.

ஜே.கே., ஷூட்டிங் ஸ்பாட்டில் ஓரிரு நிமிடங்கள் நின்றார். பின் ஓர் அறையில் ஓய்வெடுத்தார். நான் இங்கும் அங்குமாக நின்று வேடிக்கை பார்த்துக்கொண்டிருந்தேன்.

ஸ்க்ரீன் ப்ரின்டிங் தொழில் செய்துகொண்டிருந்தபோது, நான் சொந்தமாக ஸ்டில் கேமரா வாங்குவதற்கு முன்பு, ஒரு விளம்பரக் கம்பெனியில் சில மாதங்கள் உதவியாளராக வேலை செய்த அனுபவம் எனக்கு இருந்தது. அங்கு ஃபோட்டோகிராஃபி. இங்கு சினிமாட்டோகிராஃபி. இரண்டுக்குமான பெரிய இடைவெளியை

அளந்துகொண்டிருந்தேன். அவர்களுடைய இயக்கம் என்னைப் பெரிதாக ஈர்க்கவில்லை. ஜே.கே. நான்கு மணிக்கெல்லாம் கிளம்பிவிட்டார்.

அதே வாரத்தில் சைதாப்பேட்டை கோர்ட்டுக்குப் பின்புறம் அமைந்த நகரொன்றில் இருந்த பெரிய செட்டியார் பங்களாவில் நடந்த அதே தொடருக்கான ஷூட்டிங் பார்க்கவும் அவருடன் சென்றேன். அதிருப்திதான் மிச்சம்.

ஜெயகாந்தனுடன் நெருக்கமாக இருந்த நீண்டகால நண்பர்களுள் முக்கியமானவர்கள் சி.ஏ.பாலன் மற்றும் கலைஞன் பதிப்பகம் மாசிலாமணி ஆவர்.

'ஜெயகாந்தன் ஒரு குழந்தை மாதிரி' என்று அவருடன் நெருங்கிப் பழகிய சில நண்பர்கள் அடிக்கடி சொல்வதுண்டு. அது ஒன்றும் விளையாட்டுக்குச் சொல்வதில்லை. அவரோடு விளையாடிப் பார்த்துச் சொல்வது. முப்பது வயது முதல் அறுபது வயதுக்காரர்கள் வரை தன்னோடு கண்ணாமூச்சி விளையாட்டில் கலந்துகொள்ளச் செய்துவிடுவார் ஜெயகாந்தன். இந்தத் தகவலை எனக்குக் கடத்தியவர், இவர்களோடு சேர்ந்து விளையாடிய கோவை மணி அவர்கள்.

அவர் கோலோச்சிய ஆழ்வார்பேட்டை 'மடம்' என்பது முற்றும் துறந்தவர்கள் கூடும் இடமன்று. வயது பேதமின்றி தம் கண்களைக் கட்டிக்கொண்டும், ஒளிந்துகொண்டும், ஜன்னலில் ஏறி நின்றுகொண்டும் விளையாடி மகிழும் முதிய குழந்தைகள் வாழும் இடம்.

நான் ஜே.கே.யோடு நெருங்கிப் பழக ஆரம்பித்த 1994க்குப் பிறகு, ஜே.கே.யுடன் பலமுறை 'கலைஞன் பதிப்பகம்' மாசிலாமணி அவர்களைச் சந்தித்திருக்கிறேன். அதற்கு முன்பு விட்டல் ராவ் எழுதிய 'ஓவியக் கலையுலகில்' என்ற புத்தகத்தைத் தேடிச் சென்ற போது, அவரது பதிப்பகத்தில் ஒருமுறை பார்த்திருக்கிறேன். அப்போது ஜே.கே. எனக்கு அறிமுகமில்லை.

ஆனால், சி.ஏ.பாலன் அவர்களைச் சந்திக்க எனக்கு வாய்க்க வில்லை. ஜே.கே. என்னிடம் நான்கைந்து முறை கேட்டிருக்கிறார்...

"நீங்க சி.ஏ.பாலனை பாத்துருக்கீங்கல்ல ?"

சிலமுறை கேட்ட இந்தக் கேள்விகள் அவர் மனதில் சி.ஏ.பாலன் அவர்களின் அன்பும், நட்பும் நிரந்தரமாக வீற்றிருப்பதை எனக்குக் காட்டியது.

சி.ஏ.பாலன் எந்தத் தவறையும் செய்யாமலே, அரசியல் கொலைக்கான தூக்குத் தண்டனை பெற்று, அந்தத் தண்டனைக்காக பதினொரு ஆண்டுகாலம் சிறையில் வதைபட்டு, 1957ல் கேரள அமைச்சராகப் பதவியேற்ற, பின்னாளில் உச்சநீதிமன்ற நீதிபதியாகவும் விளங்கிய V.R.கிருஷ்ணன் அவர்களின் கடுமையான சட்டப்போராட்டங்களுக்குப் பிறகு, ஒரு தவறும் செய்யாதவர் என்று தீர்ப்பளித்து, விடுதலை செய்யப்பட்டவர். அவரது இந்தக் கொடிய சிறை அனுபவங்களை, 'தூக்குமர நிழலில்' என்ற தனது நூலில் காலத்தால் அழியாத சிற்பமாக வடித்திருக்கிறார். அவரது மலையாளத்திலிருந்து தமிழுக்கான மொழிபெயர்ப்புப் பணி என்பது அசாத்தியமானது. சுமார் ஆயிரத்து ஐந்நூறு பக்கங்கள் கொண்ட தகழியின் 'கயிறு' நாவலும், 'ஏணிப்படிகள்' நாவலும் குறிப்பிடத்தக்கவை.

இந்த முதியோர் கூட்டணி ஜே.கே.யோடு ஓர் இரவுநேர வேலூர் பயணத்தின்போது, வழியில் 'பூட்டுத்தாக்கு' என்னும் ஊரருகே கார் பழுதாகி ஸ்தம்பித்து நின்றுவிட்டது. காரின் உள்ளேயும் வெளியேயும் இருள் தவிர வேறு துணையில்லை. காருக்குள்ளே அமர்ந்தபடி, விடியவிடிய சலிக்காமல் கண்ணாமூச்சி ஆடி மகிழ்ச்சியோடு பொழுதைக் கழித்திருக்கிறார்கள். ஆனால் கண்ணைக் கட்டாமல் அவரவர் மனசாட்சிக்கு நேர்மையாக தாங்களே கண்ணை மூடிக்கொள்ள வேண்டும் என்பதே ஆட்டத்தின் விதி.

1981ம் ஆண்டு, சென்னை நகர எல்லைக்கல் கிண்டியில் நடப்பட்டிருந்தது. இப்போது கத்திப்பாரா மேம்பாலம் இருக்கும் இடமே சென்னை நகர எல்லைக்கு வெளியேதான் இருந்தது.

இன்று சென்னை - 73 ஆகிவிட்ட கௌரிவாக்கம், அன்று ஆள் நடமாட்டம் மட்டுமல்ல; வண்டிப் போக்குவரத்தே அரிதான, 'மலையும் மலையைச் சார்ந்த குறிஞ்சி நிலம்' என்றுதான் நாங்கள் கிண்டலடிப்போம். நாங்கள் ஏறி இறங்கி விளையாடிய சிறு குன்றுகள், இன்று நன்மங்கலம் வனப்பகுதி

(Nanmangalam reserved forest). அந்த மலையடிவாரத்தில் ஏகாந்தமாய் வீற்றிருந்த 'தென்னிந்திய வாணியர் கல்வி அறக்கட்டளை'யின் கல்லூரியில்தான் *(SIVET College)* கணிதவியல் இளங்கலை பட்டப்படிப்பில் சேர்ந்தேன். அதாவது சேர்ந்தேன்; படித்தேன் என்று எழுதுவது நேர்மையாகாது. எங்களைப் பொறுத்தவரை *SIVET College* என்றால், *Sambar Idly Vadai Eating Training College*. எனது கல்லூரிக் காலங்களின் விநோதங்களைப் பதிய வேறொரு களம் காத்திருப்பதால், இங்கு அதுபற்றிய விவரிப்பைத் தவிர்த்து விடுகிறேன்.

என் முதலாமாண்டு தமிழ்ப் பேப்பரில் 'மனோன்மணீயம்' ஒரு பாடம். எங்கள் கல்லூரியில் ஓர் இளம் தமிழ்ப் பேராசிரியர் அழகிய முறுக்கிய மீசையோடு வலம் வருவார். அவர்தான் சுப. வீரபாண்டியன். அவரது வகுப்பெடுக்கும் சிறப்பை அப்போதே மாணவர்கள் பேசிச் சிலாகிப்பார்கள். ஆனால் எங்களுக்குத் தமிழ்ப் பேராசிரியர் வேறொருவர்.

நான் ஜெயங்கொண்டத்தில் +2 முடித்துவிட்டு, சென்னை வந்த புதிது. வகுப்புத் தோழன் ஒருவன் மூர் மார்க்கெட் பற்றி எனக்கு அப்போதுதான் விரிவாகச் சொன்னான். 'மனோன்மணீயம்' அங்கு கிடைக்கும். ஆனால் மிகுந்த எச்சரிக்கையுடன் இருக்க வேண்டும். புத்தகத்தை கையில் எடுத்துப் பார்த்துவிட்டால் நாம் வாங்கிக்கொள்ளாமல் விடமாட்டார்கள்' என்றும் 'அடாவடியாகப் பேசி ஏமாற்றிவிடுவார்கள்' என்றும் பலவும் பேசி என்னை பயமுறுத்தினான்.

எனக்கு அப்போதைய குறையறிவில் மூர் மார்க்கெட் கட்டடத்தின் அழகொன்றும் பெரிதாய் மனதில் பதியவில்லை. ஆனால் புத்தகக் குவியல்கள் என்னை மிரட்டிவிட்டன. கைகளிரண்டையும் பின்னால் கட்டிக்கொண்டு, நீண்ட வரிசையில் அமைந்த கடைகள் ஒன்றில் 'மனோன்மணீய'த்தை விசாரித்தேன். ஓரிரு நிமிடங்களில் ஏதோ வைத்ததை எடுத்தது மாதிரி எடுத்து வந்து கொடுத்தார். விலை பத்து ரூபாய்க்கும் குறைவுதான்.

அதன்பிறகு நான் மூர் மார்க்கெட் பக்கம் போனதே இல்லை. அடுத்த நான்கு வருடங்களில் அதுவே தீக்குளித்துவிட்டது. சென்னையின் விதிப்படி குடிசைகளோ, கட்டடங்களோ எரிந்து சாம்பலானால் அது, தானே தீக்குளித்ததாகவே பேசப்படும்.

இல்லாதவர்கள் இல்லாமல் போவார்கள். இருப்பவர்கள் இன்ஸ்யூரன்ஸால் இன்னும் மேன்மையுறுவார்கள்.

இப்போது அரசுகளே குடிசைகளைக் காலி செய்து பெரும்பாக்கத்தில் கொண்டுபோய் மக்களைக் கொட்டுவதுபோல், அன்றில்லை. பழைய குடிசைகள் எரிந்த இடத்தில், பகட்டான பல அடுக்கு மாடி குடியிருப்புகள் மேலெழுந்து நிற்கும். எரிந்து போன குடிசைப்பகுதிகளுக்கு அருகிலேயே புதிய குடிசைகள் முளைக்கும். அதுபோல் முளைத்த ஒரு பகுதிக்கு 'தீ விபத்து திடீர் நகர்' என்ற பெயர் அமைந்தது ஒரு வேடிக்கையல்ல. எனது முப்பத்தைந்து வருட சென்னை வாழ்வில், அந்த நகரம் சிங்காரமானது இப்படித்தான்.

'மனோன்மணீயம்' நான் மிகவும் ரசித்துப் படித்தப் புத்தகம். ஆனால், ஜே.கே. தனது 'கலையுலக அனுபவங்களி'ல் அதை விளாசித் தள்ளியிருப்பார். நாம் 'மனோன்மணீய'த்தின் உள் விவகாரத்தில் நுழைய வேண்டாம்.

29. வர்த்தமானன்

1985ல், சென்னை - நுங்கம்பாக்கம், மகாலிங்கபுரத்தில் ஒரு மருந்துக் கடை திறந்தோம். அதன் பெயர் 'ஐயனார் மெடிகல்ஸ்'. அப்போது எனக்கு வயது 21. கடையைத் திறந்த பிறகே, மருந்தாளுனர் பட்டயப் படிப்புக்கு கல்லூரியில் சேர்ந்தேன்.

தமிழ், தெலுங்கு மற்றும் மலையாள திரையுலக பிரபலங்கள் வசித்த பங்களாக்கள் நிறைந்த, பரபரப்பான நகரத்துக்குள் அமைந்த அமைதியான பகுதிகளுள் ஒன்று மகாலிங்கபுரம். அப்போது அடுக்கு மாடி குடியிருப்புகளே அரிதினும் அரிது. அந்தப் பகுதியிலேயே, ஆறு டாக்டர்களின் குடியிருப்புகளும், மூன்று டாக்டர்கள் கிளினிக் வைத்திருந்ததுமே எங்களது நம்பிக்கை. எங்களது என்ற வார்த்தைக்கு நானும் எனது தந்தையும் என்று அர்த்தம்.

எங்களது வாடிக்கையாளர்களின் பட்டியல் கவர்ச்சிகரமானது.

எங்களது மருந்துக் கடையை ஒட்டி அமைந்த பங்களாவில் தான், பிரபல தெலுங்குப் பட இயக்குனர் K.ராகவேந்திர ராவ் அலுவலகம். கடையின் பின்புறத் தெருவில் அவரது மாளிகை. அந்த மாளிகையில்தான், சிவாஜிகணேசன் நம்மையெல்லாம் பொங்கிப்பொங்கி ரத்தவாந்தியோடு நடித்துக் கவர்ந்த 'வசந்த மாளிகை' திரைப்படத்தை இயக்கிய, அவரது தந்தையார் K.S.பிரகாஷ் ராவ் வசித்து வந்தார். கம்பீரமான உயரமும், உடலமைப்பும் கொண்ட அவர், எங்களது கடையின் வாடிக்கையாளர்களில் ஒருவர்.

1985ல், ஆந்திரா, புத்தூரில் நான் பார்த்த ஒரேயொரு ராகவேந்திர ராவ் இயக்கிய திரைப்படம், சிரஞ்சீவி நடித்த 'அடவி தொங்கா' (வனத் திருடன்) மட்டுமே. திரையில் Direction 'K.Raghavendra Rao' என்று பார்த்ததும், 'அட..! நம்ப பக்கத்து வீட்டுக்காரர் படமா!' என்று ஆச்சரியப் பட்டேன்.

ஹைதராபாத் 'ராமோஜி பிலிம் சிட்டி' தோன்றாத காலம். தெலுங்கு திரைப்பட மூதாதையர்கள் அனைவரும் வடக்கு தியாகராயநகரிலும், அதையொட்டிய மகாலிங்கபுரத்திலும், அதற்கு எதிரே அமைந்த காம்தார் நகரிலும் நிறைந்து வழிந்தார்கள். சோபன் பாபு மட்டும் மேத்தா நகரில் பண்ணை வீடு வைத்திருந்தார்.

நூற்றுக்கும் மேற்பட்ட படங்களை இயக்கிய ராகவேந்திர ராவ், அந்தச் சமயத்தில் வருடத்துக்கு ஆறு அல்லது ஏழு படங்கள் இயக்கிக்கொண்டிருந்த பிஸியான காலம். வெளிநாட்டில் இருந்து இறக்குமதி செய்யப்பட்ட 'ஹோண்டா அக்கார்ட்' காரை அவரிடம்தான் முதலில் பார்த்தேன். அது இந்தியாவில் விற்பனைக்கு வர பதினைந்து வருட காலமானது.

ராகவேந்திர ராவிடம் உருவானவர்களில் மிக முக்கியமானவர் 'பாகுபலி' இயக்கிய ராஜமௌலி. ராமாயணம், மகாபாரதம், 'அமர் சித்ர கதா' தாக்கத்தில் கற்பனைகளையும், பிரம்மாண்டத்தையும் மட்டுமே தனது இரு கண்களாகக் கொண்ட படைப்பாளியான ராஜமௌலி, 'ஈ'யின் கதையை மட்டுமல்ல; ஏசுநாதரின் கதையை எடுத்தாலும் அதே விதிப்படிதான். ராஜமௌலிக்கு முதல் பட வாய்ப்பளித்த ராகவேந்திர ராவுக்கு 'பாகுபலி'யின் தயாரிப்பிலும் பங்கிருந்தது.

அல்லு ராமலிங்கையா என்ற பழம்பெரும் தெலுங்குப் பட நகைச்சுவை நடிகர் அடிக்கடி எங்கள் கடைக்கு வந்து மருந்து வாங்கிச் செல்வார். அவர் நடிகர் மட்டுமல்லாது 'மெகாஸ்டார்' சிரஞ்சீவியின் மாமனார் என்று அவரது ஓட்டுநர் சொல்லித்தான் தெரிந்தது. அவர் ராம் சரணுக்கு மட்டுமல்ல; 'புஷ்பா' புகழ் அல்லு அர்ஜுனுக்கும் தாத்தா என்று இப்போதுதான் தெரிந்துகொண்டேன்.

பிரபல தெலுங்கு நடிகரும், ஆந்திர முதல்வர் N.T.ராமராவ் அவர்களால், பாராளுமன்ற ராஜ்ய சபா உறுப்பினரான 'ராவ் கோபால் ராவ்' அவர்களின் குடும்பமும் எங்களிடம்தான் மருந்துகள் வாங்கும். இவரது மகன் 'ராவ் ரமேஷ்'தான் 'ஜெய்பீம்' திரைப்படத்தில், சூர்யாவுக்கு எதிரான அட்டர்னி ஜெனரலாக நடித்து அசத்தியிருப்பார்.

மலையாளத் திரைப்பட நாயகன் பிரேம் நசீர் வீடும் அங்குதான் இருந்தது. அப்போது சில படங்களில் நடித்துக்கொண்டிருந்த அவரது மகன் ஷாநவாஸ் கடைக்கு வருவார்.

திரைப்பட நடிகைகள் ஜெயசித்ரா, ஸ்ரீவித்யா, குயிலி, நளினி, சாரதா, சீமா மற்றும் குசலகுமாரி ஆகியோர் எங்களது வாடிக்கையாளர்கள்.

இன்னும் என் வாடிக்கையாளர் அல்லாத பிரபலங்களும் அநேகம் பேர் அங்கு வசித்து வந்தார்கள். அவர்களுடனான வியாபாரத் தொடர்புகளை விவரிப்பது நமது நோக்கத்தை சிதைத்துவிடும்.

எதிர்புறம் இருந்த காம்தார் நகரில் வசித்தவர்களுள் முக்கியமானவர் என்றால் பாடகர் S.P. பாலசுப்ரமணியம் ஆவார்.

இசைஞானி இளையராஜா எங்களது கடைக்கு எதிரிலேயே, 'எக்கோ ரெக்கார்டிங் கம்பெனி' *(Echo Recording company)* என்ற நிறுவனம் தொடங்கி நடத்திக்கொண்டிருந்தார். ஆனால் ஒருமுறைகூட அவர் அங்கு வருவதை நான் பார்த்ததில்லை.

ராகவேந்திர ராவ் பங்களாவுக்கு அடுத்த வீடு, முன்னாள் ஒன்றிய அமைச்சராக விளங்கிய ஓ.வி.அளகேசன் அவர்களின் இளைய மகள் திருமதி ஊர்மிளா அவர்களின் வீடு. அப்போது அச்சில் இல்லாத, அவரது தந்தையார் ஓ.வி.அளகேசன் மொழிபெயர்த்த, சுமார் ஆயிரத்து ஐந்நூறு பக்கங்கள் கொண்ட, இரு பாகங்களாக வெளிவந்த, ஜவகர்லால் நேருவின் 'உலக சரித்திரம்' புத்தகங்களை அவரிடம் பெற்றே படித்தேன். மதிய நேரங்களில் படிப்பதற்காகக் கடை மேசையின் மீது எப்போதும் ஓரிரு புத்தகங்கள் வைத்திருப்பேன். அது நிச்சயம் கல்லூரிப் புத்தகமாக இருக்காது.

கல்லூரி நாட்களில் துறைப்பாக்கத்திலிருந்து தி.நகர் வந்திறங்கி, அடுத்தப் பேருந்தில் பாண்டி பஜார் வந்து, அங்கிருந்து மற்றொரு பேருந்தில்தான் வடக்கு உஸ்மான் சாலைக்குச் செல்ல வேண்டும். தி.நகரிலேயே ஒரு பகுதியிலிருந்து மற்றொரு பகுதிக்குச் செல்ல அப்போது நேரடி பஸ் வசதி கிடையாது.

அப்படி ஒரு நாள் பாண்டி பஜாரில் காத்து நின்ற போதுதான் அந்த இளைஞர் நெருங்கி வந்து தன்னை அறிமுகப்படுத்திக் கொண்டார். அண்ணாமலைப் பல்கலைக்கழகத்தில் முதுகலை இயற்பியல் படிப்பதாகவும், மகாலிங்கபுரம், சரஸ்வதி தெருவில் குடியிருப்பதாகவும், எங்களது கடையில்தான் அவர்களும்,

கடைக்குப் பின்புறம் முரளி தெருவில் குடியிருக்கும் அவரது அக்கா குடும்பத்தினரும் மருந்துகள் வாங்குவதாகவும் கூறினார்.

ஜெயகாந்தனின் பாதிப்பால், யாருடனும் நானே சென்று அறிமுகம் செய்துகொள்ளும் வழக்கம் இல்லை. இதுபோல் தானாக வந்து நெருங்குபவர்கள் குறித்தும் சந்தேகத்தோடே அணுகுவேன்.

இந்த முதல் சந்திப்புக்குப் பிறகு, அந்த இளைஞர், கடையில் நான் தனியே இருக்கும் சந்தர்ப்பங்களில் அடிக்கடி வந்து பேசத் தொடங்கினார். நானும் பேசினேன்.

காந்தியும், ஜெயகாந்தனும் என்னுள் ஊடுருவியதால், உள்ளொன்று வைத்துப் பேசத் தெரியாத, எதையும் தாட்சண்யமின்றி பேசும் எனது பேச்சு அவருக்குப் பிடித்துப் போனது.

தொடக்கப் பள்ளியின் துவக்கத்தில், சண்டையில் ஜெயிப்பவர் என்பதால் நான் எம்.ஜி.ஆர் ரசிகனாய் இருந்தேன். ஏழு வயதில் 'சொர்க்கம்', 'எங்கிருந்தோ வந்தாள்' ஆகிய சிவாஜி படக்காட்சி அச்சிட்ட பனியன் அணியும் ஆசையில் சிவாஜி கட்சிக்கு மாறினேன். பதிமூன்று வயது வாக்கில் எந்தச் சார்புமற்ற ரசிகனானேன். இசையிலும் அதே பண்புதான். தியாகராஜ பாகவதர் தொடங்கி சித் ஸ்ரீராம் வரை ரசிப்பதற்கும், ஒதுக்குதற்கும் எந்தத் தடையுமில்லை.

ஆனால், இந்தப் பட்டதாரி இளைஞர் இளையராஜாவின் அடிமையாகவே தோன்றினார். அவருடைய கேசட்டுகளை என்னிடம் கொடுத்து கேட்கச் சொல்லி அன்புத் தொல்லை கொடுப்பார். எனக்குக் கசக்குமா என்ன? இளையராஜா தனது உச்சங்களை வாரியிறைத்துக்கொண்டிருந்த காலமாயிற்றே! எப்போதாவது ஓட்டலுக்குக் கூப்பிடுவார். சரவணபவன்தான். பில் கொடுக்க சண்டை போடுவோம். என் பள்ளி மற்றும் கல்லூரித் தோழர்கள் தவிர என்னை 'அடா புடா' என்று அழைத்துப் பேசும் உரிமையை அவரே எடுத்துக் கொண்டார். நான் அப்படி அவரைப் பேச கொஞ்சம் காலமானது.

இப்படி ஓரிரு ஆண்டுகள் சென்றன. இவ்வளவுக்குப் பிறகுதான் அவருடைய குடும்பத்தைப் பற்றி விசாரித்தேன். அவருடைய அப்பா ஏ.எம்.ஜெயின் கல்லூரியில் தமிழ்ப் பேராசிரியராகப்

பணியாற்றுகிறார் என்றும், பழந்தமிழ் இலக்கியங்களை பதிப்பிக்கிறார் என்றும், அவர் பெயர் ஜெ.ஸ்ரீசந்திரன் என்றும் கூறினார்.

எனக்கு ஆச்சரியம் பிடிபடவில்லை. மூர் மார்க்கெட்டில் வாங்கிய 'மனோன்மணீயம்' பற்றிச் சொன்னேன். அவர் அப்பாவுடைய பதிப்பகத்தைப் பற்றிச் சொன்னார். அவருக்கும் அந்தப் பதிப்பகத்துக்கும் ஒரே வயது மட்டுமல்ல; ஒரே பெயரும் கூட.

ஆம்! அவன் பெயர் வர்த்தமானன். அதன் பெயர் 'வர்த்தமானன் பதிப்பகம்'.

அவன் பிறந்ததிலிருந்து மகாலிங்கபுரம் வாசி. எனக்கிருந்த இலக்கிய ஆர்வம் அவனிடம் என்னை நெருங்க வைத்தது. அவனுக்கோ இலக்கிய ஆர்வமல்ல; இலக்கியமே வெகுதூரம்.

முதுகலைப் பட்டம் பெற்றபின், வர்த்தமானன் தி.நகர் 'கம்ப்யூட்டர் பாயின்ட்'டில் கோச்சிங் முடித்து வேலை தேடிக் கொண்டிருந்த சமயம். சில நேர்முகத் தேர்வுகளுக்குப் பின் பெங்களூர் கம்பெனியொன்றில் வேலை கிடைத்துவிட்டது. அந்த நியமனக் கடிதத்துடன் டிவிஎஸ் 50யில் கடைக்கு வந்தான்.

அவன் அப்பா 'வேலைக்குப் போக வேண்டாம்' என்று உறுதியாகச் சொல்லிவிட்டார். பதிப்பகத்தை இன்னும் விரிவாக நடத்தலாம் என்பது அவரது திட்டம். அவனுடைய குழப்பத்தை தீர்க்கவே என்னிடம் வந்தான்.

அப்பாவை எதிர்த்து எந்த முடிவையும் எடுக்கும் மனநிலையும், சூழலும் இல்லாத அவனுக்கு நான் வேறென்ன சொல்லமுடியும்! நானும் வியாபாரியாதலால் வியாபாரத்தையே தேர்ந்தெடுக்கச் சொன்னேன்.

அதன்பிறகு இந்த முப்பத்தேழு வருடங்களில் எனக்கு எவ்வளவோ நண்பர்கள் நெருக்கமாக வாய்த்திருக்கிறார்கள். ஆனால், அவனுக்கு நெருக்கமான நண்பன் நான் ஒருவன்தான் இன்றுவரை.

வர்த்தமானன் நுழைவுக்குப்பின் பதிப்பகம் அடுத்தடுத்த கட்டத்துக்கு நகர்ந்தது.

அவனது தந்தையார் எவரோடும் எளிதில் நெருங்கிவிட மாட்டார். என்னோடு அவர் பேச ஏழெட்டு ஆண்டுகள் கடந்து விட்டது.

தமிழ் படிக்க ஆசை கொண்ட நான், அவனிடம் ப்ரூஃப் படிக்க ஏதாவது புத்தகங்கள் கேட்டு அடிக்கடி தொந்தரவு செய்வேன். ஒருமுறை அவன் தந்தையிடம் அனுமதி பெற்று, எனக்கு பதினெண்கீழ்க்கணக்கு நூல்களில் ஒன்றை ப்ரூஃப் திருத்தக் கொடுத்தான். நான் அவர்கள் கொடுத்த டைப்செட் பிரதிகளோடு, சரிபார்க்கக் கொடுத்த புத்தகத்தையும் திருத்திக் கொடுத்தேன். அவனது தந்தையார்,

“என் அனுபவத்துல இப்படித் திருத்துன ப்ரூஃப் நான் பாத்ததில்ல!” என்று ஆச்சரியப்பட்டு சொன்னதாக, வர்த்தமானன் என்னிடம் ஆச்சரியப்பட்டான்.

அதன் பிறகுதான் பேராசிரியர் என்னிடம் கனிவோடும், அன்போடும் பழக ஆரம்பித்தார். பட்டினத்தாரையும், உ.வே.சா. பற்றியும் கல்லூரியில் ஒரு தமிழ் வகுப்பில் அமர்ந்திருக்கும் உணர்வு தோன்றப் பேசுவார்.

வர்த்தமானனின் ஊக்கமும், உழைப்பும் தமிழ்நாட்டின் முக்கிய பதிப்பகங்களில் ஒன்றாக வர்த்தமானன் பதிப்பகத்தை உயர்த்தியது.

ஜே.கே.யுடன் இருந்த ஒரு மாலைப்பொழுதில்,

“சார், டால்ஸ்டாய், மக்சீம் கார்க்கிக்கெல்லாம் வந்துருக்க மாதிரி ஏன் சார் ஒங்க கதைகளை தொகுத்து நல்ல பைண்டிங்ல போடக் கூடாது?” என்று கேட்டேன்.

“யாருங்க வாங்குவாங்க..?” என்று ஒரே வரியில் முடித்துவிட்டார்.

அதற்குப்பின் சில வருடங்கள் கழித்து வர்த்தமானன் என்னிடம் கேட்டான்...

“டேய், அப்பாகிட்ட பேசிட்டேன். ஜே.கே. புக்ஸ் போட நீ ஜே.கே. கிட்ட பேசமுடியுமா?”

“அதுக்கென்ன, கேட்டுப் பாக்குறேன்.”

ஜெயகாந்தனிடம் இதைக் கூறினேன். அவரும், “வந்து பாக்கச் சொல்லுங்க...” என்று அனுமதியளித்தார்.

நான் சொன்ன மறுநாளே வர்த்தமானனும், பேராசிரியரும் சென்று பார்ப்பதாக முடிவெடுத்து என்னை அழைத்தான். நான் சைதாப்பேட்டை மருந்துக்கடையில் மும்மரமாக இருந்தேன்.

"கௌதம், நீ இங்க வந்துட்றியாடா. ஒன்னா போயிடலாம்."

"நான் எதுக்குடா. அவசியமே இல்லை. நீங்க டைம் சொல்லிட்டா அவர்ட்ட சொல்லிட்றேன். அவரு பாத்துப்பாரு!"

உண்மையில் இருவரின் தொழில் விஷயத்தில் நான் தலையிட விரும்பவில்லை.

ஜே.கே.க்கு அவர்கள் வரும் நேரம் தெரிவிக்க ஃபோனில் அழைத்தேன்.

அவரும், "நீங்க வரீங்கல்ல..?" என்றார்.

"இல்ல சார். அவங்க ரெண்டு பேரு மட்டும் வருவாங்க."

30. சுபமங்களா

அறிவு மனிதனிடம் அடிக்கடி குழப்பங்களைக் கிளர்த்தும். குழப்பங்கள் அவனைத் தெளிவை நோக்கி நெட்டித் தள்ளும். தெளிவை அடைந்து விடுவதல்ல; தெளிவை நோக்கிய பயணமே மனித வாழ்க்கை. குழப்பங்களும், முரண்களும் இறுதிவரை விடாது துரத்தும், ஒவ்வொருவரின் வாழ்க்கையும், தெளிவை நோக்கிய பயணத்தில், தம் இறுதிவரை ஓடிக்கொண்டே இருக்கும்.

பேராசிரியர் ஜெ.ஸ்ரீசந்திரன், சமண மதப்பற்று மிகுந்தவர். ஆயினும் சைவ, வைணவ இலக்கியங்களை மதபேதமின்றி மக்களிடம் கொண்டு சேர்த்தவர். இதிகாசங்களையும், புராணங் களையும் விதந்தோதி ஏராளமான புத்தகங்களை எழுதிய இவரே, 'கம்ப ரசம்' எழுதிய, கம்பனை கடுமையாகத் தாக்கிய பேரறிஞர் அண்ணாவை, தம் வாழ்நாள் முழுதும் நேசித்தார்.

'பேரறிஞர் அண்ணா ஓர் அற்புதம்!' என்று அவரைப் பற்றிய புத்தகம் ஒன்றைத் தாமே எழுதி வெளியிட்டார்.

பேராசிரியர் ஜெ.ஸ்ரீசந்திரன் கம்பனைப் போற்றி எழுதியதும், கம்பனைத் தூற்றியவரைப் போற்றி எழுதியதும் வாழ்க்கையின் முரணன்றி வேறென்ன!?

ஜெயகாந்தன் நாள்தோறும், அளவோடு மாலையில், மதுவருந்தும் காலம் அது. மேசையைச் சுற்றிலும் நண்பர்கள் நெருக்கமாக அமர்ந்திருந்தார்கள். அரட்டைகளும்கூட அறிவை செதுக்கிக்கொண்டிருந்தன. இரவு மணி பன்னிரண்டு இருக்கும். எங்கள் முன்னிருக்கும் மதுவோ, வயிற்றின் உள்ளிருக்கும் மதுவோ, எங்களில் எவரையும் ஜெயிக்க முடியாமல், தோல்வியுற்று

தளும்பி ஆடியது. காற்றோடு காற்றாய் நீக்கமற கலந்திருக்கும் புகையின் வாசம் உள்ளும் புறமும் எங்கள் மேனியெங்கும் படிந்து மனிதவாடையை மாற்றி நின்றது. வண்டுகள்போல், நாங்கள் ஜெயகாந்தன் உரையில் ஊறும் தேனுண்டு கிறங்கியிருந்தோம்.

“இந்த வீட்டச் சுத்தி குடியிருக்கிறவங்க நம்பளப் பத்தி என்ன நெனப்பாங்கன்னு தெரியுமா?”

நாங்கள் மண்டையில் அடிபட்டதுபோல், திடுக்குற்று விழித்தோம்.

‘சுத்திலும் மனுசங்க குடியிருக்காங்களேன்னு கொஞ்சங்கூட அறிவே இல்லாம, ராத்திரியெல்லாம் குடிச்சுட்டு கும்மாளம் போட்றானுங்க பாரு’ன்னுதான பேசிக்குவாங்க?”

தலையாட்டுவதைத் தவிர எங்களுக்கு வேறொன்றும் தோன்றவில்லை.

“நம்ப குடிக்கிறது தப்பில்ல; ஆனா நம்பள சுத்தி என்ன நடக்குதுன்னு புரிஞ்சுக்கிட்டு குடிக்கணும்!” என்று கூறியபடி, குலுங்கிக் குலுங்கிச் சிரித்தார். நாங்களும் சிரித்து வைத்தோம். அது நகைச்சுவையென்றாலும், எனக்கு உள்ளுக்குள் உறுத்தியது.

நமது ‘க்ளாச்சார’ சூழலில், எதிர்பாராமல் திடீரென்று வரும் ஆண் நண்பர்களை வரவேற்று, மதி மயக்கும் மதுவும், மிதக்க வைக்கும் புகையும், சுவை மிகுந்த உரையும் பரிமாறி, சாதி மத வர்க்க வயது பேதமின்றி, தினந்தோறும் விருந்து வைத்த அதிசயத்தை, ஜெயகாந்தன் தவிர, வேறு எவரும் நிகழ்த்துவது நானறிந்த வரை சாத்தியமில்லை. எந்தச் சூழலிலும், நண்பர்கள் கட்டுப்பாடிழந்த அநாகரிக சம்பவம், ஒன்றுகூட அங்கு நான் கண்டதில்லை.

அதற்கு அடையாளமாக அந்தக் குடிசையின் ஒரு மூலையில் காலி மதுப்புட்டிகள் வரிசையாக நின்றுகொண்டிருக்கும். மேசையின் மீது எப்போதும் நிறைந்து இருக்கும் இரண்டு சாம்பல் கலன்கள்.

ஜெயகாந்தனும், பேராசிரியர் ஜெ.ஸ்ரீசந்திரனும் சந்தித்த மறுநாள் ஜே.கே. வீட்டுக்குச் சென்றேன். ஜெயகாந்தனைவிட ஏழு வயது மூத்தவர் பேராசிரியர்.

'நிச்சயம் உங்களை நினைவில் வைக்கிறேன்" என்று ஜே.கே. கூறியதாக வர்த்தமானன் எனக்கு தெரிவித்திருந்தான்.

பேராசிரியர் வருவதற்கு முன் குடிசையில் இருந்து காலி பாட்டில்களையும், சாம்பல் கலன்களையும் ஜே.கே. அப்புறப் படுத்தச் சொன்னதாக, அங்கு அப்போது தங்கியிருந்த நண்பரிடம் இருந்து தெரிந்துகொண்டேன்.

'வர்த்தமானனும், பேராசிரியரும் குடிசைக்குள் வந்து பார்த்து, அதிர்ச்சி அடைவது நிச்சயம்' என்று நினைத்திருந்த எனக்கு, ஜே.கே.யின் இயல்பே அல்லாத இந்த நடவடிக்கை பேராச்சரியத்தைக் கொடுத்தது. ஜெயகாந்தன் எளிதில் கணிக்கமுடியாதவர் என்பதை அன்று மீண்டும் அறிந்தேன்.

1981ல், என்னுடைய பதினேழு வயதில் 'தண்ணீர் தண்ணீர்' திரைப்படம் பார்த்தேன். அப்போதுதான் கோமல் சுவாமிநாதன் என்ற பெயர் எனக்கு அறிமுகம். அந்தப் படத்தின் வசனங்கள், அவரை ஒரு புரட்சியாளராக எனக்குக் காட்டியது.

"எல்.ஐ.சி. கட்டடத்த எப்படிக் கட்டிருப்பாங்க?"

"படுக்கவச்சுக் கட்டி நிமித்தி வச்சுருப்பாங்க!"

இது போன்ற கால்வேக்காட்டுக் காமெடிகள் நிறைந்த அரைவேக்காட்டு நாடகங்களுக்கு, சென்னையின் 'கறைபடாத காலர்' சட்டைகள், விழுந்து விழுந்து சிரித்துக்கொண்டிருந்த காலம்.

எனது நெருங்கிய நண்பரும், வெகுதூரத்து உறவினருமான சோலைமலை. ராஜேந்திரன் அப்போது ஒரு நாடக தயாரிப்பாளர். இவர் சிவாஜிகணேசன் நடித்த, இயக்குனர் பீம்சிங்கின் 'ப' வரிசை படங்கள் பலவற்றுக்கும், கதை, வசனம் எழுதிய சோலைமலை அவர்களின் மூத்த மகன் ஆவார்.

இவர் 'நடிகர்' மனோரமா மற்றும் 'நடிகர்' ஸ்ரீப்ரியா போன்றோருக்காக சில நாடகங்களை தயாரித்தவர்.

அதில் மனோரமாவுக்காகவே எழுதப்பட்ட ஒரு நாடகம்தான் 'என் வீடு, என் கணவன், என் குழந்தை'. இதை எழுதியவர் கோமல் சுவாமிநாதன். நாங்கள் இலவச டிக்கெட்டுகள் பெற்று குடும்பத்தோடு போய்ப் பார்த்த நாடகம் அது. ஒரு பிராமணக்

குடும்பத்தின் கதை. கம்பர் ஜெயராமனும், ராமராவும் (அப்ளாச்சாரி) உப பாத்திரங்கள்தான். மனோரமாதான் ஆல் இன் ஆல்.

பிராமணர்களே எழுதி, பிராமணர்களே நடித்து, பிராமணர்களே பார்த்துக் கொண்டிருந்த சென்னை நாடக உலகில், மனோரமா போல் ஒன்றிரண்டு பிராமணரல்லாதோரும் நடித்து, எங்களைப் போல் சில பிராமணரல்லாதோரும் பார்க்கும் மாற்றங்கள் எட்டிப்பார்த்துக்கொண்டிருந்தன.

அந்த வயதில் என் மனதில் கோமல் சுவாமிநாதன் ஒரு வித்தியாசமான எழுத்தாளராக இடம்பிடித்தார்.

சுமார் பத்து வருடங்களுக்குப் பிறகு, விழுப்புரத்தில் இருந்த என் அத்தை வீட்டுக்குச் சென்றிருந்தேன். அத்தை மாமா அங்கு பட்டாணிக்கடை வைத்திருந்தார். அவர்களுக்கு வருடத்தில் சிறப்பானது ஆயுதபூஜை வியாபாரம்தான். அது பிளாஸ்டிக் பெருகி சூழலை ஆக்கிரமிக்காத காலம். காகிதத்தில் கவர் ஒட்டி, அதில் அவல் பொரி கடலை போன்றவற்றை பொட்டலம் போட்டு அடுக்குவோம்.

கவர் ஒட்ட காத்திருந்த பண்டல்களில்தான் 'சுபமங்களா' என்ற பத்திரிகை இதழ்களைக் கண்டேன். பெண்களுக்கான பத்திரிகையோ என்றெண்ணி பிரித்துப் பார்த்தால் தமிழ் இலக்கியக் காவலர்கள் எல்லாம் அதில் ஒன்று திரண்டு குடியிருந்தார்கள்.

கவர் ஒட்டும் வேலையை நான் மட்டும் நிறுத்திவிட்டு, 'சுபமங்களா' இதழ்களை அந்த மூட்டைகளில் தேடினேன். தொடர்ச்சியாக ஆறோ, ஏழோ இதழ்கள் கிடைத்தன.

சென்னை திரும்பி அவற்றைப் படிக்கத் தொடங்கியதும், நான் சுபமங்களாவின் பிரிய வாசகனானேன். அதன்பிறகு எனது நூலகத்தில் எல்லா 'சுபமங்களா'வும் இடம் பிடித்தன. ஆனாலும், ஐந்து வருடங்கள் வெளிவந்த, அதன் எந்த இதழிலும் ஜெயகாந்தன் தவறிக்கூட இடம் பெறாதது எனக்குப் பெருங்குறைதான். எதில்தான் நமக்குக் குறையில்லை.

இலக்கணம் மீறிய கதைகள் பல எழுதிய ஜெயகாந்தன் 'இலக்கணம் மீறிய கவிதை' என்றொரு கதையையும் எழுதினார். அப்போது நான் பிறக்கவில்லை.

'ஜெயகாந்தனின் கதைகளில், பிரசார நெடி பலமாக வீசுகிறது' என்றும், 'எல்லாப் பாத்திரங்களிலும் அவர் அத்துமீறி பிரவேசிக்கிறார்' என்றும் பலவாறான விமர்சனங்களை தலைமுறை தலைமுறையாக புலம்புகிறவர்கள் தொடர்கிறார்கள்.

எனக்கு, கதையமைப்பில் கற்பு தேடும் பழக்கம் கிடையாது. ஒருவர் தாம் கதை சொல்லும் முறையைத் தேர்ந்தெடுப்பது அவரவரது தனிப்பட்ட உரிமை. அது படிப்பவர்களிடம் ஏற்படுத்தும் தாக்கத்தைப் பொறுத்து அதன் ஆயுட்காலம் நிர்ணயமாகிறது. இன்று 'இலக்கணம் மீறிய கவிதை' எனும் அவரது கதையைப் படித்தேன். கதைக்கு ஆயுள் கெட்டி.

கதையில் 'பாலியல் முதலாளி' சரளாதான் இலக்கணம் மீறிய கவிதை. அந்தக் கதையைச் சொல்வது எனக்கு நோக்கமல்ல. ஆயினும், ராமநாதனும் சரளாவும் பேசும், என் நெஞ்சைத் தொட்ட வரிகளில் சிலவற்றை உங்களுக்குத் தர விரும்புகிறேன்.

"... குழந்தையில்லாம ஒரு ஆணும் பெண்ணும் சுகம் அனுபவிக்கறது நியாயம்னா, கல்யாணமில்லாமல் ஆணும் பெண்ணும் சுகம் அனுபவிக்கறதிலே மட்டும் என்ன நியாயம் கெட்டுப் போயிடும்?"

... ...

"நான் எப்படி இருக்கேனோ அப்படியே என்னைப் பார்க்க உங்களுக்குத் தெரியாதா? இது ஒரு தொழில்... அவ்வளவுதானே? இந்தத் தொழிலோட சம்பந்தப்படாதவங்க தூரத்திலே இருந்து என்னைத் திட்டட்டும், வருத்தப்படட்டும்... இது ஒரு தொழில்னு தெரிஞ்சு, இங்கே போனா இது கிடைக்கும்னு வந்துட்டு, நான் எதை விக்கிறேனோ அதையே வாங்க வந்தப்புறம், 'ஐயோ! உன் கதி இதுவா'ன்னா அயோக்கியத்தனமில்லே?"

... ...

"... பணத்துக்காக பணத்துக்காகன்னா என்னா அர்த்தம்? உனக்கு வேணுங்கறது உங்கிட்டே இல்லே... எனக்கு வேணுங்கிறது என்கிட்டே இல்லே... பணம்கிறது யாருகிட்டே எது இல்லைன்னாலும் அதெ வாங்கித் தரும்... இவ்வளவுதானேய்யா பணத்துக்கு மதிப்பு?"

... ...

"... தலையிலேருக்கிற பூ கசங்கலேன்னா, நேத்து ராத்திரி அவ பட்டினின்னு அர்த்தம்."

... ...

1963ல் 'தாமரை' இதழில், மூன்று மாதங்கள், நெடுங்கதை என்ற அடையாளத்தோடு வெளிவந்த கதை இது.

இங்க 'கட்' பண்றோம்.

ஜே.கே. குடிசையில 'ஓபன்' பண்றோம்.

ஜே.கே. எட்டு மணிக்குக் கிளாஸ் எடுக்கச் சொன்னார். நான் கிளாஸ் எடுப்பதென்றால், மொட்டை மாடிக்குச் சென்று, விரல்களால் உள்ளும் புறமும் நன்கு தேய்த்துக் கழுவி எடுத்து, நீரை வடித்துவிட்டுக் கொண்டுவந்து வைப்பது. ஜே.கே. கழுவுவதென்பது, கிளாசில் ஒரு ஸ்பூன் நீர் விட்டு, சூடான டீ குடிக்க கிளாசை சுழற்றுவோமே, அதேபோல் சுழற்றி, உட்கார்ந்த இடத்திலிருந்து வெளியே வீசி ஊற்றுவது. என்னைத் திருத்த அவரால் என்றுமே இயலவில்லை.

அன்று அவரும் நானும் மட்டும்தான். பேச்சில் எதையோ தொடர்ந்து, எனக்கு 'சுபமங்களா' நினைவுக்கு வந்தது. வெகுநாட்களாக என்னுள் இருந்த அந்தக் குறையை அவரிடமே கேட்டேன்.

"நான் எப்பவோ எழுதுன கதையோட தலைப்ப அவன் வச்சுட்டான். அப்பறம் எனக்கு ஃபோன் வேற பண்ணி 'அது நான் தானாவே வச்சது தான்'னு சொன்னான். 'ஒனக்கு எல்லாம் தானாவே வருண்டா' ன்னு பேசிட்ருக்கும் போதே ஃபோன வச்சுட்டான்" என்றார் ஜே.கே.

நான் அப்டியே ஷாக் ஆயிட்டேன். அவர் கோமல் சுவாமிநாதனை சொல்கிறார் என்பது புரிந்தது. என்னுடைய ஷாக்கெல்லாம், ஒரு பேரியக்கம் போல் செயல்பட்ட ஒரு பத்திரிகை, அந்த மொழியின் சிறந்ததொரு எழுத்தாளனை இருட்டடிப்புச் செய்ய, தனிமனித உரசலான இந்த ஒரு காரணமே போதுமா!? என்பதே.

ஜெயகாந்தன் தனது கதைகளையோ, கதைத் தலைப்புகளையோ அனுமதியின்றி எடுத்துக்கொள்பவர்கள் குறித்து எப்போதுமே பொருட்படுத்த மாட்டார் என்றே நானறிந்திருந்தேன்.

அதற்குமேல் அந்த விஷயம் குறித்து ஜே.கே.வும் பேசவில்லை. நானும் எதுவும் கேட்கவில்லை. கேட்கவும் முடியாது. புறம் பேசுதல் சபையின் அவைக்குறிப்பில் அல்ல; அவையிலேயே எப்போதும் இடம்பெறாது. அத்தோடு அதை நானும் மறந்துவிட்டேன்.

ஆனாலும் நான் மதித்த கோமல் சுவாமிநாதன் எந்தக் கதைத் தலைப்பை வைத்தார் என்பது மட்டும் எனக்குத் தெரியாமலே இருந்தது.

இதை எழுதத் தொடங்கிய பின் அவ்வப்போது எழுந்து கொண்டேயிருக்கும் நினைவுகளின் அலைகளில் ஒன்று, மீண்டும் கோமலை என்னிடம் கொண்டு வந்து சேர்த்துவிட்டது.

அதனால் தேடினேன்... கிடைத்தது.

ஜெயகாந்தனைவிட ஒரு வயது இளையவர் கோமல் சுவாமிநாதன்.

1963ல் 'தாமரை' இதழில் ஜெயகாந்தன் எழுதியது 'இலக்கணம் மீறிய கவிதை'.

பதினான்கு ஆண்டுகள் கழித்து, 1977ல் கோமல் எழுதியது 'இலக்கணம் மீறிய கவிதைகள்'. இந்தத் தனிமனித உரசலுக்குப் பின் கோமல் அந்தப் பெயரை மாற்றிவிட்டார். அதுதான், 'கோடு இல்லாக் கோலங்கள்'.

இதில் பெரிய வேடிக்கை என்னவென்றால், ஜெயகாந்தன் 1969லேயே 'கலைமகள்' இதழொன்றில் 'கோடுகளைத் தாண்டாத கோலங்கள்' என்றும் ஒரு கதை எழுதியிருக்கிறார்.

என்னடா இது! இந்தத் தலைப்புக்கு வந்த சோதனை!

இதற்குப் பிறகு, சுபமங்களாவை கோமல் ஆரம்பித்த முதல் இதழில் எழுதிய தலையங்கத்தின் தொடக்கம் பின் வருமாறு:

வணக்கம்...

இன்று நான் புதிய வாசலுக்குள் நுழைகிறேன். நாடகாசிரியனாக, திரைப்பட இயக்குனனாக அவ்வப்போது சிறுகதை எழுத்தாளனாக

பரிமாணம் பெற்ற நான், இன்று 'சுபமங்களா'வின் ஆசிரியராக என்னை விரிவுபடுத்திக் கொள்கிறேன். இது நெடுநாளைய கனவு.

மணிக்கொடி, சாந்தி, சரஸ்வதி, எழுத்து, கணையாழி, கண்ணதாசன், தீபம், செம்மலர், தாமரை... இன்னும் எத்தனையோ சிறு பத்திரிகைகள் பல தியாகங்களுக்கிடையிலும், விகடன், கல்கி, குமுதம், குங்குமம் போன்று கிராமத்துக் கடைகளிலும் தோரணம் கட்டித் தொங்கும் பெரும் பத்திரிகைகள் அவ்வப்போதும், தமிழ் இலக்கியத்தின் செழுமைக்கு வளம் சேர்த்தன; என் போன்றவர்களுக்கெல்லாம் இலக்கிய அறிவை ஊட்டின.

... ...

கோமல் சுவாமிநாதன் அவர்களே தனக்கு இலக்கிய அறிவை ஊட்டியதில் தாமரைக்கு இருக்கும் பங்கை ஏற்றுக்கொண்டது அவருடைய சிறப்புதான்.

ஆயினும் ஐந்து வருட சுபமங்களா, ஜெயகாந்தனை இழந்தது தமிழுக்கு ஓர் இலக்கிய இழப்புதான்!

இந்தத் தருணத்தில் எனக்கு இன்னொரு நிகழ்வும் நினைவுக்கு வருகிறது.

பட்டுக்கோட்டை அல்லது முத்துப்பேட்டையாகவும் இருக்கலாம். ஜெயகாந்தனோடு பீசாவும் நானும் சென்றிருந்தோம். விடுதி அறையில் மதிய உணவுக்குப்பின் சிறு உரையாடல்.

எனக்குப் பரிச்சயமில்லாத பழந்தமிழ் இலக்கியங்களில் இருந்து, ஆற்றையோ, கடலையோ பற்றிய வர்ணனைகளை வியந்து இருவரும் பேசிக்கொண்டிருந்தார்கள். நான் எப்போதும்போல் கேட்டுக்கொண்டிருந்தேன்.

நான் எப்போதோ படித்த, புதுமைப்பித்தனின் கதையொன்றில் வரும் என்னைக் கவர்ந்த உவமையொன்று நினைவுக்கு வந்தது.

'அகன்ற மார்பில் யக்ஞோபவீதம் போல் ஆற்றில் நீர் ஓடிக்கொண்டிருந்தது' ன்னு புதுமைப்பித்தன் எழுதிருப்பாரு சார், எனக்கு அப்டியே கண்ணு முன்னால வந்து நின்னுச்சு சார்" என்றேன்.

அதிர்ச்சியான பீசா, "அது ஜே.கே. எழுதுனது கௌதம்" என்றார்.

“இல்ல சார். புதுமைப்பித்தன் கதையிலதான் சார் நான் படிச்சேன்..!”

“இல்ல கௌதம். ஜே.கே. ‘ஜயஜய சங்கர’ நாவல்லதான் எழுதியிருப்பாரு” என்று உறுதியாகக் கூறினார்.

இப்போதுதான் ஜே.கே. குறுக்கிட்டார்.

“அவரு சொல்றது கரெக்ட்தான். புதுமைப்பித்தன்தான் எழுதுனாரு. எனக்கும் ரொம்பவே புடிச்சிருந்தது. அதான் எடுத்துக்கிட்டேன்.”

நான் அப்போது ‘ஜயஜய சங்கர’ படித்திருக்கவில்லை என்பது ஒன்றும் பெரிய விஷயமில்லை.

ஜெயகாந்தனின் நேர்மை என்னை நெகிழ்த்தியது. பீசா மேலும் ஆச்சரியத்தில் மூழ்கினார்.

வீட்டுக்கு வந்ததும், தேடிப்பிடித்து, புதுமைப்பித்தனையும், ஜெயகாந்தனையும் அலசினேன்.

அவர்கள் இருவரின் உவமைகள் கீழே:

‘அகன்ற மார்பில் யக்ஞோபவீதம் போல் ஆற்றில் நீர் பெயருக்கு மட்டிலும் ஓடிக்கொண்டிருந்தது. நீர், ஸ்படிகம்போல் களங்கமற்று மனிதனைக் குனிந்து அள்ளிக் குடிக்கும்படி வசீகரித்தது’.

புதுமைப்பித்தன் *(1935)*

“சங்கராபரணம் என்கிற இந்த ஆறு அக்காலத்தில் ஒரு ஜீவநதியாக ஓடிக்கொண்டிருந்தது. ஒரு நாகரிகத்தின் உயிரோட்டம் மாதிரி இந்த நதியில் எப்போதும் நீரோட்டம் இருந்தது. கோடை காலத்தில்கூட அகன்ற மார்பில் கிடக்கும் யக்ஞோபவீதம் மாதிரி பளிங்குபோல் தண்ணீர் ஏதோ ஓர் ஓரத்தில் சலசலத்து ஓடிக்கொண்டிருந்தது’.

ஜெயகாந்தன் *(1984)*

இருவரும் எழுதிய கால இடைவெளி நாற்பத்து ஒன்பது வருடங்கள்.

(யக்ஞோபவீதம் = முப்புரி நூல், பூணூல்)

31. பாரதியும் ஜெயகாந்தனும்

சைதாப்பேட்டை 'பாரதி பார்மசி'யை இரவு அடைத்தபின், ஜெயகாந்தன் வீட்டுக்குக் கிளம்பும்போதெல்லாம், சிறிய 'லயன்' பேரீச்சம்பழம் பாக்கெட் ஒன்று எடுத்துச் செல்வேன். எனக்கு இனிப்பு என்பது அறுசுவைகளில் அதிமுக்கியமானது. ஆனாலும் அதற்குத் துணையாக அடுத்த இடத்தைப் பிடிப்பது காரம்தான்.

அப்போது பிரபலமாகிக்கொண்டிருந்த 'ஹாட் சிப்ஸ்' தனது கிளையொன்றை அசோக் பில்லர் அருகே திறந்திருந்தது. மதுக்கடையை ஒட்டியிருந்ததால், கூட்டம் நெரியும். அங்குதான் நான் முதன்முதலாக பாகற்காயில் சிப்ஸ் பார்த்தேன். நாமதான் வித்தியாசமான ஆளாச்சே! அன்றைய காரம் பாகற்காய் சிப்ஸ். அதை ஜே.கே. 'பாவக்காயில சிப்சா!' என்றபடி, ருசித்தபின் ரசித்தார். எவ்வளவு ருசித்தாலும் நாங்கள் எல்லை மீறுவதில்லை. அருந்துவதும் புசிப்பதும் அளவோடுதான். பாகற்காய் சிப்ஸ் மட்டும் தொடர்ந்தது.

நான் எடுத்துச் செல்லும் கொட்டை நீக்கிய பேரீச்சம்பழம் சாப்பிடும்போது, ஒருமுறை நினைவொன்றை பகிர்ந்துகொண்டார். முன்பொருமுறை கொட்டையுடன் இருந்த பேரீச்சம்பழத்தைக் கடிக்கும்போது, அவரது மேல்வரிசைப் பற்கள் இரண்டுக்கு நடுவே, கொட்டை அழுந்திப் புகுந்து, பல்லொன்று முன்னுக்கு நகர்ந்து விட்டதாகவும், பிறகு கொட்டையை எடுத்துவிட்டு, விலகிய பல்லை தம் கையாலேயே அழுத்தி சரி செய்ததாகவும் கூறினார். ஒரு சில நாட்கள் லேசாக ஆடிக்கொண்டிருந்த அந்தப் பல் ஓரிரு வாரங்களிலேயே நன்கு பலம் பொருந்தியதாகிவிட்டதாகக் கூறி, வாயைத்திறந்து அந்த உறுதியான பல்லை எனக்கு விரல் நகத்தால்

தட்டிக் காண்பித்தார். 'சில்லரை ரிப்பேர்களை முடிந்தவரை, தானே உடல் சரிசெய்துகொள்ளும்' என்று எண்ணிக்கொண்டிருந்த, மருந்தாளுநரான(Pharmacist) என் அறிவை, இந்தத் தகவல் மேலும் பலப்படுத்தியது.

நாற்பது வயதை நெருங்கும் வரை, எனது பேச்சில், காந்தி எல்லைமீறி நுழைந்துகொண்டிருந்தார். எப்போதும்போல் ஜே.கே. யோடு பேசும்போதும், தேவையான இடங்களில் காந்தியைத் தொட்டுக்கொள்வேன்.

ஜெயகாந்தனின் வாழ்நாள் நண்பரான லெனின் ரத்தினசபாபதி சென்னை, ராஜா அண்ணாமலைபுரத்தில் வசித்த காலம்வரை அடிக்கடி மாலையில் தனது மொபெட்டில் ஜெயகாந்தன் குடிசைக்கு வந்துவிடுவார். அப்போது அவரது இணையர் திருக்கோவிலூரில் ஆசிரியப் பணியில் இருந்தார். பல சமயங்களில் நாங்கள் மூவர் மட்டுமே ரம்முடன் சேர்ந்து களமாடுவோம். ஓல்டு மாங்க் அரை பாட்டில்தான் எங்கள் முன் வீற்றிருக்கும். மதுபானங்கள், தயாரிப்பிலேயே மோசடிக்குள்ளான ஆரம்ப காலகட்டம் அது. இந்தியாவிலேயே மனித உடலை பாடையில் ஏற்றும் அளவுக்கு, தரக்கட்டுப்பாடற்ற மதுபானங்களை, முதன்முதலாக உற்பத்தி செய்யும், அதிக லாபம் தரும் உத்தியை ஆரம்பித்தது, தமிழ்நாடு மது உற்பத்திச்சாலைகள்தான். தமிழ்நாட்டில் தயாராகும் மதுவகைகள் எதையும் இந்திய ராணுவம் விநியோகிப்பதில்லை என்பது ஓர் அடையாளம். ஆயினும், அப்போது 'ஓல்டு மாங்க்' தனது குணங்களை முற்றாக இழந்துவிடாமலே கிடைத்துக் கொண்டிருந்தது.

இரண்டு மணி நேரமானாலும், மூன்று அல்லது நான்கு மணிநேரம் ஆனாலும், எங்களது மதுவருந்தும் நிதானம் மாறுபடாது. ஹாலிவுட் படங்களில் வருவதுபோல் நீண்ட இடைவெளிகளில், இதழ்களில் பொருத்தி, மிடறு மிகாமல் கொஞ்சம் கொஞ்சமாக இறக்கிக்கொண்டிருப்போம். அது உட்சென்று புரியும் வினை குறைந்த பின்பே அடுத்த மிடறு.

அரை பாட்டிலை முடித்து அதிலிருந்து சொட்டும் கடைசி சொட்டை 'லக்கி ட்ராப்' என்றபடி ஏதோவொரு கோப்பையில்

வடிப்பார் ஜெயகாந்தன். அதையொட்டி அவர் சொல்லிய ஒரு வசனம் என்னால் மறக்கவே முடியாதது.

"ஹாஃப் மூணு பேருன்னா காந்திகூட ஒத்துக்குவாரு!"

என்னால் சிரிக்காமல் இருக்க முடியவில்லை. அது அவரது பழைய நகைச்சுவைத் துணுக்கா? அல்லது, காந்தியால் வெகுவாக ஈர்க்கப்பட்டிருந்த எனக்கு அடித்த வேப்பிலை அடியா? எனக்குத் தெரியாது.

சைதாப்பேட்டை மருந்துக்கடை தொடங்கிய பிறகும், ஜே.கே. யோடு சில வெளியூர்ப் பயணங்கள் வாய்த்தது. அதில் ஒன்று திருக்கோவிலூர் பயணம்.

லெனின் அவர்களின் இணையர் ஆசிரியப்பணியிலிருந்து ஓய்வுபெற்ற பின் திருக்கோவிலூரில் இருந்து அழைத்து வரும் பணியோடு, வருடந்தோறும் நடைபெற்று வரும் திருக்கோவிலூர் கபிலர் விழாவில், ஜெயகாந்தன் பங்குபெறும் நிகழ்வும் இணைந்தது அந்தப் பயணம் என்றே என் நினைவு.

ஜெயகாந்தன் வீட்டிலிருந்து, பத்துக்கும் மேற்பட்டோரை ஏற்றிக்கொண்டு, திருக்கோவிலூர் புறப்பட்டது அந்த 'டெம்போ ட்ராவலர்'. எங்களோடு பாண்டிச்சேரி நாகராஜன், பழனி, ஓவியர் ஆதிமூலம், எழுத்தாளர் சா.கந்தசாமி, நடிகர் ஸ்ரீகாந்த் மற்றும் நிச்சயமாக என் நினைவில் வராத சிலரும் பயணித்தனர்.

ஆங்கிலேயர் காலத்தில் கட்டப்பட்டது போன்றிருந்த திருக்கோவிலூர் பயணியர் விடுதியில் இருந்த விசாலமான முன்னறையில் அனைவரும் ஓய்வெடுத்துக்கொண்டிருந்தார்கள். ஓய்வென்றால் 'கட்டை'யை சாய்த்துப் பேசிக்கொண்டு இருந்தார்கள் என்று அர்த்தம். திருப்பத்தூரிலிருந்து பீசாவும், கேமராவுடன் அருணாசலமும் இன்னும் சில நண்பர்களும் வந்திருந்தார்கள்.

அந்த பங்களா பரந்து விரிந்த நிலப்பகுதியில், ஏராளமான நிழல் தரும் மரங்கள் சூழ அமைந்திருந்தது. அந்த மரங்களிடையே மண்ணில் சரிபாதி புதைந்ததுபோல் இருந்த ஒரு பாறையின் மீது அமர்ந்தபடி நாகராஜனும் நானும் கைகளில் பீடியோடு கதைபேசிக் கொண்டிருந்தோம்.

கௌதமன் | 245

அப்போது அங்கு வந்த நண்பரொருவர்,

“கௌதம், ஜே.கே. ஒங்கள எங்கன்னு கேட்டாரு” என்றதும், பீடியை மிதித்து அணைத்துவிட்டு, வேகமாய் ஓடினேன்.

பெரிய வரவேற்பறையே படுக்கையறையைப் போல் காட்சியளித்தது.

“கூப்டிங்களா சார்?”

“ஓ! வந்துட்டிங்களா! இங்க ஒரு சந்தேகம். ஒங்களுக்கு தெரிஞ்சா சொல்லுங்களேன். காந்தி ‘ஹிந்த் ஸ்வராஜ்’ எழுதுனது இந்தியா வரும்போதா? தென்னாப்பிரிக்கா போகும்போதா?”

எனக்கு ஒரு சில விநாடிகள் திக்கென்றானது.

நான் விரும்பிப் படித்து, என்னை மிகவும் கவர்ந்த புத்தகம்தான் ‘இந்திய சுயராஜ்யம்’. உண்மையில் இந்தியா, சுயராஜ்யம் அடைந்தபின், அவருடைய இந்த புத்தகத்தின் அடிப்படைக்கு, நேர் எதிர்திசையில்தான் இன்றுவரை பயணித்துக்கொண்டிருக்கிறது. அவர் இந்திய அரசியலில் நுழையும் முன்பே, இந்தியாவின் எதிர்காலம் குறித்த அவரது அச்சங்களையும், செய்யவேண்டிய அதிரடி மாற்றங்களையும், சுதந்திர இந்தியா மீள்வதற்கான வழிகளையும், அவரது தனித்துவமான நோக்கில், கொஞ்சமும் சமரசம் இன்றி அதில் விவரித்திருப்பார். இந்தக் கையேடுதான் டால்ஸ்டாய்க்கு காந்தியை நெருக்கமாக்கியது.

ஆனாலும் காந்தியை நூற்றுக்கணக்கான கோட்டோவியங்களாக வடித்தளித்து உலகப் புகழ்பெற்ற ஓவியரான ஆதிமூலமும், தமிழ்நாட்டின் சிறந்த எழுத்தாளர்களுள் ஒருவரான சா.கந்தசாமியும், ஆசிரியர் பீசாவும் மற்றும் கற்றோர் நிறைந்த அந்த சபையில் நான் தடுமாற்றத்துக்கு ஆளானேன்.

ஜே.கே. சாரின் எதிர்பாராத திடீர் கேள்வியால் நான் குழம்பினேன். இந்தியாவா? தென்னாப்பிரிக்காவா?

“இங்கிலாந்திலிருந்து கப்பலில் திரும்பும்போது, கிடைத்த காகிதங்களைக் கொண்டு, இரண்டு கைகளாலும் எழுதினது சார்!”

பதிலை மறந்துபோன மாணவனைப் போல், அவரது கேள்விக்கு சம்பந்தமில்லாத பதிலைக் கூறி வழிந்தேன்.

"நான் அதையெல்லாம் கேக்கல. இங்கிலாந்தில் இருந்து இந்தியா வரும்போது எழுதினாரா? தென்னாப்பிரிக்கா போகும்போது எழுதினாரா?"

நினைவுக்கு மீளாத பதிலை துணிந்து அடித்துவிட்டேன்.

"தென்னாப்பிரிக்கா போகும்போது சார்!"

அறையில் சலசலப்பு மிகுந்தது.

"நீங்க போலாம்!" என்றார் ஜே.கே.

எனக்கு ஏதோ இன்டர்வியூவில் இருந்து திரும்பியதுபோல் இருந்தது. பயணம் முடிந்து வீட்டுக்கு வந்து சரிபார்த்து, 'தென்னாப்பிரிக்கா' என்று உறுதியானதும்தான் நிம்மதி அடைந்தேன்.

சூரியன் இறங்கும்வரை அந்த பங்களாவை சுற்றித்திரிந்தபடி பேசிக் கொண்டே இருந்தோம்.

ஒருசில குழுக்களாகப் பிரிந்ததில் எழுத்தாளர் சா.கந்தசாமியும், ஓவியர் ஆதிமூலமும் மட்டும் தனியாக உலாவினர். எனது கேமராவில் எலலாரையும் தனித்தனியாக போஸ் கேட்காமல் இயல்பாகவே படம் பிடித்தேன். வெளிச்சம் இருக்கும் போதே வெளிக்கிளம்பினோம்.

திருமதி லெனின் அவர்களின் பள்ளிக்குச் சென்று சிறிது நேரம் செலவிட்டோம். அங்கு ஓவியர் ஆதிமூலம் வரைந்த பிரபலமான காந்தி படமொன்று பார்த்ததாக நினைவு. நானும், அருணாசலம் சாரும் ஜே.கே.யுடன் நண்பர்களையும் சேர்த்து ஒருசில படங்கள் எடுத்துக்கொண்டோம்.

அடுத்தது கபிலர் விழா.

நாங்கள் கூட்ட மேடைக்கு பின்புறம் செல்லும்போது நன்றாக இருட்டிவிட்டது. இருபுறமும் குடியிருப்புகள் அமைந்த ஒரு விசாலமான தெருவின் நடுவே மேடை அமைந்திருந்தது.

ஒலிபெருக்கியில் தெளிவான, கணீரென்ற குரலில் யாரோ உரையாற்றிக்கொண்டிருந்தார். மேடைக்கு வலப்பக்கம் இருந்த வீட்டின் திண்ணைக்கு வெளியே ஒருசில நாற்காலிகள் போடப்பட்டிருந்தன. அதில் ஒன்றில் ஜெயகாந்தன் வரவேற்று அமர வைக்கப்பட்டார். நாங்கள் அவருக்குப் பின்னிருந்த திண்ணையோரம் நின்றபடி மேடைப்பேச்சைக் கேட்கலானோம்.

மேடையில் முழங்கிக்கொண்டிருந்தவரின் தலைமுடியும், தாடியும், மீசையும் வெள்ளை வெளேரென்று பளபளத்தது. அவர் அமர்ந்தபடியே பேசினார். கூட்டம் அவர் பேச்சில் கட்டுண்டு கிடந்தது.

அவர்தான் தமிழறிஞர் அ.ச.ஞானசம்பந்தன். அவரது பெயர் நான் ஏற்கெனவே அறிந்ததுதான். ஆனால், அவரது உருவத்தை அன்றுதான் முதன் முதலில் பார்த்தேன். மற்றபடி அவரைப் பற்றி அப்போது ஒன்றும் எனக்குத் தெரியாது.

அவரது பேச்சு முடிந்து அவரை அழைத்துவந்து ஜே.கே. அருகே அமரவைத்த போதுதான் அவருக்கு கண்பார்வை இல்லை என்பதே எனக்குத் தெரிந்தது. என்னை வெகுவாகக் கவர்ந்த அந்தப் பேச்சு கண் பார்வை இழந்தவருடையது என்பதை ஏற்க என் மனம் அதிர்ந்தது. அவரிடம் ஜே.கே. காட்டிய மரியாதையோ என்னை இன்னும் நெகிழ வைத்தது. இருவரும் பல பழைய நினைவுகளைக் கிளறி சுகம் கண்டார்கள்.

ஜெயகாந்தனைவிட பதினெட்டு வயது மூத்தவர் அ.ச.ஞா. ஆனாலும் ஜெயகாந்தன் சாகித்திய அகாதெமி விருது வாங்கி, பதிமூன்று ஆண்டுகளுக்குப் பின்பே இவருக்கு அந்த விருது கிடைத்தது என்பது ஒரு முரண்.

அதன்பிறகு வெகுகாலம் கழித்து, தி. தெ. இ. சை. சி. நூ. ப. கழகம் (திருநெல்வேலி, தென்னிந்திய சைவசித்தாந்த நூற்பதிப்புக் கழகம் லிட்.) வெளியிட்டிருந்த அ.ச.ஞா.வின் ‘கம்பன் கலை’ என்ற ஒரு கட்டுரைத் தொகுப்பு என்னிடம் கிடைத்தது.

அதில் ‘தீக்குளித்தது ஏன்?’ என்றொரு கட்டுரை. சீதையைத் தீக்குளிக்க வைத்த ராமனோ, தீமூட்டிய இலக்குவனோ, தீக்குளிக்க முனைந்த சீதையோ, ஏன் இதையெல்லாம் வடித்த கம்பனோ, இதன் மூலத்தை எழுதிய வால்மீகியோகூட, கட்டாத சப்பைக்கட்டை அ.ச.ஞா. அந்தக் கட்டுரையில், தீக்குளிப்பு நியாயத்தைக் கூறி விரிவாகக் ‘கட்டி’யிருந்தார். எனக்குச் சிரிப்புதான் வந்தது.

தமிழின் மிகச் சிறந்த இலக்கிய ஆய்வாளர்கள் என்று நாம் கருதிக்கொண்டிருக்கிற பலரும், உளுத்துப்போன சம்பிரதாயங்கள் நிறைந்து வழியும் நமது பழம்பெரும் இலக்கியங்களை,

தற்போதைய சமூக மாற்றங்களில் இருந்து காப்பாற்ற, முட்டுக் கொடுப்பதையும், சிம்பு வைத்துக் கட்டுவதையுமே ஆராய்ச்சி என்ற பெயரில் செய்துகொண்டிருக்கின்றனரோ! என்ற சந்தேகம் எனக்குத் தோன்றுகிறது.

நான் ஒன்றும் அ.ச.ஞா.வை கரைத்துக் குடித்தவனல்ல. அவருடைய சிறப்பானவற்றை நான் படிக்கத் தவறியும் இருக்கலாம்.

எனது வாசிப்பு என்பது, எழுதுபவனின் கையில்தான். எழுத்தாளனுக்கே தனது அடுத்த புத்தகத்தை, வாசகனைத் தேடி வாசிக்கத் தூண்டும் பொறுப்பு இருப்பதாகக் கருதுகிறேன். அப்படித்தான் என்னைப் பல எழுத்தாளர்கள் தங்களை வாசிக்க வைத்தார்கள். அ.ச.ஞா. என்னைத் தூண்டவில்லை.

சென்னை திரும்பிய சில நாட்களில் திருக்கோவிலூரில் எடுத்த படங்களில், ஓவியர் ஆதிமூலமும், எழுத்தாளர் சா.கந்தசாமியும் இருக்கும் படங்களை மட்டும் ஜே.கே.யைப் பார்க்கச் சென்றபோது, கொண்டு சென்று, அவர்களிடம் சேர்ப்பிக்க வேண்டுமாறு ஜே.கே. யிடம் கேட்டேன்.

"இந்த வேலையெல்லாம் எங்கிட்ட வச்சிக்கப்பிடாது. அவங்கட்ட குடுக்கணும்னா நீங்களே குடுத்துடணும். நான் எங்க வச்சேன்னே மறந்துடுவேன்!"

நான் துணுக்குற்றேன். 'இதுக்கு ஏன் இவருக்கு இப்டி கோவம் வருது?'

நான் ஜெயகாந்தனைப் பார்க்கப் போவதென்பது, அவரை மட்டுமே பார்க்கப் போவதுதான். அங்கு வரும் எவரோடும், அவர் எவ்வளவு பிரபலமானவராக இருந்தாலும், எவ்வளவு பெரிய பணக்காரராக இருந்தாலும், அரும்பெரும் அறிவுக் கடலாகவோ, கலைக்களஞ்சியமாகவோ இருந்தாலும் நான் நெருக்கம் ஏற்படுத்திக் கொள்வதெல்லாம் அடுத்தகட்டம்; என்னை அறிமுகப்படுத்திக் கொள்வதையே நான் விரும்பாதவன்.

"சார், அவங்க ஃபோன் நம்பர் இருந்தா குடுங்க சார்!"

உள்ளங்கை அளவுள்ள ஒரு சிறிய கைச்சாத்து புத்தகத்தை எடுத்துத் தேடி, எழுத்தாளர் சா.கந்தசாமி அவர்களின் தொலைபேசி எண்ணைக் கொடுத்தார்.

அடுத்த சில தினங்களில் ஒருநாள் எழுத்தாளர் சா.கந்தசாமிக்கு ஃபோன் செய்தேன். என் பெயரை சொன்னதும், மகிழ்ச்சியுடன் நினைவுகூர்ந்தார். 'படங்கள் தரவேண்டும்' என்றதும், விருப்பமுடன் வரச்சொன்னார்.

சேமியர்ஸ் சாலை(Chamiers Road) அருகேயிருந்த அவரது அடுக்குமாடிக் குடியிருப்புக்கு நான் சென்றபோது, அவர் வெளியே சென்றிருந்தார். அவரது இணையரிடம், என் பெயரைச் சொன்னதும், "நீங்கதான் கௌதமா? வாங்க, உக்காருங்க" என்று அன்போடு உபசரித்தார். என்னைப்பற்றி எழுத்தாளர் என்ன சொல்லியிருந்தார் என்பது தெரியாவிட்டாலும், வரவேற்பு மகிழ்ச்சி தந்தது.

சிறிது நேரத்திலேயே சா.க வந்தார். படங்களைக் கொடுத்தேன். ஓவியரின் படங்களையும் அவரே கொடுத்துவிடுவதாக வாங்கிக் கொண்டார். இருவரும் காபி குடித்தோம்.

இதே போன்று ஒளிப்பதிவாளர் K.V.ஆனந்த்கூட தன்னைப் படமெடுத்துக் கொடுத்ததாகக் கூறி மகிழ்ந்தார். அவருடைய பேச்சு இடையிடையே ஏற்படும் திக்குதலால் தடைபடாமல் புரிந்துகொள்ள நிதானமாகவே இருந்தது.

கடந்த நாற்பது வருடங்களாக, பத்துக்கும் மேற்பட்ட வீடுகளுக்கு நான் குடிபெயர்ந்தபோதும், நான் சேமித்து வைத்திருக்கும் ஃபிலிம் நெகட்டிவ்களில் திருக்கோவிலூர் பயண நெகட்டிவ் மட்டும் எப்படியோ தொலைந்து போய்விட்டது.

'டால்ஸ்டாய் மாதிரி எழுதவேண்டும்' என்று எனக்குள் இருந்த பேதைமையை ஜே.கே. சாரின் பழக்கத்தின் தொடக்கத்திலேயே அவரிடம் ஒருமுறை நான் கூறியிருந்தாலும், 1998 வாக்கில்தான் மூன்றாவது முயற்சியாக ஒரு நாவல் எழுதத் தொடங்கியிருந்தேன். பத்து ஆண்டுகளுக்கும் மேலாக என்னுள் ஊறிக்கிடந்த என் நண்பனின் வாழ்வின் ஒரு பகுதியே கதை. என் மருந்துக்கடை கல்லாவில் அமர்ந்துகொண்டு, வாடிக்கையாளர் வருகையில்லாத மதியநேரங்களில் எழுதுவேன். ஐம்பது பக்கங்கள் தாண்டும் முன்பே அந்த ஆர்வம் அடங்கிவிட்டது. அந்த ஆர்வம் மீண்டெழ இன்னும் சில வருடங்கள் தேவைப்பட்டது.

என் பதின்ம வயதுகளில் எல்லா இளைஞர்களையும்போலவே நானும் மீசைக்கு ஏங்கியவன்தான். என் தாத்தாவுக்கு 'வீசக்காரர்' என்றும், அவர் நடத்திய பட்டாணிக்கடைக்கு, 'வீசக்கார்ரு கடை'

என்றும் பெயர். ஆனால் என் தந்தையோ ஜவஹர்லால் நேரு மாதிரி சுத்தமாக மழித்திருப்பார்.

நானோ மீசையோடு தாடியையும் நேசிப்பவன். எனக்கு மீசையும் தாடியும் முளைக்கத் தொடங்கிய காலத்திலிருந்து, அவ்வப்போது வளர்ப்பதும், மீண்டும் மழிப்பதும் எனது இயல்பேயானது.

அடுத்தவர் சுதந்திரங்களில் சம்மன் இல்லாமலே ஆஜராகும் நம் சமூகத்தில், ஒருவன் தன் முகத்தில் வளரும் முடிகளை மழிக்காததற்கும் காரணம் சொல்லியாக வேண்டும் என்பது தமிழர் பண்பாடு.

அதனால், என்னிடம் "ஏன் முடி விட்ருக்கீங்க?", "ஏன் முடி வளக்குறீங்க" போன்ற கேள்வி கேட்கும் ஒவ்வொரு தமிழருக்கும் அவரது பண்புநலன் கருதியே பல பதில்களைச் சொல்வேன்.

"வேண்டுதல்…"

"சாமிக்கு…"

"கொலதெய்வத்துக்கு…"

"மொட்ட போட…"

"அதுவுந்தான் இருந்துட்டுப் போவட்டுமே…"

"நானா வளக்குறேன். அதுவா வளருது…"

"நம்ப மூஞ்சின்னாலும் ஒரே மாதிரி பாக்கறதுக்கு போரடிக்குதுல்ல…"

"என் மயிர, என் மூஞ்சில வச்சிக்கறதுக்குக்கூட காரணம் சொல்லணுமோ…?"

இப்படி எண்ணிலடங்காது.

ஜெயகாந்தனிடம், "ஏன் சார் இப்பல்லாம் எழுதமாட்றீங்க?" என்று கேட்கப்படும் கேள்விகளுக்கு அவர் சொன்ன விதம்விதமான பதில்களை நானே அருகிலிருந்து கேட்டிருக்கிறேன்.

ஜே.கே. பாதிப்புகள் என் வாழ்வில் தவிர்க்க முடியாதது என்பதையே நான் சமீபத்தில்தான் உணர்ந்தேன்.

அப்படி எனக்கு தாடி செழித்து வளர்ந்திருந்த ஒரு பருவத்தில் ஜெயகாந்தனும் கேட்டார். ஆனால், அவர் கேட்ட விதமே வேறு.

“தாடி ட்ரிம் பண்ணீங்களா?”

“இல்ல சார்...”

“ட்ரிம் பண்ண மாதிரியே இருக்கு!”

மயிர் ஒழுங்கா வளந்ததுல எனக்கென்ன பெருமையிருக்கு! லேசா சிரிச்சு வச்சேன்.

“தாடிக்கொரு அடையாளம் இருக்கே, ஒங்களுக்குத் தெரியுமா?”

“தெரியாது சார்!”

‘நான் உன்னை மாதிரி இல்லையென்று, சமூகத்திடம் எதிர்ப்பைக் காட்டும் அடையாளம்’ என்றும், ‘சமூகம் ஒழுங்கென்று கருதும் அளவுகளை மீறும் அடையாளம்’ என்றும் விவரித்தார்.

எப்போதும்போல் ஆச்சரியப்பட்டேன். வேறென்ன செய்வது? தாடி வைத்த எத்தனை பேருக்கு இது தெரியும்!

மதுரை ‘பாரதி புத்தக நிலையம்’ வெளியிட்ட பாரதியாரின் ‘ஞானரதம்’ என்ற புத்தகத்தின் தொடக்கத்தில் ‘பாரதியாரின் உறுதிமொழிகள்’ என்று ஒரு பக்கம் முழுதும் அச்சிடப்பட்டிருக்கும். அவரது உறுதி மொழிகளில் இரண்டைத் தவிர மற்றவை அனைத்தும் என்னால் கடைபிடிக்க முடிகிறதோ, இல்லையோ ஆனால் ஏற்கத்தகுந்தவை.

பாரதியாரின் உறுதிமொழிகள்:

இயன்றவரை தமிழே பேசுவேன், தமிழே எழுதுவேன். சிந்தனை செய்வது தமிழிலே செய்வேன். எப்போதும் பராசக்தி முழு உலகின் முதற் பொருள் - அதனையே தியானஞ் செய்துகொண்டிருக்க முயல்வேன். அதனைக் குறித்தே ஓயாமல் எழுதிக்கொண்டிருக்க முயல்வேன்.

பொழுது வீணே கழிய இடங்கொடேன். லௌகிக காரியங்களை ஊக்கத்துடனும் மகிழ்ச்சியுடனும், அவை தோன்றும்பொழுதே பிழையறச் செய்து முடிக்கப் பழகுவேன்.

உடலை நல்ல காற்றாலும், இயன்றவரை சலிப்பதாலும் தூய்மையுறச் செய்வேன்.

மறைத்தும் தற்புகழ்ச்சி பாராட்டுதல் விரும்பேன்.

மூடரின் உள்ளத்தில் என்னைப்பற்றி பொய் மதிப்புண்டாக இடங்கொடேன்.

சர்வசக்தியுடைய பரம்பொருளைத் தியானத்தால் என்னுள்ளே புகச் செய்து எனது தொழில்களெல்லாம் தேவர்களின் தொழில் போல் இயலுமாறு சூழ்வேன்.

பொய்மை, இரட்டுற மொழிதல், நயவஞ்சனை, நடிப்பு இவற்றால் பொருளீட்டிப் பிழைத்தல் நாய்ப் பிழைப்பென்று கொள்வேன்.

இடையறாத தொழில் புரிந்து இவ்வுலகப் பெருமைகள் பெற முயல்வேன். இல்லாவிடின் விதிவசமென்று மகிழ்ச்சி யோடிருப்பேன்.

எப்போதும் மலர்ந்த முகம், இனிய சொல், தெளிந்த சித்தம் இவற்றோடிருப்பேன்.

ஓம்.

... ...

பாரதி மறைந்து 53 ஆண்டுகளுக்குப் பின், அவரது உறுதிமொழிகளைப் போலவே, தனது அனுபவங்களால் தான் கைக்கொண்டுள்ள படிப்பினைகள் என்ற வகையில், ஜெயகாந்தனும் சிலவற்றை ஆறு பத்திகளாக அட்டவணைப் படுத்தியுள்ளார். அவை பின்வருமாறு:

1. எந்த அரசியல் கட்சியிலும், எந்த ஆன்மிக மடத்திலும் நான் அங்கம் வகிக்க மாட்டேன்.

2. உண்மையாகவும் நேர்மையாகவும் வாழ்கிற தகுதியைத் தவிர இன்றைய சமூகத்தில் நிலவுகிற பொய்யான கௌரவங்களுக்கும், பதவிகளுக்கும் நான் ஒருபோதும் ஆசைப்பட மாட்டேன். அப்படி ஆசைப்படுகிறவர்கள் எனது மக்களேயானாலும் அவர்களை அந்நியர்கள் போலக் கருதுவேன். எனது பராமரிப்பில் இருக்கிறவர்களை வியாபாரம், கமிஷன் வாங்குதல், வாடகைக்கு விடுதல், கடன் வாங்குதல், வட்டி ஈட்டுதல், பிறரைத் தூற்றிப் பிழைப்பது போன்ற நமது சமூகத்தின் இழிந்த

பாதைகளிலிருந்து இயன்றவரை அன்பினாலும் அல்லது என் வலிமையைப் பிரயோகித்தும் முதலில் நான் தவிர்க்க முயல்வேன். முடியாதபோது அவர்களை விலக்குவேன்; அல்லது விலகுவேன்.

3. பதவி, பட்டம், வெகுமதி, செல்வம் இவை தேடாமலும் வரும். வருவதையெல்லாம் நான் அங்கீகரிக்க மாட்டேன். எனது எல்லைகளைக் கறாராகத் தீர்மானித்தே ஏற்பேன்; அல்லது மறுப்பேன். எனக்குப் பட்டம் வேண்டும் என்கிற பிராயம் வருகிறபொழுது என் தகப்பனாருக்குரிய பட்டமாகிய 'பிள்ளை' என்கிற சாதிப் பட்டத்தைச் சேர்த்துக்கொள்வேன். எனது ஜாதி குறித்தோ, வேறு எந்த ஜாதி குறித்தோ இழிவான எண்ணத்தைப் பிறர்க்கோ என் மக்களுக்கோ நான் உருவாக்க மாட்டேன்.

4. என் மக்களும், எனது வம்சமும் நல்ல தொழிலாளியாக மாறி நாட்டோடு சேர்ந்து நல்வாழ்வு வாழ்வதே எனக்குச் சம்மதம். உழைக்கும் மக்கள் அனைவர்க்கும் பெருவாழ்வு வந்த பிறகு அந்தச் சமூகத்தில் என் மகனோ, மகளோ கலைத்துறையில் சிறந்து விளங்குவது எனக்குச் சம்மதமே.

5. ஆயினும், தற்காலத் தமிழ்ச் சமுதாயத்தில் எனது மக்கள், கலைஞர்களாக ஆவது, எனக்கோ, எனது மக்களின், சாதியினரின் எதிர்காலத்துக்கோ உதவாது, பெருமை தராது என்பதால் அவர்கள் ஆண்களாயின் தொழிலாளர்களாகவும், பெண் மக்களாயின் அந்த தொழிலாளியின் சிறந்த மனைவியராகவும் வணங்கத் தகுந்த அன்னையராகவும் ஆதல் சிறந்தது. அல்லாமல் அவர்கள் எழுத்தாளர்களாகவும், கலைஞர்களாகவும் ஆகிப் 'புரட்சி'யை எழுதியும் நடித்தும் புரட்சிக்குப் பொருந்தாத வகையில் இந்தச் சமூகத்தோடு சம்பந்தப்பட்டு 'புரட்டுக்காரர்'களாக மாறும் சாபத்திலிருந்து இறைவன் எனது உறவுகளையும், தமிழ்ச் சாதியையும் காப்பாற்றட்டும்!

6. இந்தியாவும் தமிழகமும் ஒரு சோஷலிச சமுதாய அமைப்பை மேற்கொள்ளுகிற பக்குவத்தை நெடுநாட்களாகவே பெற்றுக்

காத்துக் கிடக்கிறது! இங்கு மிகமிகத் தேவையானதும், இந்த மண்ணின் பக்குவத்துக்கு உகந்ததும், ஓர் அவசியமும் அவசரமும் ஆகிய 'சோஷலிச சமூக அமைப்பு' ஒருவேளை இங்கு இறக்குமதி செய்யப்பட்டும் விடலாம். 'சம்பவாமி யுகே யுகே' என்றால், அந்த யுகம் காவேரி நதிக்கரையில் தான் பிறக்குமோ? அந்த யுக புருஷன் மயிற்பீலியுடனும் பாஞ்சசன்யத்துடனும் வந்தால்தான் நம்புவேன் என்பவன் மூட பக்தன். கலிகாலமல்லவா? அந்தச் சூரியன் மேற்கே முளைத்து வடக்கே நகர்ந்து கிழக்கே வருகிறது! மார்க்ஸிஸம் இந்தியாவில் புதுப்பொலிவு பெறப்போகிறது என்ற எனது நம்பிக்கைகள் இந்த அரசியல் அனுபவங்களின் விளைவாகச் செழுமையும் பிரகாசமுமே அடைகிறது!

சத்யமேவ ஜயதே!

_ _ _ _ _ _ _ _ _ _

ஜே.கே. தனது இந்த உறுதி மொழிகளை 1974ம் ஆண்டு எழுதுகிறார். அப்போது அவரது வயது நாற்பது. இதை நான் 1989 ஏப்ரல் மாத இறுதியில், எனது 24வது வயதில் படித்தேன். பாரதியின் உறுதிமொழியைப் போலவே இவருடையதிலும் ஒருசில என்னை மிகவும் கவர்ந்தது.

ஜெயகாந்தனின் எழுத்துகளும், பேச்சுகளும், மேற்கண்ட உறுதிமொழிகளில் ஒரு சிலவும் எனது வாழ்வின் முக்கிய புள்ளிகளை நிர்ணயிக்கும் சக்தியாக மாறியதை நான் அப்போது பெரிதாக உணரவில்லை.

திருமணம் ஆவதற்கு முன்பே என் பிள்ளைகளின் வாழ்வு குறித்து சிந்திக்கும் பேதைமையை அடைந்திருந்தேன். காந்தியின் அரைகுறைத் தாக்கத்தால் எனது பிள்ளைகளைப் பள்ளிக்கு அனுப்ப மாட்டேன் என்றும், நானே வீட்டில் பயிற்றுவிப்பேன் என்றும் சொல்லித் திரிந்தேன்.

அதன்பிறகே எனக்கு ராகுல் சாங்கிருத்யாயன் அறிமுகமானார். காந்தியின் பலமான பிடியிலிருந்து நான் விடுபட அவரும் ஒரு முக்கிய காரணமாக அமைந்தார்.

கௌதமன் | 255

காந்தி தனது அத்தனை கல்விப் பரிசோதனைகளையும், தம் பிள்ளைகள் மீதே செலுத்தியதால் அவரது குடும்பத்தில் ஏற்பட்ட கடுமையான பின்விளைவுகள் என்னை காந்தியிடம் இருந்து விடுவித்தது.

எனது மகளின் பள்ளி வாழ்க்கைத் தொடங்கும் சமயத்தில், நான் ஜே.கே.யிடமே முதலில் கலந்தாலோசித்தேன். அவர் அவரது பிள்ளைகளை வீட்டருகே இருந்த அதிகம் பிரபலமாகாத பள்ளிகளிலேயே படிக்கச் சேர்த்ததாகவும், அவர்கள் சிறப்பாகவே வளர்ந்திருப்பதாகவும் கூறினார்.

குழந்தை வளர்ப்பென்பதை மிகவும் குழப்பங்கள் நிறைந்ததாக மாற்றிய, இரண்டாவது அல்லது மூன்றாவது தலைமுறையைச் சேர்ந்தவர்களாகவே நாம் இருக்கிறோம்.

32. ஓட்டைக் குடிசையில் ஒழுகும் மழையில்

1996.

மழைக்காலத்தில்கூட, வெயிலடிக்கும் சென்னையில், அந்த வருடம் விடாது மழை பெய்துகொண்டிருந்த ஒருநாள், வெளியூர் பயணத்துக்காக காலையிலேயே ஜெயகாந்தன் வீட்டில் கூடினோம். காலை என்றால் பதினொரு மணிதான்.

பாண்டிச்சேரியிலிருந்து நாகராஜனும், பைக்கில் பழனியும் முன்பே வந்துவிட்டார்கள். என் இணையரையும், மகளையும் அவரது அக்கா வீட்டுக்கு அனுப்பிவிட்டு, நான்தான் கடைசியாக ஐக்கியமானேன்.

ஜெயகாந்தனோடு வெளியூர்ப் பயணம் என்பது, எனக்கு ரெண்டு கைகளும் றெக்கைகளாக மாறிவிடும் விநோதம் மிகுந்தது. மழைக்கோட்டு அணிந்து மழையில் வந்த நான், ஜே.கே. குடிசையில் அதை அவிழ்த்தபோது, முழுதும் நனைந்திருந்தேன். அந்த மழைக்கோட்டு, மழையை நேரடியாக என் மேல் படாமல் காத்து ரட்சித்து, தனது ஓட்டைகளின் உதவியோடு என்னை முற்றாக நனைத்திருந்தது. ஆனாலும் என் பெட்டிக்குள் நீர் போகவில்லை.

ஊருக்குப் புறப்படும் முன்பே, ஒரு வேட்டியை எடுத்துக் கட்டிக் கொண்டு ஈரத்தைப் பிழிந்து உலர்த்தப் போட்டேன். வேட்டிதான் மடித்துக் கட்டினால், மழையில் பயணத்துக்கு வசதியாக இருக்கும்.

நீண்ட மேசையின் முன்பு மூவரும் அமர்ந்து மழைக் குளிருக்கு இதமாக புகைபோட்டுக்கொண்டிருந்தார்கள். அப்போது நைந்துபோன அந்தக் குடிசையின் கீற்றுகள், மழையின் வேகத்தைத் தாங்காமல் ஆங்காங்கே சொட்டுவதற்கு மழைக்கு அனுமதி

அளித்திருந்தன. நானும் சேர்ந்து நால்வராகி குளிரில் தப்ப, புகையில் குளித்தோம்.

நாங்கள் செல்லவேண்டிய ரயில் பயணத்துக்கு, இன்னும் நேரம் இருந்தது. அப்போது நாங்கள் கொஞ்சமும் எதிர்பார்க்காத ஓர் ஆலோசனையை ஜே.கே. முன்வைத்தார். அதுபோன்ற ஆலோசனையை அதற்கு முன்போ, பின்போ அவர் சொன்னதே கிடையாது.

"கொஞ்சம் ரம் போட்டுட்டுக் கெளம்புவோமா? மழைக்கு நல்லாருக்குமுல்ல!?"

எங்களுக்கென்ன கசக்குமா?

மூவரும் வெட்கம் கலந்து சிரித்தோம்.

அந்த மர அலமாரியை நான்தான் திறந்தேன். அதனுள் பார்த்த என் கண்கள் விரிந்து, என் வாய் பிளந்தது. பத்துக்கும் மேற்பட்ட முழு ரம் பாட்டில்கள் வரிசையாக அடுக்கி வைக்கப்பட்டிருந்தன.

"என்ன சார் இது!" என்று ஆச்சரியத்தை அடக்க முடியாமல் திரும்பிப் பார்த்தேன்.

ஜே.கே., பாண்டிச்சேரி நாகராஜனை கை காட்டினார். நாகராஜன் மழுப்பலாக குலுங்கிக் குலுங்கிச் சிரித்தார்.

மழை விட்டுவிட்டுச் சாத்திக்கொண்டிருந்தது. நான் அலமாரியை சாத்திவிட்டு பாட்டிலைத் திறந்தேன்.

முதல் சுற்றுக்கு முப்பது நிமிடங்கள் ஆனது. முடியும் தருவாயில்,

"ஊருக்குப் போக கெளம்பி வந்துட்டீங்களே! ஊருக்குப் போயே ஆகணுமா?" என்று ஜே.கே. கூறியதும் எனக்குச் சிரிப்பு வந்துவிட்டது.

"சார் நீங்க மீட்டிங் போவணும்ல்ல..?"

"அதெல்லாம் பேசிக்கலாம். நாம அங்க போயி என்ன பண்ணுவோமோ அதத்தான இங்க பண்ணிட்ருக்கோம். இத கெடுக்க வேணாம்!"

அவ்வளவுதான். எங்கள் அனைவரின் மனநிலையும் இறுக்கத்தில் இருந்து தளர்ந்ததுபோல் ஆனது.

குடிசையின் தரையெங்கும் ஈரம் நசநசக்க, எங்கள் தலையிலும் தோளிலும் மழைநீர் சொட்டச்சொட்ட, நாற்காலியை நகர்த்தி நகர்த்திப் போட்டுக்கொண்டு, மழையும் காற்றும் பின்னணி இசைக்க, எங்கள் நேரம் ரம்மியமாகப் போனது.

மதியம் பன்னிரண்டு மணிக்கு தொடங்கிய 'மழைக்கால கூட்டத்தொடர்' முடிய, இரவு பதினோரு மணியானது. அன்று ஜெயகாந்தன் அரட்டையின் உச்சம் தொட்டார். எங்கள் மகிழ்ச்சியிலும் சிரிப்பிலும் மழையும் கலந்துகொண்டது. எங்கள் உணவுக்காக மழை ஓய்ந்த நேரத்தில் கொஞ்சம் வயிற்றையும் கவனித்தோம்.

மதியத்தில் இருந்து நாங்கள் மதுவெடுத்திருந்தாலும், தேர்ந்த பயிற்சியினால், இரவு கிளம்பும் போதும் எங்கள் யாருக்கும் எந்தத் தடுமாற்றமும் இல்லை. எப்போதுமே நாங்கள் தடுமாறுவதற்கு மதுவருந்துவதில்லை.

அந்த ஈரத்தில் படுக்க முடியாதென்பதால், பழனியையும், நாகராஜனையும் என் வீட்டுக்கு அழைத்துச் சென்றேன்.

நான் அப்போது சூளைமேடு, நேரு தெருவில் வசித்து வந்தேன். வழியில் புசித்துவிட்டு வீடு சேர்ந்தவுடனே பழனி உறங்கிவிட்டார். எனக்கு மதுவெடுத்தால் தூக்கம் வராது. நாகராஜனுக்கும் அதே வியாதி.

என்னிடம் இருந்த சிவப்புக் கலர் நேஷனல் டேப் ரெகார்டர் இசையில் இருவரும் தோய்ந்தோம். ஹரிபிரசாத் செளராசியாவும், அருணா சாய்ராமும் எங்களுக்குக் கம்பெனி கொடுத்தார்கள். செளராசியாவின் 'பஹாதி துன்' மற்றும் 'அருணா' வின் தோடி 'ராகம் தானம் பல்லவி', 'வேலை பணிவதே என் வேலை' எங்களது தூக்கத்தைத் துரத்திவிட்டது. இசையிலிருந்து விடுபட மணி மூன்றாகி விட்டது.

ஆனால், ஜெயகாந்தனோடு அன்று கழித்த பொழுதுகளுக்கு இணையான ஒன்று பிறகு வாய்க்கவே இல்லை.

ஒவ்வொரு பொழுதும் வெவ்வேறு வகையானவைதானே!

ஜூன் 2000.

ஜெயகாந்தன் அமெரிக்கப் பயணம் மேற்கொள்ளும் சமயத்தில் எனக்கொரு புத்தி சொன்னார்.

"பருவத்தே பயிர் செய்."

அவ்வளவுதான். அதற்கு மேல் அவர் விளக்கும் வழக்கமில்லை. அதைச் சொன்னதே அதிசயம்.

அவர் இளமையில் பயிர்விட்டு, முதுமையில் அறுவடை செய்து கொண்டிருந்தார்.

புத்தி சொல்வதை கேட்கும், புத்தி எனக்கிருந்தால், நான் ஏன் ஜெயகாந்தனை பின்தொடர்கிறேன். அப்போதும் எனது நாவல், நான் எழுதுவேன் என்ற நம்பிக்கையோடு எனக்காகக் காத்துக்கிடந்தது.

எதையும் சாதிக்க, மனிதனுக்கு வயிறு காய வேண்டும். பசி தெரிய வேண்டும். பசியென்றால் சாப்பிடும் முன் வருமே அதுவல்ல. எப்போது சாப்பாடு கிடைக்கும் அல்லது அதற்கு காசு எப்போது கிடைக்கும் என்று கண்ணுக்கெட்டிய தூரம்வரை தெரியாதபோது வரும் பாருங்கள்; அந்தப் பசி தெரிய வேண்டும். மனது நோக வேண்டும். ஒரு நாள் கழிய உயிரும், உடலும் வதைபட வேண்டும். அவமானங்களும், இழிவுகளும், அவன் உள்ளத்தை அறுத்துறுத்தும் அனுபவங்களும், சமூக அவலங்களும், அவனைச் சுற்றி நின்று கூத்தாட வேண்டும். இதற்கு நடுவே அவனுக்கு எழுதும் பாதை தெரிய வேண்டும்.

இப்படிப்பட்ட சூழலில்தான் வெறும் வெற்றிலைச் சாற்றில் பசியைத் துரத்தி, எச்சிலைத் துப்பிக்கொண்டே எழுதியதுதான், புதுமைப்பித்தனின் அமரத்துவம் வாய்ந்த கதைகளில் பலவும். நமக்குத் தெரியாத பு.பி.க்கள் எத்தனை பேரோ?

என்னை மேற்சொன்ன எதுவுமே அண்டவில்லை. அப்புறம் எப்படி...

மாயூரம் வேதநாயகம்தான் எனக்கு நம்பிக்கை. பணி ஓய்வு பெற்றபின்பு, ஐம்பத்து மூன்று வயதில் ஒரு சுமாரான கதையை

எழுதி, தமிழ் இலக்கிய வரலாற்றில் முதல் நாவல் என்று இடம்பிடித்தது என்ன சாதாரண விஷயமா?

ஐம்பது வயதுக்கு மேல் எழுதினால் ஒன்றும் குறைந்துவிடப் போவதில்லை. எழுதாமலே செத்துப் போனால்தான் என்ன குடிமுழுகிவிடப் போகிறது?

இப்படி எண்ணங்கள் ஓடும் ஒருவன் எவ்வாறு எழுதமுடியும். ஆனாலும், அடுக்கடுக்காக எனக்கு நேரும் அனுபவங்கள், 'இதை எழுத வேண்டும்' என்ற குறிப்புகளோடு, என் மன லாக்கரில் ஏராளமாய்ச் சேர்ந்துகொண்டுதான் இருந்தன.

ஜெயகாந்தனின் அமெரிக்கப் பயணம் முடிந்து திரும்பிய சிறிது காலத்திலேயே, அவரது சிறுகதைகள் அனைத்தையும் தொகுத்து வெளியிடும் பணியை கவிதா பதிப்பகத்துக்கு வழங்கினார்.

அடுத்து ஒரு பொது நிகழ்வில், உரையாற்றும்போது, யாரும் எதிர்பாராத தருணத்தில், அவருடைய நாவல்கள் அனைத்தையும் தொகுத்து வழங்கும் பணியை வர்த்தமானன் பதிப்பகத்துக்கு வழங்கினார். அந்த செய்தி வர்த்தமானனுக்கே மறுநாள் நான் சொல்லித்தான் தெரிந்தது.

19.08.2001

சிறுகதைத் தொகுப்புகள் வெளியீட்டு விழா, விஜயா பதிப்பகம் வேலாயுதம் அவர்களால், கோவையில் கோலாகலமாகக் கொண்டாடப் பட்டது.

அப்போதுதான் நான் ஜே.கே.யோடு, முதல் முறையாக ரயிலில் முதல் வகுப்புப் பெட்டியில் பயணம் செய்தேன். விழாவில் அவரை விதம்விதமாகப் படமெடுத்தேன். நாவல்கள் தொகுப்புகளுக்கு அட்டைப்படத்துக்காக, என் கேமரா அவரை வளைத்து வளைத்து எடுத்தது. விழாவுக்கு வர்த்தமானனும் வந்திருந்தான்.

'கவிதா பதிப்பகம்' சொக்கலிங்கம் அவர்களும், 'விஜயா பதிப்பகம்' வேலாயுதம் அவர்களும், அவரது மகன் சிதம்பரம் அவர்களும் அந்தப் பயணத்தில்தான் எனக்கு அறிமுகமானார்கள்.

நாவல்கள், சிறுகதைத் தொகுப்புகளுக்கான அட்டைப்படம் தேறியதில் எனக்கு மகிழ்ச்சி.

33. ஃபோட்டோ ஷூட்

ஜெயகாந்தன் நாவல்கள் தொகுப்புகளுக்கான ஆயத்த வேலைகளின்போதே, 'எல்லா நாவல்களையும் பிழை திருத்தும் பணியை நான்தான் செய்வேன்' என்று வர்த்தமானனிடம் கூறிவிட்டேன். அந்தச் சாக்கில் அனைத்து நாவல்களையும் படித்துவிடலாம் என்ற ஆசை தவிர, வேறொரு பணப் பயனும், காரணமும் இல்லை.

கோயம்புத்தூரில் எடுத்ததல்லாமல், ஜே.கே. சாரை இன்னும் படமெடுக்கலாம் என்ற ஆசையில் அவரிடம் அனுமதி கேட்டேன். அவரும் சரியென்றார். எனது கேமரா, லென்சுகள், கேமரா ஸ்டேண்ட் மற்றும் ஃப்ளாஷ் லைட்டுகள் சகிதம் ஒருநாள் காலை பத்து மணிக்குப் போனேன்.

குடிசைக்குள் மட்டும் லைட்டுகள் பயன்பட்டன. வெளியில் சரியான வெயில். கலர் ஃபிலிம் ரோல் ஒன்றும், கருப்பு வெள்ளை ஃபிலிம் ரோல் ஒன்றும் எடுத்துச் சென்றிருந்தேன்.

நான் விளக்குகளைப் பொருத்தும்போது சகஜமாகப் பேசிக் கொண்டிருந்தார். எனது இந்தத் தொழில் பற்றியும், சினிமா கேமரா பற்றியும் தொடர்ச்சியாக வினாக்களை எழுப்பிக்கொண்டிருந்தார்.

நான் படமெடுக்க ஆரம்பித்ததும் இறுக்கமாகிவிட்டார். முகம் கடுமையைக் காட்டியது. இருப்பினும் இரண்டு ஃபிலிம்களிலும் படமெடுத்துக்கொண்டிருந்தேன். எங்களோடு நண்பர் திப்பு மட்டும் உடனிருந்தார். எனக்கு அவரே பெரும் உதவி புரிந்தார்.

என்னுடைய எந்த நடவடிக்கை அவரை உசுப்பியது என்று எனக்கு இன்றுவரை தெரியாது. ஒரு மணி நேரத்தில் அவர் பொறுமையிழந்து, கோபமாக,

"போதும். எல்லாத்தையும் எடுத்துட்டு கெளம்புங்க. ஒங்க ஸ்டுடியோ வேலையெல்லாம் இங்க வேணாம். இது ஸ்டுடியோ இல்ல!" என்று என்னைக் கடிந்துவிட்டு கீழே போய்விட்டார்.

நான் மனமொடிந்து போனேன். இந்த வேலையை செய்வதால் எனக்கு எந்தவிதப் பணப் பயனும் கிடையாது. குறிப்பாக எல்லாவற்றிலும் பணப் பயன் பார்க்காத மனநிலை கொண்டவன் நான். மேலும் மருந்துக்கடையில் என் இணையரை வைத்துவிட்டு, என் நேரத்தை வலுக்கட்டாயமாக ஒதுக்கி, தனிப்பட்ட ஆர்வத்தில் நான் செய்ய வந்த வேலை இது. இப்படி எரிந்து விழுகிறாரே! என்று எனக்குக் கோபம் வந்தது.

'நமக்கென்ன இது தலையெழுத்தா!' என்று, எல்லாவற்றையும் எடுத்து வைத்துக்கொண்டு கிளம்பத் தயாரானேன். திப்பு எனக்கு ஆறுதல் கூறினார்.

சிறிது நேரத்திலேயே, வெற்று மேலுடம்போடு, தோளில் துண்டை மட்டும் போட்டுக் கொண்டு, படியேறி மேலே வந்தார். என் முகவாட்டம் அவரையும் வருத்திவிட்டது.

சுமுகமாகப் பேச்சைத் தொடங்கினார்.

"எனக்கு ஃபோட்டோ எடுக்கிறப்ப போஸ் குடுக்க வராது. ஃபோட்டோகிராஃபர் எங்கிட்ட எதக் கேட்டாலும் கோவம் வந்துரும்!" என்றபடி புகைக்க ஆயத்தமானார். எனக்கு அவமானமும், பதட்டமும் குறையவில்லை என்பதை என் உடல்மொழியில் அவர் உணர்ந்தார்.

புகைத்து அடங்கியபின்,

"இந்தத் துண்டோட ஒன்னு எடுங்களேன்!" என்றார். என் உணர்வடங்கிய உடல் மட்டும் எழுந்து, கேமராவை எடுத்தது.

அவரின் பக்கவாட்டில் இருந்து சில படங்களை எடுத்தேன்.

அன்று எடுத்த படங்களில் அதில் ஒன்றுதான் எனக்கு மிகவும் பிடித்ததாக அமைந்தது. ஆனால் அது நாவலுக்கு அட்டைப் படமாகவில்லை. கோவையில் எடுத்ததே இறுதியானது.

பிறகு அரைமணி நேரத்துக்கும் மேல் என்னை சமாதானப் படுத்துவதுபோல் பேசினார். நானும் அப்போதே சமாதானமாகி விட்டேன். அவரைத் தெரிந்துதானே அவரோடு வாழ்கிறோம்.

என் கடையிலும் வீட்டிலுமாக, அவரது பதினான்கு நாவல்களையும் நானே ப்ரூஃப் பார்த்து முடித்துத் தந்தேன். இதெல்லாம் ஜே.கே.வுக்குத் தெரியாது.

'நாவல்கள் தொகுப்புகள்' முன்வெளியீட்டுத் திட்டத்துக்கான பத்திரிகை விளம்பர வாசகங்களை நானும் வர்த்தமானனும் சேர்ந்தே அமைத்தோம். அந்த விளம்பரத்தில் நான் திருச்சி விடுதியில் எடுத்த ஜெயகாந்தனின் படம் எடுப்பாக அமைந்தது.

நாவலுக்கான பதிப்புரையை என்னையே வர்த்தமானன் எழுதச் சொன்னான்; எழுதினேன்.

ஒரு ஞாயிறன்று, பதினான்கு நாவல்களும் ஐந்து தொகுதிகளாக அச்சாகி கைக்கு வந்ததும், சைதாப்பேட்டை என் வீட்டுக்கு இனிப்போடு வந்தான். அங்கிருந்து ஜே.கே. சார் வீட்டுக்கு புத்தகங்களோடும், இனிப்புகளோடும் இருவரும் சென்றோம். அங்கு சபை பெரிதாகக் கூடியிருந்தது. வழக்கம்போல் ஜே.கே. தவிர எல்லாரும் கிழவர்கள். ஜே.கே. கிழவராக எழுபது வயதுக்கு மேலானது.

புத்தகக்கட்டை ஜே.கே.யிடம் கொடுத்துவிட்டு நானும், வர்த்தமானனும் நீண்ட பெஞ்ச் ஓரத்தில் ஒடுங்கி உட்கார்ந்து கொண்டோம். அங்கு மகிழ்ச்சி அலை வீசிக் கொண்டிருந்தது.

ஜெயகாந்தன் புத்தகக் கட்டைப் பிரித்து, முதல் தொகுதியை கையிலெடுத்து திருப்பித் திருப்பிப் பார்த்தார். அட்டை வடிவமைப்பு எல்லாரையும் கவர்ந்துவிட்டது. ஆனால் அந்த வடிவமைப்பில் ஃபோட்டோ தவிர எனது பங்கு எதுவுமில்லை. அதில் முழுப் பங்களிப்பும் வர்த்தமானனுடையது.

அடுத்து, புத்தகத்தைப் பிரித்து பதிப்புரையை அமைதியாகப் படித்தார். அவரது முகத்தில் மகிழ்ச்சிக் களிப்பு தெரிந்தது. படித்து முடித்ததும் அருகில் இருந்த நண்பரிடம் கொடுத்தார். பொறுமையாக எல்லாரும் படித்துக்கொண்டிருந்தார்கள்.

"நாங்கள் இதுவரை சந்தித்ததே இல்லை. அவர் எப்படி எழுதியிருக்கிறார் பாருங்களேன். எந்த அளவுக்கு நம்ம புரிஞ்சு வச்சிருக்கார். எட்ட இருந்தாலும் நம்ம கூடத்தான் இருக்காங்க இல்ல! ஆச்சரியமாத்தான் இருக்கு" என்று வர்த்தமானனின்

தந்தையைப் புகழ ஆரம்பித்தார். அங்கிருந்த ஒவ்வொருவரும் அதில் இருந்த வரிகளை சிலாகித்துக்கொண்டிருந்தார்கள். வர்த்தமானன் குற்றவுணர்வோடும், கூச்சத்தோடும் என்னைப் பாவமாகப் பார்த்தான். எனக்கு மகிழ்ச்சியாகவும், சிரிப்பாகவும் இருந்தது.

நாங்கள் இருந்தவரை, பெரும்பாலும் பதிப்புரையைப் பாராட்டும் சபையாகவே இயங்கியது.

அன்று வர்த்தமானன் பைக்கில் வந்திருந்ததால், நாங்கள் விரைவாகவே ஜெயகாந்தனிடம் விடைபெற்றுக் கிளம்பினோம். வெளியே வந்ததும் வராததுமாக வர்த்தமானன் என்னிடம் வருந்துவதும், ‘சாரி’ கேட்பதுமாக இருந்தான். பதிப்புரையின் அடியில் அவனது தந்தையார் பெயரான ஜெ.ஸ்ரீசந்திரன் என்றிருந்ததனால், சபையில் அனைவரும், எழுதிய என்னை வைத்துக்கொண்டே அவரைப் புகழ்ந்ததும், அவன் உண்மையை வெளிப்படுத்தாமல் இருந்ததும் அவனை மிகவும் வருத்தியது.

“டேய், பதிப்புரைக்குன்னுதான கேட்ட. ஒங்களுக்காகத்தான நான் எழுதிக் கொடுத்தேன். அது ஒங்களுதுதான்... விடு. அவங்க எல்லாம் பாராட்டுனது என்னைத்தான்னு நெனைக்கிறதே எனக்கு மகிழ்ச்சிதான்டா!” என்று பலவாறாகக் கூறி அவனை அமைதிப் படுத்தினேன்.

அந்தப் பதிப்புரையை நீங்களும்தான் படியுங்களேன்.

பதிப்புரை

மாபெரும் இதிகாசங்களான பாரதம், இராமாயணம், பன்னிரு திருமுறைகள், நாலாயிர திவ்யப் பிரபந்தம், ஐம்பெரும் காப்பியங்கள், சங்க இலக்கியங்கள், திருப்புகழ், திருவிளையாடற்புராணம், திருமுறைத்தலங்கள் போன்ற பல்வேறு நூல்களை, தமிழ் அறிந்த அனைவரும் கற்றுப் பயனடையும் வண்ணம் தெளிவும், எளிமையும் மட்டுமல்லாது விலையிலும் அனைவரும் வாங்கும் வண்ணம் அமைத்து, கடந்த பல ஆண்டுகளாக முழு மன நிறைவோடு பதிப்பித்து, தமிழன்னையின் பாத கமலங்களுக்குச் சமர்ப்பிப்பதே சேவை எனக் கருதி வருகிறோம்.

இதுநாள் வரை பழந்தமிழ் இலக்கியங்களை மட்டுமே பதிப்பித்து வந்த நாங்கள், நவீன இலக்கியப் படைப்புக்களைப் பதிப்பிக்க எண்ணியபோது, எங்கள் மனக்கண்முன் திரு. ஜெயகாந்தன் அவர்களே முதலில் தோன்றினார்.

நம்பிக்கையோடு அவரை அணுகியபோது, 'உங்களை நினைவில் வைக்கிறேன்' என்று கூறிய அவர் அதேபோல் நினைவில் இருத்தி, அவரது அனைத்து நாவல்களும் அடங்கிய சிறந்த ஐம்பெரும் தொகுப்புகளை வெளியிட வாய்ப்பை வழங்கி மகிழ்வித்தார்.

இலக்கியம், அரசியல், பத்திரிகை, திரைப்படம் என்று சமூகத்தின் பல்வேறு முகங்களையும் தன்னுள் ஏற்று, தெளிவான வரையறைகளோடு அனைத்திலும் சிறந்ததோர் பங்களிப்பைச் செய்த, ஜெயகாந்தன் படைப்புகளை ஆய்ந்து, பல நூறு பக்கங்களில் விவரித்துப் பட்டங்கள் வாங்கும் அறிஞர்கள் அதிகம். ஆனால் அவர் படித்ததோ ஆரம்ப வகுப்புகளே. அவரைப் பட்டறிந்த படைப்பாளியாக்கிய கல்வி, சமுதாயப் பாடசாலையிலிருந்தே கிடைத்தது.

அவரது படைப்புகள் மனிதனின் மேம்பட்ட பண்புகளைப் பிரதிபலிக்கின்றன. கதையில் வரும் பாத்திரங்கள் நம்மை நெகிழ வைக்கும் காவிய மாந்தர்களாகத் திகழ்கிறார்கள்.

உங்கள் கைகள் தாங்கிக்கொண்டிருக்கும் இந்தக் கனமான ஐந்து தொகுதிகளும் பதினான்கு நாவல்களைக் கொண்டது. இவை வெறும் கதைகள் அல்ல. வாழ்க்கை அனுபவங்கள்; அனுபவங்களிலிருந்து பெற்ற பாடங்கள்; பாடங்களில் கற்றுத் தேற வேண்டிய மனித மேற்பண்புகள்.

இந்த அனுபவங்கள் நம்மோடு இருந்து வழி நடத்துவது போலாகும். நம் வாழ்வில் பார்த்த மற்றும் பார்க்காத மனிதர்களை அவர்களது அந்தரங்க உணர்ச்சிகளோடு நம்மிடம் அறிமுகம் செய்து அவர்களை ஆழ்ந்து அறியச் செய்வதே இந்த நாவல்கள்.

ஜெயகாந்தனின் நாவல் படிப்பதென்பது, ஒரு நீண்ட யாத்திரை சென்று பலதரப்பட்ட புதிய மனிதர்களுடன் அறிமுகமாகும் அனுபவம் போன்றது.

கற்றோரைக் கவர்ந்திழுக்கும் எழுத்தாற்றலும், கேட்டோரை கிளர்ந்தெழச் செய்யும் கர்ஜனையொத்த பேச்சாற்றலும் ஒருங்கே வாய்க்கப் பெற்ற, எழுத்துக்கும், பேச்சுக்கும், வாழ்க்கைக்கும் வேறுபாடின்றி நம்முன் வாழ்ந்துகொண்டிருக்கும் ஜெயகாந்தன் ஒரு அதிசயப் பிறவி.

புகழ் புகழ் என அலையும் இந்தப் போட்டி உலகில் அதனைச் சிறிதும் பொருட்படுத்தாத ஞானி ஜெயகாந்தன்!

வர்த்தமானன் பதிப்பகத்தின் வெளியீடுகளில் ஒரு புதிய ஒளி வீசும் படைப்புகளாக - தொகுப்புகளாக வெளியிட இசைவளித்த 'எழுத்து வேந்தர் ஜெயகாந்தன்' அவர்களுக்கு எங்களது நிறைவான நன்றி.

எமது மற்ற நூல்களைப்போல இத்தொகுப்புகளையும் வாங்கி ஆதரித்த எங்களது அங்கங்களான சந்தாதாரர்களையும், இலக்கிய வாசகர்களையும் என்றென்றும் மறவோம்.

ஜெ. ஸ்ரீசந்திரன்.

(புகழ் புகழ் என அலையும் இந்தப் போட்டி உலகில் அதனைச் சிறிதும் பொருட்படுத்தாத ஞானி ஜெயகாந்தன்! இந்த வரியை மட்டும் பேராசிரியர் ஜெ.ஸ்ரீசந்திரன் நான் எழுதிய உரையில் இணைத்தார்.)

34. கோவை விஜயம்

வர்த்தமானனின் நெருங்கிய நண்பன் என்பதைத் தவிர, எனக்கு வர்த்தமானன் பதிப்பகத்தில் வேறு எந்த நெருக்கமும் கிடையாது.

பழந்தமிழ் இலக்கியங்களை பலவாறு பதிப்பித்தவரும், காப்பியங்களில் கரைகண்டவரும், பல்வேறு ஆய்வுகளையும், உரைகளையும் தமிழுக்குத் தந்தவரும், பிற்காலங்களில் பெரும் ஆளுமைகளான தன் மாணவர்களுக்கு, பேராசிரியராக விளங்கியவரும், மூத்த தமிழறிஞருமான பேராசிரியர் ஜெ.ஸ்ரீசந்திரன், நான் எழுதிக் கொடுத்த பதிப்புரைக்குக் கீழே தன் பெயரைப் போட ஒப்புவதென்பது, எந்த மொழிப் புலமையுமற்ற, சரியான தமிழ் இலக்கணம்கூடத் தெரியாத, ஒரு மருந்துக்கடை வைத்திருக்கும் எனக்குக் கிடைத்த, தகுதிக்கு மீறிய மரியாதையாகவே கருதினேன்.

தமிழறிஞர் ஔவை நடராசன் ஒரு கூட்டத்தில் பேசும்போது,

"பேராசிரியர் ஸ்ரீசந்திரனும் நானும் ஒன்றாகப் படித்தோம். ஆனால், அவர் நன்றாகப் படித்தார்" என்று ரசிக்கும்படி பாராட்டிப் பேசினார்.

வர்த்தமானன் ஒருமுறை, 'அவர் எங்கள் பதிப்பகம் வருகிற சில பிரபலமானவர்களைப் பார்த்துச் சிரிக்கக்கூட மாட்டேனென்கிறார்' என்று கூறி வருந்தினான்.

"சிங்கங்களிடம் சிரிப்பை எதிர்பார்க்க முடியாது. சில மனிதர்களை சமூகம் அப்படி சிங்கங்களாக மாற்றிவிடும்" என்று நான் சொன்ன பதிலைக் கேட்டு, அப்போது வர்த்தமானன் பலமாகச் சிரித்தான்.

நானும் வர்த்தமானனும் ஜெயகாந்தன் வீட்டுக்கு நாவல் தொகுப்புகள் கொடுக்கச் சென்று வந்தபின், சரியாக ஒரு வாரம் கழித்து அவர் வீட்டுக்குச் சென்றேன். அவர் மட்டுமே சுழல் நாற்காலியில் வீற்றிருந்த மாலை நேரம(ம்+அ)து.

குடிசைக்குள் நுழைந்த அடுத்த விநாடி, என் கண்களை அவர் முன்னிருந்த நீளமான மேசை கவர்ந்தது. மிகுந்த கலாரசனையுள்ள யாரோ ஒரு நண்பர், கார்களுக்கு பயன்படுத்தப்படும் பல்வேறு அடர்நிற ஸ்டிக்கர்களைப் பயன்படுத்தி, தேர்ந்த ஓவியனைப்போல், மேசையின் மேல்பகுதி முழுதும் விதவிதமாய் ஒட்டி நிறைத்திருந்தார். நீலமும், பச்சையும், சிவப்பும், ஊதாவும், வெள்ளையும், மஞ்சளும் மேசை முழுதும் நிரம்பி வழிந்தது.

ஜே.கே. குடிசையில் நான் தங்கும் இரவுகளில், அந்த மேசையை தண்ணீர் தெளித்து நன்கு சுத்தம் செய்துவிட்டு, அதன் மேல்தான் படுத்துறங்குவேன். ஏனென்றால், நான் எடுத்து வரும் இரவு உணவை, அல்லது நாங்கள் ஆர்டர் செய்து தருவிக்கும் உணவை சாப்பிடும் உணவு மேசையும் அதுதான். அது காலத்தால் பழையதென்றாலும், நீளத்தில் ஆறடி கொண்ட வலுவான மேசை.

அதன் வண்ணமயமான புதுக்கோலம் என்னை மகிழ்ச்சியோடு வரவேற்றது. இனிமேல் அதை நீர் தெளித்து துடைப்பது எளிது என்பதும் எனக்கு மகிழ்ச்சி அளித்தது. அந்த மேசையை நான் மறக்க முடியாததற்கு ஒரு காரணம் உண்டு.

இரவு நான் அங்கு தங்கினால், நாங்கள் இருவர் மட்டுமே இருந்தாலும், சபை முடிய ஒரு மணிக்கு மேல் ஆகிவிடும். அப்போது அவர் சொன்ன ஒரு வாசகம் இது.

“ஒரு மணிதான ஆவுது. பரவால்ல; அதுதான் சின்ன நம்பர்.”

அப்படி ஒருநாள் இரவு அந்த மேசையில் படுத்து அயர்ந்து தூங்கிக்கொண்டிருந்தபோதுதான் எனது வலது கால் சுண்டு விரலை எதுவோ கவ்வியது போன்ற உணர்வு என்னை எழுப்ப, காலை உதறியபடி, இருட்டில் மேசையில் இருந்து குதித்து, தடவியபடியே வேகமாகச் சென்று விளக்கைப் போட்டேன்.

ஒன்றும் தென்படவில்லை. புத்தக ரேக்குகளிலும் ஒன்றும் காணவில்லை.

நாற்காலியில் அமர்ந்து கால் சுண்டு விரலை நோட்டமிட்டேன். லேசான வலின்னும் சொல்லமுடியாது; வலி இல்லன்னும் சொல்லமுடியாது.

விரலை அழுத்தினால் ஒரு சிறிய புள்ளி ரத்தம் வந்தது. அதனருகிலேயே இன்னொரு புள்ளியில் ரத்தம் வரப்பார்த்தது.

எலியா? பாம்பா?

நான் இதற்கு பயந்துகொண்டுதான், பாய்கள் இருந்தும் கீழே படுக்காமல் மேசையின் மேல் படுப்பேன். ரத்தத்தைப் பார்த்ததும் பயந்து போனேன். தூக்கக் கலக்கத்தில் ஒரு பதினைந்து நிமிடங்கள் விளக்கைப் போட்டபடியே உட்கார்ந்து இருந்தேன். பிறகு சுண்டு விரலை எவ்வளவு அழுத்தினாலும் ரத்தம் வரவில்லை. லேசான கடுப்பு தெரிந்தது.

விளக்கைப் போட்டபடியே மீண்டும் மேசையில் படுத்தேன். பயம் நீங்காமலே அரைமணி நேரத்தில் மீண்டும் தூங்கிவிட்டேன்.

காலையில் எழுந்ததும் முதலில் காலைதான் பார்த்தேன். எந்த அறிகுறியும் தெரியவில்லை. அதன்பிறகு போர்த்திக் கொள்ள சால்வையோடு வருவதும், உடலைப் போர்த்திக் கொண்டு தூங்குவதும் எனக்கு வாடிக்கையானது.

அதற்கு சில ஆண்டுகள் கழித்து அதன்மேல் சந்தனநிற மைக்கா ஒட்டப்பட்டு மேசை நவீனமயமானது.

"அனாமிகா எப்டியிருக்கா?" என்றபடி வழக்கம்போல் உரையாடல் தொடங்கியது.

அவர் முன்னால் அடுக்கப்பட்டிருந்த அழைப்பிதழ்களில் இருந்து, ஒன்றை எடுத்து என்னிடம் நீட்டினார்.

நான் பொறுமையாகப் பிரித்துப் படிக்கத் தொடங்கினேன்.

கோவையில் நடக்கவிருந்த நாவல்கள் தொகுப்புகளுக்கான வெளியீட்டு விழா அழைப்பிதழ். மகிழ்ச்சியோடு படித்துக் கொண்டே வந்த எனக்கு, இதழின் கடைசியில் இருந்த பெயர் சந்தேகத்தைக் கொடுத்தது.

"யாரு சார் இந்த கௌதம்!?"

“நீங்கதான்!”

கூலாக சொன்ன அவரது வார்த்தை எனக்கோ அதிர்ச்சியைக் கொடுத்தது.

‘நானா!’ நானே ஒரு கூச்சப்பிராணி. இந்த வில்லங்கத்தில் என்னை யார் இழுத்துவிட்டிருப்பார்கள்? அவரிடமே கேட்டேன்.

“வேலாயுதம்தான் கேட்டாரு... இளைஞர்ல ஒருத்தரா ஒங்க பேர போடலாமான்னு. சரின்னுட்டேன்!”

சிறுகதைகள் தொகுப்புகள் வெளியீட்டு விழாவுக்கு கோவை சென்றிருந்தபோது, வர்த்தமானன் மற்றும் விஜயா பதிப்பகம் வேலாயுதம் அவர்களின் மகன் சிதம்பரத்தோடு பேசிக் கொண்டிருந்தது நினைவுக்கு வந்தது. அந்தப் பேச்சு ஒருவேளை அவர்களுக்குத் தூண்டுதலாகி இருக்கலாம்.

சரி! இனி பின்வாங்க முடியாது. பார்ப்போம் என்று அப்போதைக்கு எனது தடுமாற்றத்தை மறைத்துக்கொண்டேன்.

பதினொரு வயதிலும், பதிமூன்று வயதிலும் பள்ளியில் மாற்றுடைப் போட்டியில் கலந்துகொண்டு பரிசுகள் வாங்கிய போதிலும், +2 படிக்கும்போது, போட்டியில் பேர் கொடுத்துவிட்டு, லேபரேட்டரியில் உடையெல்லாம் மாற்றிய பின், எல்லாரும் மேடைக்குப் போனபிறகு, நானும் எனது நண்பனும், மீண்டும் உடைகளைக் களைந்துவிட்டு வீட்டுக்கு ஓடிவிட்டோம். அந்த மனநிலையில்தான் நான் இருந்தேன்.

விழாவில் பங்கெடுப்பவர்களில், நடிகர் நாகேஷ் அவர்களுக்கும், நடிகர் ஸ்ரீகாந்த் அவர்களுக்கும் மட்டும் நேரில் சென்று அழைப்பிதழ் கொடுக்கச் சொன்னார் ஜெயகாந்தன்.

நானும் வர்த்தமானனும் சென்று கொடுத்தோம். நடிகர் ஸ்ரீகாந்த் அவர்களை ஜே.கே. குடிசையில் பலமுறை சந்தித்திருக்கிறேன். ஓரிரு வெளியூர் பயணங்களில்கூட அவரோடு பயணித்திருக்கிறேன்.

ஆனால் நாகேஷ் அவர்களை அன்றுதான் முதலில் சந்தித்தேன். அதற்கு முன்பு அவரை தூரத்தில் இருந்து ஒரு முறை, சென்னை நகர நகர்வில் பார்த்திருக்கிறேன்.

நாங்கள் வருவதை நாகேஷிடம், ஜே.கே. முன்பே தெரிவித்திருந்ததால், எங்களைப் பார்க்கத் தயாராகவே இருந்தார். எங்களை மிகுந்த மரியாதையுடன் வரவேற்று உபசரித்து, கலகலப்பாகப் பேசினார். அவரது பூஜையறையை எங்களுக்குத் திறந்து காட்டி அங்கிருக்கும் கடவுளர்களைப் பற்றி விவரித்தார். அரை மணி நேர உரையாடலுக்குப் பின் நாங்கள் விடைபெற்றோம். அவருடனான உரையாடல் ஒன்றும் எனக்கு மறக்க முடியாத அளவில் இல்லை.

நடிகர் ஸ்ரீகாந்த் வீட்டில் பத்து நிமிடங்களில் விடைபெற்றோம். ஜே.கே. சபையில் இவர் அருகே உட்கார எனக்கு அலர்ஜி. ஜே.கே. பேசிக்கொண்டு இருக்கும்போதே, இவரும் நம் காதருகே வந்து பேசிக்கொண்டிருப்பார். தவிர்க்கவே இயலாத ரெண்டுங்கெட்டான் நிலைமைதான்.

விழாவுக்கு ஒருசில நாட்களே இருந்தது. என் வீட்டு மேசையின் மீது கொஞ்சம் A4 பேப்பர்களை வைத்துக்கொண்டு, போகும் போதும், வரும் போதும் ஜே.கே.குறித்து தோன்றும் விஷயங்களை குறிப்பெழுதிக்கொண்டிருந்தேன். என்னிடம் இருந்த 'ஓர் இலக்கியவாதியின் கலையுலக அனுபவங்கள்' புத்தகம் தொலைந்து போய் விட்டது. அதில் ஒரு குறிப்பு தேவைப்பட்டது. அப்போது அது விற்பனையில் இல்லாமல் இருந்தது.

ஜே.கே. யிடமே அந்தப் புத்தகத்தைக் கேட்டேன்; கொடுத்தார்.

தமிழிலும், புகழிலும் கரைகண்டவர்கள் மத்தியில் நிச்சயம் தன்னியல்பாகவோ, மனப்பாடம் செய்தோ என்னால் பேசவே முடியாது. மனப்பாடம் செய்யும் முறைமைக்காகவே பள்ளிக்கல்வியை அடியோடு வெறுத்தவன் நான்.

எடுத்தக் குறிப்புகளை வைத்து, எழுதிப் படித்துவிடுவோம் என்ற முடிவில் நான் தீர்க்கமாக இருந்தேன். நான் எடுத்த குறிப்புகள் பத்து பக்கங்களுக்கு மேல் வந்தது. எவ்வளவு குறைத்தாலும் ஏழெட்டு பக்கங்கள் வந்துவிடும். பத்து நிமிடங்கள் பேசிவிட்டால் கூட போதும் என்ற பதைப்பிலேயே கோவை கிளம்பினேன்.

08.12.2001

கோவை ரயில் பயணம் பெரும் கொண்டாட்டமாகத் தொடங்கியது.

நாங்கள் மொத்தம் ஆறு பேர்.

ஜெயகாந்தன்

நாகேஷ்

ஸ்ரீகாந்த்

கே.எஸ்.சுப்பிரமணியன்

சேது.சொக்கலிங்கம் (கவிதா பதிப்பகம்)

கௌதமன்

எங்கள் முதல் வகுப்பு கூபேயின் ஜன்னலுக்கு வெளியே கும்பல் சேரத் தொடங்கியது. நாகேஷைப் பார்க்கத்தான். அவரது முகத்தில் ஜெயகாந்தன் முன்னிலையில் இந்தக் கும்பலைக் கண்டு ஒரு கூச்சம் தெரிந்தது. நாகேஷ் ஜெயகாந்தனைவிட ஒரு வயது மூத்தவர்தான். ஆனால், ஜே.கே.விடம் இளையவர் போலவே பணிவு காட்டினார்.

ஜெயகாந்தனுக்கு சங்கடம் தராமல், கூபேயிலிருந்து வெளியேறி ரயில் படிக்கட்டுக் கதவருகே சென்று நின்றுகொண்ட அவர், கேட்பவர்களுக்கு ஆட்டோகிராஃப் போட்டுக் கொடுக்க ஆரம்பித்தார்.

எட்டுமணி வாக்கில் ரயில் கிளம்பியது. கூபேயினுள் வந்த நாகேஷ் எங்கள் முன்பே எந்தவிதக் கூச்சமும் இன்றி, ஆடைகளைக் களைந்து, சிறு பானை போன்ற வயிறு தெரிய லுங்கிக்கு மாறினார்.

அவரைத் தொடர்ந்து நாங்களும் மாறினோம். ஜே.கே. வீட்டிலிருந்தே லுங்கியோடு வந்ததால் பேசாமல் அமர்ந்து ஜன்னலுக்கு வெளியே வேடிக்கை பார்த்துக்கொண்டிருந்தார்.

அடுத்த பத்து நிமிடங்களில், ஆடிக்கொண்டே ஓடிக் கொண்டிருந்த ரயிலில் சபை ஆரம்பமானது. சபையில் அன்று, இலக்கியம் குறைவாகவும், அரட்டைகள் மிகையாகவும் பேசப்பட்டது. நாகேஷ் அவரது நெருங்கிய நண்பரும், நகைச்சுவை

நடிகருமான வீ.கே.ராமசாமியைப் போல் நடித்தெல்லாம் காண்பித்தார்.

அது ஓர் உல்லாசப் பயணம் போல் எனக்குத் தோன்றியது.

இடையில் கே.எஸ். என்னிடம் நாளை நான் பேசப்போகும் உரை குறித்து விசாரித்தார். 'இன்னும் முழுமையடையவில்லை' என்று சொன்னேன். அவரது கைப்பையில் இருந்து கத்தையாக ஜெராக்ஸ் காப்பிகளை வெளியே எடுத்துக் காண்பித்தார். எப்படியும் நாற்பது பக்கங்களுக்கு மேல் இருக்கும். அவரும் வாசிக்கத்தான் போகிறார் என்ற அறிகுறி, எனக்கு மேலும் நம்பிக்கை தந்தது. அவர் ஜெயகாந்தனைவிட மூன்று வயது இளையவர்.

மதுவும், உணவும் நிறைவாக உட்கொண்டு, சபையை நிறைவு செய்ய மணி ஒன்றாகிவிட்டது. 'ஒன்றுதானே! அதானே சின்னது!'.

விடியற்காலை நான்கு மணிக்கெல்லாம் கோவை சென்றுவிட்டோம். ஜங்ஷனுக்கு எதிரில் இருந்த விடுதியொன்றில் தங்கினோம். அனைவருக்கும் ஒரே அறை. பெரியது. இரண்டு 'கிங் சைஸ் டபுள்காட்' படுக்கைகளை ஒன்றாக இணைத்துப் போட்டிருந்தார்கள்.

எல்லாரும் வரிசையாகப் படுத்தார்கள். நாகேஷ் தன்னருகே இருந்த இடைவெளியில் வந்து படுக்க அழைத்தார். நான் எழுதும் வேலை இருப்பதைச் சொன்னவுடன் அவர் "ஓ! நீங்க எழுத்தாளர்ல" என்று சொல்லிவிட்டு உடனே தூங்கிவிட்டார். எனக்கு வெட்கமும், சிரிப்பும்தான் வந்தது. எழுத்தாளரா!?.

அப்போதுதான் நான் பொறுப்பாக என் குறிப்புகளை வகைப்படுத்தி, ஒழுங்காக எடுத்தெழுதினேன். ஒரு மணி நேரத்தில் என் எழுத்து வேலையை முடித்துவிட்டு, தொடர்ந்து காலைக் கடன்களையும் முடித்துவிட்டு, பத்து மணிக் கூட்டத்துக்கு ஏழு மணிக்கெல்லாம் தயாராகிவிட்டேன். எல்லாரும் தூங்கிக் கொண்டிருந்தார்கள்.

என் சட்டைப்பையில் நான் படிக்க வேண்டிய உரையோடு, என் மனமும் கணத்திருந்தது.

35. எனது உரை

09.12.2001

ஜே. கே. எட்டு மணிக்குத்தான் படுக்கையில் எழுந்து அமர்ந்தார். ஒவ்வொருவராக பத்து மணிக்குத் தொடங்கவிருக்கும் விழாவுக்குப் புறப்படத் தயாராகிக்கொண்டிருந்தார்கள்.

நானறியாத சில ஜெயகாந்தனின் நண்பர்கள் அறைக்குள் வந்து, அவரருகே அமர்ந்து நலம் விசாரித்தார்கள். அதில் ஒருவர் கேட்டார்.

"ஜே.கே.; அழைப்பிதழ்ல கௌதம்னு போட்ருக்கே, மேஜர் சுந்தர்ராஜன் பையனுங்களா? "

நான் சிரிப்பை அடக்கிக் கொண்டேன். ஜே.கே. எந்த பதிலும் சொல்லாமல், என் பக்கம் கையை நீட்டிக் காண்பித்தார். அவர்கள் பார்வையில் வியப்பு தெரிந்தது. சென்னை இலக்கிய வட்டங்களிலேயே, மருந்துக்கடை நடத்தும் என்னை யாருக்கும் தெரிய வாய்ப்பில்லை. கோவையில் எப்படி?

கொடிசியா அரங்கம் முழுதும் நிரம்பியிருந்தது. நாற்காலி போதாமையால், பலர் நின்றுகொண்டே விழாவை சிறப்பித்தனர்.

அந்த விழாவில் பேசியவர்களின் உரைகள் அனைத்தும் 'ஜெயகாந்தன் விழா உரைகள்' என்ற புத்தகத்தில் பிரசுரமாகி விட்டது; என் உரையைத் தவிர! நான் இலக்கிய சம்பந்தமில்லாதவன் என்பதால் எனது உரை மட்டும் விடுபட்டிருக்கலாம்.

ஆகையால், எனது உரையை மட்டும் உங்களுக்குத் தருகிறேன். இருபத்திரெண்டு ஆண்டுகளுக்கு முன் நான் எழுதிய இந்த உரையில், நானே மாறுபடும் ஓரிரு விஷயங்கள் உள்ளன. ஆயினும்

ஜெயகாந்தன் குறித்து நான் எழுதிய எதிலும் எனக்கு எந்த மாறுபாடும் இல்லை.

நான் வாசித்த உரை:

அன்பார்ந்த பெரியோர்களே, வணக்கம்.

இந்த விழா திரு. ஜெயகாந்தன் நாவல்களின் விற்பனையைப் பெருக்கும் விளம்பர யுக்தி சார்ந்த விழாவாக நான் கருதவில்லை.

பாரதி தன் எழுத்துகளை பதிப்பிக்க, பட்ட கஷ்டங்களை நமக்கு வரலாறு காட்டுகிறது. இன்று, தமிழ் ஞானம் உள்ளவர்க்கெல்லாம் ஞானாசிரியனாய் விளங்கும் பாரதியைப் பாராட்டவும், பாதுகாக்கவும் முடியாத, தெரியாத நம் முன்னோர்களிடமிருந்து, நாம் கற்று வளர்ந்திருப்பதற்கு ஒரு சாட்சிதான் இந்த விழா.

'விரும்பி பைத்தியக்காரனாக ஆகியவனுக்குத்தான் எழுத்தாளன் என்று பெயர்' என்று திரு. ஜெயகாந்தன் கூறுவதுண்டு. அப்படிப்பட்ட எழுத்தாளனைப் போற்றிப் பாதுகாப்பதுதான், நல்ல சமூகம் என்று அவர் கூற்றிலிருந்து நான் அறிகிறேன்.

பாரதியைப் போலவே காசு பண்ணத் தெரியாத நம் கண்முன் வாழும், ஞானவேந்தரை உயர்த்திப்பேசவும், நிமிர்ந்து வாழவும் கற்றிருக்கிறோம் அல்லவா; வாசகர்களாகிய நாம்; சமூகத்தின் பிரதிநிதிகள் போலான நாம் கர்வம் கொள்ள தகுதியுள்ளவர்கள்தான்.

நம்மை வளர்த்து, இன்று கர்வம் கொள்ள வைக்கும் பெருமை, பாரதியையும், ஜெயகாந்தனையும் தவிர வேறு எவரைப் போய்ச் சேர முடியும்?

இளவயதில் வேடனாயும், திருடனாயும் திரிந்து, உயர்ந்தவர்களின் உபதேசங்களால் உயர்ந்து, முதல் காவியம் என்றும், முதன்மையான காவியம் என்றும் போற்றப்படும் இராமாயணம் படைத்த வால்மீகியை,

சிறுவயதில் ஏச்சுக்கும், பேச்சுக்கும் ஆளாகி சுற்றித்திரிந்து, அறிஞர்களின் அறிமுகங்களால் தானும் உயர்ந்து, தமிழையும் உயர்த்திய திரு. ஜெயகாந்தனோடு ஒப்பிட்டுப்பார்க்கத் தோன்றுகிறது.

இவரது அனுபவங்களைப் படிப்பதற்கு முன் சத்திய சோதனையையும், அதற்குப் பின்னால் நேருவின் சுயசரிதையையும் படித்த எனக்கு, இம்மூன்றிலும் பளிச்சிடும் ஓர் ஒற்றுமை தெரிந்தது.

அதுதான் உண்மை. உண்மையைத்தவிர வேறு ஒன்றுமில்லை.

நாவல் படிப்பவர்களை நான் மூன்று வகையினராய்ப் பிரித்துப் பார்க்கிறேன்.

1. பொழுதுபோக்கிற்காக படிக்கிறவர்கள். இவர்களுக்கு கதையும் முக்கியமில்லை. கதை முடிவும் முக்கியமில்லை. இந்த தரத்தினரோடு தூக்கத்திற்காக புத்தகம் படிப்பவர்களையும் சேர்க்கலாம்.

2. கிடைத்த கதையெல்லாம் படித்து, படித்த எல்லாவற்றையும் ரசித்து, ரசித்த எல்லாவற்றின் புகழையும் பரப்புவார்கள்.

3. நல்ல நோக்கமுள்ள கதைகளை மட்டுமே தேடிப்பிடித்து, அவற்றைப் படிக்கையில் அந்த பாத்திரங்களோடே பயணம் செய்து, வாழ்ந்து படிப்பார்கள். இந்த மூன்றாம் பிரிவினர்தான் கதையின் பயனை அடைந்து, எழுதுபவரின் நோக்கத்தையும் நிறைவு செய்பவர்கள்.

வால்மீகியின் சுந்தரகாண்டத்தில், ஹனுமனோடு நாமும் பறந்து சென்றால்தான், மைநாகபர்வதம், சுரஸை, சிம்ஹிகை, லங்காதேவதை போன்ற பற்பல தடைகளையும், கடந்து செல்லும் ஆஞ்சநேயரின் விடா முயற்சி நம்மை வந்தடைய முடியும்.

திரு. ஜெயகாந்தனின் சுந்தர காண்டத்தில், சீதாவையும், சுகுமாரனையும் சிறிதும் இடைவெளியின்றி பின் தொடர்ந்தால்தான் அவர்களை நம்பவும், புரிந்துகொள்ளவும், அவர்களிடமிருந்து கற்கவும் முடியும். அப்பொழுதே கதையின் நோக்கமும் நிறைவு பெறும்.

எனது டீன் ஏஜ்களில் சிறுகதைகளே பிடிக்காது. அதுமட்டுமல்ல. சீக்கிரத்தில் முடிந்துவிடக்கூடிய எந்தக் கதையுமே பிடிக்காது. நான் முடிவை எதிர்பார்த்து கதைகளைப் படிப்பதில்லை. சீக்கிரம் முடிந்துவிடக் கூடாதே என்று வேண்டுமானால் நினைப்பேன்.

இப்போது யோசிக்கயில் கதைகளில் வரும் புதுப்புது மாந்தர்களோடு அறிமுகமாவதையும், ஊரெங்கும் சுற்றித்திரிவதையும், அவர்களோடு வாழ்க்கை வதைகளில் சிக்கிக் கொள்வதையும், மீண்டெழுவதையும், அந்தப் பாத்திரங்களோடு சேர்ந்து நானும் அனுபவித்து, அழுது, சிரித்து, சினந்து, மகிழ்ந்து

வாழும் சுகத்தை அனுபவித்ததுதான் அதற்குக் காரணம் என்று தோன்றுகிறது.

புத்தகத்தை மூடினால் மீண்டும் செக்குமாடு வாழ்க்கைதான்.

அதனால் சிறுகதை, குறுநாவல், நாவல் என்ற இலக்கண மெல்லாம் தெரியாமலேயே தலையணை போன்ற நெடுங்கதைப் புத்தகங்களையே படித்து வந்தேன்.

பெரிய புத்தகங்களாக இருந்த காரணத்துக்காகவே நான் படித்ததுதான் மாயூரம் வேதநாயகம் பிள்ளை முதற்கொண்டு தமிழ்வாணன், மு.வ., கல்கி, சாண்டில்யன், அகிலன் போன்றோரின் புத்தகங்கள்.

இந்த சமயத்தில்தான் எனக்கு திரு. ஜெயகாந்தனோடு அறிமுகம் ஏற்பட காரணமாக இருந்தவரும், எனது பதினொன்றாம் வகுப்பு ஆங்கில ஆசிரியருமான திரு. சாந்தமூர்த்தி அவர்கள் எங்கள் பள்ளியில் 23 வயதேயான இளம் ஆசிரியராக பணியில் சேர்ந்தார்.

இவர்தான் எனக்கு பெயர் மட்டும் நன்கு தெரிந்த திரு. ஜெயகாந்தனை சரியாக அடையாளம் காட்டினார்.

எங்கள் வகுப்பிலேயே, 'பள்ளிப்படிப்பு மட்டும் போதாது தம்பிகளா, நூலகம் சென்று பல அறிவையும் சேகரியுங்கள்' என்று ஒரு பெரிய லிஸ்ட் கொடுத்தார். அதில் எனக்கு ஒரு பத்து எழுத்தாளர்களுக்கு மேல் தெரிந்திருந்ததை அப்போது பெருமையாக எண்ணினேன். அந்த லிஸ்டிலிருந்து ஜெயகாந்தனை மட்டும் பிரித்து எடுத்து அவரைப் பற்றி வர்ணனையோடு கூடிய விளக்கமே கொடுத்தார்.

மீண்டும் ஜெயகாந்தனை ஆழ்ந்து படிக்கலானேன். என் ஆசிரியர் காட்டிய வெளிச்சத்தோடு, ஜெயகாந்தனை படித்தால், அவர் அவரது ஞானாசிரியர்களையெல்லாம் எனக்கு அறிமுகம் செய்து வைத்தார்.

அவர்கள்தான் டால்ஸ்டாயும், துர்கனேவும், பாரதியும், கார்க்கியும், சேகவும் இன்ன பிற ஞானிகளும். அதற்கு முன்பு நான் பாரதியைப் படித்தது பள்ளிக்கூட மார்க்குகளுக்காகத்தான்.

இவர்களில் டால்ஸ்டாயின் 'புத்துயிர்ப்பு' எனும் நாவலை நான் இன்றும் கீதையைப் போல் படித்தும், பாதுகாத்தும்

வருகிறேன். அந்த நாவல் எந்தப்பகுதியை, எத்தனை தடவை படித்தாலும், ஒவ்வொரு சமயத்திலும் புத்துயிர்ப்போடு விளங்கும் தன்மையுடையது.

அந்த உணர்வு எனக்கு தமிழில் திரு. ஜெயகாந்தனிடமே அதிகம் கிடைக்கிறது. ஜெயகாந்தனின் பல நாவல்களையும் நான் படித்துப்படித்து, புரியப்புரிய, புதுமை விரிகிறது, காந்தியின் சத்திய சோதனை போல.

இந்த நேரத்தில் ஜெயகாந்தனின் படைப்புகள் மீது, அவரது அன்பர்கள் காட்டும் ஈடுபாட்டுக்கு, என்னிலிருந்தே ஓர் உதாரணம் சொல்லத் தோன்றுகிறது.

பத்து வருடங்களுக்கு முன்பு எனக்கு திருமணம் நடைபெற்றது. மணம் முடிந்த சிலதினங்களில் சென்னை ஆதம்பாக்கத்திலிருந்த எனது அத்தை வீட்டுக்கு என்னையும், என் மனைவியையும் விருந்துக்கு அழைத்திருந்தார்கள்.

அன்று மதியம் ஜெயகாந்தனின் 'உன்னைப் போல் ஒருவன்' திரைப்படம் தூர்தர்ஷனில் காட்டப்படும் விஷயம் எனக்குக் காலையில்தான் தெரியும்.

அதற்கு முன் அந்தப் படத்தை பார்க்காததாலும், பல வருடங்களாகவே அதைப் பார்க்க வேண்டும் என்ற மிகுந்த ஆசையினாலும், என் ஏழை அத்தை விருந்திட்ட உணவை, 'உன்னைப்போல் ஒருவன்' நாவலின் நினைவுடனேயே தனியாகவும், அரையும் குறையுமாகவும் சாப்பிட்டு முடித்து, என் மனைவியை அங்கேயே விட்டுவிட்டு, தி.நகரிலிருந்த எங்கள் வீட்டுக்குப் பறந்தோடி வந்தேன்.

முன்பே கலையுலக அனுபவங்களையும், இந்த நாவலையும் படித்திருந்ததால் அந்தப் படத்தை விழி பிதுங்கும் ஆர்வத்துடனும், கதையின் சோகமுள் குத்தும் வலியுடனும், தவம் செய்வது போல் தனியே உட்கார்ந்து பார்த்தேன். அன்று எனக்குத் தோன்றிய இன்றும் மாறாத ஒரு முடிவை நான் பல நண்பர்களிடமும் பகிர்ந்து கொள்கிறேன்.

தமிழ் சினிமா உலகில் எனக்குப் பிடித்த சிறந்த முதன்மையான ஒரே டைரக்டர் ஜெயகாந்தன்தான்.

இது உண்மை. வெறும் புகழ்ச்சியில்லை.

படம் முடிந்த பிறகு, அத்தை வீட்டுக்குச் சென்று, கோபித்துக் கொள்ளாத என் புது மனைவியை, அழைத்து வந்தது வேறு விஷயம்.

ஜெயகாந்தனின் நாவல்களில் உங்களுக்கு மிகவும் பிடித்தது எது? ஏன்? என்று ஓரிரு நாட்களுக்கு முன் நண்பர் ஒருவர் கேட்டார்.

சில நிமிடங்கள் அமைதியான நான், இந்தப் பதினான்கு நாவல்களையும் விரைவாய் மனதில் ஓடவிட்டேன். அனைத்து நாவல்களிலும் வரும் எல்லா பாத்திரங்களோடும் என்னையோ, நான் கண்ட பிறரையோ ஒப்பு நோக்கிப் பார்ப்பது எனக்கு எளிதாக இருந்தது, ஒரு பாத்திரம் தவிர.

அதுதான் 'ஜய ஜய சங்கர...' நாவலின் சங்கரன். அந்தப் பாத்திரம்தான் ஜெயகாந்தன் தூணிலும், துரும்பிலும் நிறைந்திருக்கும் இறைவனுள்ளும் புகுந்து பார்க்கும் வல்லமை கொண்டவர் என்பதை எனக்குக் காட்டியது.

அந்த நாவலே என்னை பிரமிக்க வைக்கிறது. 'ஆதியையும், ஆச்சார்ய சுவாமிகளையும் போன்ற உயர்ந்தோரை அறிய வழி செய்த அந்த நாவலே எனக்கு மிகவும் பிடித்தது' என்று நண்பரிடம் கூறினேன்.

அதே கேள்வியை அவரிடமே கேட்டேன். அவர் சொன்னபதில்: 'ஒரு மனிதன், ஒரு வீடு, ஒரு உலகம்'.

இப்படி எல்லார்க்குமே இந்த நாவல்கள் ஒவ்வொன்றும், ஒவ்வொரு கோணத்தில் பிடித்தும், மிகவும் பிடித்தும் இருக்கிறதேயன்றி, எவருக்கும் பிடிக்காத நாவலே இத்தொகுப்பில் இல்லை.

'உன்னைப்போல் ஒருவன்' திரைப்படத்தை பெருந்தலைவர் திரு. காமராஜர் அவர்களுக்குப் போட்டுக் காண்பித்தபோது, அவர் உள்ளம் நெகிழ்ந்து, 'இந்தப் படத்தை அரசாங்கமே வாங்கி மக்களுக்கு இலவசமாகக் காட்ட ஏற்பாடு செய்ய வேண்டும். நம்முடைய பல கஷ்டங்களுக்கும் காரணம் நமது ரசனை கெட்டுப் போனதுதான்' என்று கூறியதாக ஜெயகாந்தன் எழுதியிருந்தார்.

எனக்குத் தோன்றுகிறது. அவரது எழுத்துகள் அனைத்தையுமே அரசாங்கம் வேண்டாம்... அது மிகவும் ஏழையாக இருக்கிறது, பணபலம் மிக்க இலக்கியச் செல்வந்தர்கள் ஒன்றுகூடி, மானியம் அல்லது நன்கொடை ஈந்தோ, விளம்பரதாரராகவோ இருந்து பல்லாயிரம் பேர் வாங்கிப் பயன்பெற, இந்தப் பட்டறிந்து, படைத்தளித்த கல்விச்செல்வத்தை இன்னும் விலைகுறைத்து விநியோகிப்பதைப் பற்றி யோசிக்கவேண்டும்.

அப்படி யோசித்தும் அது சாத்தியமில்லையெனில், தமிழகத்திலுள்ள அனைத்து நூலகங்களுக்கும் எவரேனும் தானமாக வழங்க முன்வருவார்களெனில், என்னைப் போல் நூலகம் நாடிப் படிப்பவர்கள் பயன்பெற வழியுண்டு. இது ஆயிரம் பள்ளிகள் கட்டுவதற்குச் சமம்.

"பழையன கழிதலும், புதியன புகுதலும் வழுவல" என்ற மொழியையும் மீறி, பழையன கழிகிறதோ, இல்லையோ புதியன புகுத்தலே எம் கடன் என்று பதிப்புத்துறையின் ஓடுபாதையையே மாற்றி புது வழி அமைத்துத் தந்திருக்கிறார், ஸ்ரீவர்த்தமானனுக்கும், வர்த்தமானன் பதிப்பகத்துக்கும் தந்தையான பேராசிரியர் திரு. ஜெ.ஸ்ரீசந்திரன் அவர்கள்.

தபால்துறையை பல தொழில்வல்லுனர்களும் பல்வேறு வழிகளில் பயன்படுத்தியிருக்கிறார்கள். ஆனால், தமிழ்ப்பதிப்புலகில் வர்த்தமானன் பதிப்பகம்தான் தபால்துறையை செம்மையாய் பயன்படுத்தி, நேர்மையோடு, தலைநிமிர்ந்து, வாசகர்களுக்கும், தனக்கும் நேர் பாதை வகுத்திருக்கிறது.

பேராசிரியர் அவர்கள் நமக்களித்த பரந்த ஆலமரம் போன்ற வர்த்தமானன் பதிப்பகத்தின் புதிய, பலமான விழுதுதான், அவரது மூத்த குமாரர் ஸ்ரீவர்த்தமானன். இந்த விழுது ஆழ வேர்விட்டு, தழைத்து நிழல் பரப்பி, தாய்மரத்தின் புகழ் பரப்பும் என்று நம்பும் சிலரில் நானும் ஒருவன்.

அவரது உழைப்பும், புதுமை புகுத்தும் திறனும், ரசனையும், இந்தத் தொகுப்பின் அமைப்பைக் காணும் அனைவரும் அறியலாம்.

இறுதியாகச் சில வரிகள்:

என் பெயர் கௌதமன். ஓர் இலக்கிய வாசகன். நண்பர்கள் கௌதம் என்றே அழைப்பார்கள். அழைப்பிதழிலும் கௌதம் என்று பதிவாகியதற்குக் காரணம் நான் அறியாமலே சிறப்புரையில் என்னை இணைத்ததுதான்.

என் மீது நம்பிக்கையும், உரிமையும் கொண்டு என்னை இந்த உரை வழங்கும் நற்பணியில் ஈடுபடுத்திய, 'விஜயா பதிப்பகம்' திரு. வேலாயுதம் அவர்களுக்கும் அவரது மகன் திரு. சிதம்பரம் அவர்களுக்கும், உரையைக் கேட்டருளிய அனைவர்க்கும் என் மனமார்ந்த நன்றி.

36. சுயதம்பட்டம்

"கன்னத்தில் கையூன்றி கண்டாய் போற்றி!

கால்பரப்பி தரைமீது நின்றாய் போற்றி!

......................வந்தவனே போற்றி!

..................சென்றவனே போற்றி!

...............படுத்தவனே போற்றி!

............ஒக்காந்தவனே போற்றி!

ஒருத்தன புகழுணும்னு முடிவு பண்ணிட்டா அது ரொம்ப ஈசியில்ல!"

நாவல் தொகுப்பு வெளியீட்டு விழா நடைபெற்று, சிலகாலம் கழித்து நடந்த எங்கள் இருவரின் மாலைநேர உரையாடலின் போது, மேற்கண்ட பாணியில் ஒரு கருத்தைக் கூறினார்.

நான் துணுக்குற்றேன். அவர் எதை நினைத்துக் கூறினாரோ! உண்மையை நானறியேன். அப்போது அவர் முன்பிருந்த மேசையின்மீது நான் வாசித்த உரை கிடந்தது. எனக்கு அந்த உரையைக் குறித்த உள்குத்தோ! என்று தோன்றியது. அவரிடம் ஏனோதானோ என்று எதையும் கேட்க முடியாது. ஆனாலும் அவர் சொன்னதில் எனக்கு உடன்பாடுதான். அப்படித்தானே நமது பக்தி இலக்கியங்கள் தமிழில் மண்டிக்கிடக்கின்றன. ஆமோதிப்பதைப் போல் சிரித்து வைத்தேன்.

ஆனாலும், என்னுடைய மனதுக்கு நான் அவரை போலியாகப் புகழவில்லை என்றும், எப்போதுமே அவருக்கு போலி மரியாதை செய்ததில்லை என்றும் அப்போதும் தோன்றியது. இப்போதும்

தோன்றுகிறது. மேலும் கோவையில் நடந்தது, அவரின் நாவல்களுக்கான விமரிசனக் கூட்டமல்லவே.

காந்தியைப்போலவே நேருவும் எனக்கு மிகவும் நெருக்கமானவர்தான். ஜெயகாந்தன் இரண்டு மாதக் கைக்குழந்தையாக இருந்தபோது, ஜவஹர்லால் நேரு சிறையில் எழுத ஆரம்பித்த அவரது சுயசரிதை, ஜெயகாந்தனுக்கு இரண்டு வயதாகிய போது வெளிவந்தது. 1936ல் வெளிவந்த அவரது சுயசரிதையின் முகவுரையில் அவரது நேர்மை ததும்பும் ஒரு வாசகம் என்னை மிகவும் கவர்ந்தது.

"என் முயற்சி அண்மைக்கால இந்திய வரலாற்றை ஆராய்ந்து எழுதுவதல்ல; இது இயன்ற அளவுக்கு என் மன வளர்ச்சியை ஆராய்வதேயாகும். ஆனால் மேலெழுந்தவாறு பார்த்தால் இது இந்திய வரலாற்று ஆராய்ச்சியாகத் தோன்றும். இதனால் வாசகர் தவறாக அதற்கு அதிக முக்கியத்துவம் கொடுக்க நேர்வது திண்ணம். ஆகையால் இந்நூல் ஒருதலைப் பட்சமானது; தவிர்க்க முடியாத தற்பெருமை சார்ந்தது; பல முக்கிய நிகழ்ச்சிகள் கூறப்படவேயில்லை; நிகழ்ச்சிகளை உருவாக்கிய பல முக்கியமானவர்களைப் பற்றியும் குறிப்பிடப்படவேயில்லை என்று நான் வாசகரை எச்சரிக்கை செய்கிறேன்."

ஜவஹர்லால் நேருவின் அந்த 'டீலிங்' எனக்குப் பிடித்திருந்தது.

அதேபோல், என்னுடைய இரண்டு வயதில், ஜெயகாந்தன் எழுதிய ஒரு நாவலின் முன்னுரையில், 'பவணந்தியார்' எழுதிய நன்னூல் சூத்திரம் ஒன்றைக் குறிப்பிட்டிருப்பார்.

"மன்னுடை மன்றத்து ஓலை தூக்கினும்
தன்னுடை பெற்றி அறியாரிடையினும்
மன்னிய அவையிடை வெல்லுறு பொழுதினும்
தன்னை மறுதலைப் பழித்த காலையும்
தன்னைப் புகழ்தல் தகும் புலவோர்க்கே"

எதுக்கு இந்தக்கதையெல்லாம்..!

'தற்பெருமை சார்ந்து எழுதுவது தவிர்க்க முடியாதது' என்று ஜவஹர்லால் நேரு கூறியதையும், 'தன் இயல்பு தெரியாதோரிடம், புலவர்க்குத் தற்புகழ்ச்சி தகும்' என்று பவணந்தியார் கூறியதையும்,

துணைக்கொண்டு நான் மேலே எழுதத் தொடங்கவே இத்தனை உருட்டும்.

கோவையில் நடந்த விழா மேடையில், யாருமறியாத புதுமுகமான ஒரே நபர் நான் மட்டும்தான்.

ஜெயகாந்தன், கவிஞர் சிற்பி, காந்திகிராம பல்கலைக்கழக முன்னாள் துணைவேந்தர் முனைவர் N.மார்க்கண்டன், எழுத்தாளர் தனுஷ்கோடி ராமசாமி, வர்த்தமானன் பதிப்பகம் பேராசிரியர் ஜெ.ஸ்ரீசந்திரன், நடிகர் நாகேஷ், நடிகர் ஸ்ரீகாந்த், விஜயா பதிப்பகம் மு.வேலாயுதம், முனைவர் கே.எஸ். சுப்பிரமணியன் இவர்கள் அனைவரும், நான் மட்டுமல்ல; பார்வையாளர்களும் நன்கறிந்த பிரபலங்கள். நான் இவர்களிடம் அவப்பெயர் பெற்றுவிடக்கூடாதென்ற அச்சத்திலேயே உரையை வாசித்தமர்ந்தேன். சென்னை வந்தபின், பார்வையாளர்கள் அமர்ந்திருந்த படங்களைப் பார்த்து, பார்வையாளர்கள் யார்யார் என்ற விபரங்கள் தெரிந்தபோதுதான், மேடையில் இருந்தவர்களைப் போலவே பார்வையாளர்களாக அமர்ந்திருந்த பெரும்பான்மையானோர் தமிழ்நாடே அறிந்த, நான் மட்டும் அறியாத பிரபலங்கள் என்பதை அறிந்தேன்.

அதில் எனக்கு மிக முக்கியமானவராகத் தெரிந்தவர் வ.விஜயபாஸ்கரன்.

01.05.1955ல், மாதாந்திரப் பத்திரிகையாகத் தொடங்கிய தனது 'சரஸ்வதி' யின் முதல் இதழிலும், இரண்டாவது இதழிலும் மற்றும் நான்காவது இதழிலும் தொடர்ந்து ஜெயகாந்தனின் சிறுகதைகளைப் பிரசுரித்தவர் இவர். 1957க்குப் பிறகு ஜே.கேயின் அதிக அளவிலான சிறுகதைகள் சரஸ்வதியில் பிரசுரமாகின. மேலும் எழுத்தாளர்களின் படங்கள் முகப்பு அட்டைகளாக வெளியானதும் 'சரஸ்வதி'யில்தான். 25.10.1958ல் தனது இருபத்துநான்காவது வயதில், சரஸ்வதி இதழில் ஜெயகாந்தனும் ஓர் அட்டைப்படமானார்.

ஜெயகாந்தனின் ஆரம்பகால கதைகளான 'தாம்பத்யம்', 'பால் பேதம்' போன்ற பல கதைகள் சரஸ்வதியில் வெளியாகி வாசகர்களிடம் மிகுந்த சலசலப்பு உருவானதும், அதற்கு அடுத்தடுத்த இதழ்களிலேயே ஜெயகாந்தன் விரிவான உதாரணங்களோடு மறுத்துரைத்து, கட்டுரைகள் எழுதியதும் வரலாறு.

அதில் ‘கூடு விட்டுக் கூடு’ என்ற ஜே.கே.வின் கட்டுரை, இன்றைய சூழலுக்கும் மிகப் பொருத்தமான விளக்கமாகும்.

அதேபோல் இரண்டு முறை சாகித்ய அகாதமி விருது பெற்ற கவிஞர் புவியரசு அவர்களும், பல பேராசிரியர்களும், எழுத்தாளர்களும், பதிப்பாளர்களும், கல்வியாளர்களும் வீற்றிருந்த சபையில்தான் அந்த உரையை வாசித்தேன் என்று சென்னைக்குப் போய்தான் புரிந்தது.

விழாவில் மற்ற அனைவரும் எப்போதும்போல் சிறப்பாகவே உரையாற்றினர். விழா முடிந்து அரங்கத்திற்கு வெளியே மோதி சார் அருகே நான் நின்றுகொண்டிருந்தபோது, ஒருவர் வேகமாக வந்து என் கைகளைப் பிடித்துக்கொண்டு என்னுள் மகிழ்ச்சியைக் கடத்தினார்.

“ஒங்களுது ரொம்ப நல்லாருந்துது. ஜே.கே.யோட எவ்ளோ காலமா பழகுறீங்க?”

“தேங்க்ஸ்ங்க. நான் ஏழு வருஷமாத்தான்...”

“ஏழு வருஷமா..?” என்று இழுத்து வியந்தார்”

நான் மோதி சாரை காண்பித்து,

“சாரெல்லாம் நாப்பது வருஷ நண்பர்” என்று சொன்னேன்.

உடனே மோதி சார் என் தோளில் கை போட்டு இழுத்து அணைத்தபடி,

“கௌதம், எவ்வளோ நாள் பழகுறோம்கறதெல்லாம் இல்ல. எப்டிப் பழகுறோம், எப்டி புரிஞ்சுக்குறோம்கிறதுதான. நீங்க பேசினது ரொம்பவே நல்லாருந்துச்சு” என்று முகம் மலரப் பாராட்டினார்.

அங்கிருந்து மதிய உணவுக்கு எங்களையெல்லாம் வேலாயுதம் சார் அவரது வீட்டுக்கு அழைத்துச் சென்றார். அங்கு அவர் வீட்டின் வரவேற்பறையில் உணவுக்கு முன் சிறு உரையாடல் நடந்தது.

அங்கு முனைவர் N.மார்க்கண்டன் என்னை விசாரித்தார். அப்போது குறுக்கிட்ட எழுத்தாளர் தனுஷ்கோடி ராமசாமி அவர்கள் நான் கொஞ்சமும் எதிர்பாராத ஓர் அதிர்ச்சியைக் கொடுத்தார்.

“கௌதமன், நல்லா பேசுனீங்க! ‘அவரது எழுத்துகள் அனைத்தையுமே அரசாங்கம் வேண்டாம்... அது மிகவும் ஏழையாக இருக்கிறது, பணபலம் மிக்க இலக்கியச் செல்வந்தர்கள் ஒன்றுகூடி, மானியம் அல்லது நன்கொடை ஈந்தோ, விளம்பரதாரராகவோ இருந்து பல்லாயிரம் பேர் வாங்கிப் பயன்பெற, இந்தப் பட்டறிந்து, படைத்தளித்த கல்விச்செல்வத்தை இன்னும் விலைகுறைத்து விநியோகிப்பதைப் பற்றி யோசிக்கவேண்டும். அப்படி யோசித்தும் அது சாத்தியமில்லையெனில், தமிழகத்திலுள்ள அனைத்து நூலகங்களுக்கும் எவரேனும் தானமாக வழங்க முன்வருவார்களெனில், என்னைப்போல் நூலகம் நாடிப் படிப்பவர்கள் பயன்பெற வழியுண்டு. இது ஆயிரம் பள்ளிகள் கட்டுவதற்குச் சமம்...’’

எழுதிய நானே பார்த்து மட்டுமே படிக்க முடிந்த என் உரையிலிருந்து, கொஞ்சமும் தடுமாற்றம் இன்றி, ஏற்ற இறக்கத்துடன், கம்பீரமாக அவர் குரலெழுப்பி இந்தப் பகுதியை உரைத்தது... அட! இப்படியல்லவோ நாம் படித்திருக்க வேண்டும் என்று என்னுள்ளே ஒரு குரலை ஒலிக்கச் செய்தது.

எழுத்தாளர் தனுஷ்கோடி ராமசாமி அவர்களின் ‘உள்வாங்கி அப்படியே பிரதிபலிக்கும் மனப்பாட சக்தியை’ நினைத்து இன்றுவரை வியக்கிறேன்.

அன்று மாலை வர்த்தமானனோடு கொஞ்சம் வெளியே சென்றுவிட்டு, அறைக்குத் தாமதமாகவே வந்தேன். அன்றிரவு சென்னை புறப்பாடு.

அறை நிரம்பி வழிந்தது. கட்டிலிலும், தரையிலும் நண்பர்கள் நெருக்கிக்கொண்டு அமர்ந்திருந்தார்கள். அவ்வளவு கூட்டத்தை அதற்கு முன்பு நான் பார்த்ததில்லை. தரையில் அமர்ந்திருந்தவர்களுக்கு நடுவே ஒரு நாற்காலியில் நாகேஷ் அமர்ந்திருந்தார். அறைக்குள் அடிவைக்க முடியாத நிலையில், நான் கதவோரம் நின்றபடி உள்ளே கவனித்துக்கொண்டிருந்தேன்.

என்னைத் திரும்பிப் பார்த்த நாகேஷ் அவர்கள், ‘தில்லானா மோகனாம்பாள்’ திரைப்படத்தில் கூப்பிடுவதுபோல, ஒரு கண்ணையடித்து அருகில் அழைத்தார். யாரையும் மிதித்துவிடாமல் தாண்டித் தாண்டி அருகில் சென்று குனிந்து என்னவென்று கேட்டேன்.

“நான் நல்லா பேசுனேனா?”

எனக்கு வெட்கமாகவும், ஆச்சரியமாகவும் இருந்தது.

“என்ன சார் இப்படி கேக்குறீங்க? நல்லா பேசுனீங்க சார்!” என்று அழுத்திக் கூறினேன்.

“இல்ல... நீங்கல்லாம் எழுத்தாளர்ங்க... அதான் கேட்டேன்” என்று பணிவுகலந்த நகைச்சுவையோடு கேட்டார்.

நானும் குறும்புச் சிரிப்போடு தலையை ஆட்டி, அவரைவிட்டு விலகி மீண்டும் கதவருகே வந்துவிட்டேன்.

என்னுடைய பதின்ம வயதுகளில், நாகேஷின் பேச்சை, ஜெயங்கொண்டம் எனும் சிற்றூரில், ரேடியோவுக்கு அருகில் நின்று கொண்டு, காதுகளைக் கூர்மையாக்கி ரசித்துக் கேட்டவன் நான். நம்மிடம் வந்து இப்படிக் கேட்கிறாரே!

அடுத்த அரைமணி நேரத்தில் நாங்கள் வந்த மாதிரியே கிளம்ப ஆயத்தமானோம். நண்பர் கூட்டம் அறையிலிருந்து வெளியேறி விடுதியெங்கும் பரவினார்கள்.

மீண்டும் நாகேஷ், “கௌதம்” என்று அழைத்தார். அருகில் சென்றதும் மிகவும் ரகசியக் குரலில்,

“கௌதம், மேடையில சால்வ போத்தினாங்களே, அத அங்கேயே மிஸ் பண்ணிட்டேன். யார்கிட்ட கேக்கலாம். நம்ப வீட்டுக்கு சால்வயில்லாம போனா நல்லாருக்குமா!”

நானும் சிரித்துக்கொண்டே, வேலாயுதம் சாரைத் தேடினேன். அவரிடம் விஷயத்தைச் சொன்னதும், “கௌதம், இப்ப நேரமில்லை. ட்ரெயினுக்கு டைம் ஆகுது. ஒங்கள்ட இருக்கறத குடுத்துடுங்க. ஒங்களுக்கு அப்பறம் ஏற்பாடு பண்றேன்” என்றார்.

என் வாழ்வில் இன்றுவரை எனக்கு மேடையில் போர்த்தப்பட்ட ஒரேயொரு சால்வையை அன்று நாகேஷ் அவர்களுக்கு அர்ப்பணித்தேன்.

ரயிலில் சாப்பிட பார்சல் செய்யப்பட்ட உணவுப் பொட்டலங்களோடு, எங்களை ஒரு பெருங்கூட்டம் சென்னைக்கு வழியனுப்பி வைத்தது.

அதே முதல் வகுப்பு கூபே. அதே சபை. மதுவகை வேறு. உணவு வகை வேறு.

பன்னிரண்டு மணிக்கே சபை கவிழ்க்கப்பட்டது. அதுவரை ஜே.கே. நான் பேசியது குறித்து ஒன்றுமே சொல்லாதது எனக்குப் பெருங்குறையாக இருந்தது.

படுக்கும் முன் பொறுமையிழந்த நான்...

"நான் படிச்சது எப்டி சார் இருந்துச்சு?"

"நல்லாருந்துச்சு."

அவ்வளவுதான். நான் நிம்மதியாகத் தூங்கினேன்.

ஆனாலும், எனது உரை 'விஜயா பதிப்பகம்' வேலாயுதம் சாரை மிகவும் கவர்ந்து விட்டது என்பதை மதுரையில் 01.01.2002 அன்று நடந்த, 'ஜெயகாந்தன் குறுநாவல்கள் தொகுப்பு' வெளியீட்டு விழாவின் போதுதான் நான் அறிந்தேன்.

கோவையில் நான் வாசித்த உரையை முதலாவதாகவும், முனைவர்.கே.எஸ்.சுப்பிரமணியன் வாசித்த உரையை இரண்டாவதாகவும் அமைத்து, அதற்கு 'ஜெயகாந்தன் நாவல் பயணம்' என்று தலைப்பிட்டு, ஒரு சிறு கையேடாக 500 பிரதிகள் அச்சிட்டு, விழாவுக்கு வந்தவர்களுக்கெல்லாம் இலவசமாக விநியோகித்தார். அதில் ஒரு பிரதி இன்றும் என்னிடம் உள்ளது.

37. கடலூர்ப் பயணம்

'இனிமேல் உயிரே போக நேரும் சூழல் வந்தால்கூட, வட்டிக்குக் கடன் வாங்கி வாழக்கூடாது' என்று, எனது முப்பத்தேழாவது வயதில் முடிவெடுத்தேன். விதவிதமான வட்டிக்கடன்களுக்கும், எனக்குமான உறவுகள் பற்றி மட்டுமே, பெரிய நாவலொன்று எழுதலாம். கடந்த இருபத்தொரு வருடங்களாக, மேற்சொன்ன முடிவை உறுதியாகக் கடைப்பிடித்தும் வருகிறேன். அந்த முடிவை எடுக்கும் முன் வரை, நான் அடைந்த மனவுளைச்சல் பயணம், நீண்ட நெடிய காலம் கொண்டது.

காசே குறியாய் கல்லாப்பெட்டியிலேயே கவனமாக இருப்பவன்தான் வெற்றிகரமாகக் கடை நடத்தலாம். மற்ற யாராயினும் கடையை வைத்தால், காலம் தள்ளுவதுகூட கஷ்டம்தான். நான் காசைக் குறியாகக் கொள்ளாது கடை நடத்தி, காலம் தள்ளியோர் வகையைச் சேர்ந்தவன்.

அது மட்டுமேயன்றி, நம்பிக்கை துரோகங்களினாலும் ஏற்பட்ட கடன் சுமை, 'பாரதி ஃபார்மசி'யை நான்கே வருடங்களில் இழுத்து மூடவைத்தது. வசதி படைத்த என் தந்தையோடு எனக்கு நல்லுறவில்லை. யாரோடுதான் இருந்தது?

'அடுத்து வருமானத்துக்கு என்ன செய்வது?' என்ற யோசனையே எனக்கு வேலையானது. டிஜிட்டல் தொழில்நுட்பம், ஃபோட்டோகிராஃபி தொழில் செய்ய எனக்குப் பெரும் தடைக்கல்லாக ஆனது. ஃபோட்டோ ஸ்டூடியோ தொடங்க வேண்டும் என்றால் மீண்டும் முதலீடு வேண்டும். நான் கணினியை நெருங்கி அடிப்படைகூட கற்றுக்கொள்ளாத காலம். எனக்கோ உடனடி அவசரம். வீட்டு வாடகையும், மளிகைச் செலவுகளும்,

மகளின் பள்ளிக்கூட கட்டணங்களும் தள்ளிப்போட முடியாத செலவுகள்.

நான் பிரச்னைகள் எதையுமே வீட்டில் கலந்து ஆலோசிக்கும் பக்குவம் இல்லாத, குடும்பத்தின் கடைசி தலைமுறை ஆணாதிக்க வாதி. என் இணையரும், மகளும் எனக்கு எந்தச் செலவையும் வலிந்து வைக்காத, ஆசைகளே இல்லாதவர்கள் அல்லது அவற்றை அடக்கியவர்கள். அவர்களை வருந்த வைக்கும் எதையும் நான் வீட்டில் இருந்து சிந்திப்பதுகூட இல்லை. சிலநாட்கள் உள்ளம் புழுங்கித் தெருவில் திரிந்தேன்.

அடிப்படை செலவுகளே எனக்கு மாதம் ஆறாயிரம் ரூபாய் தேவைப்பட்டது. 2001ல் அது கொஞ்சம் அதிகம்தான். தடாலடியாக வாழ்முறையை மாற்றியமைக்க மனம் வரவில்லை. அந்த நிலைக்கு கீழிறங்கும் பக்குவம் வர, எனக்கு மேலும் சில ஆண்டுகள் தேவைப்பட்டன. அதுநாள் வரை எவரிடமும் போய் சம்பளத்துக்கு எந்த வேலையும் செய்ததும் இல்லை. பணக்காரக் குடும்பத்தில் பிள்ளையாகப் பிறந்தாலும் சுயமரியாதையையும், நேர்மையையும் பேசினால், பெற்றவர்களாலேயேகூட, அவன் தெருவில் வீசப் படுவான் என்பதற்கு நானொரு நல்ல உதாரணம். என்னுடைய பெருங்குறை என்பது, எதைப் பேசினாலும் நைச்சியமாகப் பேச வராது. அது இன்றுவரை பல இடங்களில் இடைஞ்சல்தான். என் செய்வேன் பராபரமே!

நண்பர்களை நெருங்க ஆயிரம் யோசனைகள். எல்லாரையும் ஒதுக்கிவிட்டு, இறுதியாக வர்த்தமானனுக்கு ஃபோன் செய்தேன்.

“ஒன்னோட தனியா பேசணும். ஈவ்னிங் ஜீவா பார்க் வரியா?”

“ஆறு மணிக்கு வரவா?”

ஐந்தரை மணிக்கெல்லாம் நான் ஜீவா பார்க்கில் உள்ள சிமென்ட் சோஃபாவில் அமர்ந்திருந்தேன். நான் இப்படித்தான்; சொன்ன நேரத்துக்கு முன்பே போய்விடுவேன், அல்லது தாமதமாகப் போவேன். வர்த்தமானன் சரியாக ஆறு மணிக்கு வந்தான். அவன் எப்போதுமே நேரம் தவறாதவன். வழக்கம்போல் கொஞ்சநேரம் அரட்டை.

“தனியா பேசணும்னு கூப்ட... என்னடா?”

“எனக்கு மாசம் ஆறாயிரம் ரூபாய் வேணும். நீ என்ன வேலைன்னாலும் வாங்கிக்க. ஒன்னால தர முடியுமா?” என்று, நான் ஏதோ அவனுக்கு வேலை கொடுப்பதுபோல் கேட்டேன்.

அவன் எப்போதுமே நடைமுறைக்கு ஒத்துவருவதையே பேசுவான். என்னைப்போல் கற்பனை உலகில் சஞ்சரிக்கமாட்டான். என்னையும், என் நிலையையும் நன்றாய்ப் புரிந்தவன் என்பதால், நிதானமாகவே கூறினான்...

“அது ஒன்னும் பெரிய விஷயம் இல்ல. எவ்ளோ காலத்துக்கு அது போதும்? ஒரு வருஷத்துக்குகூட நான் வேலை குடுத்துடுவேன். அப்புறம்! நீ வேற ஏதாவது யோசிக்கிறதுதான் நல்லது!”

“நீ ஒரு வருஷத்துக்குக் குடு. அது போதும். அதுக்குள்ள நான் வேற ஏதாவது ஏற்பாடு பண்ணிக்கிறேன்.”

என் பிரச்னை அப்போதைக்கு இவ்வாறு எளிதில் முடிந்தது.

கடையைக் காலி செய்துவிட்டேன். பொருட்களையும், மருந்துகளையும் பாதி விலைக்கு விற்று வந்த பணத்தில், நெருக்கடி கொடுக்கும் கடன்கள் முழுவதையும் அடைத்துவிட்டேன்.

வர்த்தமானன் பதிப்பக வேலைகளை, தியாகராயநகரில் இருந்த அலுவலகம் சென்று வாங்கி வருவதும், செய்து முடித்ததும் கொண்டு கொடுப்பதுமாக எனக்கு அதிக நெருக்குதல் இல்லாத வேலையாகவே இருந்தது.

நான் செய்வது ‘எடிட்டோரியல் ஒர்க்’ என்று வர்த்தமானன் மதிக்கத் தகுந்த மாதிரி அழைத்தாலும், நான் பார்த்தது ப்ரூஃப் திருத்தும் வேலை மட்டும்தான். ஆனால் அதை முழுமூச்சாகப் பார்த்தேன்.

காலை ஒன்பது மணிக்கு உட்கார்ந்தால், ஒரு மணிக்குத்தான் எழுந்திருப்பேன். மீண்டும் இரண்டு மணிக்கு அமர்ந்து ஐந்து அல்லது ஆறு மணி வரை ப்ரூஃப் பார்த்துக்கொண்டே இருப்பேன். நான் குடியிருந்த அடுக்ககத்தின் மொட்டை மாடியில் அந்திமாலை நேரம் கொஞ்சம் உடற்பயிற்சி அல்லது நடை. ஏதோ பணி ஓய்வு பெற்றவன்போல் வாழ்க்கை. மனம் ஈர்த்தால் இரவிலும்கூட திருத்துவேன். என்னுடைய பிழை திருத்தும் வேகம் வர்த்தமானனை ஆச்சரியத்துக்கு உள்ளாக்கியது.

நான் என் வாழ்நாள் முழுதும், இரண்டு வாக்கியங்களை சிரமேற்கொண்டு சுமந்தே வாழ்ந்து வருகிறேன். அதில் ஒன்று ஒளவையார் சொன்னது. மற்றொன்று வள்ளலார் சொன்னது.

- செய்வன திருந்தச் செய்!
- உள்ளொன்று வைத்துப் புறமொன்று பேசுவார் உறவு கலவாமை வேண்டும்!

நான் கடைப்பிடிக்கும் இவையிரண்டும் எனக்கு எந்த வெகுமதியும் தந்ததில்லை. ஆனால் அளவிலா நிம்மதி தந்திருக்கிறது.

வர்த்தமானனின் தந்தையார் பேராசிரியர் ஜெ.ஸ்ரீசந்திரன், அவர் எழுதிய புத்தகங்களை நான் ப்ரூஃப் திருத்திய பிறகு, என்னை நேரில் அழைத்து, அந்தப் புத்தகங்கள் குறித்த எனது கருத்துகளை ஆர்வத்துடன் கேட்பது, எனக்கு ஆச்சரியத்தையும், மகிழ்ச்சியையும் அளித்தது.

அந்த ஒரு வருடத்தில் எனக்கு மனம் நிறைந்த வேலைகள் பலவும் செய்தேன். வர்த்தமானன், கருப்பங்கழிகளைக் கட்டுக்கட்டாகக் கொடுத்துவிட்டு, அதைத் தின்பதற்குக் கூலியும் கொடுத்தான்.

நான் பிழை திருத்தம் செய்து கொடுத்த, எனக்கும் நல்லனுபவம் தந்த புத்தகங்களின் பட்டியல்:

திருவருட்பா.

(உரைவேந்தர் ஒளவை.சு.துரைசாமி அவர்களின் உரையுடன் கூடிய திருவருட்பா ஆறு திருமுறைகளும் மற்றும் வள்ளலாரின் உரைநடைப் பகுதியும் மொத்தம் ஏழு தொகுதிகள்).

திருமந்திரம்.

(பேராசிரியர் அ.மாணிக்கம் அவர்களின் உரையுடன், திருமூலர் வழங்கிய திருமந்திரம் ஒன்பது தந்திரங்களில், மூவாயிரத்துக்கும் மேற்பட்ட பாடல்கள் அடங்கிய மூன்று தொகுதிகள்)

புதுமைப்பித்தன் கதைகள்

(அனைத்துக் கதைகளும் திருத்திக் கொடுத்தும் பிரசுரமாக வில்லை).

வாழ்விக்க வந்த காந்தி

(ஃபிரான்ஸ் நாட்டறிஞர் ரொமெய்ன் ரோலந்து எழுதி, எழுத்தாளர் ஜெயகாந்தன் மொழிபெயர்த்தப் புத்தகம்).

வானேற நீண்ட புகழான்

(ஒன்பதாம் நூற்றாண்டில் வாழ்ந்த சமணப் புலவர் திருத்தக்க தேவர் இயற்றிய சீவகசிந்தாமணியின் சீவகன் குறித்த ஓர் ஆய்வு. எழுதியவர் பேராசிரியர் ஜெ.ஸ்ரீசந்திரன்).

ஜைன தத்துவமும், பஞ்சபரமேஷ்டிகளும்

(திருவருட்பாவைப்போலவே என்னை வெகுவாகப் பாதித்த ஜைன தத்துவப் புத்தகம்).

சீவகசிந்தாமணி கதைப்போக்கில் வினைவிளக்கம்

(ஓர் ஆய்வு).

தமிழறிஞர் அ.ச.ஞானசம்பந்தனின் ஓரிரு புத்தகங்கள்.

தமிழறிஞர் அறிவொளியின் சில புத்தகங்கள்.

பதினெண்கீழ்க்கணக்கு நூல்களில் சில.

சுந்தரகாண்டம்

(பூவண்ணன் உரை).

சிகரத்தைத் தொடுவோம்

(பேராசிரியர் ஜெ.ஸ்ரீசந்திரன் எழுதிய சுயமுன்னேற்றப் புத்தகம்).

வயிறு

(கும்பகோணம் மருத்துவர் K.செல்வராஜ் தமிழில் எழுதிய விரிவான மருத்துவ விளக்க புத்தகம்).

சிவஞானபோதம்

(மெய்கண்டார் வழங்கியது).

இருபது வருடங்களில் மேலும் நான் திருத்திக் கொடுத்த பல புத்தகங்கள் என் நினைவில் இன்று இல்லை. மேற்கண்ட புத்தகங்கள் வெவ்வேறு வகைகளில் என்னுள் தாக்கங்களை ஏற்படுத்தியதால் இன்றும் நினைவில் அழியாமல் நிலைகொண்டு

விட்டன. தாக்கங்கள் பக்தி சார்ந்தவையல்ல என்பதை மட்டும் முக்கியமாகப் பதிவு செய்கிறேன். எந்தவித பக்தி உணர்வுமின்றியே மேற்சொன்ன பக்தி இலக்கியங்களைப் படித்தாலும், தமிழின் சுவைமட்டுமே எனக்குப் பணியை இனிமையாக்கியது.

இந்த எனது வாழ்க்கை நிலைகள் எதுவும், ஜெயகாந்தன் குடிசையை நோக்கிய எனது பயணத்தை எந்த விதத்திலும் பாதிக்கவில்லை. ஜே.கே. சந்திப்பு எப்போதும்போல் தொடர்ந்த வண்ணமே இருந்தது.

ஆனாலும் எனது பண நெருக்கடி காரணமாக, மதுவருந்துவதை முற்றாக நிறுத்திவிட்டேன். வெறுங்கையோடுதான் ஜே.கே.யை சந்திக்கச் செல்வேன். அவரிடம் வெவ்வேறு காரணங்கள் சொல்லி, மதுவைத் தவிர்த்துவிடுவேன். அவர் ஒருமுறைகூட என்னை வற்புறுத்தியதில்லை. சுமார் ஒரு வருடம் இது நீடித்தது.

நான் கடை மூடிய விஷயத்தைச் சொன்னபோது, கொஞ்சம் அதிர்ச்சியோடும், அக்கறையோடும் விசாரித்தார்.

"மருந்துக்கடையில நஷ்டம் வருமா என்ன? எல்லாரும் நல்லாதானங்க நடத்துறாங்க!"

"முதலீட்டுக்குப் பணமே இல்லாம முழுசா கடன்ல தொழில் தொடங்குனா இப்படி ஆகத்தான் நெறய வாய்ப்பிருக்கு சார்."

எனது வர்த்தமானன் பதிப்பக பணியைத் தகவலாக அவருக்குத் தெரிவித்தபோது,

"நானும் ஆரம்பத்துல ப்ரூஃப் திருத்துற வேலதான் செஞ்சேன்" என்று பகிர்ந்துகொண்டார்.

எனது பொருளாதார நிலையை, அவரோடு நான் எப்போதுமே பகிர்ந்து கொண்டதில்லை. அவரிடம் எந்தக் காலத்திலும், எந்த உதவியும் கேட்டதும் இல்லை. ஆனால் எனது குடும்ப விஷயங்கள் அனைத்தும் அவருக்கு அத்துப்படி.

என் தந்தையோடு நான் முரண்பட்டு வாழ்வது தெரிந்திருந்தும், ஒருநாள்கூட எனக்கு அவர் புத்தி சொன்னதில்லை. நானும் சொல்லிவிடக் கூடாதென்றே விரும்பினேன். அவரைப்போலவே நானும் கேட்கிற ஆளில்லையே!

இதற்கு சில வாரங்களுக்குப் பிறகு ஒரு மாலை சந்திப்பில்,

"வெள்ளிக்கெழமை கடலூர் வரீங்களா? ஞாயித்துக்கெழம வந்துட்றோம்..."

ஜே.கே.தான் கேட்டார். அதுவரை எல்லா பயணங்களுக்கும் ரயில் கட்டணங்களை நான் கொடுத்துவிடுவேன். எல்லா நண்பர்களுமே கொடுத்துவிடுவதுதான் வழக்கம். என் பொருளாதார நிலைமை இப்போது சரியில்லாததால், பயண ஆசை இருந்தாலும், முதல் முறையாக அவரிடம்,

"சாரி சார். நான் வரல சார்" என்றேன்.

"என்னாச்சு..? ஏன்..?"

"சார், ஃபினான்சியலா டைட்ல இருக்கேன்!"

"ஒங்ககிட்ட பணம் கேட்டேனா? வரீங்களான்னுதான கேட்டேன். சரி விடுங்க. நீங்களும் வரீங்க!" என்று முடிவாகக் கூறினார்.

இதை நான் எதிர்பார்க்கவில்லை. நான் பழகியவரை, அவர் காசு விஷயத்தில் யாரிடமிருந்தும் பறிக்கிறவரும் இல்லை. யாருக்கும் இரைக்கிறவரும் இல்லை. ஒரு ரூபாயாக இருந்தாலும் சரியாகக் கணக்குப் பார்த்துக் கொடுத்துவிடுவார். அதேமாதிரி வாங்கியும் விடுவார்.

அவரோடு ஊருக்குப் போகும் நினைவு மகிழ்ச்சி தந்தாலும், அவர் செலவில் போகப்போகிறோமே என்ற சங்கட உணர்ச்சியையும் கொடுத்தது.

2002 தொடக்கமாக இருக்கலாம். எந்தவொரு குறிப்பிட்ட வேலையும் இன்றி, ஜெயகாந்தன் பிறந்து வளர்ந்த ஊரான கடலூருக்குப் பயணம் போனோம். ஜே.கே., டாக்டர் பூங்குன்றன், மற்றும் நான். பாண்டிச்சேரி நாகராஜனும், அவரது நண்பர் வேலுவும் பாண்டிச்சேரியிலிருந்து இரண்டு இருசக்கர வாகனங்களில் அங்கு வந்து சேர்ந்தார்கள். டாக்டர் பூங்குன்றனுக்கு மட்டும் அவரது நண்பர் ஒருவரைப் பார்க்கும் வேலை இருந்தது.

மாலைநேரத்தில் போய் இறங்கி, அருகிலேயே இருந்த ஓட்டல் ஆனந்த பவனில், போண்டாவும் நல்ல காபியும் சாப்பிட்டபிறகு,

மஞ்சக்குப்பத்தில் இருந்த அரசு சுற்றுலா மாளிகையில் *(Circuit House)* தான் தங்கினோம்.

அறைக்குச் சென்றதும் நான் வேட்டிக்கு மாறினேன். ஜே.கே. கேட்டார்...

“கௌதம், நீங்க லுங்கியே கட்ட மாட்டீங்களா? எப்பவும் ஒங்கள நான் வேட்டிலதான் பாக்குறேன்...”

நான் பெருமை பொங்க,

“இல்ல சார். சின்ன வயசுல எனக்கும் கைலி மேல ஆசதான். எங்க அம்மாவோட கண்டிஷன். எங்க அப்பாவையே கைலிய கட்டவிடல. ரௌடிங்கதான் கைலி கட்டுவாங்கன்னு சொல்லுவாங்க சார்!”

“நாமெல்லாம் ரௌடிங்கதான!?”

ஜே.கே.யின் இந்த பதில் எங்கள் எல்லாரையும் சிரிக்க வைத்துவிட்டது. நாகராஜனும், வேலுவும் குலுங்கிக் குலுங்கிச் சிரித்தார்கள்.

அப்போது வடிவேலுவின் ‘நானும் ரௌடிதான்’ காமெடி வரவில்லை.

38. ஊர் சுற்றிப் புராணம்

ஜெயகாந்தன் தனது மனசாட்சியை ஒத்த நண்பர்களுடன் தனிமையில் உரையாடுவதென்பது, சுற்றிலும் அடைக்கப்பட்ட எந்தவொரு பண்பாட்டுத் தட்டிகளோ, இறுக்கி மூடப்பட்ட கலாசாரக் கதவுகளோ, தனிமனித சுதந்திரங்களைக் கட்டுக்குள் வைத்திருக்கும் நாகரிக சபைகளோ, ஆத்திகமோ, நாத்திகமோ, பெண்ணியமோ, ஆணியமோ எதுவொன்றும் தடுக்கமுடியாத தனித்ததொரு சிந்தனைப் பெருக்கின் மடையுடைத்த வெள்ளம்தான்.

ஒரு பிரபல வாரப் பத்திரிகையில் ஒரு வாசகர் கேள்வி.

'எழுத்தாளர் ஜெயகாந்தன் பற்றி..?'

'எனக்கு அவரிடம் பிடித்தவை தெளிவு. தெளிவு. தெளிவு.'

இதை நான் படித்ததில்லை. ஜே.கே.யே ஒரு கார் பயணத்தின் போது கூறினார்.

அவரது பேச்சுகளை அருகிருந்து கேட்கும்போது, அதில் நமக்கு பல முரண்கள் தோன்றினாலும், அவர் பேச்சின் வீச்சில் இருக்கும் தெளிவெனும் மாயை, நமது சிந்தையைக் கவிந்து செயலிழக்கச் செய்துவிடும். உணவோ, உலகமோ ஒன்றும் நண்பர்களின் நினைவில் குறுக்கிடாது. ஆனால், மற்றவர்கள் எப்படியோ, எனக்குத் தெரியாது. பலநாட்கள் பேச்சின் நீட்சியால் உணவைப் பற்றிய உணர்விருந்தும், அதையிழந்து நான் பசியினால் தவித்திருக்கிறேன். அதற்குக் கோரப்பசியைத் தூண்டும் எனது வயதும் ஒரு காரணமாக இருந்திருக்கலாம். மரங்களுக்கு மழையே போதும்! செடிகளுக்கு இடையிடையே நீர் வேண்டும் அல்லவா!

அப்படி ஒருநாள் இரவு நானும், பீசாவும் அவரது விடாத மழைபோன்ற பேச்சில் நனைந்து, உணவுக்கு ஒதுங்கினால் ஒரு கடையும் இல்லை. 'ஒருமணி சின்னதுதான்' என்று அவரது வீட்டருகே உள்ள ஒரு ஓட்டல்காரனுக்கும் தெரியவில்லை. இருவரும் தண்ணீரை நம்பி குடிசைக்கு வந்தோம். ஜே.கே. அவர் உணவை முடித்துவிட்டு மேலே வந்தார். இரவு வணக்கம் சொல்வதற்கு முன் ஒரு புகைபோட்டு நாளை முடிப்பது வழக்கம்.

"என்ன சாப்டீங்க?" - ஜே.கே.

"ஒன்னும் கெடைக்கல ஜே.கே. எல்லாம் மூடிட்டானுங்க" - பீசா

"அப்பறம், வெறும் வயித்தோடயா படுப்பீங்க?" - ஜே.கே.

"பரவால்ல ஜே.கே." - பீசா

"நான் கீழ போய் ஏதாவது இருக்கான்னு பாக்குறேன். நீங்க கீழ வாங்க..." - ஜே.கே.

அர்த்த ராத்திரியில் நாங்கள் இருவரும் திருடர்களைப்போல ஒரு சிறு சப்தமும் இன்றி கீழே சென்றோம். அவர் கதவைத் திறக்கும் சப்தம்கூட எனக்குப் பேரோசையாய்க் கேட்டது.

வெறும் சோறும், மோரும்தான்.

எங்களுக்கு அன்று அவரே தட்டெடுத்துக் கொடுத்துப் பரிமாறினார். இருந்ததைப் பகிர்ந்து நாங்கள் இருவரும் உண்டோம்.

அந்த நிகழ்வுக்குப் பிறகுதான், நான் சாப்பாட்டு மூட்டையோடு சபைக்குப் போகும் சரித்திரம் படைத்தேன்.

மஞ்சக்குப்பம் பயணியர் மாளிகையில் சென்று தங்கிய மறுநாள் மாலை டாக்டர் பூங்குன்றன் அவரது நண்பரைப் பார்க்கச் சென்றுவிட்டார்.

"எங்க ஊரை சுத்திப் பாப்போமா?" என்று எங்களைக் கிளப்பினார் ஜெயகாந்தன். சாதாரணமாக அவரை யாரும், எங்கும் அவ்வளவு எளிதில் கிளப்பிவிட முடியாது.

வேலுவின் பைக்கில் ஜெயகாந்தன் ஏறிக்கொண்டார். நாகராஜனின் மொபெட்டின் பின்னால் நான் ஏறிக்கொண்டேன். எங்களது இரு வாகனங்களும் ஜெயகாந்தனின் வழிகாட்டுதல் படி,

மாலைநேரக் கடலூரரை, எந்த வேலையும் இன்றி சுற்றிப் பார்க்கக் கிளம்பியது.

25.05.1969, ஆனந்தவிகடன் இதழில் 'மஞ்சக்குப்பம்' என்ற தலைப்பிட்டு, ஜே.கே. ஒரு கட்டுரை எழுதியிருந்தார். அது ஆனந்தவிகடன் தொகுப்பிலும் இடம்பெற்றிருப்பதாக கேள்வியுற்றேன். ஜெயகாந்தன் மணிவிழா மலரிலும் இடம் பெற்றிருந்தது. அதைவிட சிறப்பாக அவரது சொந்த ஊர்ப் புராணத்தை நான் சொல்லிவிட முடியாது. ஆனாலும் நாங்கள் ஊர் சுற்றிய புராணத்தைக் கூறுவது எனக்கு எளிதே!

அவரோடு நாகராஜன் மட்டும் முன்பே ஒருமுறை கடலூர் வந்து மகிழ்ந்து திரும்பிய அனுபவம் கொண்டவர். வேலுவுக்கு கடலூர் ஒன்றும் புதிதல்ல. நான் மட்டுமே கடலூர் மண்ணுக்குப் புதிய மனிதன்.

ஜே.கே. சாரின் உடல்மொழி அவரது துடிப்பான மகிழ்ச்சியைக் காட்டியது. இரண்டு கிலோ கேமராவைத் தோளில் தொங்க விட்டுக்கொண்டு அவரைப் பின்தொடரும் எனக்கோ, அற்புதமான ஆவணங்களிடம் அந்தி சாயும் நேரத்தில் அழைத்துச் செல்கிறாரே என்ற தவிப்பிருந்தது. என்னுடைய ஃப்ளாஷ் வெளிச்சமோ போதுமான சக்தியற்றது.

முதலில் எங்களை சாலையோரத்தில் அமைந்த ஒரு பழைய சிறு கோயிலுக்கு அழைத்துச் சென்றார். மூவரும் வணங்கி வழிபட்டு, நெற்றியில் நீரணிந்தனர். அவர்களுக்கு நானும் 'கம்பெனி' கொடுத்தேன். சிரிக்காமல் சாமி கும்பிடுவது போல் நடிப்பது, எனக்கு எப்போதுமே சிரமம்தான்.

மீண்டும் வாகனங்கள் புறப்பட்டன. நகரம் இருட்டை விளக்குகளால் விரட்டத் தொடங்கிய நேரம். நான் நாகராஜனோடு பேசுவதற்குத்தான் சரியாக இருந்தது. அவர் ஜெயகாந்தனின் பூர்வீக குடும்ப சரித்திரத்தையே எனக்குக் கடத்திக்கொண்டிருந்தார். எனக்கு எந்தவொரு வேடிக்கையோ, சாலை அடையாளங்களோ எதுவும் மனதில் நுழையவில்லை.

மீண்டும் ஒரு பெரிய கோயில் அருகில் வண்டிகள் நின்றன. ஆனால், கோயில் பக்கம் போகாமல் வேறு திசையில் ஜே.கே.

திரும்பினார். செருப்புகள் விடுமிடத்தில் நால்வரும் குவித்துவிட்டு, அவரைப் பின் தொடர்ந்தோம். சிறு பையனைப் போல் குதூகலமாக எங்களை வழிநடத்தி அழைத்துச் சென்றார். திடீரென்று ஓர் அழகிய குளத்தின் முன் நின்றோம். நாற்புறமும் திருத்தமான படிகள் கட்டப்பட்ட நீர் நிறைந்த குளம்.

'திருப்பாதிரிப்புலியூர் பாடலேசுவரர் ஆலயம் திருக்குளம் ஆழமானது படிக்கட்டுகள் வழுக்கும் கவனமுடன் செயல்படவும் ஆபத்தினை தேடி கொள்ளாதீர்!'

மேற்கண்ட வாசகங்கள் நிரப்பப்பட்ட பதாகையொன்று, கலைவேலைப்பாடுகள் நிறைந்த மண்டபத்தின் கருங்கல் தூணொன்றில் கட்டப்பட்டிருந்தது.

அந்தக் குளத்தின் ஆழம் குறித்த கற்பனையில் நான் மூழ்கிக் கொண்டிருந்தபோது, எனக்கு இனம்புரியாத ஓர் அச்சமெழுந்தது. பத்து வயதில் குளத்தில் மூழ்கி, பிறரால் காப்பாற்றப்பட்டு உயிர்வாழ்பவன்தான் நான். ஆனால், இன்றுவரை நீச்சல் தெரியாதவன். ஒருவேளை நீச்சல் தெரிந்தவர்களுக்கு நீர் நிறைந்த குளத்தைப் பார்த்தால் அச்சமற்ற மகிழ்ச்சி தோன்றுமோ!

ஜே.கே.யும் இதுபோன்றதொரு குளத்தில் கால்வழுக்கி விழுந்து, நீண்ட தாடியும், காவியும் தரித்த ஒரு பண்டாரத்தால் காப்பாற்றப்பட்டு உயிர் வாழ்ந்தவர்தான். ஆனால் அவர் பிள்ளைப் பிராயத்திலேயே நீச்சல் கற்றுக்கொண்டு, பெண்ணைக்கும், கடிலத்துக்கும் இடையே மஞ்சக்குப்பம் நீரில் தத்தளித்தபோது, ஆளுயர நீரில் பத்து வயதில் நீந்திக் கரை சேர்ந்தவர்.

அந்தச் சிறு குளத்தில் மூழ்காமல் ஜெயகாந்தன் புத்துயிர் பெற்றதாலேயே, தனது மேற்கு எல்லையாக பின்லாந்து வளைகுடாவைக் கொண்ட ரஷ்யாவின் பீட்டர்ஸ்பர்க் நகரிலுள்ள அரண்மனை போன்ற ஓட்டல் ஐரோப்பாவில், தமிழ்நாட்டு அரசனைப்போல் சென்று, பாரதியைப்போல் முண்டாசு கட்டி, மரியாதைகளையேற்க முடிந்தது.

வடக்கு அட்லாண்டிக் பெருங்கடலை, தனது கிழக்கு எல்லையாகக் கொண்ட அமெரிக்க நகரங்களின் அழைப்பை ஏற்று பல அரங்குகளை அலங்கரிக்க முடிந்தது.

இந்தியாவின் உயரிய விருதுகள் பலவற்றையும் மரியாதைக்கு உரியவையாக இவரால் மாற்ற முடிந்தது.

அந்தக் கோயில் அவருக்கு என்னென்ன நிகழ்வுகளைக் கிளர்த்தியதோ நானறியேன். யாருமற்ற அந்தக் குளத்தின் படிகளில் அமர்ந்து சிறு அவசரத்தோடு புகைபோட்டுக் கிளம்பினோம்.

எங்கள் செருப்புக் குவியலுக்கு அருகில் போன நாகராஜன் அடியில் இருந்த அவரது செருப்பை எடுக்கத் தடுமாறிய ஒரு கணத்தில், ஜே.கே. குனிந்து எங்களது செருப்புகளை ஜோடி ஜோடியாக நாங்கள் அணிந்துகொள்ள வசதியாக எடுத்துப் போட்டார். இதை நான் கவனிக்கவில்லை. ஜே.கே.யின் இந்த மேன்மையான நடத்தையால் கூச்சமடைந்த நாகராஜன் பிறகு என்னிடம் கூறி வருந்தினார்.

அடுத்த சில நிமிடங்களில் ஒரு தெருவில் நுழைந்த ஜே.கே.யின் வாகனம் ஓர் இடத்தில் நின்றது. எங்களுக்காக வண்டியிலிருந்து இறங்கினார்.

அதுதான் ஜே.கே., பிள்ளைப் பிராயத்தில் விழுந்து புரண்டு விளையாடி மகிழ்ந்த, உடனாடிய நண்பர்களுடன் ஊடி வருந்திய, அவர் வாழ்ந்த வீடமைந்த தெரு. அவர் வாழ்ந்த காலத்தில் அதற்கு ‘கொத்தவால் சாவடி தெரு’ என்று பெயர். இப்போது பாஷ்யம் தெருவோ வேறு எதுவோ எனக்குச் சரியாக நினைவிலில்லை. அவருக்கே தான் வாழ்ந்த வீட்டை அடையாளம் காண இயலவில்லை. குத்துமதிப்பாக இந்த வீடுகளில் ஒன்றாக இருக்கலாம் என்று அனுமானித்தே எங்களிடம் காட்டினார். அந்தத் தெருவின் விளக்குகள் இருட்டை விரட்டுவதில் தோற்றுப்போய் அழுது வடிந்துகொண்டிருந்தன. எனக்குப் படமெடுக்கத் தூண்டும் உற்சாகமே எழவில்லை.

பின்னாளில் எழுத்தாளர் சா.கந்தசாமி அவர்கள் ஜெயகாந்தன் பற்றிய ஓர் ஆவணப்படம் எடுத்தார். அதற்குச் சிலகாலத்துக்குப் பின் இசைஞானி இளையராஜா அவர்களின் முன்னெடுப்பில் ஒளிப்பதிவாளர் செழியனின் கைவண்ணத்திலும், கவிஞர் ரவிசுப்ரமணியன் இயக்கத்திலும் உருவான, ‘எல்லைகளை விஸ்தரித்த எழுத்துக் கலைஞன்’ என்ற நீண்டதோர் ஆவணப்படம்

உருவானது. இவை ஜெயகாந்தனை வரும் தலைமுறையினருக்கு நேரடியாக அறிமுகம் செய்கிற மகத்தான பணியை ஆற்றுகின்றன. ஜெயகாந்தனின் சர்ச்சைக்குரிய பல கருத்துகள் இவற்றில் இடம்பெற்றாலும், அடுத்தத் தலைமுறைகள், அவை குறித்து ஆராயத்தூண்டும் ஊக்கியாகவே இந்த ஆவணப்படங்கள் விளங்குகின்றன.

அறுபது ஆண்டுகளில் அடையாளம் தெரியாமல் மாறிப்போன கொத்தவால் சாவடி தெருவில், ஜெயகாந்தன் வாழ்ந்த வீடு எது என்று அடையாளம் காணமுடியாமலே அங்கிருந்து கிளம்பினோம்.

அடுத்து தேவனாம்பட்டினம் கடற்கரை. இரண்டு வாகனங்களையும் மணலில் கொண்டுபோய் நிறுத்திவிட்டு, அங்கு கட்டப்பட்டுக் கொண்டிருந்த படகுகளை வேடிக்கைப் பார்த்தோம். இருட்டில் ஃபோகஸ் பண்ணமுடியாமலே ஓரிரு படங்கள் எடுத்துக்கொண்டேன். அங்கு சுதந்திரமாக புகை போட்டோம். ஜே.கே. நிறைய சிறுவயது நினைவுகளைப் பகிர்ந்துகொண்டார். எனக்குத்தான் அவையெதுவும் இப்போது நினைவில் இல்லை. சென்ற முறை நாகராஜனோடும், இன்னும் சில நண்பர்களோடும் கடலூர் வந்திருந்தபோது, பெண்ணையாற்றங்கரையில் அமர்ந்தபடி சாராயம் குடித்ததைப் பகிர்ந்துகொண்டது மட்டும் நினைவுக்கு வருகிறது.

மறுநாள், ஞாயிற்றுக்கிழமை இரவு கடலூரை விட்டுக் கிளம்பினோம். நாங்கள் நால்வரும் இருசக்கர வாகனங்களிலும், டாக்டர் பூங்குன்றன் மட்டும் பேருந்திலும் பயணம். கடலூர் கொண்டாட்டங்களை பாண்டிச்சேரியில் நிறைவு செய்வது திட்டம்.

பாண்டிச்சேரி ரயில் நிலையம் எதிரில் ஒரு பழைய பிரெஞ்சு வகை உணவகம் ஒன்றிற்கு அழைத்துச் சென்றார்கள். பகார்டியுடன் முட்டை கலந்த ஏதோ விநோத உணவுண்டு, இரவு பன்னிரண்டு மணிக்கு மேல் கடற்கரைக்குச் சென்றோம். அரவிந்தர் ஆசிரம மருத்துவமனை எதிரில் விசாலமாக அமைந்த நடைபாதை அருகில், தாராளமாய்ப் படுக்கும் அளவுக்கான அகலம் கொண்ட, நீண்ட கட்டைச் சுவர் இருந்தது.

ஜெயகாந்தனுக்கு கடற்கரை என்பது அவரது படுக்கையறை போன்றதே. எங்களுக்கு முன்பு வேகமாகச் சென்றவர் அந்தக் கட்டையில் அமர்ந்து பின் கட்டையை நீட்டினார். அவரது தலைமாட்டில் தலைவைத்து டாக்டரும் நீட்டினார். தூக்கம் துரத்தும் வியாதி கொண்ட நாங்கள் மூவரும், கொஞ்சதூரம் தள்ளி அமர்ந்துகொண்டு பேச்சைத் தொடர்ந்தோம்.

ஜெயகாந்தனோடு, டாக்டர் பூங்குன்றனும், நானும் பலமுறை சென்னை மெரீனா கடற்கரை சென்றிருக்கிறோம். கடற்கரை மணலில் கால் வைத்ததும் ஜே.கே. உலகத்தையே மறந்துவிடுவார். திரைப்படங்களில் காதலனும் காதலியும் எதிரெதிர் திசையில் கைகளை விரித்தபடி கட்டியணைக்க ஓடிவருவார்களே, அதேமாதிரி கைகளை விரித்தபடி, இருளில் மறைந்த கடலை நோக்கி, வேகமாக நடக்க ஆரம்பித்துவிடுவார். வியப்போடு பார்க்கும் எங்கள் நடை தானே துவண்டுவிடும். அப்படி வேகமாகப் போனவர் எந்தவித அசூயையும் படாமல் கைகளையும் கால்களையும் விரித்தபடி மணலில் அப்படியே படுத்தும்விடுவார். அவரது அந்த சுதந்திரப் போக்கு அதிக சுத்தம் பார்க்கும் எனக்குப் பெரும் ஆச்சரியமாகவும், அதிசயமாகவும் தெரியும். அதனால், கடலூரில் பிறந்த ஜெயகாந்தனின் கடற்காற்று மோகம் நாங்கள் நெருக்கமாக அறிந்ததே. சென்னையானாலும், பாண்டியானாலும் கடற்காற்றில் என்ன வேற்றுமை!

இதையெல்லாம் தூரத்தில் இரண்டு காவலர்கள் பார்த்துக் கொண்டிருப்பதை நாங்கள் கவனிக்கவில்லை. இருவரும் நிதானமாக எங்களை நெருங்கிய பின்னரே நாங்கள் எழுந்து மரியாதை செய்தோம். அவர்களின் மிரட்டும் குரல் எங்களை விசாரித்தது. நாகராஜன்தான் பேசினார். அவர்களுக்கு சந்தேகம் தெளியவில்லை. சென்னைக்குப் போவதற்கு முன் சிறு ஓய்வெடுக்க வந்தோம் என்பதை அவர்களால் ஏற்க முடியவில்லை.

அவர்களது குரலில் கொஞ்சம் கொஞ்சமாகக் கடுமை ஏறியது தெரிந்தது. படுத்திருப்பவர்களை எழுப்பச் சொன்னார்கள். காவலரில் ஒருவர் படுத்திருப்பவர்களை எழுப்புவதற்காகத் திரும்பினார்.

அப்போதுதான் வேறு வழியின்றி, "சார், அவுரு எழுத்தாளர் ஜெயகாந்தன் சார். நல்லா தூங்குறாரு. எழுப்பாதிங்க சார்" என்று நாகராஜன் கொஞ்சம் குரலை உயர்த்தினார்.

திரும்பிய காவலர் கொஞ்சம் அதிர்ச்சியைக் காட்டி,

"என்னாது... ஜெயகாந்தனா? அவுரு ஏம்பா இங்க வராரு?" என்று எங்கள் மீது இருவரும் அவநம்பிக்கைப் பார்வைகளை வீசினர். ஒரு காவலர் ஜே.கே.யை நோக்கிச் செல்ல அடிவைத்தார். நாங்கள் மூவரும் அவரைத் தடுக்க முயன்ற போது,

"நான் பாத்துட்டு வரேம்பா. எழுப்பல" என்று எங்களுக்கு உறுதி கூறிவிட்டு, இருவரும் ஜே.கே.யை நோக்கி பவ்யமாக நடந்து சென்று, கொஞ்ச தூரத்திலிருந்தே அவரது முகத்தை எட்டிப் பார்த்தார்கள்.

துண்டைச் சுருட்டி தலைக்கு வைத்துக்கொண்டு மல்லாந்து படுத்திருந்தவர் ஜெயகாந்தன்தான் என்று அறிய அவர்களுக்கு ஒருசில விநாடிகளே போதுமானதாக இருந்தது.

அடுத்த விநாடி அவர்களின் உடல்மொழி அப்படியே மாறிப்போனது. ஏதோ, எங்களது அலுவலகத்துக்கு அவர்கள் வந்ததுபோல், எங்களிடம் அனுமதி கேட்கத் தொடங்கி விட்டார்கள்.

"சார், அவுரு எழுந்ததும் நாங்க பாக்கலாங்களா?" என்று தொடங்கிய அவர்களது உரையாடல், ''உங்களுக்கு ஏதாவது உதவி வேண்டுமா?'' என்கிற அளவுக்கு முடிந்தது.

பிறகு, எங்களிடமிருந்து நூறு மீட்டர் தள்ளிச் சென்று எங்களைப்போலவே ஜெயகாந்தன் துயில் கலையும் நேரத்துக்காகக் காத்துக்கொண்டிருந்தார்கள்.

39. வாழ்விக்க வந்த காந்தி

"ஒரு பிரச்சினையை நான் அணுகும் முன், 'இதற்கு காந்தி இருந்திருந்தால் அவர் முன்வைக்கும் தீர்வு என்னவாயிருந்திருக்கும்?' என்பதில் இருந்தே நான் யோசிக்கத் தொடங்குவேன்" என்பார் ஜெயகாந்தன்.

சுப்பிரமணிய பாரதியை தனது ஞானகுருவாக ஏற்று வாழ்ந்த ஜெயகாந்தன், காந்தியைத் தனது வழிகாட்டியாகக் கொண்டதாகவே நான் புரிந்துகொண்டேன். ஆயினும் பாரதியிடமும், காந்தியிடமும் ஜெயகாந்தனுக்கு சில மாறுபாடுகளும் இருந்தது, என்பதையும் சேர்த்தே அவ்வாறு புரிந்துகொள்ள வேண்டும்.

நான் காந்தியைப் படித்து வியந்திருக்கிறேன். மயங்கியிருக்கிறேன். வியப்பும், மயக்கமும் மட்டுமே. அவரை பூஜிக்கும் மனநிலைக்கு நான் ஒருபோதும் ஆட்பட்டதில்லை. அவரை மட்டுமல்ல; எவரிடமும் அந்த உணர்வு எனக்கு வந்ததே இல்லை. அதுபோன்ற எனது மனநிலைக்கு காந்தி வாசிப்பும் ஒரு காரணமாய் இருந்திருக்கலாம். எவரிடமும் தன் நியாயத்தை முன்வைத்து, எதிர் உரையாடல் புரியும் காந்தியின் கரார் தன்மையே என்னை இளமையில் வெகுவாக ஆட்கொண்டது.

மேலும், நமக்கொரு ஞானகுரு வேண்டும் என்ற தேவையோ, எண்ணமோகூட என்னுள் எழுந்ததில்லை. முக்கியமாக, நமது பெரும்பான்மை சமூகம் ஆண்டாண்டு காலமாய் விதந்தோதி வரும், 'மாதா, பிதா, குரு, தெய்வம்' என்ற பசப்பு மொழியில் எனக்கு எந்தப் பற்றும் ஏற்பட்டதே இல்லை.

இந்த இடத்தில் ஒரு தகவலைத் தெளிவுபடுத்துவது அவசியமாகிறது.

கடவுள், வாஸ்து, நல்லநேரம், கெட்டநேரம், எண் கணித, கைரேகை, ஓலைச்சுவடி ஜோசியங்கள், பேய், பிசாசு, பில்லி சூனியம், செய்வினை செய்தல் போன்ற எல்லாவித நம்பிக்கைகளில் இருந்தும் நான் இருபது வயதில் வெளியேறினேன். எனது வாழ்வின் இந்த முக்கிய மாற்றங்களுக்கு, தந்தை பெரியாரின் சிந்தனைகளோ, திராவிட இயக்கங்களின் பிரச்சாரமோ ஒரு சிறிதும் காரணமல்ல. அதுமட்டுமின்றி பெரியார், அண்ணா, கலைஞர் ஆகியோரைப் பற்றிய அளவிடற்கரிய அவதூறுகளைப் பரப்பி வந்த சனாதன ஆதரவு சூத்திரர்களான எனது குடும்பமும், குடும்பப் பத்திரிகைகளான 'துக்ளக்'கும், 'தினமணி'யும் மற்றும் ஜெயகாந்தனும் என்னைத் தங்களது கட்டுப்பாட்டிலேயே வைத்திருந்த காலம் அது.

எனது 22 வயதில், மருந்துக்கடை வாடிக்கையாளரும், அப்போது 'கல்கி'யில் பணிபுரிந்து வந்த, இப்போது தொலைக்காட்சி விவாதங்களில் அடிக்கடி பங்கு பெறும் பத்திரிகையாளருமான 'ப்ரியன்' இரவு நேரங்களில் கடைக்கு வந்து சிறிது நேரத்தை என்னோடு செலவிடுவார். ஒருநாள்,

"கௌதம், நீங்க ஜோசியத்த நம்புறீங்களா?" என்றார்.

"தெரியாது சார்" என்றேன்.

"நம்புறேன்னு சொல்லணும்; இல்ல நம்பிக்கை இல்லன்னு சொல்லணும். தெரியாதுன்னு சொன்னா..? வித்தியாசமா இருக்கே!" என்று ஆச்சரியப்பட்டார்.

"ஜோசியம்கறது ஒரு படிப்புதான சார். எனக்கு ஜோசியம் பாக்க இதுவரைக்கும் தோனல. அப்படிப் பார்க்கத் தோனும்போது அதப்பத்திப் படிச்சு, அத நம்பலாமா, நம்பக்கூடாதான்னு முடிவு பண்ணலாம். அதைப் பத்தி எதுவுமே தெரிஞ்சுக்காம இருக்கும் போது தெரியலன்னுதான சொல்லமுடியும்."

இப்போது எனக்கு 58 வயது ஆகிறது. இடைப்பட்ட இந்த 36 வருடங்களில் நான் சந்தித்த எந்த சரிவுகளும், எந்த இழப்புகளும் என்னை ஜோசியம் பார்க்கத் தூண்டியதே இல்லை. காரணங்களைத் தேடி அறியும் நிதானம் இருக்கும் எவருக்கும், பிறர் அளிக்கும் நம்பிக்கை அவசியப்படாது.

ஆனாலும், என் இணையருக்கு இருந்த ஜோசிய நம்பிக்கையை (பைத்தியமல்ல) நான் அவமதித்ததில்லை. எனது விளக்கம் தரும் முயற்சிகள் பலமுறை தோல்வியிலேயே முடிந்தன. இறுதியாக, எனக்கு எந்த இடைஞ்சலும் தராமல் இருந்தால் போதும், என்ற அளவில் நான் ஜோசியத்தில் இருந்து தப்பித்தேன்.

2018ல் எங்களது மகள், பின்லாந்தில் இருந்து தனது காதலைத் தெரிவித்தபோது, என் இணையர் ஜாதகம் பார்க்க விழைந்த முயற்சியை மட்டும், நான் கடுமையாக ஆட்சேபித்துத் தடுத்துவிட்டேன்.

இரண்டு வருடங்களுக்கு முன் பெரியாரின், 'பெண் ஏன் அடிமையானாள்?' படித்தபின்தான் என் இணையரும் ஜோசியத்தில் இருந்தும், பக்தியில் இருந்தும், தாலி எனும் கட்டாயத்தில் இருந்தும் விடுதலையாகத் தொடங்கி இருக்கிறார்.

சரி... நான் விஷயத்துக்கு வருகிறேன்.

சென்னை, அண்ணா சாலையில் அமைந்துள்ள 'காதி கிராமோத்யோக் பவனி'ல்தான் நான் முதன் முதலாக 'மகாத்மா காந்தி நூல்கள்' தொகுப்புகளை வாங்க ஆரம்பித்தேன். ஒவ்வொரு புத்தகமும் குறைந்தது 695 பக்கங்களிலிருந்து, 1194 பக்கங்கள் வரை கனம் பொருந்தியது. மொத்தம் 17 தொகுதிகள். காந்தியின் எழுத்துகள் அனைத்தும் மொழிபெயர்க்கப்பட்டு, இவ்வளவு விரிவாக, முதன்முதலில் வெளிவந்தது இந்திய மொழிகளிலேயே தமிழ்மொழியில்தான்.

05.05.1955 அன்று மகாத்மா காந்தி நூல்களைத் தொகுத்து வெளியிடுவதற்காக, 'காந்தி நூல் வெளியீட்டுக் கழகம்' உருவானது.

கு.காமராஜ், சி.சுப்பிரமணியம், எம்.பக்தவத்சலம், ம.ப.பெரியசாமித் தூரன் உள்ளிட்ட பதினோரு உறுப்பினர்களைக் கொண்ட அந்தக் குழுவுக்கு தி.சு.அவினாசிலிங்கம் தலைவராகத் தேர்ந்தெடுக்கப்பட்டார்.

தி.சு.அவினாசிலிங்கம் அவர்கள் தமிழ்நாட்டின் முதல் கல்வி அமைச்சராக சிறப்பான பல முன்னெடுப்புகளைச் செய்தவர். கோவையில் பெண்கள் கல்விக்காகவும், ஒடுக்கப்பட்டவர்களின் கல்விக்காகவும் பள்ளிகளையும் பல்கலைக்கழகங்களையும்

உருவாக்கியவர். சுப்பிரமணிய பாரதியின் பாடல்களை நாட்டுடைமை ஆக்கியவர். அன்றைய பள்ளிக் கல்விப் பாடத்தில் திருக்குறளைச் சேர்த்தவர். உயர்நிலைப் பள்ளிகளில் தமிழ்வழிக் கல்வியைக் கொண்டு வந்தவர். காந்தியின் ஈர்ப்பினால், சுதந்திரப் போராட்டங்கள் அனைத்திலும் ஈடுபட்டதோடு, அரசியல் வாழ்வே போதுமென்று, குடும்ப வாழ்வை நிராகரித்தவர். இவரைப் பற்றி எழுத இன்னும் ஏராளம் இருக்கிறது.

1955ல் தொடங்கிய மகாத்மா காந்தி நூல்களின் தொகுப்புப் பணிகள் 1957ல் முதல் தொகுதியை வெளியிட்டு, தொடர்ந்து பதினான்கு ஆண்டுகளுக்குப் பிறகு 1969ல் பதினேழாவது தொகுப்பை வெளியிட்டதோடு நிறைவடைந்தது.

ஒரு தொகுப்பின் விலை வெறும் 7ரூபாய் 50பைசா. பதினான்கு ஆண்டுகளுக்குப் பிறகும் அந்த விலையை மாற்றாமலே வெளியிட்டார்கள். அதே 7.50 ரூபாய்க்கு நான் 1981லிருந்து ஒவ்வொரு தொகுதியாக வாங்கிச் சேர்த்தேன். அப்படியும் எனக்கு அதில் ஓரிரு தொகுதிகள் கிடைக்கவில்லை என்பது குறையாகவே இருந்தது.

எனது குறையைத் தீர்ப்பதேபோல், அருட்செல்வர் டாக்டர் நா.மகாலிங்கம் அவர்கள், மகாத்மா காந்தி நூல்கள் அனைத்துத் தொகுதிகளையும் மீண்டும் பதிப்பிக்கும் பணியை வர்த்தமானன் பதிப்பகத்துக்கு வழங்கினார். வர்த்தமானனுக்குக் கிடைக்காத தொகுதிகளை, என்னிடம் இருந்த பிரதிகளையெல்லாம் மறுபதிப்புக்காக நான் கொடுத்து உதவினேன்.

தி.சு.அவினாசிலிங்கம் தலைமையில் தொகுத்த பதினேழு தொகுதிகளோடு மேலும் மூன்று தொகுதிகளை இணைத்து இருபது தொகுதிகள் வெளியாயின.

அவை மூன்றும் 'தமிழ்நாட்டில் காந்தி', 'காந்தி காதை', 'காந்தி முன்னோடிகள்' ஆகியவையாகும்.

இவற்றையெல்லாம் இவ்வளவு விரிவாகச் சொல்வதற்கு முக்கிய காரணம், இவ்வளவு கனமான இந்த காந்தி மூட்டைகளை நாற்பது வருடங்களுக்கும் மேலாக நான் பாதுகாத்து வருகிறேன். முப்பது வருடங்களுக்கு மேல், பத்து வீடுகளுக்கும் அதிகமாக,

மூன்று ஊர்களுக்குப் பயணித்து மாற்றி மாற்றி, துடைத்து துடைத்து, அடுக்கி அடுக்கி பராமரித்து, இன்றைக்கும் பத்திரமாக வைத்திருப்பது என் இணையர்தான்.

மோகன்தாஸ் கரம்சந்த் காந்தியைப் பற்றி உலகெங்கும் எழுதப்பட்ட ஏராளமான புத்தகங்களில், அவரே எழுதிய புத்தகங்களான 'தென்னாப்பிரிக்க சத்தியாகிரகம்', 'இந்திய சுயராஜ்யம்', 'சத்திய சோதனை' ஆகிய புகழ்பெற்ற இம்மூன்றையும் விட சிறப்பானதென்று வேறெதையும் குறிப்பிட்டுவிட என்னால் முடியவில்லை.

இம்மூன்றையும் தாண்டி நான் படித்தவைகளில் சில, முக்கியமாகக் குறிப்பிடத் தக்கவையாகும். அவற்றில் ஜெயகாந்தன் மொழிபெயர்த்த, தனது நாவலொன்றுக்காக நோபல் பரிசு பெற்ற பிரெஞ்சு நாட்டறிஞர் 'ரொமெய்ன் ரோலந்து' எழுதிய 'மகாத்மா காந்தி' ஒன்றாகும்.

ரொமெய்ன் ரோலந்து வைத்த தலைப்பை, ஜெயகாந்தன் தன் குருநாதரின் வாக்கியமாகிய 'வாழ்விக்க வந்த காந்தி' என்று மாற்றியதோடல்லாமல், அந்தப் புத்தகமே ஜெயகாந்தன் எழுதியதோ என்று ஐயுறுமளவுக்கு எழுத்து நடையும், தமிழும் சிறப்புற்று விளங்குகிறது.

'ரொமெய்ன் ரோலந்து' 1915ம் ஆண்டு இலக்கியத்துக்கான நோபல் பரிசு பெற்றவர். அவருடைய பத்து பாகங்களைக் கொண்ட நெடிய நாவலான 'ஜான் கிறிஸ்டோஃப' உலகெங்கும் கொண்டாடப் படுகிறது. மேலும், இசைமேதை பீத்தோவன், உலகப்புகழ் பெற்ற ஓவியக்கலைஞர் மைக்கேலேஞ்சலோ, லியோ டால்ஸ்டாய், ராமகிருஷ்ண பரமஹம்சர், சுவாமி விவேகானந்தர் போன்ற உயர்ந்தவர்களின் வாழ்க்கையை நுணுக்கமான பார்வையோடு எழுதியிருக்கிறார்.

ரவீந்திரநாத் தாகூரின் தொடர்பால், இந்தியத் தத்துவங்களின் மீது மிகுந்த ஈடுபாடு கொண்ட இவர் இந்தியாவில் கால் வைத்ததுகூட இல்லை.

ஐரோப்பாவிலேயே ரவீந்திரநாத் தாகூரோடு இரண்டு சந்திப்புகள், காந்தியோடு ஒரு சந்திப்பு... அவ்வளவுதான். காந்தி ஐந்து நாட்கள் ரொமெய்ன் ரோலந்துடனேயே தங்கியிருந்தார். காந்தியைச் சந்திப்பதற்கு ஏழு வருடங்களுக்கு முன்பே 'மகாத்மா காந்தி' எனும் புத்தகத்தை ரொமெய்ன் ரோலந்து எழுதிவிட்டார்.

நான் இவரது 'விவேகானந்தர்' எனும் புத்தகத்தைத்தான் முதலில் படித்தேன். ஐரோப்பியர் ஒருவர் எழுதியதைப் போன்ற உணர்வே எனக்கு ஏற்படவில்லை. அதுமட்டுமின்றி அவர் வேத சாரத்தை விளக்கும் விதம் எனக்கு விநோத உணர்வை ஏற்படுத்தியது.

எவ்வளவுதான் ஆழமாகவும், நுணுக்கமாகவும் இவர்கள் எழுதினாலும், கடவுள், ஆன்மா என்று வந்துவிட்டால் முறுக்கு சுற்றல்தான்!

40. காந்தியும் நாராயணம்மாவும்

ஜெயகாந்தன் 1973லேயே 'கலைஞன் பதிப்பகம்' வாயிலாக 'வாழ்விக்க வந்த காந்தி' மொழிபெயர்ப்பை வெளியிட்டிருந்தாலும், மூன்றாம் பதிப்பாக 1984ல் 'மோதி பிரசுரம்' வெளியிட்ட புத்தகம்தான் என்னிடம் இருந்தது. அப்போது இதன் சிறப்பில் மயங்கிக் கிடந்த நான் இந்தப் புத்தகம் பற்றி அடிக்கடி வர்த்தமானனிடம் பேசுவேன்.

திரு.வி.க. வின் 'மனித வாழ்க்கையும் காந்தியடிகளும்' பதிப்பிக்கவிருந்த வர்த்தமானன் 'வாழ்விக்க வந்த காந்தி'யையும் பதிப்பிக்க எண்ணம் கொண்டு என்னிடம் தெரிவித்தான். இருவரும் சென்று ஜே.கே.வைக் கேட்டோம். எந்தவித யோசனையும் இன்றி உடனே சம்மதம் தந்தார்.

அது அச்சாகி வந்தது தெரிந்ததும், நானும், ஜே.கே.வும் என்னிடமிருந்த சிறிய பஜாஜ் சன்னி *(Bajaj Sunny)*யில் காலை பதினோரு மணி வாக்கில் வர்த்தமானன் பதிப்பகம் சென்றோம். நாங்கள் சென்றதற்கு ஜே.கே.யின் விருப்பம் மட்டுமே காரணம். வர்த்தமானனின் உபசரிப்புகளை ஏற்றுக்கொண்டு, 'வாழ்விக்க வந்த காந்தி' யில் பத்துப் பிரதிகளையும் பெற்றுக்கொண்டு, தி.நகரிலிருந்து அவரது வீட்டில் திரும்ப இறக்கிவிட்டு கிளம்பும்போது,

"கௌதம் மேல வாங்க..." என்று அழைத்தபடி வீட்டுக்குள் சென்றுவிட்டார். ஏதோ வேலையாக நான் கிளம்பும் அவசரத்தில் இருந்தேன். எதற்கு அழைக்கிறார்? என்ற குழப்பத்தோடே மேலே குடிசையில் அமர்ந்திருந்தேன்.

மேலே வந்த ஜே.கே. தனது கையில் வைத்திருந்த 'வாழ்விக்க வந்த காந்தி' பிரதி ஒன்றில்,

'அன்பு நண்பர்

கௌதமனுக்கு,

த.ஜெயகாந்தன் '

என்று ஆட்டோகிராஃப் போட்டு என்னிடம் நீட்டினார்.

எனக்கு ஆட்டோகிராஃப் வாங்கிப் பழக்கமே இல்லை. ஆயினும், அந்தப் புத்தகம் மிகவும் மதிப்பு மிக்கதாய் எனக்குத் தோன்றியது. துயரம் என்னவென்றால், அவர் கையெழுத்திட்ட அந்தப் புத்தகம் யாரோ ஒரு நண்பரிடம் படிக்கக் கொடுத்து தொலைந்து போனது. சமீபத்தில் வர்த்தமானனிடம் கேட்டுத் தேடி பழைய பிரதி ஒன்றை வாங்கி என்னிடம் சேர்த்துக்கொண்டேன். ஏனென்றால் மோதி பிரசுரம் போட்ட எனது புத்தகம் வர்த்தமானன் பதிப்பு வேலையில் ஏற்கெனவே தொலைந்து போனது.

காந்தி மற்றும் காந்திய மயக்கம் என்பது என்னை மட்டுமல்ல; உலகின் பல்வேறு அறிஞர்களையும், தலைவர்களையும் ஆட்கொள்ளத் தொடங்கி நூற்று பத்து ஆண்டுகளுக்கு மேல் ஆகிவிட்டது.

1924ல் ரொமெய்ன் ரோலந்து காந்தி பற்றிய புத்தகம் எழுதுவதற்கு ஆறு ஆண்டுகளுக்கு முன்பே, 'தமிழ்த் தென்றல்' திரு.வி.க. அவர்கள், தனது 'தேசபக்தன்' என்ற பத்திரிகையின் முதல் ஆண்டு மலரில் 'மனித வாழ்க்கையும் காந்தியடிகளும்' என்றதொரு நீண்ட கட்டுரை எழுதியிருந்தார். அது 1921ல் ஐம்பத்தொரு பக்க சிறு புத்தகமாக வெளியானது. அதன் இரண்டாம் பதிப்பில் ஐம்பத்தொரு பக்கங்களை சுமார் ஐந்நூறு பக்கங்களாக விரித்தெழுதி, பெரும் புத்தகமாக திரு.வி.க. வெளியிட்டார். காந்தியின் மறைவுக்குப் பிறகு வந்த அடுத்தடுத்தப் பதிப்புவரை இந்தப் புத்தகத்தை, தொடர்ந்து மேம்படுத்தலுக்கு உட்படுத்தியே வெளியிட்டிருக்கிறார்.

மனிதன், வாழ்க்கை, காந்தியடிகள் என்று மூன்று பாகங்களாகப் பிரித்துக்கொண்டு, காந்தி தனது வாழ்க்கையில் மேற்கொண்ட அனைத்து செயல்பாடுகளுக்கும் நியாயம் கற்பிக்கும் விதமாக எழுதப்பட்ட 'மனித வாழ்க்கையும் காந்தியடிகளும்' காந்தியைத் தமிழர்களுக்கு முதலில் அறிமுகப்படுத்திய, தமிழிலேயே

வெளிவந்த, விரிவான புத்தகமாகக் கொள்ளலாம். இந்தப் புத்தகத்தைப் படித்தபோது, எனக்கு திரு.வி.க. 'தமிழ்த் தென்றலா'க அல்ல; பெரும் புயலாகவே தோன்றினார். அவர் தமிழ் அப்படி.

ஜெயகாந்தன் மொழிபெயர்த்த, 'வாழ்விக்க வந்த காந்தி' திரு.வி.க. எழுதிய அளவுக்கு வகைப்படுத்தப் படவில்லை என்றாலும், உள்ளடக்கத்தில் பெரும் மாறுதல் இல்லை. ரவீந்திரநாத் தாகூருக்கும் காந்திக்கும் ஏற்பட்ட கருத்து மோதல்கள் மட்டுமே நாற்பது பக்கங்களுக்கு மேல் விவரித்திருப்பதே இந்தப் புத்தகத்தின் சிறப்பான பகுதி என்று கொள்ளலாம். காந்தியை மிகுந்த மரியாதைக்கும், நம்பிக்கைக்கும் உரியவராகக் கருதும் தாகூர், 'காந்தியின் கொள்கைத் தளபதி' கள் முழங்கும் தேசியவாத பிற்போக்குக் கருத்துக்களினால் அடையும் அதிர்ச்சியும், அச்சமும் குறித்தும் ரொமெய்ன் ரோலந்து வெளிப்படையாகக் குறிப்பிடுகிறார்.

காந்தியை, டால்ஸ்டாயைவிட ஆன்மபலம் கொண்டவராக தாகூர் விவரிப்பதாக, ரொமெய்ன் ரோலந்து கூறும் பகுதிகள் ரசிக்கத்தக்கவை.

T.D.திருமலை, கல்கி, ம.பொ.சி., அரங்க.சீனிவாசன், தி.சே. சௌ.ராஜன், மா.பா.குருசாமி போன்ற பலரும் காந்தியைப் பற்றி எழுதிய, இன்னும் பலரும் இன்றுவரை எழுதுகிற ஏராளமான புத்தகங்கள் வெளிவந்து கொண்டேதான் இருக்கின்றன. ஆயினும் காந்தி, காந்தமென ஈர்த்த அற்புதமான சிலரை நினைவு கொள்வது நமது கடமை.

ஜே.சி.குமரப்பா

இங்கிலாந்திலும், அமெரிக்காவிலும் தனது பொருளாதார மேற்படிப்பை முடித்து இந்தியா திரும்பி, காந்தி ஈர்ப்பில் தன்னையிழந்து, காந்தியப் பொருளாதாரத்தைக் கட்டமைத்த, அதற்காகத் தம் வாழ்வையே அர்ப்பணித்த மாமேதை ஜே.சி. குமரப்பா.

இவரது 'தாய்மைப் பொருளாதாரம்' மற்றும் 'நிலைத்த பொருளாதாரம்' என்ற இரண்டு புத்தகங்களைப் படித்துவிட்டு, இவர் இறுதியில் வாழ்ந்து மறைந்த மதுரையை அடுத்த T.கல்லுப்பட்டியில்

அமைந்துள்ள காந்தி நிகேதன் ஆசிரமத்தில் இருந்த, அவரே திட்டமிட்டுக் கட்டிய காற்றோட்டம் மிகுந்த வீட்டைப் பார்க்கச் சென்றேன். அங்கு அவரே அமைத்துப் பயன் படுத்திய நகரும் கழிவறையை கண்டு வியந்தேன். ஜே.சி.குமரப்பாவை ஏற்பதும், மறுப்பதும் வேறு விஷயம். ஆனால் அவரை வாசிப்பதும், கருத்தில் கொள்வதும் எவராலும் தவிர்க்க முடியாதவை.

அரசியலில் இவருடைய காந்தியத் துயரம் என்பது, அம்பேத்கருக்கு முன்பே சுதந்திர இந்திய அரசாங்கத்தின் நடவடிக்கைகளால் மனம் கசப்புற்று, திட்டக்கமிஷனில் இருந்தும், முழுதாக அரசியலில் இருந்தும் விலகி வாழ்ந்தார்.

லாரி பேக்கர்

இங்கிலாந்தில் பிறந்து, இந்தியாவின் தென்கோடியில் உள்ள திருவனந்தபுரத்தில் வாழ்ந்து மறைந்த 'லாரி பேக்கர்' காந்தியின் சந்திப்பால் தம் வாழ்வில் மாற்றம் கண்டவர். காந்தியத் தாக்கம் கொண்ட, கட்டட வடிவமைப்பு வல்லுநரான இவரை கேரள அரசு நல்ல மரியாதையுடன் பயன்படுத்திக்கொண்டது. இவர் இந்தியப் பாரம்பரிய கட்டுமானத் தொழில்நுட்பங்களை மீட்டெடுத்து அதை முடிந்தவரை நவீனப் படுத்தினார். காற்றும், வெளிச்சமும், குளுமையும், பாதுகாப்பும் நிறைந்த அமைப்பாகவும், அதேசமயம் எளிமையும், குறைந்த செலவும் கொண்டதாகவே குடியிருப்புகள் அமைய வேண்டும் என்பதை தனது அடிப்படைக் கோட்பாடாகக் கொண்டிருந்தார்.

இந்தியாவில் குடியேறி, ஓர் இந்தியப் பெண்ணை மணந்தும், நாற்பத்து மூன்று ஆண்டுகள் கழித்தே இவருக்கு இந்தியக் குடியுரிமை கிடைத்தது. இதையே அவருக்கு கிடைத்த விருதுகளிலேயே சிறந்ததொன்றாகக் கருதினார். இவருடைய கட்டட மாதிரிகள் என்னை மிகவும் கவர்ந்தவை. இவரது வாழ்க்கையை இவரது இணையர் 'எலிசபெத் பேக்கர்' எழுதியுள்ளார். ஈரோடு டாக்டர் ஜீவானந்தம் அவர்கள் அதைத் தமிழில் மொழிபெயர்த்திருக்கிறார்.

அவருடைய பேரன், 'லாரி பேக்கர்' குறித்த ஓர் ஆவணப்படம் வெளியிட்டிருக்கிறார்.

மசானபு ஃபுகோகா

ஜப்பானியரான இவர் இந்தியா வந்தபோது எடுக்கப்பட்ட ஆவணப்படம் ஒன்று பார்த்தேன். நம் கிராமங்களில் துக்கவீட்டுக்கு அருகில் வந்ததும் பெண்கள் படபடப்புடன் கைகளை விரித்தபடி வேகமாக வருவார்களே, அதேபோல் காந்தி நினைவிடத்தை அருகில் நெருங்கியதும், இவர் பயபக்தியுடன் வேகமாக ஓடிவந்து, அமர்ந்து வணங்குவதைக் கண்டு நெகிழ்ந்து போனேன்.

இவரது 'இயற்கைக்குத் திரும்பும் பாதை', 'ஒற்றை வைக்கோல் புரட்சி', 'இயற்கை வழியில் வேளாண்மை' ஆகிய மூன்றும், காந்தியப் பாதையில் விவசாய வாழ்க்கையை சந்திக்க விரும்பும் அனைவருக்கும் பாடப் புத்தகங்களாகும்.

இ.எஃப். ஷூமாஸர்

இவர் ஒரு ஜெர்மானியப் பொருளாதார அறிஞர். இவருடைய 'சிறியதே அழகு' (Small is Beautiful) என்ற புத்தகம் உலகப் புகழ் பெற்றது. இவர் காந்தியை, 'மக்களின் பொருளாதார அறிஞர்' என்று வர்ணிக்கிறார். காந்தியும், ஜே.சி.குமரப்பாவும் இவரது பொருளாதார சிந்தனைகளில் பெரும் ஆளுமையை ஏற்படுத்தியவர்கள்.

மேற்கண்ட ஆளுமைகளைப் போல் இந்தியாவிலும், வெளிநாடுகளிலும் காந்தி எனும் அதிசயத்தில் அமிழ்ந்து தங்களை சமூகத்துக்கு அர்ப்பணித்தவர்களின் பட்டியல் பெரிது. ஆனாலும், காந்தியையோ, காந்தியத்தையோ ஒரு சிறிதும் அறியாதவர்களும் இந்தியா முழுதும் காந்தி மயக்கத்தில் ஆழ்ந்திருந்ததற்கான காரணங்கள் பல்வேறு வகைப்பட்டவை.

காந்தி தனது சுயசரிதையை எழுதத் தொடங்கும் முன்பாகவே, அவரது நுணுக்கமான தர்க்கவாதம் நிறைந்த கருத்துக்கள், பலராலும் பல்வேறு விதமாக விதந்தோதி விளம்பரம் செய்யும் விதமாக, புத்தகங்களாக வெளிவந்துகொண்டிருந்தன. அவருடைய கருத்துகளை தர்க்கரீதியாக நேர்மையெனும் அளவுகோலோடு விமர்சிக்க எவருமே இல்லாத அந்தக் காலத்தில் இந்தியாவின் அரசரைப் போலவே அவர் வதந்திகளாலும், புகழுரைகளாலும் கட்டமைக்கப்பட்டு, ஒரே பிரதிநிதியாக இந்திய அரசியலில் முன்னிறுத்தப்பட்டார்.

முதல் உலகப் போருக்கு இந்தியாவிலிருந்து அனுப்பப்பட்டு, பல்வேறு உலக அனுபவங்களோடு, எண்பதாயிரம் பேருக்கும் அதிகமாக உயிர்ப்பலி கொடுத்து, மீந்து திரும்பிய பத்து லட்சத்திற்கும் மேற்பட்ட படிப்பறியாத பட்டாளத்தார்கள்தான் இந்திய கிராமப்புறங்களில் எல்லாம் காந்தியெனும் பிம்பத்தை பரப்பியதில் முக்கியப் பங்கு வகித்தார்கள்.

காந்தியின் 'சத்திய சோதனை' (Experiments with truth) எல்லா இந்திய மொழிகளிலும் பெயர்க்கப்பட்டு, படித்தவர்கள், படிக்காதவர்கள் என்ற பேதமின்றி பெரும்பாலோரது வீடுகளிலும் இடம்பிடித்தது. அவை படித்தவர்களால் திருமணங்களில் மணமக்களுக்குப் பரிசாகக் கொடுக்கப்பட்டது.

அப்படித்தான் என் பெற்றோரின் திருமணப் பரிசாக, 'சத்திய சோதனை' எங்களது வீட்டில் இடம்பிடித்தது.

எனது ஐம்பத்தி ரெண்டு வயதுவரை என்னுள் அசைக்கமுடியாத பிம்பமாய் வீற்றிருந்த காந்தியத்தை, நான் அதிர்ச்சியோடு எட்டி நின்று பரிசீலிக்கத் தூண்டிய நிகழ்வை இங்குதான் குறிப்பிட வேண்டும்.

2017.

என் வாழ்வின் நிதானப்போக்கை குலைத்த 'கக்கூஸ்' எனும் ஆவணப்படத்தை அந்த வருடம்தான் பார்த்தேன். இயக்குனர் திவ்யபாரதியின் அந்தப்படம் அதுவரை சாதியைப் பற்றி எனக்கிருந்த மேலோட்டமான கருத்துகளைப் புறந்தள்ளி என் தலைமயிரைப் பிடித்து ஆட்டிவிட்டது. கட்டுப்படுத்தவே முடியாதபடி கண்ணில் நீர் வழிய பார்த்த 'கக்கூஸ்', என்னை 'பாஷா சிங்' எனும் பத்திரிகையாளர் எழுதிய 'தவிர்க்கப்பட்டவர்கள்' என்ற புத்தகத்தை வாங்கிப் படிக்கச் செய்தது.

அவர் பத்துக்கும் மேற்பட்ட இந்திய மாநிலங்களில் விரிவாகக் கள ஆய்வு செய்து சாதியெனும் பீ நாற்றம் எவ்வாறு இந்தியா முழுதும் பீடித்திருக்கிறது என்று எனக்கு விளங்கச் செய்தார்.

அதிலும், அவர் சந்தித்து உரையாடிய, ஆந்திராவின் 'அனந்தப்பூர் நாராயணம்மா' வின் ஓங்கி ஒலித்த உள்ளக் குமுறல்தான் காந்தி குறித்த எனது பார்வையை மறுபரிசீலனை செய்ய வைத்தது.

1936ல் காந்தி கூறிய ஒரு விளக்கத்தையும், அதற்கு 2009ல் நாராயணம்மா அளித்த பதிலையும் இங்கு தருவது அவசியம் என்று கருதுகிறேன்.

காந்தி:

“ஒரு தாய் தனது குழந்தைக்கு என்ன பணிவிடை செய்கிறாளோ அதைத்தான் இச்சமூகத்திற்கு ஒரு பாங்கி செய்கிறாள். தாயானவள் தான் பெற்ற குழந்தையின் மலத்தை சுத்தம் செய்து அக்குழந்தையின் ஆரோக்கியத்தை எப்படிப் பேணிப் பாதுகாக்கிறாளோ அதே வழியில்தான் பாங்கிகள் சுத்தம் செய்து இச்சமூகம் முழுமையின் ஆரோக்கியத்தையும் பாதுகாக்கிறார்கள்...”

அனந்தப்பூர் நாராயணம்மா:

“காந்தி இருந்திருந்தால் அவரிடம் ஒன்றை நேருக்கு நேராகவே கேட்டிருந்திருப்பேன். உலகில் எந்த அம்மாவாவது தனது குழந்தையின் மலம் தன் உடம்பின் மேல் பட்டுவிட்டதற்காக வருந்துவாளா? அப்படியிருக்கையில் அவர் எப்படி எங்களைப் பற்றி அத்தகைய கருத்தைச் சொல்லலாம்? நானும் நிறையக் குழந்தைகளைப் பெற்றுப் போட்டவள்தான். அக்குழந்தைகள் கழிக்கும் பீ, மூத்திரங்களை கழுவிச் சுத்தம் செய்தவள்தான். ஆனால், அதையும், எதை தலையில் வைத்து நீண்ட தூரம் சுமந்துச் செல்லும் தண்டனையை நாங்கள் அனுபவித்து வந்தோமோ அந்த மலத்தையும் என்னால் ஒப்பிட்டுப் பார்க்கவே முடியாது. அப்படிப்பட்டதொரு ஒப்பீட்டை செய்ய, மலக்கூடையை எப்போதும் தொட்டுக்கூடப் பார்த்திராத மனிதர்களால்தான் இயலும். ஒருத்தன் தன் சொந்த கழிப்பிடத்தைச் சுத்தம் செய்வதும்; அடுத்தவன் கழிந்துப் போட்ட பீயை அள்ளிச் சுத்தம் செய்வதும் ஒன்றல்ல. முற்றிலும் வெவ்வேறானவை. அது போன்ற விமர்சனங்கள் எங்களின் இரத்தக்கொதிப்பை அதிகமாக்குகின்றன. எங்களைப் பொருத்தவரை இந்த மலம் அள்ளும் வேலையைக் காட்டிலும் மிகவும் இழிவான வேலை வேறெதுவும் இருக்காது.”

பாஷா சிங் எழுதிய ‘தவிர்க்கப்பட்டவர்கள்’தான் எனக்கு முதன்முதலில் அம்பேத்கரை அழுத்தமாக அறிமுகப்படுத்தியது. ஐம்பத்தி இரண்டு வயது வரை அலட்சியமாக இருந்த எனக்கு, உடனே அம்பேத்கரை வாசிக்கும் உத்வேகம் பிறந்தது.

அம்பேத்கரின் 'ஜாதியை அழித்தொழிக்கும் வழி', 'இந்தியாவில் சாதிகள்', 'நான் ஓர் இந்துவாக சாக மாட்டேன்', 'அம்பேத்கர் இன்றும் என்றும்' ஆகிய புத்தகங்களை வாங்கி வாசிக்கத் தொடங்கிய 2017--18ஆம் ஆண்டுகள், நான் புதிதாகப் பிறந்ததாக எனக்கு உணர்த்தியது. அம்பேத்கர் என்னிடம் ஏற்படுத்திய மாற்றங்கள் குறித்து, வாய்த்தால் பிறகு எழுதுகிறேன்.

காந்தி பற்றி சொல்லி முடிப்பதற்கு முன், அம்பேத்கரும், காந்தியும் பிறப்பதற்கு முன்பே தமிழ்நாட்டில் தோன்றிய ஞான ஒளி, பழந்தமிழை நமக்குப் புதுப்பித்துக் கொடுத்த கருணையுள்ளம் கொண்ட வள்ளலார், சாதியையும் அது உழலும் வருணாசிரம சகதியையும் தீர்க்கமாகப் புரிந்து நமக்கு விவரித்துச் சென்றதை மட்டும் நினைவில் கொள்வோம்.

அகவல்
'சாதியும் மதமும் சமயமும் பொய்யென
ஆதியில் உணர்த்திய அருட்பெருஞ்ஜோதி'

ஆறாம் திருமுறை
'சாதி சமயங்களிலே வீதிபல வகுத்த
சாத்திரக் குப்பைகள் எல்லாம் பாத்திரம் அன்றெனவே
ஆதியில் என் உளத்திருந்தே அறிவித்தபடியே
அன்பால் இன்றுண்மை நிலை அறிவிக்க அறிந்தேன்'

கீர்த்தனை
'மதித்த சமயமத வழக்கெல்லா மாய்ந்தது
வருணாச்சிரமம் எனுமயக்கமும் சாய்ந்தது'

சிந்து
'சாதிசமய சழக்கை விட்டேன் அருட்
சோதியைக் கண்டேனடி - அக்கச்சி
சோதியைக் கண்டேனடி'.

41. இசைஞானி

"நான் சினிமாவுக்கு மியூசிக் போடலாம்னு இருக்கேன்!"

அன்று மாலை நான் சென்று அமர்ந்த சில நிமிடங்களில் ஜே.கே. இவ்வாறு கூறினார். எனக்கு இதில் ஏதோ 'உள்குத்து' தெரிந்தது. மெல்லிய சிரிப்புடன்,

"என்னாச்சு சார்?" என்றேன்.

"இளையராஜா பொஸ்தகம் போட்றானாம். அப்ப நான் மியூசிக் போடக்கூடாதா?"

இது நகைச்சுவைதான் என்று நான் உணர்ந்தவுடன், நன்றாகவே சிரித்துவிட்டேன். எங்கள் முன்னிருந்த மேசையின் மீது இளையராஜாவின் புத்தக வெளியீட்டு விழா அழைப்பிதழ் ஒன்று இருந்தது.

ஜெயகாந்தன் தன்மீது அளவிடற்கரிய அன்பு வைத்திருக்கும் நண்பர்களையும், நேரடியாக எள்ளிநகையாடுவது அவரது இயல்பு. அதை வெகுவாக ரசித்து மகிழ்வது அந்த நண்பர்களின் இயல்பு. அதுபோன்ற சில நிகழ்வுகளை அவர் சொல்லியே நான் அறிந்திருக்கிறேன்.

தனிமையில் கவிஞர் கண்ணதாசன் அவர்களோடு, இரு கால்களையும் முன்னால் இருந்த டீபாயின் மீது நீட்டி வைத்தபடி உரையாடிக் கொண்டிருந்தபோது,

"நான் மூவாயிரம் பாட்டு எழுதியிருக்கேன், ஜெயா!" என்று கண்ணதாசன் பெருமிதம் பொங்க கூறியுள்ளார். நான் அறிந்த வரை, ஜெயகாந்தனை அன்பொழுக 'ஜெயா' என்று அழைத்த ஒரேயொருவர் கண்ணதாசன்தான்.

“எத்தன தடவ மூத்திரம் போயிருக்கீர்?” என்ற ஜெயகாந்தனின் குறும்புத் தாக்குதலை எதிர்பாராத கண்ணதாசன் குலுங்கிக் குலுங்கிச் சிரித்ததாக ஜே.கே. கூறினார்.

அதைப்போலவே நடிகர் திலகம் சிவாஜி கணேசன் அவர்களுடனான உரையாடலின் போது, தான் நடித்த ஏதோவொரு திரைப்படத்தில், ‘உங்களைப் போலவே மீசை வைத்திருக்கிறேன்'' என்று பெருமையுடன் சிவாஜி கூற,

“மீசதான் வைக்க முடியும்!” என்ற ஜே.கே. யின் வார்த்தைகளைக் கேட்டு சிவாஜியும் பலமாகச் சிரித்ததாகக் கூறினார்.

சிவாஜியும், கண்ணதாசனும் ஜெயகாந்தனைவிட முறையே ஆறு மற்றும் ஏழு வயது மூத்தவர்கள். இளையராஜாவோ ஒன்பது வயது இளையவர். அதற்கெல்லாம் மேலாக, ஜெயகாந்தனைத் தன் குருவாக எண்ணி வாழ்பவர் இசைஞானி இளையராஜா. அந்த எண்ணத்தை இளையராஜாவிடம் தூண்டியது எது? என்பதை நானறியேன்.

ஆனால், இளையராஜா 1976 ல் தனது திரையுலகப் பயணத்தைத் தொடங்குவதற்கு பத்து ஆண்டுகளுக்கு முன்பே, இசையுலகுக்கு இளையராஜாவைப் போன்ற ஒருவரின் தேவையை அறிவுறுத்தியும், இவரைப் போன்றவரின் வருகையை எண்ணிக் காத்திருக்கும் காலத்தின் தவிப்பையும், ஜெயகாந்தன் தனது நாவலில் ஒரு கதாபாத்திரமாகவே உருவாக்கியிருந்தார்.

இந்தியாவின் பாரம்பரிய இசைக் குடும்பத்தில் பிறந்து, லண்டனில் மேற்கத்திய இசையைப் பயின்று வளர்ந்து, ஃபிரான்ஸின் தலைநகரமான பாரீஸில் சிலகாலம் வாழ்ந்தபின், இந்தியா திரும்பிய சாரங்கனின் வாழ்க்கை நோக்கமாக ஜெயகாந்தன் குறிப்பிட்ட லட்சியங்களை, தன் சிரமேல் சுமந்து, தென்மேற்கு தமிழ்நாட்டு எல்லையோரம் அமைந்த சின்னஞ்சிறு கிராமமான பண்ணைப்புரத்தில் இருந்து புறப்பட்டு, நேராக ஜெயகாந்தனிடமே வந்து நின்றபோது, தனது சாரங்கனுக்கு இருந்த எந்தவித சலுகைகளும் இல்லாது, தான் பாரீஸில் இருந்து உருவாக்கித் தருவித்த சாரங்கனேதான் மெலிந்த, கறுத்த உருவமாய் வந்து, நம் முன் நிற்கிறான் என்று ஜெயகாந்தனால் உணரத்தான் முடியவில்லை.

ஆனால், அதே சமயம் இளையராஜா, 'இவர்தான் நமது குரு' என்று உணர்ந்ததாகக் குறிப்பிடுகிறார். அதற்கு முன்பே இசைஞானி அந்த 'பாரீஸுக்குப் போ!' நாவலைப் படித்திருப்பாரோ! எனக்குத் தெரியாது.

ஓவியத்தின் மீது அதிக நாட்டம் கொண்ட என்னை, இசையின் பக்கமும் எட்டிப் பார்க்க வைக்கும் ஆர்வத்தை, இந்த நாவலே வெகுவாகத் தூண்டியது.

ஐம்பத்து ஆறு ஆண்டுகளுக்கு முன் தமிழ் நாவல் வரலாற்றில் அதுவரை வந்திராத கதைக்கான களனை 'பாரீஸுக்குப் போ!' நாவலில் அமைத்திருந்தார் ஜெயகாந்தன். நமக்கு மேற்கத்திய இசையின் அடிப்படைகளான, இசைக் குறியீடுகளையும் (Notations), கம்போசர்களுக்கும், கண்டக்டர்களுக்கும், ஆர்கனிஸ்ட்களுக்குமான வித்தியாசங்களையும், மேற்கத்திய இசைக் கோலங்களான 'ஆர்க்கெஸ்ட்ரல் மியூசிக்' வடிவங்களையும் கணக்கு சூத்திரங்களை மட்டுமே அடிப்படையாகக் கொண்டு, கட்டுப்பாடுகளற்ற, அவரவர் மன இசைவுக்கேற்ப வெளிப்படுத்தும் இந்திய மரபிசைகளையும் ஒப்பிட்டு ஜெயகாந்தன் எழுதியவை இன்றும் புதியவைதான்.

சாரங்கன் தனது திட்டங்களாகப் பயிலவேண்டும் என்று கீழே குறிப்பிடும் அனைத்தும், இளையராஜாவுக்கு இயற்கையாகவே அமைந்துவிட்டதே ஓர் அதிசயம்!

"..... என்னுடைய ஆசை 'உணர்ச்சிமயமான இன்னிசையொப்பு முறைகளை இந்தியச் செவிகளுக்கேற்ப உருவாக்க வேண்டும்' என்பது... அப்படி ஓர் ஆசை எனக்கு உண்டு. நமது கர்னாடக சங்கீதத்தையும், இந்திய வாழ்க்கையையும் நான் பயின்று அவற்றுடன் ஒன்றி விடுவது அதற்கு மிகவும் அவசியம். அரங்கேறாத வாத்தியங்கள் பல நமது கிராம மக்களிடம் இருக்கின்றன. அதே போலப் பாடல்களும், இசை மரபுகளும்கூட இருக்கின்றன... நமது சங்கீதத்தில் உள்ள ஆரோகண - அவரோகண முறைகள் மிகவும் சிறந்தவை... நமது இந்த முறையை உலகம் நம்மிடமிருந்தே கற்றுக் கொண்டது... அதுபோல் வளர்ச்சி குறைந்து தேங்கி நிற்கும் நமது இன்றைய சங்கீதத்தில் ராகங்களையும், ராகினிகளையும் 'ஹார்மனியோடு' அமைத்து 'ஆர்க்கெஸ்ட்ரல்

மியூஸிக்'கைச் சிறப்பாக உருவாக்க முடியும் என்று நம்புகிறேன். இன்று நமக்கு அது தேவை. அந்தத் தேவையைப் பற்றிய பிரக்ஞை இல்லாமல் எப்படியோ முறையற்ற வழியில் அந்தத் தேவை பூர்த்தி செய்யப்பட்டுக் கொண்டிருக்கிறது என்று, தற்கால சினிமாப் பாடல்களின் சங்கீதங்களின் மூலம் நான் உணர்கிறேன்!''

ஜெயகாந்தன் இந்த நாவலில், இந்திய மரபுப் பெருமை பேசும் மேல் வர்க்க இசையையும், உணர்வுகளை மேற்பூச்சின்றிக் கிளர்த்தும் மக்களிசையையும், உலகமெங்கும் பரவிநிற்கும் மேற்கத்திய இசையையும் குறித்த மிகச்சிறப்பான விவாதங்களை, வெவ்வேறு பாத்திரங்களின் மூலமாக விரிவாக வெளிப்படுத்தியிருப்பார்.

இசையை, ஓவியத்தை, ஏன்... கலைகள் அனைத்தையும் அறிதலையும், புரிதலையும் விட உணர்தலே மகத்துவமானது என்று எனக்கு சாரங்கன் மூலமாக மிகச் சரியான உதாரணங்களோடு புரிய வைத்தார் ஜெயகாந்தன்.

மேலும் அவர் 'அசரீரி' போல் சொன்ன ஒரு வாக்கியம் வரம்தான்.

"பல்வேறு கட்டங்களைத் தாண்டி நான் நம்புகிற சரியான 'இந்தியாவின் நவீன சங்கீதம்' இங்கே உருவாகத்தான் போகிறது; உருவாகிக் கொண்டுமிருக்கிறது - என்ற நம்பிக்கையோடு..."

ஜெயகாந்தன், சாரங்கன் மூலமாக நமக்குச் சொன்ன எதிர்பார்ப்புகளை, அவர் சொல்லி இருபது வருடங்களுக்குப் பிறகு 1986ல் இளையராஜா நிறைவேற்றி உலகுக்கு அளித்தார்.

அதுதான் இளையராஜாவின் 'ஹவ் டு நேம் இட்?' *(How to name it?)* ஆல்பம். அதில் நான் நீச்சல் அறியாமலே மூழ்கிக் கிடந்த வருடங்கள் பல. நான் மூழ்கிக் கிடப்பது எனக்கு மட்டும்தான் சுகமே தவிர வேறொரு பயனும் இல்லை. என் பிரிய இயக்குனர் பாலுமகேந்திரா அந்த இசையில் மூழ்கிக் கிடந்ததால்தான் ஒருமணி நேரத்திற்கும் குறைவான இந்த ஆல்பம், என் இதயத்தில் இன்றுவரை வீற்றிருக்கும் 'வீடு' திரைப்படத்துக்கு உயிர் கொடுத்தது.

அதற்கு அடுத்த இரண்டே வருடங்களில் இசைஞானி வெளியிட்ட உச்சம்தான், 'நத்திங் பட் விண்ட்' *(Nothing but wind)*.

‘நத்திங் பட் விண்ட்’ல் நான் தோய்ந்து கிடந்தபோது, ஹரிபிரசாத் சௌராசியாவை எனக்குத் தெரியாது. அவரை அறிந்தபின் இன்றுவரை எனது தனிமையின் ஒரு பகுதியை அவரது ‘பன்சூரி’ *(Bansuri)* வகை புல்லாங்குழலின் போதையேற்றும் இசைதான் நிறைத்த வண்ணம் இருக்கிறது.

நான் பத்தாவது வகுப்பு படித்துக்கொண்டிருந்தபோது, என் பெற்றோரால் அதிகாலை ஐந்து மணிக்கு படிப்பதற்காக எழுப்பி விடப்படுவேன். அமைதியாக எழுந்து, முகம் கழுவி, புத்தகத்தை கையிலெடுத்துக் கொண்டு, பின்புறம் அமைந்த நீண்ட வீட்டிலிருந்து, முன்புறம் அமைந்த அகலமான பக்கவாட்டில் தள்ளித் திறக்கக் கூடிய பெரிய இரும்பு ஷட்டர்களால் பூட்டப்பட்டிருக்கும் ஜவுளிக்கடை கல்லாவில் வந்து லைட்டைப் போட்டுக்கொண்டு அமர்ந்து விடுவேன். எங்கள் கடைக்கு எதிர்வரிசையில் ஜெயங்கொண்டம் நால்ரோடு அருகில் இருக்கும் கிட்டு டீக்கடையில் சரியாக அதிகாலை ஐந்து மணிக்கெல்லாம் இளையராஜாவின் ‘ப்ரியா’ படப் பாடல்களை தினமும் மிதமான சப்தத்துடன் ஒலிபரப்புவார்கள்.

நான் படிப்பதாக நினைத்து என் பெற்றோர் நிம்மதியாகத் தூங்க, நான் மகிழ்ச்சி பொங்க இளையராஜாவின் இசைகேட்டு வளர்ந்தேன்.

‘ஏ... பாடல் ஒன்று’ம், ‘என்னுயிர் நீதானே’வும் இன்றும் என்னை உள்ளுக்குள் ஆடவைக்கும் பாடல்கள்.

நான் எஸ்.பி.பி.யையும், ஜேசுதாஸையும் இளையராஜாவின் இசையில் தான் ரசிக்க ஆரம்பித்தேன். அதுவரை டி.எம்.எஸ்.தான். பின்னணிப் பாடகர்களில் டி.எம்.எஸ்.க்கு மட்டுமே நான் ரசிகன். இரண்டாவது இடம் சி.எஸ்.ஜெயராமன். அதற்குப் பிறகுதான் சீர்காழி வருவார்.

அகத்தியர் திரைப்படத்தில், சீர்காழியிடம், டி.எம்.எஸ். தோற்பதுபோல் வரும் காட்சி, என் நெஞ்சத்தில் புண்ணாகி நெடுநாள் வலி தந்தது.

“வென்றிடுவேன்...

நாதத்தால் வென்றிடுவேன்...

நாட்டையும் நாதத்தால் வென்றிடுவேன்...

எந்த நாட்டையும் நாதத்தால் வென்றிடுவேன்."

என்ற அந்தப் பாடலில் இன்றும் டி.எம்.எஸ்.தான் சிறப்பாகப் பாடியதாக எனக்குத் தோன்றுகிறது.

சீர்காழியின் அருமையை நான் புரிந்துகொள்ள எனக்கு மேலும் சிலகாலம் தேவைப்பட்டது.

என்னைவிட மூத்தவர்கள்கூட எஸ்.பி.பி.யையும், ஜேசுதாஸையும் ரசிப்பது எனக்குப் புரியாத புதிராக இருந்தது. என் பதின்ம வயதுகளிலே 'ப்ரியா' படப் பாடல்களை ரசித்த அதே காலத்தில் தியாகராஜ பாகவதரின்,

'அம்பா.. மனம் கனிந்துனது கடைக்கண் பார்' என்ற பாடலிலும் மனம் பறிகொடுத்து, பாட முயற்சித்தேன். அதிலும்,

''பைந்தமிழ் மலர்பா மாலை சூடி உன்

பாத மலர் பணிந்து பாடவும் வேண்டும்"

என்ற வரிகளைத் திரும்பத்திரும்ப சலிக்காமல் பாடி மகிழ்வேன்.

'ஏரிக்கரையின் மேலே'

'சிங்காரவேலனே தேவா'

'கண்ணன் மனநிலையை தங்கமே தங்கம்'

'விண்ணோடும் முகிலோடும்'

'அமுதை பொழியும் நிலவே'

'உனக்காக.. எல்லாம் உனக்காக'

'சித்திரம் பேசுதடி'

'சிந்தனை செய் மனமே'

'சுந்தரி சௌந்தரி நிரந்தரியே'

இன்னும் இன்னும் பட்டியல் நீளும் எண்ணிலடங்கா பாடல்களைச் சொல்லி மாளாது!

42. சூத்திர ரசனை

"உன் சமையலறையில்
நான் உப்பா... சக்கரையா..?"

ஜெயகாந்தன் அந்தப் பாட்டுடைய மெட்டின் சாயலில் பாடிவிட்டு, 'சக்கரையா?' என்று முடிக்கும் இடத்தில் தன் ஆள்காட்டி விரலால் முன்னிருந்த மேசையின் விளிம்பில் மிதமாகத் தட்டினார்.

"நல்லாருக்குல்ல!" என்று பாராட்டினார். நான் தலையாட்டினேன். பின்னொரு நாளில்,

"கல்யாணந்தான் கட்டிக்கிட்டு ஓடிப்போலாமா? இல்ல; ஓடிப்போயி கல்யாணந்தான் கட்டிக்கலாமா?" என்று கரகரத்த குரலில் பாடிவிட்டு,

"எப்டிப் பண்ணாலும் கல்யாணம் பண்ணிக்கணும். அதானே?" என்று சிரித்தார். அப்போதெல்லாம் நான் திரைப்படப் பாடல்களை கேட்பதேயில்லை. நானாகக் கேட்பதில்லையே தவிர, தானாக வந்து காதில் விழும் பாடல்களைக் கேட்காமல் உயிர் வாழ முடியுமா என்ன? அப்படித்தான் மேலே சொன்ன இரண்டு பாடல்களையும் கேட்டிருக்கிறேன். ஆனால் ஜே.கே., வாழ்வின் ஒவ்வொரு கணத்தையும் அனுபவித்து வாழ்ந்துகொண்டிருக்கிறார் என்று அப்போது நான் சரியாக உணரவில்லை.

எனக்கொருமுறை ஜெயகாந்தன் ஓர் ஆலோசனைக் கூறினார்.

"தமிழ்ல நீங்க அவசியம் படிக்கணும்னா ரெண்டே ரெண்டு புஸ்தகந்தான். ஒன்னு திருக்குறள். இன்னொன்னு பாரதியார் கவிதைகள். அது மட்டும் படிச்சாலே போதும்.''

அப்போது அருகில் அமர்ந்து இருந்த கவிஞர் ஒருவர்,

"கம்ப ராமாயணம் ஜே.கே.?" என்று இடைமறித்தார்.

"அதெல்லாம் அப்பறம். அவருக்குத் தேவன்னா படிக்கறது. அவசியம்னா இது ரெண்டுந்தான்!" என்று முடித்தார் ஜே.கே.. அகராதியை (Dictionary) எப்படி பயன்படுத்துகிறேனோ, அப்படித்தான் எனக்கு திருக்குறள். அதில்,

'கற்க கசடற...' என்று தொடங்கும் குறளில் 'கசடு அறுப்பது' அவ்வளவொன்றும் எளிதான காரியமல்ல என்று நான் சில ஆண்டுகளுக்கு முன்புதான் அறிந்துகொண்டேன். கற்பதில் எது கசடு என்று அறிந்தால்தானே அதை அறுக்க முடியும். கசடு நாம் படிக்கும் புத்தகத்தில்தான் இருக்க வேண்டும் என்ற அவசியமில்லை. அது நம் மனதிலும் இருக்கலாம். கசடு என்பதற்கு 'பிழை' என்று அர்த்தம் கொண்டால், பிழையோடு கற்று, அதற்குத் தக்கபடி வாழ்ந்து, சுமார் முப்பது ஆண்டுகள் கழித்தே பிழையை உணரும் தருணம் வாய்க்கப் பெற்ற பிரகஸ்பதிக்கு நானே ஒரு நல்ல உதாரணம்.

'பாரீஸுக்குப் போ' நாவலில், 'இந்தத் தேசத்தின் பாரம் பரியத்திலும் சேராத, மேற்கத்திய இசையும் அல்லாத தற்காலச் சினிமா பாட்டொன்று ரேடியோவில் முழங்கிற்று' என்று திரைப்படப் பாடல்களைச் சாடியிருப்பார்.

1965 வாக்கில் நடப்பதாக 'பாரீஸுக்குப் போ!' நாவலின் காலத்தை தெளிவாகவே வரையறுத்திருப்பார் ஜெயகாந்தன். அந்த நாவலை இருபது வருடங்கள் கழித்து, 1985ல் நான் படிக்கிறேன். அந்த நாவலில் ஜெயகாந்தன் அப்போதைய தமிழ் சினிமாவின் நிலையை கடுமையாகவும், சகிக்க முடியாததாகவும் விமர்சித்திருப்பார்.

திரைப்படத்துறை ஜெயகாந்தன் எழுதியதற்கு எந்த மாறுபாடுகளும் இன்றி அவர் விவரித்தபடியே விளங்குவதை, என்னுடைய சில திரையுலக நண்பர்களின் அருகிலிருந்து பார்த்த அனுபவங்களால், திரையுலகின் மீது எனக்கு எந்த மரியாதையும் இல்லாமல் போனது. திரைப்படப் பாடல்கள் தரம் தாழ்ந்தவை என்றும், கர்நாடக இசையே உயர்தர இசையென்ற எண்ணக் கசடு

பிராமணீய பிரமிப்பில், என் சூத்திர உள்ளத்தில் ஆழமாய்ப் பதிந்து போனது. சரியாக அந்தச் சமயத்தில் நான் கர்நாடக இசையின் பக்கம் திரும்புவதற்கும், திரையுலகை ஒதுக்குவதற்கும் 'பாரீஸுக்குப் போ!' பெரும் பங்களிப்பு செய்தது. அது பிழையென்று உணர்ந்து, முப்பது ஆண்டுகளுக்குப் பின் மீண்டும் நான் தமிழ்த் திரையுலகை திரும்பிப் பார்க்கும்போது, நிறைய மகிழ்ச்சியூட்டும் மாற்றங்கள் நடந்தேறியிருந்தன.

அந்த முப்பது வருடங்களில் முதல் பத்தாண்டுகளில் எனக்குள் ஒன்றும் பெரிய அதிர்வுகள் இல்லை. இரண்டாவது இருபதில்தான் நான் கர்நாடக மற்றும் இந்துஸ்தானி இசைக் கோலங்களை தேடித்தேடி அனுபவித்துக்கொண்டிருந்தேன். அதற்கான காரணம் என் மகளை நான்கு வயது நிறைவடையும் முன்பே சென்னை, 'கிருஷ்ணகான சபா'வில் கர்நாடக இசை வாய்ப்பாட்டு வகுப்பில் சேர்த்ததும், அதனால் வீட்டில் எந்நேரமும் கர்நாடக இசையோடு நாங்கள் வாழ்ந்ததுமாகும்.

வற்றிப்போன வர்ணாசிரம ஸ்கேலில் சூத்திரனான நான், எனது இசைப் பயணம் குறித்து, எழுதிக்கொண்டிருக்கும் நாவலில் விரிவாக வெளிப்படுத்தப் போவதால், இங்கு சுருக்கமாகக் கூறிவிடுகிறேன்.

இளையராஜாவின் 'சிந்து பைரவி'யில், கே.ஜே.யேசுதாஸ் தாளவாத்தியம் இல்லாமலே பாடிய 'மகாகணபதிம் மனசா ஸ்மராமி' என்ற பாடலில் மனம் பறிகொடுத்து, அந்த கேசட் வாங்க ஆர்வமுடன் இருந்த நேரம்.

சென்னையில் ஒருசில சூப்பர் மார்க்கெட்டே இருந்த அந்தக் காலத்தில், டிவிஎஸ் நிறுவனம் முன்னெடுத்த 'ஸ்டாப் & ஷாப்' (Stop & Shop) என்ற சென்னையின் முதல் செயின் சூப்பர் மார்க்கெட் நான்கைந்து இடங்களில் திறக்கப்பட்டது. அதில் ஒன்று தி.நகரில் இருந்த, எங்கள் வீட்டுக்கு அருகிலேயே அமைந்தது. அங்கு வீட்டுக்குத் தேவையான மளிகைப் பொருட்களை வாங்கச் சென்ற நான், அங்கு ஆடியோ கேசட்டுகள் அழகாக அடுக்கி வைக்கப் பட்டிருந்த அலமாரியைக் கண்டதும், மயங்கி அதை வேடிக்கைப் பார்த்தேன்.

'காற்றினிலே வரும் கீதம்' பாடி மட்டுமே கேட்டிருந்த

எம்.எஸ்.சுப்புலட்சுமி அவர்களின் கேசட்டுகள் அதிகமாகவே கண்களில் பட்டன. அதில் ஒன்றை எடுத்துப் பார்த்ததும் எனக்கு மகிழ்ச்சி பொங்கியது. 'சிந்து பைரவி'யில் கே.ஜே.யேசுதாஸ் பாடிய 'மகாகணபதி' பாடலை எம்.எஸ். பாடியிருந்தார். உடனே எனது மளிகை சாமான்களுடன் அந்தக் கேசட்டும் சேர்ந்தது.

வீட்டுக்கு வந்ததும் அவசர அவசரமாகப் பிரித்து டேப் ரெகார்டரில் போட்டுப் பாட்டைக் கேட்டு ஏமாந்து போனேன். கே.ஜே.யேசுதாஸின் மகாகணபதி வேறு. எம்.எஸ். பாடிய மகாகணபதி வேறு. இப்படி கர்நாடக இசையில் ஏராளமான கணபதிகள் இருக்கிறார்கள் என்பதே கர்நாடக இசையில் நான் கற்றுக்கொண்ட முதல் பாடம்.

'தெரியாம ஏமாந்து வாங்கித் தொலைச்சுட்டோமே' என்று அந்தக் கேசட்டை அவ்வப்போது கேட்க ஆரம்பித்தேன். கர்நாடக இசையில் எனது நுழைவாயில் அந்தக் கேசட்தான். அதில் எம்.எஸ். பாடிய அனைத்தும் அவரது மிகச்சிறந்த பாடல்கள் என்பதே எனக்குப் பல வருடங்களுக்குப் பின்னர்தான் தெரியும். அவை,

'சோபில்லு சப்த ஸ்வர'

'ஶ்ரீமகா கணபதி ரவதுமாம்'

'ராம ராம குண சீமா'

இந்த மூன்று பாடல்களும் கேசட்டிலிருந்து சி.டி.க்கு மாறி, பின் என் கம்ப்யூட்டர்க்கு மாறி, பிறகு பென்ட்ரைவுக்கு மாறி, இப்போது என் அலைபேசியில் ஏறி அடைக்கலமாகிவிட்டது. இதன் பயண காலம் முப்பத்தேழு ஆண்டுகள். ஆனால், அதனோடு நான் தேடித்தேடி சேர்த்த பொக்கிஷங்கள் 100GB க்கும் அதிகமாகும்.

அதற்கு முன்பு பத்தாம் வகுப்பு விடுமுறையில் சென்னை வந்திருந்த போது, என் சித்தி வீட்டில் நடிகை ஶ்ரீவித்யாவின் தாயாரான எம்.எல்.வசந்தகுமாரி அவர்களின் கர்நாடக இசைக் கச்சேரியை தொலைக்காட்சியில் பார்த்து சிரித்துவிட்டு, ஜெயங்கொண்டம் சென்று, எனது வகுப்புத் தோழர்களிடம் நான் நகைச்சுவைக்காக வாயைப் பிளந்து அழுதபடி ஆலாபனை செய்து, பழித்துக் காட்டி, அரட்டையடித்தது மட்டுமே எனது கர்நாடக

இசை அனுபவமாக இருந்தது.

'பாரீஸுக்குப் போ!' படித்தபின் என்னுள் ஏற்பட்ட கர்நாடக இசை ஈர்ப்பை பிழையென்று நான் எப்போதும் கருதியதில்லை. திரையிசையை உதாசீன மனநிலையில் ஒதுக்கியதே பிழையென்று இன்று கருதுகிறேன். இதைவிட நான் செய்த பெரும்பிழை, ஜே.கே. மற்றும் 'சோ'வின் பாதிப்பால் சொந்தப் புத்தி மயக்கத்தில், எங்கள் மகளை தமிழை ஒதுக்கி, ஹிந்தி கல்வியில் இணைத்தது. ஹிந்தி, ஆங்கிலம் மட்டுமின்றி ஃபிரெஞ்சும், சமஸ்கிருதமும் கற்கத் தூண்டிய நான் தமிழை சரளமாகப் படிக்கவும், எழுதவும் படிப்பிக்க முனையாதது என் குழந்தை வளர்ப்பில் நான் செய்த இமாலயத் தவறாகவே இன்றும் எண்ணி வருந்துகிறேன்.

ஜே.கே.யோ, 'சோ'வோ தமிழ் வேண்டாம் என்றோ, ஹிந்தி மட்டுமே படியுங்கள் என்றோ சொல்லவில்லைதான். என் மனக் கோளாறின் காரணமாகவே, தமிழை வீட்டில் சொல்லிக் கொடுத்து விடுவோம்; பள்ளியில் நமக்குத் தெரியாத பிற மொழிகளைக் கற்றுக்கொள்ளட்டும் என்று அதீத ஆர்வத்தில் முடிவெடுத்தேன். ஆனால் சோகம் என்னவென்றால் என் இணையர் அரிச்சுவடி சொல்லிக் கொடுத்ததற்கு மேல் என்னால் வேறெதுவும் சொல்லிக் கொடுக்க இயலாமல் போனதே! சமீபத்தில் என் மகள் நிதானமாகப் படித்த முதல் தமிழ்ப் புத்தகம் நான் வெளியிட்ட எனது நாவல்தான்.

இன்னொரு நாள் ஜே.கே.,

"ஜி.என்.பி. கேட்ருக்கீங்கல்ல?" என்று கேட்டார்.

"கேட்ருக்கேன் சார்.."

"என்ன வாய்ஸ், இல்ல!" என்று சிலாகித்துவிட்டு, கண்களை மூடி, அவருடைய கீர்த்தனை ஒன்றை முணுமுணுத்தபடி, அதில் லயித்துப் போனார். அவர் கேட்ட அன்று, ஜி.என்.பி. என்கிற ஜி.என். பாலசுப்ரமணியம் அவர்களின் ஒரேயொரு பாட்டைத்தான் நான் கேட்டிருந்தேன். அது,

'ஹிமகிரி தனையே ஹேமலதே...'

அதன் பிறகு எனது தேடல் வேகம் எடுத்தது. அரியக்குடி இராமானுஜர், செம்பை வைத்தியநாத பாகவதர்

(இவர் இளையராஜாவின் கர்நாடக இசை குருவான டி.வி.கோபாலகிருஷ்ணன் அவர்களுக்கும், கே.ஜே.யேசுதாஸ் அவர்களுக்கும் குரு ஆவார்), ஜி.என்.பி, மகாராஜபுரம் விஸ்வநாதர், மதுரை சோமு, மதுரை மணி, எம்.எஸ்.சுப்புலட்சுமி, எம்.எல். வசந்தகுமாரி, எம்.பாலமுரளி கிருஷ்ணா, அமெரிக்காவிலேயே கர்நாடக இசை பயின்ற அமெரிக்கரான 'ஜான் பி ஹிக்கின்ஸ்' *(Jon B Higgins)* தொடங்கி மிக நீண்ட பட்டியல் அது.

பிறகு, இசைக்கருவிகள் ஒவ்வொன்றிலும் உச்சம் தொட்ட விற்பன்னர்கள். நாதஸ்வர சக்ரவர்த்தி டி.என்.ராஜரத்தினம், பாலக்காடு மணி, வீணை சிட்டிபாபு, புல்லாங்குழல் மாலி, மைசூர் டி.சௌடையா தொடங்கி மாண்டலின் ஸ்ரீநிவாஸ் வரை...

ஹிந்துஸ்தானி வாய்ப்பாட்டு மேதைகள், பீம்சென் ஜோஷி தொடங்கி, கௌஷிகி சக்ரவர்த்தி வரை...

ஹிந்துஸ்தானி இசையில் வாத்தியங்கள், உஸ்தாத் பிஸ்மில்லா கான், பண்டிட் ரவிசங்கர், அம்ஜத் அலிகான், உஸ்தாத் அலி அக்பர் கான், ஹரிபிரசாத் சௌராசியா...

இசை மேதைகளும், அவர்களது வாழ்க்கையும் அடங்கிய புத்தகங்கள்... இப்படி என் தேடல் விரிவடைந்து கொண்டே இருந்தது.

இங்கு ஒன்றைத் தெளிவுபடுத்தாவிட்டால், என்னை ஒரு இசைவாணனாக நீங்கள் கற்பனை செய்துகொள்ளும் ஓர் அபாயம் ஏற்பட்டுவிடும்.

இருபத்தைந்து வருடங்களுக்கு மேல் நான் இந்திய சாஸ்திரீய இசையில் மூழ்கிக் கிடந்தாலும் நான் முழுக்க முழுக்க பாமரன்தான். எனக்கு எந்த ராகத்தின் பெயரோ, தாளத்தின் பெயரோ மற்றும் இசைநுட்பச் சொற்களோ எதுவொன்றும் தெரியாது. பிறகு எப்படி ரசிக்க முடிகிறது என்றுதானே உங்களுக்குத் தோன்றுகிறது?

அதைத்தான் எனக்கு ஜே.கே. 'பாரீஸுக்குப் போ!' நாவலில் சொல்லிக் கொடுத்தார். இசையை அனுபவிக்க அறிவு வேண்டாம். புரிய வேண்டாம். ஆனால் உணர்வு போதும். அதனால்தான் இசை உலக மொழியாகிறது.

நமது வாத்தியமான பறைக்கு எப்படி என் உடலும், மனமும் அதிர்கிறதோ, அதேபோல் எனக்கு தவிலுக்கும், மிருதங்கத்துக்கும், தபலாவுக்கும், வயலினுக்கும், புல்லாங்குழலுக்கும் என் உடல் அதிரும். அதை அனுபவிப்பேன். அதற்குப் பெயர்தான் ரசனை. பக்தியற்று தமிழில் மூழ்கி எப்படி ப்ரூஃப் திருத்தினேனோ, அதேபோல்தான் பக்தியற்று இசையில் மூழ்கி ரசிகனானேன். பீஃப் பிரியாணியின் ருசியறிந்து உண்பவனுக்கு, மாட்டை வெட்டத் தெரிய வேண்டிய அவசியமில்லை.

நாரதகான சபாவிலும், மியூசிக் அகாதமியிலும் என் அருகில் அமர்ந்திருக்கும் யக்ஞோபவீத அறிஞர்கள், கைவிரல்களை மடக்கி மடக்கி தொடையில் தட்டி, தலையாட்டுவார்கள். நான் கண்மூடி, மெய்மறந்து, கால்களால் தட்டி ரசித்துக்கொண்டிருப்பேன்.

'யார்றா இவன்? சம்பந்தமில்லாத இடத்தில் வந்து ஒக்காந்துருக்கான்' என்ற அசூயை நிறைந்த பார்வைகள் படாமல் என்னால் தப்ப முடிந்ததே இல்லை.

என் மகளுக்கு பதினாறு வருடங்கள் கர்நாடக இசை வாய்ப்பாட்டு மற்றும் வீணை கற்றுக் கொடுக்க நான் பட்ட பாடுகளும், இனிய அனுபவங்களும் எனது நெடிய நாவல் தொகுப்புகளில், ஒரு சூத்திரனின் இசைப் பயணமாக விவரிக்க இருப்பதால், இங்கு இத்துடன் முடிக்கிறேன்.

43. வல்லிக்கண்ணன் என்கிற ராசுகி

ஒருநாள் ஜே.கே.யிடம், என்னை மிகவும் கவர்ந்து பைத்தியமாக்கிய, ஏ.ஆர்.ரஹ்மானின் 'வந்தேமாதரம்' ஆல்பம் குறித்து பேச்செடுத்தேன்.

"நரி ஊளையிட்ற மாதிரி இருக்குது" என்று அவர் சொன்னதும் எனக்குப் பெரும் அதிர்ச்சி.

'பாரீஸுக்குப் போ!' நாவலில், மேற்கத்திய இசை குறித்து, ஆரம்பத்தில் கேட்பதற்கு ஏதோ லயமற்ற ஊளைபோல், கேட்டுப் பழக்கமற்ற தனது இந்திய செவிகளுக்குத் தோன்றியதாகவும், பிறகே மேற்கத்திய இசையின் பெருமைகளை உணர்ந்ததாகவும்' விவேகானந்தர் கூறியதாகக் குறிப்பிட்டிருப்பார்.

மேற்கத்திய இசையையும், சூஃபி இசையின் வடிவமான கவ்வாலியையும், இந்திய இசைகளுடன் கோர்த்தளித்த ஓர் உலக சாதனையாகவே, எனக்கு ஏ.ஆர்.ரஹ்மானின் 'வந்தேமாதரம்' இன்றும் விளங்குகிறது. அது வெளிவந்து இருபத்தாறு ஆண்டுகளுக்குப் பிறகும்கூட என்னால் மனம் பறிகொடுத்து அதில் நனைய முடிகிறது.

கவ்வாலிப் பாடல்களின் அரசனும், பாகிஸ்தானியுமான நஸ்ரத் ஃபதே அலி கான் அவர்களும், ஏ.ஆர்.ரஹ்மானும் இணைந்து ஒரு பாடல் பாடியிருப்பார்கள். 'கருத்தம்மா' படப் பாடலான 'போறாளே பொன்னுத்தாயி...' மெட்டில் அமைந்த அந்தப் பாடல் இன்றுவரை என்னைக் கட்டிப் போடும் சக்தி கொண்டது. அந்த ஆல்பத்திலேயே நான் திரும்பத் திரும்பக் கேட்டு மயங்கும் பாடலென்றால் அது ஒன்றுதான். அதற்கு நஸ்ரத் ஃபதே அலி கான் குரலின் மயக்கும் வசீகரமே காரணம். இந்த ஆல்பத்துக்காகப்

பாடிய அடுத்த சில மாதங்களில் அவர் மறைந்துவிட்டார் என்பது பெருந்துயரம்.

'இந்த அற்புதமான ஆல்பத்தை நரியின் ஊளையோடு ஒப்பிட்டு ஒதுக்கிவிட்டாரே!' என்று நான் வருந்தியதுண்டு.

ஜெயகாந்தன் தனது முதல் சோவியத் பயணத்தின் போது, பீட்டர்ஸ்பர்க் நகரத்தில் (லெனின் கிராடு) மனம் பறிகொடுத்துப் பார்த்த, 'ஓபரா' எனும் ஐரோப்பிய இசை நாடக வடிவம் கொண்ட கலைப் படைப்பில், தான் கரைந்து போனதாக அவருடைய பயண அனுபவங்களில் கூறியிருந்தார்.

நான் 'ஓபரா' வடிவத்தை திரைப்படமாகப் பார்த்திருக்கிறேன். அதில் எனது அனுபவம் பொறுமையை சோதிக்கும் உச்ச பட்ச நாடக வடிவம் அது என்பதுதான். அதை ரசிக்க நிச்சயம் அபரிமிதமான பயிற்சி அவசியம். மொத்த நிகழ்ச்சியுமே ஓலமிடும் ஊளை வடிவம்தான்.

அப்படிப்பட்ட 'ஓபரா'வை, பீட்டர்ஸ்பர்க்கில் மனம் பறிகொடுத்து ரசிக்க முடிந்த அவரால், ரஹ்மானின் 'வந்தேமாதரம்' ரசிக்க முடியாமல் போனது எப்படி? என்று எனக்கு இன்றுவரை புரியவில்லை.

பண்ணைப்புரத்திலிருந்து வந்த இசைஞானியை ஆரம்பத்தில் புரிந்துகொள்ள முடியாத அதே மனநிலைதான், ஏ.ஆர். ரஹ்மானையும் புரிந்துகொள்ள முடியாமல் செய்ததோ?

ஏ.ஆர்.ரஹ்மானின் மற்றொரு அற்புதமான, இந்திய இசை மேதைகளையெல்லாம் ஒருங்கிணைத்து உருவாக்கிய, நான் கிறங்கி ரசித்த, 'ஜன கன மன' ஆல்பத்தைப் பற்றி, ஜே.கே.யிடம் நான் குறிப்பிட்டதே இல்லை.

வர்த்தமானன் பதிப்பக வேலையில் நான் இணைந்த ஐந்தாறு மாதங்களிலேயே, எனது சைதாப்பேட்டை குடித்தனத்தை இடம் மாற்றும் எண்ணம் தீவிரமாக மேலெழுந்தது. 'மெடிக்கல் காரர்' என்ற எனது அடைமொழியை, அந்தப் பகுதியில் இருந்து இடம்பெயர்ந்தால்தான் அழிக்க முடியும் என்று நம்பினேன்.

எனது வீடு மாறும் படலம் குறித்து ஜே.கே.விடம் சொல்லிக் கொண்டிருந்த போது, அருகில் அமர்ந்திருந்த டாக்டர் பூங்குன்றன்,

“கௌதம், என் வீட்ல ஒரு போர்ஷன் காலியாத்தான் இருக்கு. ஒங்களுக்குப் புடிக்குதான்னு வேண்ணா பாருங்க” என்றார்.

அப்போது நான் குடியிருந்த சைதாப்பேட்டை வீட்டைவிட கொஞ்சம் வாடகை அதிகம் என்றாலும், எங்கள் மகளின் பள்ளிக்கு ஐந்து நிமிட நடை தூரம்தான் என்பதால் மறு யோசனையின்றி, வீட்டை மாற்றினேன்.

நான் குடிபெயர்ந்த டாக்டர் வீட்டுக்கு எதிரில்தான் இயக்குனர் பாக்யராஜ் அலுவலகம். இரண்டாவது காம்பவுண்ட்டில்தான் பிரபலமான ‘ஃபோர் ஃப்ரேம்ஸ்’ (பழைய பெயர் குட் லக்) ப்ரீவ்யூ தியேட்டர் இருந்தது.

டாக்டர் பூங்குன்றன் வீட்டுக்கு மாறியபின், மாலை வேளைகளில் இருவரும் ஒன்றாகவே ஜே.கே. வீட்டுக்குச் சென்று திரும்புவது தினசரி வழக்கமாகியது.

மாலை சந்திப்பின்போது, மறுநாள் ஏதாவது நிகழ்வோ, வேலையோ இருந்தால், அதைச் சொல்லி, “வர்றீங்களா?” என்று கேட்பார். பெரும்பாலும் நான் சென்று விடுவேன். சில சமயங்களில் அவரே போகும் வழியாக இருந்தால், என் வீட்டுக்கு வந்து அழைத்துச் செல்வார்.

அப்படித்தான் ஒருநாள்,

“வல்லிக்கண்ணன் நாளைக்கு வீட்டுக்கு சாப்பிடக் கூப்டிருக்கார். போவலாமா?” என்றார்.

“வரேன் சார்.”

மறுநாள் மதியம் ஆட்டோவில் வந்து, என்னையும் அழைத்துச் சென்றார்.

அதுவரை, நான் வல்லிக்கண்ணன் அவர்களின் மூன்று புத்தகங்கள் மட்டுமே வாசித்திருந்தேன். ஒன்று, ‘சாகித்திய அகாதெமி’க்காக அவர் எழுதிய ‘புதுமைப்பித்தன்’.

அந்தப் புத்தகத்தின் முன்னுரையில்,

எழுத்தாளர் வல்லிக்கண்ணன் அவர்களின் பதமான 'ஃபர்னிச்சர் உடைப்பு' பாணி, நம் இன்றைய தமிழ்ச் சமூகம் தூக்கி வைத்துக் கொண்டாடும், எழுத்தாளர் 'கல்கி'யையும், ஆனந்தவிகடன் பத்திரிகையையும் வைத்துச் செய்த, கீழிருக்கும் ஒரேயொரு வாக்கியத்தில் தெரியும்.

'வாசகர்களுக்கு இன்பம் அளிக்கும் விதத்தில், பொழுது போக்கிற்கு ஏற்ற, வாழ்க்கையில் ஆழமான பிரச்சினைகளைத் தொடாத மேலோட்டமான கதைகளை எழுதும் முயற்சியில் 'கல்கி' ரா.கிருஷ்ணமூர்த்தி வெற்றிகரமாக முன்னேறிக்கொண்டிருந்தார். அப்படி எழுதுகிறவர்களை 'ஆனந்த விகடன்' என்ற நகைச்சுவைப் பத்திரிகை மூலம் அவர் ஊக்குவித்து வந்தார்.'

புதுமைப்பித்தன் எழுத்துகளால் ஈர்க்கப்பட்டு எழுத்தாளர் ஆனவர்களின் பட்டியலில், ஜெயகாந்தனுக்கு முன்பே இடம்பிடித்தவர்கள்தான் கு.அழகிரிசாமி, தொ.மு.சி.ரகுநாதன், வல்லிக்கண்ணன் ஆகியோர். இவர்களில் வல்லிக்கண்ணன் புதுமைப்பித்தனை விட பதினான்கு வயது இளையவர். ஜெயகாந்தனை விட பதினான்கு வயது மூத்தவர். நட்ட நடுவிலவர் என்று சொல்லலாம்.

மற்றொரு புத்தகம் 'தமிழில் சிறு பத்திரிகைகள்'. இந்தப் புத்தகத்தின் தலைப்பை, 'தமிழிலக்கிய வளர்ச்சியின் கோரமுகங்கள்' என்றோ, 'சிறு பத்திரிகைகளின் அகால மரணங்கள்' என்றோ வைத்திருக்கலாம் என்றே எனக்குத் தோன்றியது. அவ்வளவு துயரங்கள். ஆனால், துயரங்கள்தான் இலக்கிய உச்சங்களைத் தொடத் தூண்டுமோ, என்னவோ?

மூன்றாம் புத்தகம், சாகித்திய அகாதமியின் இந்திய இலக்கியச் சிற்பிகள் புத்தக வரிசையில் 'ராகுல் சாங்கிருத்யாயன்' குறித்து 'பிரபாகர் மாச்வே' ஆங்கிலத்தில் எழுதியதை வல்லிக்கண்ணன் மொழிபெயர்த்தது.

1955ம் ஆண்டு, மே மாதம் வி.பா. என்கிற விஜயபாஸ்கரன் அவர்கள் 'சரஸ்வதி' பத்திரிகை ஆரம்பிப்பதற்கு சில மாதங்கள் முன்பு, 'கவிஞர் தமிழ் ஒளி'யால் தனது வீட்டுக்கே அழைத்து வந்து ஜெயகாந்தன் அறிமுகம் செய்து வைக்கப்பட்டதாக 'சரஸ்வதி காலம்'

என்ற தனது நெடிய கட்டுரையில் வல்லிக்கண்ணன் எழுதியுள்ளார். அப்போது ஜே.கே. இருபது வயது நிரம்பாத, திருமணம் ஆகாத இளைஞர். ஜெயகாந்தன் தனது கலையுலக அனுபவங்களில் வல்லிக்கண்ணன் குறித்து சிலாகித்து எழுதியதைவிட நான் சிறப்பாக ஒன்றும் சொல்லிவிட முடியாது. படியுங்கள்...

"எந்த நேரத்தில் நான் என்னை ஓர் எழுத்தாளன் என்று வீட்டில் பிரகடனப்படுத்திக்கொண்டு வெளியேறினேனோ, அந்த நாள் தொடங்கி எனது உற்ற நண்பர்களாகவும், உறவினர்களைவிட நெருக்கம் நிறைந்த பந்துக்களாகவும் பல எழுத்தாள நண்பர்களே என்னைச் சூழ்ந்து இருந்தனர். அவர்களுள் இங்கு குறிப்பிடத்தக்கவர் திரு.வல்லிக்கண்ணன் ஆவார்.

கிருஷ்ணாம்பேட்டையில் மெயின் ரோடிலிருந்து ஒரு சந்தில் நுழைந்து, ஏழை எளிய முஸ்லிம்கள் வாழும் ஒரு பிரதேசத்தைக் கடந்து, கிராமத்து வயல்வெளிபோல் தோன்றும் ஒரு காய்கறித் தோட்டத்தை அடுத்து, ஆசிரமம் போல் அமைந்த ஓர் அழகான குடிசையில் அக்காலத்தில் வாழ்ந்து வந்தார்கள் வல்லிக்கண்ணன் சகோதரர்கள். அவரும், அவரது அண்ணன் கோமதிநாயகமும் பிரம்மச்சரிய வாழ்க்கையை நடத்தி வந்தனர். அப்போதே அவர்களுக்கு வயது 40.

நான் சந்தித்த எழுத்தாளர்களிலேயே மிகவும் சுயமரியாதையுடைய எழுத்தாளர் திரு. வல்லிக்கண்ணன். இலக்கியத்துக்கு வாழ்க்கைப் பட்டதால் பிரம்மச்சாரியாகவே வாழ்ந்து வருகிறார். இன்னமும் நம்மிடையே ஜீவியவந்தராக இருக்கும் இவரைத் தமிழகக் கலை, இலக்கியத்துறை கண்டு கொள்ளாதிருப்பது ஒரு கபோதித்தனமே. வல்லிக்கண்ணன் போன்ற அறிஞர்கள் புதிதாக ஒன்றும் எழுதக்கூட வேண்டாம். எழுதவந்த நாள் தொட்டு, தமிழ்க் கலை இலக்கிய உலகம் சம்பந்தப்பட்ட தமது அனுபவங்களை எழுதினால் புதிய தமிழிலக்கிய சரித்திரத்தை அல்லது அதன் தலையெழுத்தை தமிழர்கள் நன்கு புரிந்துகொள்ள உதவும்.

அந்தச் சின்னஞ்சிறு குடிசையில் ஒரு தகரப்பெட்டியும், ஒரு தலையணை சுருட்டிய ஜமுக்காளப் படுக்கையுமாய் நான் குடியேறப் புகும் போது, நண்பர் வல்லிக்கண்ணன் பெருத்த

குரலில் சிரித்து ஆர்ப்பாட்டமாய் எனக்குத் தந்த வரவேற்பு இருக்கிறதே, அவ்விதமான மனம் திறந்த ஓர் இனிய வரவேற்பை நான் வாழ்க்கையில் அரிய சந்தர்ப்பங்களில்தான் பெற்றிருக்கிறேன். அந்தக் குடிசையில்தான் ஷேக்ஸ்பியரின் எல்லாப் படைப்புகளையும், இப்ஸன் முதல் டென்னஸி வில்லியம்ஸ் வரை வளர்ந்துள்ள உலக நாடக இலக்கிய வடிவங்களையும் நான் பரிச்சயம் செய்து கொண்டேன்.

எனது ஆங்கில அறிவு இன்றும் குறையுடையதே. எனது நாட்டம் ஆங்கில மொழியறிவை வளப்படுத்திக் கொள்வதன்று. ஆங்கில இலக்கியப் போக்குகளை அறிந்துகொள்வதே ஆகும் என்பதால், திரு. வல்லிக்கண்ணன் சகோதரர்கள் பிற மொழி இலக்கியங்களை எனக்குப் பயில்வித்த ஆசிரியர்கள் போல் திகழ்ந்தனர்..."

மேற்கண்ட ஜெயகாந்தன் விருப்பத்தை, அதன்பிறகு 'சரஸ்வதி காலம்' என்றும், 'தமிழில் சிறு பத்திரிகைகள்' என்றும் அழியாத வரலாற்று ஆவணங்களாக நமக்கு அளித்திருக்கிறார் வ.க.

வல்லிக்கண்ணன் அவர்களிடம் ஜெயகாந்தனை அறிமுகம் செய்துவைத்த கவிஞர் தமிழ் ஒளி, தன்னிடம் நடந்துகொண்ட தவறான ஒரு செயலுக்காக கடுங்கோபமுற்ற ஜெயகாந்தன், அவருடன் தங்கியிருந்த அறையை விட்டு வெளியேறி, மீண்டும் வல்லிக்கண்ணன் அவர்களையே நாடி வந்ததை ஜே.கே. தனது அனுபவங்களில் குறிப்பிடுகிறார்...

"கம்யூன் வாழ்க்கையின்போது கட்சிப் பணத்தில் எனக்கு வாங்கித்தந்த ஒரு ட்ரங்க் பெட்டிதான் சுமை. அதையும் ஒருமுறை போலீஸ்காரர்கள் சோதனை செய்த போது, வேண்டுமென்றே நான் சாவியை மறைத்துக்கொண்டு தர மறுத்தபோது பாட்லாக் உடைக்கப்பட்ட பெட்டி அது.

எனது தகப்பனார் தீயணைப்புப் படையில் ஓர் ஊழியராக இருந்த காலத்தில் அணிந்திருந்த சட்டையின் காலர்ப்பட்டி ஒன்று எப்படியோ என்னிடமிருந்தது. அந்த யூனிபாரத்தின் கழுத்துப் பட்டை அந்தப் பெட்டியின் கைப்பிடியாகி இருந்தது.

அதனுள் அதிகம் கனமுள்ள விஷயங்கள், நான் எழுதிக் கிறுக்கியிருந்த சில காகிதங்கள்தான். மற்றபடி மாற்று வேட்டி,

மாற்றுச் சட்டை முதலியன. பிரித்தால் படுக்கை, உதறினால் துண்டு ஆகியவையே நமது ஆஸ்தி. நான் புறப்பட்டு விட்டேன்.

ஒரு திசையிலிருந்து இன்னொரு திசைக்குப் போய் மறுபடியும் திரும்புகிற பந்துபோல் நான் வல்லிக்கண்ணன் சகோதரர்களின் இருப்பிடத்தைச் சென்றடைந்தேன்.

அங்கு இந்தத் தடவை அதிகமான நாட்கள் தங்கி இருக்கவில்லை..."

ஜெயகாந்தனின் முதல் கதைத் தொகுப்பான, 'உதயம்' வெளியாகும் போது, வல்லிக்கண்ணனின் முப்பதுக்கும் மேற்பட்ட புத்தகங்கள் ஏற்கெனவே வெளியாகியிருந்தது.

'வல்லிக்கண்ணன் கதைகள்', 'உதயம்' ஆகிய இரண்டு புத்தகங்களுக்கும், 1955ல் தொ.மு.சி.ரகுநாதன் அவர்கள் நடத்திவந்த 'சாந்தி' எனும் இதழில், தி.க.சி. அவர்கள், தனது கறாரான விமர்சனங்களை விரிவாக எழுதியிருந்தார். அதன் சிறப்பு கருதி, வல்லிக்கண்ணன் தனது 'சரஸ்வதி காலம்' கட்டுரையில் அதை அப்படியே வெளியிட்டிருந்தார்.

சுமார் எழுபத்தைந்து புத்தகங்கள் எழுதியுள்ள வ.க. இலக்கிய வகைமையில் தொடாத பக்கமில்லை. சிறுகதை, குறுநாவல், நாவல், கவிதை, நாடகம், கட்டுரை, குழந்தைகளுக்கான கதை, வரலாறு, கடித இலக்கியம், மொழிபெயர்ப்பு என்று ஒவ்வொன்றையும் சிரத்தையுடன் அணுகி, சிறப்பாக வெளிப்படுத்தியிருக்கிறார்.

வல்லிக்கண்ணன் அவர்களின் எண்பதாவது வயதைச் சிறப்பிக்க வெளியான மலரில் ஜெயகாந்தன் எழுதியது ஒரு சிறப்பான வாழ்த்து...

"வல்லிக்கண்ணனுக்கு இப்போது வயது எண்பது ஆகிறது. அவரது இலக்கிய வாழ்க்கை வணங்கத் தக்கதும், வழிபடத் தக்கதும் ஆகும். அவரைச் சுற்றி வாழ்க்கையில் என்னென்ன மாற்றங்கள் நேரினும் அந்த மாற்றங்களை, அறிவாலும் சிந்தனையாலும் ஆக்கபூர்வமாய் வெளியிடும் திறனாலும் தவிர, தன் அளவில் எத்தகைய பாதிப்புகளுக்கும் ஆளாகாத ஓர் ஆத்ம யோகி அவர்."

1960 களின் தொடக்கத்தில், திராவிட இயக்க ஒவ்வாமையில் சில மாதங்களே வெளிவந்த 'சமரன்' என்ற இதழில் இவர்

எழுதிய திராவிட இயக்கத்தின் அனைத்து தலைவர்களையும், நடிகர்களையும் கிழித்துத் தொங்கவிட்ட கட்டுரைகள், ஜே.கே.வின் திராவிட இயக்க எதிர்ப்புக்கு இணையானவை.

ரா.சு.கிருஷ்ணசாமி என்ற இயற்பெயருடைய இவரின் புனைப்பெயர்கள் விநோதமானவை. வல்லிக்கண்ணன், ராசுகி, நையாண்டி பாரதி, கோரநாதன், மிவாஸ்கி, வேதாந்தி, பிள்ளையார், தத்துவதரிசி, அவதாரம் உள்ளிட்ட பதிமூன்று பெயர்களில் இவர் எழுதிவந்தார்.

வல்லிக்கண்ணன் அவர்கள் எங்களை வரவேற்று மாடியில் இருந்த அவர்களது குடியிருப்பின் சிறு அறையில் அமர வைத்து மிகமிக அமைதியான குரலில் பேசிக் கொண்டிருந்தார். புத்தகங்களே நிறைந்திருந்த அந்த அறை, பட்டினப்பாக்கம் 'ஃபோர் ஷேர் எஸ்டேட்டி'ல் எல்.ஐ.ஜி.(Low income groups) ப்ளாக்கின் மாடியில் குடியிருந்த என் சித்தி வீட்டை நினைவு படுத்தியது.

" இவர் கௌதமன். கோயம்புத்தூரில் ஒரு கட்டுரை வாசித்தார்" என்ற ஜே.கே.யின் குரல் என்னைப் பதட்டத்துக்கு உள்ளாக்கியது. நான் கைகூப்பி வணங்கினேன்.

இப்படி அறிமுகப்படுத்தி வைப்பார் என்று நான் கொஞ்சமும் எதிர்பார்க்கவில்லை. நான் வாசித்த நாவல் வெளியீட்டு விழா உரையை, ஜே.கே. மதிக்கத்தக்க கட்டுரையாக கருதுகிறார் என்று அப்போதுதான் உணர்ந்தேன்.

வாழையிலையில் சாம்பார், ரசம், கூட்டு, பொரியல், பாயசம், அப்பளம், தயிர் என்று வகையாகப் பரிமாறப்பட்ட அன்பான விருந்தை அதே அறையின் தரையில் அமர்ந்து வயிறார உண்டோம்.

அதன்பின் அரைமணி நேர உரையாடல். அவர்கள் இருவரும்தான் நினைவுகளையும், அரசியலையும் கிளறிக்கொண்டிருந்தார்கள். நான் சலிக்காது வேடிக்கை பார்த்தேன்.

கிளம்பும்போது, என்னருகில் நெருங்கி வந்த திரு.வல்லிக் கண்ணன் அவர்கள் தனது மெலிந்த கைகளால் என் இரு கைகளையும் பிடித்தபடி, முகத்தில் அன்பு தவழ,

"கௌதமன், எனக்கு லெட்டர் எழுதுங்க. நான் பதில் எழுதுவேன்" என்றார்.

கடிதங்கள் வாழும் கடைசிக் காலத்தில் இருந்த எனக்கு வித்தியாசமான ஒருவரைச் சந்தித்த உணர்வு அப்போதுதான் தோன்றியது.

ஆட்டோவில் திரும்பும்போது ஜே.கே.யிடம் இதைக் கூறினேன்.

"ஆமாம்... அன்பானவர்" என்று முறுவலுடன் கூறினார். ஜே.கே. மிகுந்த மகிழ்ச்சியில் திளைத்திருந்தார்.

"கௌதம், ஒரு சினிமா எடுப்போமா?"

"எடுக்கலாம் சார்!"

"டைட்டில் இதான்... JK BY JK"

"நல்லாருக்கு சார்!"

உடனே கதையின் கால நிர்ணயங்களையும், உள்ளடக்கம் குறித்தும் ஆட்டோவிலேயே உரையாடல் தொடர்ந்தது. நான் என் வீட்டுக்குச் செல்லாமல், அவருடனேயே மாடி குடிசைக்குச் சென்றுவிட்டேன்.

"இப்படித்தான் பேசத் தொடங்கி, 'உன்னைப் போல் ஒருவன்' உருவானது" என்று சொல்லிவிட்டு,

"நாம பேசறதெல்லாம் வீட்டுக்குப் போய் எழுதி வச்சுகிட்டே வாங்க. அப்பறம் ஆர்டர் பண்ணிக்கலாம்" என்றார். எனக்குப் பெரும் மகிழ்ச்சி. அன்றே வீட்டுக்குப் போனதும் எழுதப் படாத எனது கடை லெட்ஜர் ஒன்றை எடுத்து, எழுதத் தொடங்கிவிட்டேன்.

நான் எழுதத் தொடங்கிய எனது நாவல் மட்டும் அப்படியே நின்றது.

44. சோப்பெங்கப்பா

'JK BY JK'.

ஜெயகாந்தன் மனதில் திடீரென்று உருவெடுத்த திரைப்பட எண்ணம் முழுதாக ஒரு மாதம்கூட நிலைபெறவில்லை.

அவருடைய பெற்றோரின் சில நிகழ்வுகளையும், அவரது தந்தையாரின் போலி டாம்பீகத்தை உணர்த்தியதும், ஜெயகாந்தனை பெரும் அதிர்ச்சிக்கு ஆளாக்கியதுமான ஒரு நிகழ்வையும், கடலூரில் அவரது பிள்ளைப் பிராய நிகழ்ச்சிகள் சிலவற்றையும் என்னோடு அவர் பகிர்ந்து கொண்டதை, நான் வீட்டுக்கு வந்து எழுதி வைத்தவை ஒரு இருபது பக்கங்கள்தான் இருக்கும்.

'JK BY JK', தொடராத காரணம் குறித்து அவரும் சொன்னதில்லை. நானும் கேட்டதில்லை.

இவ்வாறான திட்டங்கள் சில, அவரிடம் திடீரென்று தோன்றுவதும், வந்ததுபோல் தானே மறைவதும் இயல்பு. அவை வந்து போன அடையாளமே தெரியாமல்தான் எங்கள் உரையாடல் தொடரும்.

மேற்கண்ட திரைப்படம்போல் தோன்றி மறைந்த மற்றொரு திட்டம், பதிப்பகம்.

பதிப்பகம் தொடங்கி செவ்வனே செய்ய வேண்டிய பணிகளையும், அதற்கான முதலீடுகள் குறித்தும், அவர் மிகுந்த ஆர்வத்தோடு என்னிடம் பகிர்ந்த போது,

"யாரு சார் பாக்கப் போறது?" என்று நான் இடைமறித்தேன்.

"ஏன்? நாமதான். நீங்க, நானு..." என்று மற்றொரு நண்பரின் பெயரையும் இணைத்துப் பதில் தந்தார்.

நான் நிலையான வேலையின்றி வர்த்தமானன் பதிப்பகத்தில் வேலை செய்வது தெரிந்த அவருக்கு, இந்தப் பதிப்பகத் திட்டம் தோன்ற, எனக்கு வழிசெய்யும் நோக்கமும் ஒரு காரணமாக இருக்கலாம் என்று தோன்றியது.

நாங்கள் இருவர் மட்டுமே கழித்த அன்றைய மாலைப் பொழுதில், பதிப்பகத்துக்கான 'திட்ட அறிக்கை' தயாரிக்கும் அளவுக்குப் பேசினோம். தனது புத்தகங்களோடு, நம் நண்பர்களின் புத்தகங்களையும் பதிப்பிக்கலாம். முதலீடு பிரச்னையே இல்லை. இடம் நமது வீட்டிலேயே முன்பக்கம் ஏற்பாடு செய்துகொள்ளலாம். போக்குவரத்துக்கு ஒரு ஆம்னி வேன் வாங்கிக்கொள்ளலாம் என்பது வரை அவர் மிகுந்த மகிழ்ச்சியோடும், ஆர்வத்தோடும் தன் எண்ணங்களை வெளிப்படுத்தினார். நானும் ஊக்கத்துடனேயே அவரிடம் உரையாடினேன்.

அதன்பிறகு ஓரிரு நாட்கள் எனக்குள் பெருங்குழப்பம். இந்தத் திட்டத்தை வர்த்தமானனிடம் கலந்தபோது, அவன் மகிழ்ச்சியுடன் வரவேற்று உற்சாகப்படுத்தினான்.

ஜே.கே. அதுவரை எனக்குத் தெரிந்து, எந்த வியாபாரத்திலும் ஈடுபட்டதில்லை. முதலீடு முழுக்க முழுக்க அவருடையது. அவர் கூறிய மற்றொரு நண்பரோ எனக்கு நம்பத் தக்கவரல்ல. நான் பிறந்ததிலிருந்து வியாபாரச் சூழலிலேயே வளர்ந்தவன். அந்தச் சூழலுக்கு நடுவில் இப்போது இருக்கும் ஜே.கே. அவர்களின் நிம்மதிக்கு எந்த உத்திரவாதமும் கிடையாது. எனக்கு எதாவது தொழில் கிடைத்தால் போதுமென்று என்னால் யோசிக்க முடியவில்லை.

அடுத்த சந்திப்பின்போதே,

"அவசரப் படவேண்டாம் சார். யோசிப்போம்" என்று உறுதியாகக் கூறிவிட்டேன். அதன் அர்த்தம் அவருக்கும் புரிந்து விட்டது.

இவற்றைப் போல் இன்னொரு மறக்கமுடியாத திட்டம், 'பாண்டிச்சேரியில் ஒரு பண்ணைவீடு' திட்டம்.

நண்பர்களில் குறிப்பிட்ட சிலர் ஆளுக்கு ஒரு லட்சம் பங்களித்து, பாண்டிச்சேரிக்கு அருகில் இடம் வாங்கி, நாம் அவ்வப்போது

சென்று தங்கிவர, ஒரு விருந்தினர் குடில் கட்டுவது. இதுவும் ஒரே நாள் பேச்சோடு ஓடி மறைந்தது. ஒரு நாள் பேசினாலும், அந்த ஒரு நாள் அடையும் சந்தோஷத்துக்கு, எதையும் ஈடுஇணை சொல்ல முடியாதுதானே!

வர்த்தமானன் பதிப்பக வேலைக்கு நடுவே, ஜே.கே.யுடன் இரண்டு நிகழ்வுகளுக்காக பட்டுக்கோட்டை மற்றும் தஞ்சாவூர் பயணங்களும் மேற்கொண்டேன்.

ஜே.கே.யுடனான எனது நட்புக்கு முக்கிய காரணமான எனது ஆசிரிய நண்பர் பட்டுக்கோட்டையில் நாங்கள் தங்கியிருந்த விடுதிக்கு எங்களைச் சந்திக்க வந்திருந்தார். அவருக்கு நான் கோவையில் நாவல் வெளியீட்டு விழாவில் வாசித்த உரையைப் படித்ததும் மிகுந்த மகிழ்ச்சி உண்டானது. அந்த மகிழ்ச்சியில் ஜெயகாந்தனிடம் என்னைக் காட்டி,

"நான் போட்ட வித்து!" என்று பெருமை பொங்கக் கூறினார். உடனே ஜே.கே.,

"நீங்கதான் ஏராளமா வெத போட்றீங்களே! எல்லாம் மொளச்சிடுதா? வித்துல சத்துருக்கணும் இல்லையா..." என்றதும், ஆசிரியர் பலமாகச் சிரித்து அடங்கினார்.

தொடர்ந்து நானும், ஜே.கே.யும் புகைப்பதைப் பார்த்த அவர், என்னிடம் புகைக்கும் விருப்பத்தைத் தெரிவித்தார். உடனே எப்படிப் புகைக்க வேண்டும்? என்று அந்த சிலும்பியை அவரிடம் கொடுத்து, பயிற்சி கொடுத்தேன். இதை அமைதியாகப் பார்த்துக் கொண்டிருந்த ஜே.கே.,

"இதான் சிஷ்யோபதேசம்!" என்று சொல்லிச் சிரித்தார். நாங்களும் அடக்க முடியாமல் சிரித்தோம்... பின் புகைத்தோம்!

பட்டுக்கோட்டையில் ஒருநாள் தங்கி, மறுநாள் தஞ்சாவூர் சென்று, அன்று மாலை நிகழ்ச்சியை சீக்கிரமாகவே முடித்து, மனமகிழ் பானமும் இரவுணவும் நிறைவாக உட்கொண்ட பின்னர், தஞ்சாவூர் ஜங்ஷனில் சென்னை ரயிலுக்காகக் காத்திருந்தோம்.

எங்களை வழியனுப்ப, திருச்சியில் இருந்து மோதி, கோவை மணி மற்றும் கந்தசாமி, பட்டுக்கோட்டையில் இருந்து துரைராஜ்

என்று ஏழெட்டு நண்பர்கள் வந்து எங்களோடு ரயிலுக்காகக் காத்திருந்தார்கள்.

ஜங்ஷனின் பரபரப்புக்கிடையே நாங்கள் அரட்டையடித்துக் கொண்டிருந்தோம். திடீரென்று ஜெயகாந்தன்,

"ஏம்பா! சோப்பெங்கப்பா ஆடுங்களேம்பா" என்றார்.

முதலில் இருவர் பாடிக்கொண்டே ஆடினர்.

"சோப்பெங்கப்பா, சோப்பெங்கப்பா, சோப்பெங்கப்பா, சோப்... சோப்...சோப்... சோப்பெங்கப்பா, சோப்..." என்று தொடர்ந்தது ஆட்டம்.

நாங்கள் இருந்த ரயில்வே ஜங்ஷனோ, எங்களைச்சுற்றிலும் நடமாடிக் கொண்டிருந்த மக்களோ எங்கள் கொண்டாட்டத்துக்கு தடையாகத் தோன்றவே இல்லை.

அடுத்த ரவுண்டு ஜே.கே.யுடன் மோதி சார் உட்பட மேலும் ஒருவர் சேர்ந்து பாடிக்கொண்டே ஆடினர். வயதான பெரியவர்கள் போடும் இந்த ஆட்டங்களை, மகிழ்ச்சியும்,வெட்கமும் பொங்க நான் வேடிக்கைப் பார்த்துச் சிரித்துக்கொண்டிருந்தேன்.

'ஒரு மனிதன் ஒரு வீடு ஒரு உலகம்' நாவலில் வரும் ஹென்றியும், தேவராஜனும் ஆடும் 'சோப்பெங்கப்பா' ஆட்டத்தைப் பார்த்து மகிழ்ந்த 'மண்ணாங்கட்டி'யைப் போலவே நானும் பார்த்துக் கொண்டிருந்தேன். ஜே.கே. என்னையும் 'மண்ணாங்கட்டி'ஆக்கப் போகிறார் என்று அறியாமலே களிப்பில் மிதந்து கொண்டிருந்தேன்.

மூச்சு வாங்க வாங்க ஆடி முடித்த ஜே.கே.,

"கௌதம் நீங்க ஆடுங்க" என்றார். கொஞ்சமும் எதிர்பாராத இந்தத் தாக்குதலைத் தாண்டி, என் மேலிருந்த வெட்கத்தை உதறித் தள்ளிவிட்டு, அவர்களது ஆட்டங்களைப் பார்த்த அனுபவத்தில் நான் தனியாகவே பாடிக்கொண்டு, இரு கைகளாலும் அபிநயம் பிடித்தபடி ஆடினேன்.

"கௌதம் ஆர்டிஸ்டிக்கா ஆடுறாருல்ல!" என்று மோதி சார் சொன்னது, என்னை மேலும் உற்சாகப்படுத்தி ஆட வைத்தது.

'சோப்பெங்கப்பா' ஆட்டத்துக்குப் பிறகுதான், ரயில் வரும் வரை நாங்கள் அமைதியானோம். தஞ்சாவூர் ரயில்வே ஜங்ஷனில்

நாங்கள் போட்ட அந்தக் கூத்து, என்னால் என்றுமே மறக்க முடியாத மகிழ்ச்சி தருவது!

நன்றாக விடிந்தபின் சென்னை வந்து சேர்ந்தோம். நான் ரயில்வே ஸ்டேஷனைவிட்டு வெளியில் வந்து ஆட்டோ பேசிக் கொண்டிருந்தேன். அவர் பின்னால் வந்துகொண்டிருந்தார். நான் ஆட்டோ பேசுவதென்றால் கிட்டத்தட்ட சண்டை போடுவதற்கு ஒப்பவே அது விளங்கும். ஜே.கே. என்னை சமாதானப்படுத்தி ஆட்டோவில் ஏற்றுவார். அதுபோன்ற ஆட்டோ பயணத்தில் தான் ஒருமுறை கூறினார்.

"ஆட்டோ கட்டணம்கறது, ஃப்ளைட் சார்ஜ விட ஜாஸ்தி. சென்னையிலே இருந்து டெல்லிக்கு ஃப்ளைட்ல போறதவிட ஆட்டோவுல போனீங்கன்னா ஜாஸ்தியாகும்."

அவரது இந்தப் புதுமையான விளக்கத்தை நான் ரசித்தேன்.

வர்த்தமானன் என் பதிப்பக வேலைக்குக் கொடுத்த ஒரு வருட கெடு முடிய ஒரு சில மாதங்களே இருந்தன.

அப்போது, என் கல்லூரிக் காலத்தில் தொடங்கி, இன்று வரை தொடரும் நட்புக்கு இலக்கணமான என் நெருங்கிய நண்பன் 'சோமதேவன்', கிழக்குக் கடற்கரைச் சாலையில் இருக்கும் கொட்டிவாக்கத்தில் புதிதாகக் கட்டிக்கொண்டிருக்கும் ஒரு பங்களாவுக்கு, மார்பிள் கற்கள் தேவைப்படுகிறது என்று என்னிடம் விசாரித்தான். குறிப்பாக என்னிடம் விசாரித்ததற்கு முக்கியக் காரணம், என் தந்தையின் கட்டட வேலையில் நான் முழுமையாக ஈடுபட்டிருந்தபோது, ராஜஸ்தானில் இருக்கும் 'கிஷண்கர்' ரிலிருந்து, பத்தாயிரம் சதுர அடிகளுக்கான மார்பிள் கற்களை சுமார் இரண்டு பெரிய லாரிகளில் தருவித்த எனக்கிருந்த அனுபவமே.

இருபது வருடங்களுக்கு முன்பு சென்னையில் இப்போது இருப்பது போல் மார்பிள் கடைகள் ராஜஸ்தானிகளால் அதிகம் தொடங்கப்படவில்லை. மார்பிளை நேரடியாக ராஜஸ்தான் சென்று வாங்கும்போது அடையும் லாபக்கணக்கு நான் நன்கறிந்தது.

உடனே முடிவெடுத்து, முதலீடாக விசிட்டிங் கார்டு மட்டுமே அச்சடித்து தொழில் தொடங்கினேன். பெயர் '*R.G. MARBLES*'.

சோமதேவன் சொன்ன அந்த நண்பரை அழைத்துக் கொண்டு, எனக்குத் தெரிந்த 'பட்லர்' ஹிந்தியோடு, ஒரு வாரப் பயணமாக ராஜஸ்தான் சென்றேன். அவரை நேரடியாக அழைத்துச் சென்றதால், ரூபாய் பத்தாயிரம் மட்டும் கமிஷனாகப் பேசிக்கொண்டேன்.

ஒரே வாரத்தில் பத்தாயிரம் வருமானம் என்றாலும், என்னை மட்டுமே முழுதாக சார்ந்திருக்கும் குடும்பத்துடனான இயல்பு வாழ்க்கையின் பாதிப்பு, அந்தத் தொழிலில் எனது ஆர்வத்தைக் குறைத்துவிட்டது.

வர்த்தமானன் பதிப்பக வேலையின் இறுதிக்காலத்தில், சைதாப்பேட்டை 'பாரதி ஃபார்மசி' நடத்தும்போது அறிமுகமாகி, நெருங்கிய குடும்ப நண்பரான 'சார்லஸ் அந்தோனி' ஒருநாள் திடீரென்று வீட்டுக்கு வந்து, எங்கே போகிறோம் என்று சொல்லாமலே என்னைக் கிளப்பி அழைத்துச் சென்றார்.

அது எல்.ஐ.சி. ஏஜென்ட்டுகளுக்கான ஊக்கமளிக்கும் ஒரு கூட்டம். டாலி(Tally) சாஃப்ட் வேர் டீலரான, 'சார்லஸ் அந்தோனி' ஒரு எல்.ஐ.சி. ஏஜென்ட்டும்கூட என்பதே எனக்கு அப்போதுதான் நினைவுக்கு வந்தது.

அதற்குச் சில வருடங்களுக்கு முன்பு வரை என்னிடம் எந்த ஏஜென்டாவது 'பாலிசி' போட கேட்கும்போது, காந்தியின் 'சேமிப்பதே பாவம்' என்ற வரட்டுக் கொள்கையை மனதிற்கொண்டு, 'எல்.ஐ.சி. பாலிசியே போடக்கூடாது என்பதுதான் என் பாலிசி' என்று ஜம்பம் அடித்துக்கொண்டிருந்தேன்.

என் சகலர் ஒருவரின் அகால மரணமும், அவர் எடுத்திருந்த அதிக எண்ணிக்கையிலான எல்.ஐ.சி. பாலிசிகள் அவரது குடும்பத்தை பொருளாதார அளவில் தாங்கி நின்றதையும் அருகில் இருந்து பார்த்த காலம் முதல் நான் காப்பீட்டு ஆதரவாளனாக மாறியிருந்தேன். 'சார்லஸ் அந்தோனி' அழைத்துச் சென்ற அந்தக் கூட்டம், என்னை அதற்கான பயிற்சியைப் பெற்று தேர்வெழுத வைத்து, ஒரு எல்.ஐ.சி. ஏஜென்டாக மாற்றியது.

என் தோற்றம் எப்போதும் கையில் ஒரு ப்ரீஃப்கேஸ் (Briefcase) கொண்டதாக மாறியது. வர்த்தமானன் கொடுத்து வந்த சம்பளம் நிற்கவும், எல்.ஐ.சி.யில் வருமானம் வரவும் சரியாக இருந்தது.

45. இமயத்துக்கு அப்பால்

வாழ்க்கை என்பது அனுபவங்களின் தொகுப்பு.

அவ்வளவுதான்!

வாழ்க்கையின் ஒவ்வொரு கணத்தையும் அனுபவமாக என்னுள் சேகரிக்கும் பழக்கம் எனது இருபத்தைந்து வயதில் வீட்டை விட்டு வெளியேறி, ஊர்சுற்றி பயணித்த காலத்தில் தொடங்கியது. தெய்வத்தையே பொருட்டாகக் கருதாத நான், 'செய்யும் தொழிலே தெய்வம்' என்று மட்டும் எப்படி நினைப்பேன்!

எனக்கு நினைவு தெரிந்த நாளில் இருந்து, நான் விளையாடி பொழுது கழித்த இடம் மளிகைக்கடை கல்லாப்பெட்டிதான். என் பதினேழு வயதுவரை என் தந்தையார் செய்த தொழில்களின் பட்டியல் நீளமானது. அவை மளிகை சில்லரை மற்றும் மொத்த வியாபாரம், ஜவுளிக்கடை, ரெடிமேட் ஸ்டோர், ஹிந்துஸ்தான் லிவர் ஏஜென்சி, மண்டி வியாபாரம், ஃபைனான்ஸ் கார்ப்பரேஷன், மண்ணெண்ணெய் ஏஜென்சி, சாராயக் கடை, ஒயின் ஷாப் ஆகியனவாகும். இதில் கடைசி இரண்டு தொழிலில் மட்டும் எனக்கு நேரடி அனுபவம் அப்போது இல்லை.

அந்த அனுபவம் பத்து வருடங்களுக்குப் பிறகு கிடைத்தது. பதினேழு வயதில் சென்னை வந்து கல்லூரிக் காலம் முடிந்ததும், மருந்துக்கடை, ஓட்டல் என்று என் தொழில் அனுபவங்கள் தொடர்ந்தன. அது ஒரு தொடர்கதை.

என்னிடம் யாராவது,

"என்ன பண்றீங்க?" என்று எப்போது கேட்டாலும், ஒரிரு விநாடிகள் எதைச் சொல்வது? என்று தடுமாறி, எதையாவது

சொல்லித் தொலைப்பேன். இதுதான் நான் தொழில் செய்யும் லட்சணம்.

இவ்வாறாக எல். ஐ. சி. ஏஜென்ட் ஆகிய பிறகும், என்னுடைய ப்ரீஃப்கேஸ் உள்ளே காப்பீடு சம்பந்தமான படிவங்களிடையே நான் எழுத வேண்டிய நாவலுக்கான நோட்டும் இடம்பிடித்தது.

எனது நாவலுக்கு இருபதுக்கும் மேற்பட்ட தலைப்புகளை எழுதி, அதில் ஒன்றாகத் தேர்ந்தெடுத்ததுதான், 'விழுவதும் எழுவதும்'.

இந்த நாவலில் கிட்டத்தட்ட முதல் நாற்பது பக்கங்கள் நான் நடத்திய சைதாப்பேட்டை மருந்துக்கடையில் இருந்து எழுதினேன். மீதி நாவல் முழுவதும், கிண்டியில் உள்ள காந்தி மண்டபத்திலும், தி.நகரில் உள்ள ஜீவா பார்க்கிலும் அமர்ந்து எழுதினேன். இருபது வருடங்கள் கழித்து இந்த நாவலை வெளியிட ஆயத்தமானபோது, என் இணையர்,

"இத எப்பங்க எழுதினீங்க?" என்று ஆச்சரியத்துடன் கேட்டதுதான் என்னை அதிர்ச்சிக்கு ஆளாக்கியது.

நான் முதலில் ஒருசில சிறுகதைகளையே எழுதினேன். அவற்றை ஓரிரு நண்பர்கள் மட்டுமே படித்துப் பாராட்டினர். திருச்சி அமலாசிரமத்தில் 1989ல் நடைபெற்ற, தமிழ்நாடு கலை இலக்கியப் பெருமன்ற பயிற்சிப்பட்டறையின்போது, தோழர் கடலூர் பாலன் அவர்கள் மட்டுமே நண்பரல்லாது படித்த ஒரேயொருவர். ஆனால், எனக்கு சிறுகதைகள் மேல் எப்போதுமே பெரிய ஈடுபாடு இருந்ததில்லை. இருபத்தைந்து வயதில் நாவல் எழுதும் முயற்சியைத் தொடங்கினேன். எனது மூன்றாவது முயற்சியான 'விழுவதும் எழுவதும்' நாவலை, முப்பத்தேழு வயதில் எழுதி முடித்தேன். ஐம்பத்தேழாவது வயதில் வெளியிட்டேன்.

சிரிக்காதீர்கள். உண்மைதான்!

எனக்கு பதின்ம வயதுகளிலேயே நாவல் பைத்தியம் பிடித்து விட்டது. இன்னும் தெளியவில்லை. தெளியக்கூடாதென்றே விரும்புகிறேன்.

டால்ஸ்டாயின் 'அன்னா கரீனினா' எனும் நாவல், உலகின் எந்த மூலை முடுக்கிலும் வாழும் வாசகனை எழுதத் தூண்டும்

வல்லமையும், அவனை அடக்கி ஒடுக்கும் மிரட்டலையும் தன்னகத்தே கொண்டது. டால்ஸ்டாய் வெறும் கலைஞனாக இல்லாமல், ஒழுக்கநெறி வகுக்கும் பல்வேறு முரணான தத்துவங்களை, தன்னைச் சுற்றிப் பின்னியபடி, அதில் சிக்குண்டு வாழ்ந்தவர்.

எளிமை எனும் அழகை, குழப்பங்களால் அலங்கரித்து அடையாளம் தெரியாமல் ஆக்கிவிடுவதில் தத்துவங்கள் முக்கியப் பங்காற்றுகின்றன. அவ்வாறான கைங்கர்யங்களை ஆயிரக்கணக்கான ஆண்டுகளாக தொடர்ந்து செய்து, என்னைப் போன்ற பாமர மனிதர்களின் அறிவை வதைப்பவர்களுக்குப் பெயர்தான் தத்துவவாதிகள்.

அப்படிப்பட்ட ஒரு தத்துவவாதியான 'லியோ நிகோலாயெவிச் டால்ஸ்டாய்' அவர்கள் எனக்கு ஜெயகாந்தன் மூலமாகவே அறிமுகமானார். டால்ஸ்டாயின் நெருங்கிய நண்பர்களான ரஷ்ய இலக்கியவாதிகள் பலரையும் ஜெயகாந்தனே எனக்கு அடையாளம் காட்டினார்.

எனது கர்நாடக இசைத் தேடுதலில் அரியக்குடி ராமானுஜரின் பாடல்களை முதன்முதலில் கேட்ட அந்தத் தருணத்தில், 'ஆகா, இதுவே இந்த இசை வகைமையின் உச்சம்' என்று எனக்குத் தோன்றியது. அதைப்போலவே டால்ஸ்டாயின் கதைகளைப் படிக்கத் தொடங்கிய கணமே, 'இவர்தான் எழுத்தின் உச்சம் தொட்டவர்' என்று என் மனம் கூவியது. அதுவரை நாமும் எழுத வேண்டும் என்று ஒருபோதும், எவராலும் தோன்றாத எண்ணம், எழுதினால் இவர் போல்தான் எழுத வேண்டும் என்று, எனக்கு இவரைப் படித்த பின்பே முதன்முதலாகத் தோன்றியது.

என் நெருங்கிய நண்பரின் 'மதுக்குழு' கூட்டமொன்றில், நான் நண்பர்களைக் கவரும் விதமாகப் பேசிக்கொண்டிருந்தபோது, ஓர் இளம் நண்பர்,

"அண்ணே, நீங்க டயரி எதும் எழுதி வச்சுருக்கீங்களாண்ணே" என்று ஆர்வம் மிகுதியில் கேட்டார்.

"டால்ஸ்டாயின் வாழ்க்கையைப் படிச்ச யாராவது டயரி எழுதுவாங்களா?" என்ற என் தடாலடி பதில் அவர் வாயை அடைத்தது.

ஆனாலும், நான் ஒரு நாவலை எழுதியிருப்பதற்கு டால்ஸ்டாய்தான் காரணம்.

நானும், ஜே.கே.யும் மட்டுமே இருந்த ஒரு மயக்கும் மாலைப் பொழுதில்,

"ஒங்களுக்கு என்ன வயசு?"

"முப்பத்தேழு சார்."

"நாப்பது வயசுக்குள்ள நம்ப யாருன்னு இந்த உலகத்துக்குச் சொல்லிடணும்!"

ஜே.கே. எனக்கு சொன்ன இரண்டாவது அறிவுறுத்தல் இது. அமெரிக்கப் பயணத்துக்கு முன் சொன்ன, 'பருவத்தே பயிர் செய்' என்ற வாக்கியமே முதலாவது.

இது நடந்த சில மாதங்களிலேயே ஜெயகாந்தனிடம், நான் 'விழுவதும் எழுவதும்' நாவல் எழுதியிருக்கும் விஷயத்தைக் கூறினேன். எந்த பதிலுமின்றி அமைதியாக இருந்தார். பதிலின்மை என்னைப் பதுங்க வைத்தது. ஓரிரு நண்பர்களின் விமர்சனம் என்ற பெயரிலான எதிர்மறைத் தாக்குதல்கள் என் நாவல் குறித்த எனது தன்னம்பிக்கையை முற்றாகச் சிதைத்து, நாவலை வீட்டுப் பரண் மீது விட்டெறிய வைத்தது.

வீட்டுக்குள்ளேயே விட்டெறிந்த சில வாரங்களுக்குப் பிறகு,

"கௌதம், நாவல் எழுதியிருக்கேன்னு சொன்னீங்களே! எடுத்துட்டு வாங்க; படிக்கிறேன்!" என்றார் ஜெயகாந்தன். நான் மகிழ்ச்சி அடையவில்லை. மாறாக சங்கடத்துக்கு ஆளானேன். பரணில் கிடந்த நாவலின் கையெழுத்துப் பிரதியை நான் எடுக்கவுமில்லை. அவரிடம் கொடுக்கவும் இல்லை. அதன்பிறகு ஒருபோதும் அவர் அதுபற்றி என்னிடம் கேட்கவும் இல்லை.

டால்ஸ்டாயின் 'அன்னா கரீனினா', புதுமைப்பித்தனையும் எழுத வைத்தது. புதுமைப்பித்தனின் நாயகியின் பெயர் 'கலியாணி'. டால்ஸ்டாய் சுமார் ஆயிரம் பக்கங்களில் எழுதிய நாவலை, புதுமைப்பித்தன் தனது குறுகிய வாழ்வைப்போல, பதினான்கே பக்கங்களில் எழுதிவிட்டார். அந்தச் சிறுகதையின் பெயரும் 'கலியாணி'. அதே 'அன்னா', ஜெயகாந்தனையும் எழுத வைத்தாள்.

'அன்னா' லலிதாவாக மாறினாள். டால்ஸ்டாயைப் போன்ற நீண்ட வாழ்வு கொண்ட ஜே.கே., புதுமைப்பித்தனைப் போலல்லாமல், சுமார் முன்னூற்று ஐம்பது பக்கங்களுக்கு விரித்து எழுதினார்.

முற்போக்கு சிந்தனைக்குப் பெயர்பெற்றதாகக் கருதப்படும் ஐரோப்பாவைச் சேர்ந்த டால்ஸ்டாய், 'அன்னா'வை ஓடும் ரயிலில் தள்ளிக் கொன்றுவிடும் பிற்போக்கான முடிவையெடுக்கிறார்.

பிற்போக்கான மரபுவழி சிந்தனைகளின் பிறப்பிடம் என்று பழிக்கப்படும் இந்தியாவைச் சேர்ந்த புதுமைப்பித்தனும், ஜெயகாந்தனும் தங்களது நாயகிகளை அவர்களது போக்கில் இயல்பாக வாழ வைக்கும் முற்போக்கான முடிவை எடுக்கிறார்கள்.

'அன்னா', 'கலியாணி', 'லலிதா' மூவருக்குமே தம் கணவனல்லாத வேறொருவருடன் ஏற்படும் அன்பும், பிணைப்புமே வாழ்வில் தடுமாற்றங்களை ஏற்படுத்துகிறது.

மணமான 'கலியாணி'யை தடுமாற்றங்களைத் தாண்டி வாழவைத்த புதுமைப்பித்தன், அதே காரணத்துக்காக விதவையான 'ஸரஸு' வை 'வாடா மல்லிகை' எனும் சிறுகதையில், கிணற்றில் தள்ளிக்கொன்று விடுவார்.

டால்ஸ்டாய்க்கு ரயில்!

புதுமைப்பித்தனுக்குக் கிணறு!

ஜெயகாந்தனுக்கு நதி!

ஆம்! ஜெயகாந்தன் தனது 'கங்கா'வை காசிக்கு அழைத்துச் சென்று, உயிரோடு கங்கை நதியில்தான் கரைத்துவிடுவார்.

'கங்கை எங்கே போகிறாள்?' நாவலில், காசியையும், கங்கையையும் வர்ணித்து எழுதும் சமயத்தில், காசிக்கு நான் போனதே இல்லை' என்று ஒருநாள் ஜே.கே. கூறியது எனக்கு ஆச்சரியத்தை அளித்தது. அந்த நாவலை நான் படிப்பதற்கு முன்பே, எனது பதினேழு வயதில் நான் காசிக்குப் போனவன். காசியைப் பற்றிய அவரது வர்ணனை என்னை மீண்டும் காசிக்கே கூட்டிச் செல்லும் வல்லமையோடு இருந்தது.

டால்ஸ்டாயை பல ஆயிரம் கிலோமீட்டர்கள் தாண்டி நம்மிடம் கொண்டுவந்து சேர்த்தவர்களின் பட்டியல் நெடியது.

அவர்களில் முதலாமவர் 'ஆக்கூர் அனந்தாச்சாரி' ஆவார். ஜே.கே. பிறந்த வருடமான 1934ல் இவர் 'டால்ஸ்டாய் சரிதம்' எனும் நூற்றுக்கும் குறைவான பக்கங்கள் கொண்ட புத்தகத்தை எழுதி வெளியிடுகிறார். காந்தி பக்தரான இவர், காந்தியின் மூலமாகவே டால்ஸ்டாயைக் கண்டடைந்தாலும், டால்ஸ்டாய் குறித்த பல்வேறு தரவுகளையும் தேடிச் சேகரித்து எழுதிய முக்கியமான புத்தகம் இதுவென்றும், தமிழில் டால்ஸ்டாயைப் பற்றி வெளிவந்த முதல் புத்தகமும் இதுதான் என்றும் எழுத்தாளர் பாவண்ணன் குறிப்பிடுகிறார்.

அதற்குப் பிறகு இன்றுவரையிலும், தமிழில் டால்ஸ்டாய் குறித்த குறிப்பிடத்தக்க முக்கியமான ஒன்றாக, எழுத்தாளர் கு.ப.ராஜகோபாலன் அவர்கள் எழுதிய 'டால்ஸ்டாய் வாழ்க்கையும், உபதேசமும்' எனும் புத்தகத்தையே குறிப்பிடலாம். டால்ஸ்டாயின் வாழ்க்கையை வெறும் நூற்று நாற்பது பக்கங்களில் இவ்வளவு விரிவாகவும், செறிவாகவும் இதுவரை யாரும் தமிழில் எழுதவில்லை. 1944ல், தனது நாற்பத்து இரண்டாவது வயதிலேயே வாழ்ந்து முடித்த கு.ப.ரா., தனது இறப்புக்கு பின் இந்தப் புத்தகம் வெளிவர நாற்பது ஆண்டுகளுக்கு மேல் ஆகும் என்று நினைத்துக் கூட பார்த்திருக்க மாட்டார். தமிழ் இலக்கிய வரலாற்றின் அடித்தளம் அப்படி!

டால்ஸ்டாய் அவர்களின் 150வது ஆண்டு விழாவை இலக்கிய உலகமே கொண்டாடி மகிழ்ந்தபோது, எழுத்தாளர் சு.சமுத்திரம் அவர்கள் 'டால்ஸ்டாய்' என்றதொரு நாடகத்தை எழுதினார். அது அரங்கேறி வரவேற்பும் பெற்றது. டால்ஸ்டாயின் இறுதி நாட்கள் குறித்த ஆதாரபூர்வ தகவல்களை அடிப்படையாகக் கொண்டு எழுதப்பட்ட அந்த நாடகம் 'டால்ஸ்டாய்'க்கு ஒரு சிறந்த அர்ப்பணிப்பாக அமைந்தது.

அதே வருடம், அதே காரணத்துக்காக, டால்ஸ்டாயின் வாழ்வு பற்றிய ஓர் ஆய்வைப் போன்றதொரு புத்தகத்தை ஜெயகாந்தன் எழுதினார். அதுவே 'இமயத்துக்கு அப்பால்'.

ஜெயகாந்தன் கூறுவார்:

"ராமனைப் பற்றி நீ எழுதினால், அதில் நீ யார்? என்றே அனைவருக்கும் புரிய வைக்கிறாய். எல்லாருக்கும் ராமனைத் தெரியும். உன்னைத்தான் தெரியாது!"

அதைப் போலவே,

'இமயத்துக்கு அப்பால்' நமக்கு டால்ஸ்டாயை மட்டுமல்லாமல், ஜெயகாந்தனையும் தெளிவாகப் படம்பிடித்துக் காட்டுகிறது.

46. டால்ஸ்டாய்

'முரண்பாடுகளின் மூட்டைதான் ஜெயகாந்தன்' என்று, அவர் பலராலும் வர்ணிக்கப்படுவதை, நான் பலமுறை கேட்டிருக்கிறேன். உண்மையில் அது மூட்டையல்ல; கிடங்கு.

மிகப்பெரிய அந்தக் கிடங்கை நான் திறந்து பார்த்தபோது, அதன் உள்ளே மகாகவி பாரதியார் நடுநாயகமாக வீற்றிருந்தார். அவர் மடியில் ஜெயகாந்தன். பாரதிக்குப் பக்கத்திலேயே மகாத்மா காந்தி. அவரருகே விவேகானந்தர், ரவீந்திரநாத் தாகூர். அவருக்குப் பக்கத்தில் ஃபிரான்ஸிலிருந்து வந்த ரொமெய்ன் ரோலந்து. இவர்களுள் காந்திக்குப் பின்னால் மட்டும் ஏராளமான பேர்கள் காந்தி குல்லாயோடு குத்த வைத்து உட்கார்ந்திருந்தார்கள். இவர்கள் அனைவரோடும் ரஷ்யாவில் இருந்து வந்த லியோ டால்ஸ்டாய்.

டால்ஸ்டாயின் ஒரு கையில் பைபிளும், மறு கையில் திருக்குறளும். அவரது மடியிலோ புத்தரின் போதனைகளும், ஆதிசங்கரரின் தத்துவங்களும்!

அந்தப் பெரிய கிடங்கிலிருந்து தெறித்து, வெளியே ஓடிவந்த எனக்கு மூச்சு முட்டியது. ஓடிவந்த என்னை நிறுத்தி, ஒரு டம்ளர் தண்ணீர் கொடுத்து ஆற அமர உட்கார வைத்தவர் அம்பேத்கர்.

அந்தக் கிடங்கைப் பற்றிய வேதாந்த விளக்கமெனும் வியாக்கியானக் குளறுபடிதான் ஜெயகாந்தனின் 'இமயத்துக்கு அப்பால்'.

ஜே.கே.யின் புத்தகத்தின் உள்ளே நுழையும் முன், கு.ப.ரா. எழுதிய 'டால்ஸ்டாய் வாழ்க்கையும், உபதேசமும்' என்ற புத்தகத்தை நாம் மேலோட்டமாகப் பார்ப்பது நம் தெளிவுக்கு நலம் பயக்கும்.

கு.ப.ரா. வின் வார்த்தைகள் வழியே,

'டால்ஸ்டாயின் வாழ்வில் சமூகப் பங்களிப்பு' என நான் நான்கு கூறுகளைப் பார்க்கிறேன். அவை கீழேவருவன:

- இலக்கியவாதி
- சமூக சீர்திருத்தவாதி
- சமூக சேவகர்
- மத சீர்திருத்தவாதி

இந்நான்கில் இலக்கியவாதியாக அவர் எழுதிய யாவும், உலகம் முழுமைக்கும் சொந்தமானதாக மாறியதோடு மட்டுமின்றி, உலகம் உள்ளளவும் சந்ததிகள் பயிலத்தக்க பல்கலைக்கழகமாக விளங்கும் தன்மையுடையது. அவரது இலக்கிய வடிவங்களில் பெண்களைப் பற்றிய சில பிற்போக்கு சிந்தனைகளும், மருத்துவம் சார்ந்த முரட்டுத்தனமான அறியாமைகளும், தவறான தரவுகள் சிலவும் ஆங்காங்கே வெளிப்பட்டாலும், அதுபோன்ற குறைகளோடே, அவர் இலக்கியப் பார்வையில் உலகோரால் எப்போதும் கொண்டாடப்படுவார்.

அவருடைய சமூக சீர்திருத்த செயல்பாடுகள் இன்றும் நம்மால் அடையமுடியாத பலவற்றுக்காக, அவர் நூற்றைம்பது ஆண்டுகளுக்கு முன்பே முன்னெடுத்துப் போராடியது, நம்மை வியப்பின் உச்சிக்கே கொண்டு செல்லக் கூடியவை. அவை குறித்து திரும்பிப் பார்ப்பது மிக அவசியம்.

'சரியான கல்வி முறையின் மூலம்தான் நாடு கடைத்தேற வேண்டும்' என்ற கொள்கை டால்ஸ்டாய்க்கு இளமைக் காலத்திலேயே உதயமாகிவிட்டது. ஆயினும் அவருடைய முப்பத்தி ஒன்றாவது வயதிலிருந்து, முப்பத்து நான்காவது வயது வரையிலான மூன்று வருடங்களில்தான் அவர் மும்முரமாகக் கல்வித்துறையிலான தனது பரிசோதனைகளில் தீவிரமாக ஈடுபட்டார். அப்போது அவருக்கு திருமணமாகாத காலம்.

தமது பண்ணையிலும், அருகிருந்த பண்ணைகளிலும் வாழ்ந்த குடியானவர்களின் பிள்ளைகளுக்காக டால்ஸ்டாய் ஆரம்பித்த பள்ளிக்கூடத்தின் அமைப்பைப் பற்றி அவரே எழுதியவற்றைப் பார்ப்போம்.

‘பையன்கள் யாரும் கையில் ஒன்றும் கொண்டு வருகிறதில்லை. புத்தகங்களும் கிடையாது. காப்பி நோட்டுகளும் கிடையாது. வீட்டுப்பாட வேலையும் கிடையாது. பள்ளிக் கூடத்துக்குக் கையில் ஒன்றும் கொண்டு போவதில்லை என்பது மட்டுமல்ல; மூளையிலும் ஒன்றும் கொண்டு போவதில்லை. பாடத்தைப் பாராமல் சொல்ல வேண்டுமென்றோ, முதல் நாள் சொன்னதை நினைவில் வைத்துக் கொள்ள வேண்டும் என்றோ நிர்ப்பந்தம் கிடையாது. சொல்லிக் கொடுக்கப் போகிற பாடத்தைப் பற்றியும் அவர்கள் கவலைப்பட வேண்டாம். சொல்லிக் கொடுக்கப் போகிறதை கிரகிக்கிற சக்தி, உற்சாகமாக இருக்கலாம் என்ற உணர்ச்சி, இவையே அவர்களிடம் இருக்கின்றன. வகுப்புகள் ஆரம்பமாகும் வரை அவர்களுக்குப் பாட நினைவே இருப்பதில்லை. காலதாமதமாகப் பள்ளிக்கூடம் வந்தால் தண்டனை கிடையாது. அப்படி அவர்கள் வருவதுமில்லை. சில பெரிய பையன்களைத்தான் பெற்றோர்கள் வேலை செய்வதற்காக சிறிதுநேரம் வீட்டில் நிறுத்திக்கொள்வார்கள். அந்த மாதிரி சந்தர்ப்பங்களில் பையன்கள் மூச்சுத் திணற பள்ளிக்கூடத்துக்கு ஓடி வருகிறார்கள், உபாத்தியாயர் வரும்வரை வேடிக்கையாக விளையாடுகின்றார்கள்...

இஷ்டப்பட்ட இடத்தில் உட்காருகிறார்கள். பெஞ்சு, மேஜை, ஜன்னல்கள், தரை இப்படி எங்கே இடமிருக்கிறதோ அங்கே! பெண்களெல்லாம் சேர்ந்து ஒருபக்கம் உட்காருகிறார்கள். ஓர் ஊரைச் சேர்ந்தவர்கள் ஒரே பக்கம் இருப்பார்கள். சில சமயங்களில் பாடத்தில் ஈடுபட்டு ஒரு மணிக்குப் பதிலாக மூன்று மணியாகிவிடும். சில சமயம் மாணவர்களே, “மேலே நடத்துங்கள்” என்று கத்துவார்கள்’.

டால்ஸ்டாய் 1860களின் தொடக்கத்தில் செய்த இம்முயற்சிகள் நம்மால் இன்றும்கூட கற்பனை செய்யவும் இயலாதவையாகவே உள்ளன.

அவரது முயற்சியில் அவருக்கு பெருங்குழப்பம் விளைவித்தது பிள்ளைகளுக்கான பாடப் புத்தகங்கள் தேடும் விவகாரம்தான்.

அவரை ஏராளமான குழந்தைகளுக்கான குட்டிக் கதைகளை எழுதத் தூண்டியது, ஏராளமாகப் பெற்ற அவரது குழந்தைகளும், பள்ளிக் குழந்தைகளும்தான். அந்தக் கதைகள் என்றும்

நிலைத்திருக்கும் சாகா வரம் பெற்றவை. அதில் ஒரேயொரு பத்தியில் அமைந்த ஒரு கதை மட்டும் உங்கள் பார்வைக்கு:

யானை

ஓர் இந்தியனிடம் ஒரு யானை இருந்தது. பாகன் யானைக்கு மோசமாகத் தீனி போட்டு, நிறைய வேலை வாங்கினான். ஒரு தடவை யானை கடுங்கோபம் அடைந்து பாகனை மிதித்துவிட்டது. பாகன் இறந்து போனான். அப்போது அவனுடைய மனைவி அழுது புலம்பினாள். தனது குழந்தைகளை யானையிடம் கொண்டுவந்து, அதன் காலடியில் அவர்களை எறிந்தாள். "யானையே! இவர்களுடைய தகப்பனை நீ கொன்றுவிட்டாய். இவர்களையும் கொன்று விடு'' என்று சொன்னாள். யானை குழந்தைகளைப் பார்த்தது. மூத்தவனைத் தும்பிக்கையால் எடுத்து, மெதுவாகத் தூக்கித் தன் கழுத்தின்மேல் உட்கார்த்திக் கொண்டது. அந்தப் பையன் சொற்படி கேட்டு அவனுக்காக வேலை செய்யத் தொடங்கிற்று.

......

இது போன்று உலகமெங்கும் அவர் தேடிப்பிடித்து எழுதிய எண்ணற்ற கதைகளை குழந்தைகளுக்காக அவர் அர்ப்பணித்திருந்தாலும், குழந்தைகளுக்கான ஆரம்பப் பாடமாக இருக்கும் தகுதியுடையது 'பைபிள்' ஒன்றுதான் என்று இறுதியில் கண்டடைந்தார்.

இந்த இடத்தில் நான் ஒன்றைக் குறிப்பிடுவது அவசியம்.

டால்ஸ்டாயைப்போலவே நமது பள்ளிக்கல்வியின் அவலத்தை உணர்ந்த ஜெயகாந்தன், நம் பிள்ளைகளுக்கு பாடப்புத்தகமாகப் பரிந்துரைப்பது பாரதி கவிதைகளை. அதுவும் இரண்டே கவிதைகளை. அவை 'பாப்பாப் பாட்டு' மற்றும் 'முரசு' ஆகியனவாகும்.

இந்த இரு பாடல்களை விரித்துரைத்து, ஐந்து வயதிலிருந்து, பதினாறு வயது வரை கற்பிக்கப் படுவதற்கான பாடங்களாக, 'பாரதி பாடம்' என்ற புத்தகத்தை நமக்குத் தந்திருக்கிறார். அதில் குறைவான நிறைகளும், நிறைவான குறைகளும் நிறைந்திருக்கின்றன. நாம் டால்ஸ்டாயிடம் வருவோம்.

டால்ஸ்டாய் கல்வித்துறை சார்ந்த தனது முயற்சியில் மூன்று வருடங்களில் மனம் சோர்ந்து, இவ்வாறு எழுதுகிறார்.

'இந்த வேலை எனக்கு மிகவும் திருப்தியளித்தது. இலக்கியத்தின் மூலம் பிறருக்குப் போதனை செய்ய முற்பட்ட போது என்னிடமிருந்த போலித்தன்மை என்னைத் துன்புறுத்தியது. அந்த வேதனை இதில் இல்லை. புது நாகரிகத் தொடர்பற்ற குடியானவக் குழந்தைகளை யதேச்சையாக விட்டு, பூரண சுதந்திரத்துடன் தமக்கு இஷ்டமான முன்னேற்ற வழியைத் தேடிக்கொள்ளும்படி விட்டுவிடவேண்டும் என்று தீர்மானித்தேன். எதைக் கற்றுக்கொடுப்பதென்ற ஒரு கேள்விக்கு நான் விடை காணமுடியவில்லை. தெரியாமல் எப்படிக் கற்றுக் கொடுப்பது? உயர்தர இலக்கிய வேலையில், எனக்கொன்றும் தெரியாவிட்டால்கூட பிறருக்கு உபதேசம் செய்து விடலாம் என்ற அனுபவம் எனக்கு முன்பே ஏற்பட்டிருந்தது. ஏனென்றால், உபதேசம் செய்தவர்கள் எல்லாம் பலவகைகளில் பேசி, சண்டையிட்டு ஒருவர் அறியாமையை மற்றவருக்குக் காட்டாமல் மறைத்துக்கொள்வதில்தான் தேர்ச்சி பெற்றிருந்தார்கள். ஆனால், இங்கே குடியானவர்களைத் தங்கள் இஷ்டப்படி கல்வி கற்க விட்டுவிட்டால் தொல்லை தீர்ந்துவிடும் என்று எண்ணினேன். என்ன வேண்டுமென்று தெரியாதபோதிலும், கல்வி புகட்டும் ஆசிரியரைத் திருப்தி செய்ய நான் திண்டாடியதை இப்போது நினைத்துப் பார்த்தாலும், எனக்கே சிரிப்பு வருகிறது.

ஒரு வருடம் அந்த வேலையில் ஈடுபட்ட பிறகும், எனக்கே ஒன்றும் தெரியவில்லை. இந்த நிலைமையில் பிறருக்கு எப்படி உபதேசம் செய்வது?'

டால்ஸ்டாய் அவர்களின் கல்வித்துறை அனுபவங்களை முழுவதுமாக விவரிப்பது எனது நோக்கமில்லை. ஆனால், அவர் சீர்திருத்தவாதியாக செய்த முயற்சிகள் நாம் அறிந்துகொள்ளத் தக்கவையாகும்.

டால்ஸ்டாயின் சமூக சேவையுள்ளத்தைப் புரிந்துகொள்ள இரண்டு நிகழ்வுகள் நம் முன் விரிகின்றன.

ஒன்று, 1890களின் தொடக்கத்தில் ரஷ்யாவை உலுக்கிய உணவுப் பஞ்ச காலத்தில் டால்ஸ்டாயும், அவரது குடும்பத்தினர் அனைவரும், பஞ்சத்தில் தவிக்கும் அபலைகளுக்கு உணவளிக்கச் செய்த தொடர் உழைப்பு.

இரண்டு, ரஷ்யாவைப் பூர்வீகமாகக் கொண்ட 'டுகோபார்' என்ற இனக்குழுவினரை, ரஷ்ய அரசாங்கத்திடமிருந்து காத்து, வடஅமெரிக்காவில் உள்ள கனடாவுக்கு அனுப்ப டால்ஸ்டாய் மேற்கொண்ட உழைப்பு. அதற்கானப் பணத் தேவைக்காகவே அவர் எழுதிய காவியம் தான் 'புத்துயிர்ப்பு' எனும் நாவல்.

நான்காவது கூறான டால்ஸ்டாயின் மத சீர்திருத்த எண்ண ஓட்டங்களே அவரை வாழ்நாள் முழுவதும் பாடாய்ப் படுத்தி பங்கம் குலைத்த சிந்தனை வளையங்கள் ஆகும்.

கு.ப.ரா. இவ்வாறு தொடங்குகிறார்.

'அவர் எழுதிய நூல்கள் அனைத்திலும், அவர் வற்புறுத்தி விளக்கும் கொள்கை ஒன்றே ஒன்று. தன்னலமற்ற பரோபகாரச் சேவையே வாழ்க்கையின் லட்சியம், இன்பம்; பிறருக்கு உதவி செய்து வாழும் வாழ்வே உண்மையான வாழ்வு.

அன்புதான் மதம்.

அதன் காரணமாக அவருடைய கொள்கைக்கும், அதை ஒரு விதத்திலும் உண்மை என்று உணரமுடியாமல் எதிர்த்த மனைவி முதல் சமூகம் வரை, எல்லாவிதமான சமூக நிலைக்கும் ஆயுள் முழுவதும் இடைவிடாத போர் நடந்தது. 'எளியவர்கள்தான் புண்ணியம் செய்தவர்கள்; சொர்க்க சுகம் அவர்களுக்குத்தான்' என்று கிறிஸ்து சொன்ன வேதவாக்கை டால்ஸ்டாய் நடைமுறையில் கொண்டு வருவதற்காகவும், அதன் உண்மையை உணர்வதற்காகவும், தாமே எளிய வாழ்க்கையில் வாழ முயன்றார். 'தீமைக்குப் பதில் தீமை செய்யாதே' என்று இயேசு போதித்த தத்துவத்தையும் அவர் வாழ்க்கையில் பரப்ப வேண்டுமென்று பாடுபட்டார். இந்த முயற்சியின் வரலாறுதான் டால்ஸ்டாயின் வாழ்க்கைச் சரிதம்'.

இவ்வாறாக கட்டியம் கூறி தொடங்கும் கு.ப.ரா., டால்ஸ்டாய் வாழ்க்கை முழுதும் விழுந்து, புரண்டு, எழுந்து, மீண்டும் விழுந்து விழுந்து எழுவதை சொல்லிச் செல்லும்போதே இடையிடையே மிக அழகாக டால்ஸ்டாயை வதைத்த சிந்தனைகளைக் கோர்த்து எழுதுகிறார்.

'ஜனங்கள் சொல்லுகிறார்கள்; 'நீ கிறிஸ்துவின் உபதேசத்தைப் பின்பற்றாவிட்டால் வாழ்க்கை பயன் பெறாது' என்று. அந்தப்

பயனுள்ள வாழ்க்கையை நீ விரும்பினால், நீ ஏன் அந்தக் கட்டளையைப் பின்பற்றவில்லை?

நான் வெறுக்கத்தக்க மனிதன்தான், நான் அவற்றைக் கடைப்பிடிக்கவில்லை என்றே நான் பதில் சொல்லுகிறேன். என் வாழ்க்கையில் ஏற்பட்டிருக்கும் முரண்பாட்டை விளக்கிக் கூறுகிறேன். அதை ஆதரிப்பதற்காக அல்ல. என்னுடைய பழைய வாழ்க்கையைப் பாருங்கள். இப்போதைய வாழ்க்கையையும் பாருங்கள். பார்த்தால், நான் அவற்றைக் கடைப் பிடிக்கிறேன் என்பது தெரியும். அவற்றிலே நூற்றிலொரு பங்கைக்கூட நான் செயல் முறையில் கொள்ளவில்லை என்பது உண்மை. ஆனால், தவறு என்னுடையதே. நான் அவற்றை விரும்பாததால் அந்தத் தவறு ஏற்படவில்லை. எப்படிக் கடைப்பிடிப்பது என்பது எனக்குத் தெரியவில்லை. என்னைச் சூழ்ந்துள்ள ஆசாபாசங்களிலிருந்து எப்படித் தப்புவது என்று சொல்லுங்கள். நான் அதைக் கடைப்பிடிக்கிறேன். ஆனால் உதவியின்றியே அதைச் செய்ய வேண்டுமென்ற ஆசையும், செய்வேன் என்ற நம்பிக்கையும் இருக்கிறது. என்னைக் குறை கூறுங்கள். நான் கடைப்பிடிக்கும் நெறியைக் குறை கூறாதீர்கள். கேட்பவர்களுக்கு எனக்குத் தெரிந்தவரை அந்த நெறியைச் சுட்டிக்காட்டுகிறேன். வீட்டுக்குப் போகும்வழி எனக்குத் தெரியும். முழுக் குடியால் அந்த வழியாக தள்ளாடிக்கொண்டு போகிறேனென்றால், வழி பிசகு என்று சொல்லலாமா? அது பிசகென்றால் வேறொன்றைக் காட்டுங்கள்! நான் வழி தவறித் திண்டாடுகிறேன் என்றால், எனக்கு உதவி செய்து சரியான பாதையில் என்னைத் தாங்கிச் செல்லுங்கள். என்னைக் குழப்பமடையச் செய்யாதீர்கள்; நான் தப்பும் வழியில் போய்விட்டேன் என்று மகிழ்ச்சி கொள்ளாதீர்கள்...

கிறிஸ்துவின் உபதேசத்திற்கும், நான் அதைப் பின்பற்றும் வழிக்கும் இதுதான் சம்பந்தம். அந்த உபதேசத்தைச் செயலில் கொண்டு வரவேண்டுமென்று என்னாலானவரை முயலுகிறேன். முடியாத பொழுதெல்லாம் வருத்தமடைகிறேன்.'

டால்ஸ்டாயின் வருத்தங்கள் உலகோடு இன்றுவரை ஒட்டமுடியாத தனித்த சிந்தனைகளால் ஆனது.

'நேர்மையை அவர் முழு மனதோடு கடைபிடித்தமையால், வெளியுலகுக்கும் அவருக்கும் சதா சச்சரவு. அதனாலேயே அவருடைய செய்கையும், பேச்சும் விபரீதமாகவும் விசித்திரமாகவும் இருந்தன' என்று கூறும் கு.ப.ரா., மேலும், 'அவ்வளவு முதல்தரமான கலைத்திறன் பெற்றவர், மத விவகாரங்களில் மூளையைக் குழப்பிக் கொண்டு இருப்பதைப் பற்றி துர்கேனிவ் மிகவும் வருந்தினார்' என்றும் குறிப்பிடுகிறார்.

டால்ஸ்டாயைப் பற்றிய கு.ப.ரா.வின் புத்தகம், நம்மை டால்ஸ்டாய்க்கும், உண்மைகளுக்கும் மிக அருகில் அழைத்துச் சென்று, அவரோடு உண்மையாகப் பழகிய அனுபவங்களைக் கொடுக்கிறது.

இப்போது நாம் ஜெயகாந்தனோடு 'இமயத்துக்கு அப்பால்' எட்டிப் பார்ப்போம்.

அவரது எழுத்தில் முதல் அத்தியாயமே மிகைப்படுத்தப்பட்ட தன்மையோடும், தவறான தகவல்களோடும் தொடங்குகிறது.

'இந்தியாவின் மீதும், இந்திய இலக்கியங்கள் மீதும், இந்து மதத்தின் மீதும், நமது புராண இதிகாசங்களின் மீதும், லியோ டால்ஸ்டாயைப்போல ஈடுபாடும் பிடிப்பும் தாகமும் கொண்டிருந்த ஒரு மனிதனை அவருக்கு முன்னாலும் பின்னாலும் ஐரோப்பா பெற்றதும் இல்லை; பெறவும் இல்லை'.

எனக்கு அதிர்ச்சி தந்த மேற்கண்ட வரிகளுக்கு நான் விடை தேடினேன். கிடைத்தது.

'கான்ஸ்டன்டைன் ஜோசஃப் பெஸ்கி' எனும் வீரமாமுனிவர் 1711ல் மதுரையில் கால் வைக்கிறார். அவரால்தான் அடுத்த நூற்றாண்டில் டால்ஸ்டாய் படிப்பதற்கு வாய்ப்பாக திருக்குறள் ஐரோப்பிய வசமாகிறது.

1730ஆம் ஆண்டில் லத்தீனிலும்,
1767ஆம் ஆண்டில் ஃபிரெஞ்சிலும்,
1794ஆம் ஆண்டில் ஆங்கிலத்திலும்,
1803ஆம் ஆண்டில் ஜெர்மனியிலும் திருக்குறள் மொழிபெயர்க்கப்பட்டபின் 1828ஆம் ஆண்டுதான் டால்ஸ்டாய் பிறக்கிறார்.

டால்ஸ்டாய் பத்து வயதில் ரஷ்யாவில் விளையாடிக் கொண்டிருந்த போது, அயர்லாந்தில் பிறந்த 'ராபர்ட் கால்டுவெல்' சென்னையில் கால் பதிக்கிறார். தமிழுக்கு அவர் செய்த பணியை நாம் இன்றுவரை கொண்டாடி மகிழ்கிறோம்.

அடுத்து இரண்டாவது அத்தியாயம் 'டால்ஸ்டாயின் கதை' என்று அவரது வாழ்க்கை, ஆறே பக்கங்களில் சுருக்கமாக முடிந்து விடுகிறது.

மூன்றாவது அத்தியாயம் 'டால்ஸ்டாயும் புத்தரும்'.

'... காலந்தொட்டு தமது அந்திமக் காலம்வரை டால்ஸ்டாய் தனது வாழ்க்கை அனைத்தையும் இந்தியக் கலாசாரத்தின் பால் ஈடுபடுத்தி, இந்தியக் கலாசார நெறிகளை ருஷ்யாவில் பரப்புகிற பெரும் பணியிலேயே மூழ்கி இருந்தார் எனலாம்'.

கு.ப.ரா.வின் டால்ஸ்டாயைப் படித்தபின் மேற்கண்ட ஜே.கே. வின் வரிகள் என்னை முகம் சுளிக்க வைத்தன.

ஆனாலும், புத்தர் குறித்த டால்ஸ்டாயின் புரிதலை ஜே.கே. சரியாக விளக்கும் பத்தி கீழே...

'மனிதர் அனைவரின் மீதும் ஆதிக்கம் செலுத்தும், சர்வ வல்லமை படைத்த சக்தி ஒன்று இருப்பதைப் பௌத்த மதம் மறுத்ததானது, டால்ஸ்டாயைக் கவர்ந்த பிரதான அம்சமாகும். புத்தருக்கு முன் பல நூற்றாண்டுகளாய் இந்தியச் சமூகத்தில் பிராமணப் புரோகிதர்களின் மேலாட்சி நீடித்து, மனிதர்களிடையே சமத்துவம் இன்மையையும், கடவுளின் பெயரால் கொடுமைகள் இழைப்பதையும் தோற்றுவிக்கும் பழக்கங்கள் நிலவின. அவர்களின் கருத்துப்படி ஏழையும் பணக்காரனும், எஜமானனும் அடிமையும், சோம்பேறியும் உழைப்பாளியும், கடவுளின் விதிப்படிதான் அவ்வாறு அமைந்து வாழ்கின்றனர் என்பதாய் வகுக்கப்பட்டிருந்தது. ஜாதியையும் மனிதர்கள் மத்தியில் பிரிவினையையும் உறுதிப்படுத்துவதற்கு, 'அவை யாவும் கடவுளிடமிருந்தே தோன்றின' என்று கருத்துகள் பரப்பப்பட்டு வந்தன. இந்த நம்பிக்கையைப் பௌத்தம் முற்றாக நிராகரித்தது. இதுவே டால்ஸ்டாயை மிக வன்மையாக ஈர்த்த இந்திய ஞானமாகும். ஏனெனில், அக்காலத்தில் கிறிஸ்துவ சமயமும், ஐரோப்பாவின்

பிற மதங்களும் உருவக் கடவுளையும், மாயாவாதத்தையும் அற்புத நிகழ்ச்சிகளையும் பரப்பிக்கொண்டிருந்ததை, டால்ஸ்டாய் மறுத்துப் போராடிக்கொண்டிருந்தார். இறுதியாக டால்ஸ்டாய் தனது சித்தாந்தத்துக்கு ஒத்ததாயும், ஊற்றமாயும், பௌத்த மத நெறிகள் விளங்குவதைக் கண்டார்'.

மனித மனத்துக்குத் தெளிவு கொடுக்கும் மேற்கண்ட வரிகளைப் படித்து முடித்ததும், அடுத்த நான்காவது அத்தியாயம் 'டால்ஸ்டாயும் சங்கரரும்'.

'ஆதிசங்கரர் செயல்திறன் உள்ள ஒரு சமுதாயச் சிற்பியாக, பிளவுண்டு கிடந்த இந்து மார்க்கங்களை ஒன்றுபடுத்தும் ஒரு மகாசக்தியாக விளங்கினார் என்பது மதநம்பிக்கை இல்லாத ஆராய்ச்சியாளர்களும் கண்டு தெளிகின்ற, ஞானத்தின் பாற்பட்ட முடிவாகும். அவர் சிதறுண்டு கிடந்த சமூகங்களை ஒன்றுபடுத்துவதிலும், ஒன்றுபட்ட சமூகங்களின் உன்னத நிலையை உருவாக்குவதிலும் சரித்திரம் வியந்த வெற்றிகளை ஸ்தாபித்தார்.

அக்காலத்தில் வரையறுத்த சித்தாந்தத்தின்படி சமூகத்தில் உள்ள ஏற்றத் தாழ்வுகளின் பிரிவினைகளும், ஏழையும் செல்வந்தனும், மேற்சாதிக்காரர்களும் கீழ்ச்சாதிமார்களும் இறைவன் விதிப்படி ஏற்படுத்தப்பட்ட நிலைகளாகும் என்றார் அவர். மேலும் அந்தப் பேதமுள்ள கூட்டுறவு சமுதாயத்தைக் கட்டிப் பாதுகாக்கிற சநாதன தர்மத்தையும் சங்கரர் ஸ்தாபித்தார். எனினும் ஜாதிகளிடையே நிலவுகிற கொடுமைகளை எதிர்த்து அவர் சண்டமாருதமாய்ச் செயலாற்றினார்.

மேற்கண்ட வரிகளில் தெரியும் குழப்பங்களை ஜே.கே. உணராமல் எழுதியிருப்பார் என்று நான் கருதவில்லை.

எதிரெதிர் நிலை கொண்ட புத்தரையும் சங்கரரையும் ஒரு செடியில் பூத்த இரு மலர்களாக ஜெயகாந்தன் வர்ணிக்கும் விதம் பெரும் மோசடியாகவே எனக்குத் தெரிந்தது.

அடுத்தடுத்த அத்தியாயங்கள், ராமகிருஷ்ண பரமஹம்சர், சுவாமி விவேகானந்தர், மகாத்மா காந்தி என்று டால்ஸ்டாயுடன் அவர்களைப் பொருத்தி விரித்து எழுதும் உண்மைகள் கலந்த கட்டுக் கதைகளைப்போலவே எனக்குத் தோன்றியது. இன்னும் ஒன்றை மட்டும் சொல்லி முடிக்கிறேன்.

லியோ டால்ஸ்டாய் இறந்த செய்தி அறிந்ததும் 'மக்சீம் கார்க்கி' எழுதிய கட்டுரையையே 'இமயத்துக்கு அப்பால்' புத்தகத்தின் இறுதி வரிகளாக நிறைத்திருப்பார் ஜெயகாந்தன்.

நாத்திகரான கார்க்கியை டால்ஸ்டாய் தடுமாற வைத்த தருணம் வேடிக்கையானது.

"இதுமாதிரி அவர் எப்போதும் என்னிடம் பேசியதே இல்லை. ஆனால், அன்றைக்கு அவர் அவ்விதம் பேசியது எனக்கும் மகிழ்ச்சியே தந்தது. நான் அமைதியாய் இருந்தேன். திடீரென்று அவர் தனது தாடியிலிருந்த கையை விலக்கி, விரலை என்புறமாக நீட்டி,

"இப்படி மௌனமாக இருந்து, எனது கேள்வியிலிருந்து நீ தப்ப முடியாது!" என்றார்.

"நீ ஏன் கடவுளை நம்பக்கூடாது...?"

ஒரு சில காரணங்களுக்காகக் கடவுளை நம்பாத நானும் கூட அந்தப் பொழுதில் மெய்மறந்து அவரையே பார்த்தவண்ணம், யோசித்துக் கொண்டிருந்தேன்.

'இந்த மனிதரே கடவுளுக்கு இணையான மனிதர்!'

47. ரஷ்யன் வோத்காவும் மீன்சினை உணவும்

நான் ஜெயகாந்தனை பகலில் சந்திக்கச் செல்வதென்பது நிச்சயம் லோகாயதக் காரணங்கள் ஏதாவதொன்றைப் பற்றியே இருக்கும். ஆனால் அந்தி சாய்ந்த வேளைகளில் சென்றால், அது ஆன்மிகக் காரணம் மட்டும்தான். அதாவது எந்த வேலையுமின்றியோ அல்லது வேலையை ஒதுக்கியோ நான் செல்லும்போது, சபையிலும் அங்கத்தினர்கள் இல்லாதிருந்தால், சும்மா உட்கார்ந்து, லாகிரிக் கிரியைகளின் துணையோடு, உல்லாசமாகப் பேசிக்கொண்டே இருப்பது.

2002 தொடக்கத்தில் அது போன்றதொரு அந்தி வேளையிலான உரையாடலின் போது, அவருடைய மூக்குக் கண்ணாடியின் சட்டம் (ஃப்ரேம்) பழுதாகிவிட்டதை என்னிடம் சொல்லியபடி, கழட்டி என்முன் காட்டினார். அது புதிதாக வாங்கித்தான் ஆகவேண்டும் என்ற நிலையையே காட்டியது. புதியதுதான் வாங்க வேண்டும் என்று நானும் வலியுறுத்தினேன்.

மறுநாளே கடைக்குப் போகலாம் என்று முடிவு செய்தோம்.

"ஒங்க கண்ணாடி நல்லாருக்கே! அது மாதிரி வாங்கில்லாமா?" என்று ஜே.கே. கூறியதும் என்னுள் மகிழ்ச்சியும், முகத்தில் சிரிப்பும் கூடியது. நான் போட்டிருந்த மூக்குக் கண்ணாடி மிகவும் மெல்லிய மெட்டல் ஃப்ரேமால் ஆனது. ஜே.கே.யுடையது பிரபலமான தடித்த ஷெல் ஃப்ரேம்.

"அது எப்டி சார் சரியா வரும்? ஒங்க கண்ணாடி ஒங்க அடையாளமாவே மாறிடுச்சே."

"அப்டியா சொல்றீங்க?"

“ஆமா சார். ஆதிமூலம் சார் ஓவியங்கள்ல ஓங்க கண்ணவிட கண்ணாடி ஃப்ரேமத்தான் பிரதானமா வரைஞ்சிருக்காரு” என்ற என் பதிலை ஆமோதிக்காமலும், எதிர்க்காமலும் அமைதியாகக் கேட்டபடி மீசையைத் தடவி, உருவித் திருகிக்கொண்டே குடிசையின் வாயிலுக்கு வெளியே பார்த்துக்கொண்டிருந்தார்.

மறுநாள் காலை பதினொரு மணிக்கு மாடிக் குடிசையில் இருந்தேன். அவர் சாவகாசமாக லுங்கி, மேல் துண்டுடன் அமர்ந்து புகைத்துக்கொண்டிருந்தார்.

“பொயிட்டு வந்துல்லாமா?” என்று அவர் கேட்டு, உடைமாற்ற கீழே இறங்கவே அரைமணி நேரமாகிவிட்டது.

“கௌம்பிட்டு கூப்புட்றேன். மேலயே இருங்க” என்று மெதுவாகப் படியிறங்கினார்.”

அவரது அழைப்புக்குரல் கேட்பதற்கு நான் காத்திருந்தபோது, படிகளில் மீண்டும் அவர் ஏறிவரும் சப்தம் கேட்டது.

மேலே சட்டையை ‘டக் இன்’ பண்ணாமல், அடர்நிற நீல வண்ண ஜீன்ஸ் பேண்ட் அணிந்து காட்சி தந்தார். 38 வயதான நான் அணிந்திருந்த ஜீன்ஸ் மற்றும் சட்டையைப் போலவே, 68 வயதான அவரும் அணிந்து வந்தது என்னை ஆச்சரியம் கொள்ள வைத்தது. அவரை நான் முதலில் சந்தித்த ஐம்பத்தொன்பது வயதுக்குப் பிறகும் ஜீன்ஸ் பேண்ட் டி - ஷர்ட் மட்டுமல்லாது, ‘பேகி’ (Baggy) ஸ்டைல் பேண்டிலும், ஜிப்பாவும் வேட்டியுடனும், பைஜாமா ஜிப்பாவுடனும் விதவிதமாகப் பார்த்திருக்கிறேன். தன்னை ஒரே அடையாளத்துக்குள் அடைத்துக்கொள்வதை எப்போதும் திட்டமிட்டு நிராகரித்தே வாழ்ந்தார். அதையும் மீறி அவரை நாம்தான் பல்வேறு அடையாளங்களுக்குள் பொருத்திப் பார்க்கிறோம் என்று தோன்றுகிறது.

அவரிடம் வயது, தோற்றுப் போவதை இதேபோன்று பலமுறை பார்த்திருக்கிறேன். மீண்டும் அமர்ந்து கொஞ்சம் பொழுதையும், புகையையும் போக்கிவிட்டுக் கிளம்பினோம்.

எங்களது ஆடையலங்காரத் தோற்றம் நான் ஓட்டி வந்திருந்த பழைய பஜாஜ் சன்னிக்கு பொருத்தமாக இல்லையென்றாலும், அன்று அதில்தான் அவரை ஏற்றிக்கொண்டு கே.கே.நகரைச் சுற்றினேன்.

அசோக் பில்லர் அருகே இரண்டு கடைகளில் தேடினோம். முதல் கடையில் அவருடைய பழைய ஃப்ரேம் போல் கிடைக்கவில்லை. இந்திரா காலனியில் இருந்த இரண்டாவது கடையில் அவருக்கு வேறொரு மாடல் ஃப்ரேம் பிடித்துவிட்டது. ஆனால் எனக்கு அந்த ஃப்ரேமும் சரி; அதன் விலையும் சரி; அந்தக் கடைக்காரரும் சரி, மூன்றுமே பிடிக்கவில்லை. அவர் அதை வாங்கி வேலையை முடித்துக் கிளம்பிவிட துடிப்பாய் இருந்தார். அவரை அந்தக் கடையில் இருந்து எப்படியாவது வெளியில் அழைத்துவர நான் துடிப்பாய் இருந்தேன். சமிக்ஞையாலும், ரகசியக் குரலிலும் அவரிடம் பேசி வேறொரு கடையின் பெயரைச் சொல்லி, அதைப் பார்த்துவிட்டு வருவோம் என்று வெளியில் அழைத்து வந்து நிம்மதியடைந்தேன்.

ஜே.கே. தனது கண்ணாடி அடையாளத்தை கொஞ்சமும் கருத்தில் கொள்ளாததே அவர் வேறொரு மாடல் ஃப்ரேம் மீது விருப்பம் கொண்டதன் காரணம். அன்று அத்தோடு வீட்டுக்குத் திரும்பி விட்டோம். அடுத்த ஓரிரு நாளில், தி.நகரில் கண்ணதாசன் சிலையருகே இருக்கும் 'லாரன்ஸ் & மயோ' வில் கொஞ்சமும் மாற்றமின்றி அவருடைய அதே பழைய தடித்த ஷெல் ஃப்ரேம் கண்ணாடி ஆர்டர் கொடுத்தபோது, நான் அர்த்தமற்று நிம்மதி அடைந்தேன். அவரது அடையாளமாக நாமே கருதிக் கொள்ளும் சிலவற்றை அவரே துறக்க விரும்பினாலும் நாம் விரும்பாத சிறுபிள்ளைத் தனம்தான் அது. சில சமயம் அதுபோன்ற நமது அத்துமீறல்களை அவர் அன்பு காரணமாகவே சகித்துக் கொள்வதை நான் பலமுறை கண்டிருக்கிறேன்.

12.06.2003.

அன்று ரஷ்யாவின் சுதந்திர நாள்.

சாந்தோம் நெடுஞ்சாலையில், பாபநாசம் சிவன் சாலைக்கு எதிரில் அமைந்துள்ளது ரஷ்ய தூதரகம் (*Consulate Genaral of Russia in Tamilnadu*).

இருபத்து மூன்று வருடங்களாக அந்தச் சாலையின் வழியே ஆயிரக்கணக்கான முறை சென்றிருந்தாலும் ரஷ்யாவின் தூதரகம் உள்ளே இருக்கிறது என்பது எனக்குத் தெரியாது. எனக்குத்

தெரிந்ததெல்லாம் ஐந்து நட்சத்திர விடுதியான ஓட்டல் சோழா ஷெரட்டனுக்குப் பின்புறமாக, கஸ்தூரி ரங்கன் சாலையில் அமைந்திருக்கும் ரஷ்ய கலாசார மையம் மட்டும்தான்.

1980களின் மத்தியில், கோர்பச்சேவ் முன்னெடுத்த 'பெரெஸ்த்ரோய்கா' எனும் மறுசீரமைப்பு இயக்கம் 1991ல் சோவியத் யூனியனில் அங்கம் வகித்த நாடுகளின் சுதந்திரத்தில் தம் இறுதியை எட்டியது. 1917 அக்டோபர் புரட்சியையும் கொண்டாடி வரும் ரஷ்ய அரசு, 1992லிருந்து ஜூன் 12 ம் தேதியை சுதந்திர நாளாகக் கொண்டாடி வருகிறது.

சென்னையிலுள்ள ரஷ்ய தூதரகம், 2003ம் ஆண்டு ரஷ்ய சுதந்திர நாள் விழா கொண்டாட்டத்துக்கு அழைப்பனுப்பிய விருந்தினர்களுள் ஜெயகாந்தனும் ஒருவர். ஜெயகாந்தனை எவர் எதற்காக அழைத்தாலும், நண்பர்களின்றி அவர் எங்குமே செல்வதில்லை. ஜே.கே. தம்முடன் இருவரை அழைத்துச் சென்றார். ஒருவர் டாக்டர் பூங்குன்றன். மற்றொருவர் நான்.

'ஜே.கே. சார்' எழுதத் தொடங்கியபோது, இந்திய எல்லையைத் தாண்டி நான் எங்கும் போனதில்லை. இந்தப் புத்தகத்தை எழுதிக் கொண்டிருந்த இடைக்காலத்தில் எனக்கு ஃபின்லாந்து பயணம் செய்யும் வாய்ப்பு வந்தது. டெல்லியில் இருந்து ஃபின்லாந்து தலைநகரான ஹெல்சிங்கி செல்வதற்கு விமானத்தில் ரஷ்யா உட்பட நான்கு நாடுகளையும் ஒரு கடலையும் தாண்டிச் செல்லவேண்டும்.

உக்ரைன் ரஷ்யா போர் உக்கிரமாக நடந்துகொண்டிருந்த காரணத்தால், போரில் ஈடுபட்டிருந்த இரண்டு நாடுகளையும் தவிர்க்கவேண்டி நாங்கள் சென்ற விமானம் பன்னிரெண்டு நாடுகளையும், நான்கு கடல்களையும் தாண்டி சுற்றிச் செல்ல வேண்டியதாயிற்று. விமான வேகத்தைக் கூட்டி பயண நேரத்தை சரிசெய்து விட்டார்கள். ஆனால் ரஷ்யா மீது மாஸ்கோ அருகிலும், பீட்டர்ஸ்பர்க் அருகிலும் பறந்து செல்லும் வாய்ப்பை நான் இழக்கும்படியானது. இந்த இரு நகரங்களில்தானே என் இருநூற்றாண்டு இலக்கியத் தோழர்கள் உயிர்ப்போடு வாழ்ந்து மறைந்தார்கள். நாற்பத்து ஐயாயிரம் அடிகளுக்கு மேலேதான் என்றாலும், ரஷ்யாவின் மேல் பதினைந்து கிலோமீட்டர் உயரத்தில் பறந்திருக்கக்கூடிய வாய்ப்பை இழந்துவிட்டேன்.

சாந்தோம் நெடுஞ்சாலையில் இருந்த ரஷ்யத் தூதரக நுழைவாயிலைத் தாண்டும்போது மாலை மறைந்து வானம் இருட்டிவிட்டது. எங்களுக்கு விழா கொண்டாட்டம் நடக்கும் இடத்துக்கு வழிகாட்டப்பட்டது.

தூதரகக் கட்டடத்தின் பின்புறம், அகண்டு விரிந்த பெரும் புல்தரையில்தான் விழாவுக்கான ஏற்பாடு செய்யப்பட்டிருந்தது. மிக நீண்ட புல்வெளியின் மேற்குப் பக்கம் தூதரக பங்களாவும், கிழக்குப் பக்கம் சுமார் பதினைந்து அடி உயர நீளமான மதில் சுவரும் இருந்தது. அந்தச் சுவரில் ஏறிப் பார்த்தால் நிச்சயம் பரந்து விரிந்த வங்காள விரிகுடா தெரியும் என்று நான் யூகித்தேன். எங்களைச் சுற்றிலும் ஆங்காங்கே நன்கு பராமரிக்கப்பட்ட பூச்செடிகளும், இலைகளே பூக்களைப்போல் விளங்கும் அழகு தாவரங்களும், பகல் போல் எரியும் விளக்குகளுக்கு நடுவே, ஒரு கட்டமைக்கப்பட்ட சினிமா காட்சியமைப்பைப் போல் தோற்றமளித்தது. அதிலும் 90% விருந்தினர்கள் அயல்நாட்டினர் என்பதால் அந்தச் சூழல் ஹாலிவுட் சினிமாக்களையே நினைவூட்டின. ஐரோப்பிய, ஆப்பிரிக்க, கிழக்காசிய மற்றும் உலக நாடுகளைச் சேர்ந்த, தூதரக அதிகாரிகளால் அந்த இடம் நிரம்பியிருந்தது. சில தூதர்களும், அவர்களது இணையர்களும் அவர்களது நாட்டின் பிரத்யேக உடைகளைப்போலவே அணிந்து வந்திருந்தனர். முதலில் அந்தக் கூட்டத்தில் எங்கள் கண்களுக்குத் தமிழர்கள் ஒருவருமே தென்படவில்லை.

நான் கொஞ்சமும் எதிர்பாராத இந்தப் புதுமையான அந்நியச்சூழல், என்னிடம் எப்போதுமே எழாத தாழ்வு மனப்பான்மையையும், எப்போதும் எழும் கூச்சத்தையும் சிறிதே உணரச் செய்தது.

ரஷ்ய சுதந்திர நாள் விழா ஒழுங்கமைவுடன் தொடங்கியது. ஆர்ப்பாட்டம் இன்றி ரஷ்யாவின் தேசிய கீதம் இசைக்கப்பட்டது. அனைவரும் எழுந்து அமைதியாக நின்றோம். பின்னர் வரவேற்புரை. அதைத் தொடர்ந்து முக்கிய தூதரக அதிகாரி ஒரு சிற்றுரையாற்றினார்.

அதற்குள் மாலை ஏழரை மணியைத் தாண்டிவிட்டது.

விருந்து தொடங்கியது.

ஆங்கிலேயர் காலத்தில் கட்டப்பட்ட ஐரோப்பிய மாதிரியிலான அந்த பங்களாவின் முகப்பில், பத்துக்கும் மேற்பட்ட கருங்கல் படிக்கட்டுகளில் ஏறித்தான் உயரமான உருளைத் தூண்களுக்கு இடையே இருந்த போர்டிகோவுக்குச் செல்ல வேண்டும். போர்டிகோவின் ஒரு பக்கத்தில் வெள்ளை விரிப்புகளால் மறைக்கப்பட்ட மேசைகளின் மீது விதவிதமான மதுவகைகள் அழகான வரிசையில் காத்துக்கொண்டிருந்தன. அதையொட்டி அருகிலேயே திருத்தமாக வைக்கப்பட்டிருந்த பல்வேறு வடிவிலான மதுக் கோப்பைகள் பளபளப்பாக மின்னிக்கொண்டிருந்தன. விருந்தினர்க்கு உதவ நான்கைந்து பரிசாரகர்கள் சீருடையுடன் காத்திருந்தனர்.

அமைதியான சூழல். அதில் அடக்கமான சலசலப்பு. ரஷ்ய நாளைக் கொண்டாட ஜே.கே. ரஷ்யாவின் பிரபலமான வோட்காவைப் பரிந்துரைத்தார்.

நானும் டாக்டரும் மட்டும் சென்று அவருக்கும் சேர்த்து வாங்கிவந்தோம். வோட்காவுக்கான சிறிய மூன்று ‘டம்ளர்’ கிளாஸ்களில் 30ml ‘ஸமிர்னாஃப்’ வோட்கா அளந்து ஊற்றி பணிவோடு கொடுத்தார்கள்.

ரஷ்யாவின் நலனை எண்ணி, ‘சியர்ஸ்’ சொல்லிய வாயில் ஒரே ஷாட்டில் விழுங்கி வோட்காவைக் காலி செய்தோம். மதுவுக்குத்தான் நாங்கள் மீண்டும் மீண்டும் படியேற வேண்டியிருந்தது.

நாங்கள் அமர்ந்திருந்த இடத்துக்கே உணவுகள் பரிமாறப்பட்டன. என் வாழ்வில் அதுவரை பார்த்தறியாத பல்வேறு வகையான உணவுகள் பெரிய தட்டங்களில் அழகாக அலங்கரிக்கப்பட்டு ஒவ்வொருவரிடமும் அருகில் வந்து ஏந்தப்பட்டது. கொண்டு வந்த அனைத்தையும் ஒவ்வொன்றாக எடுத்து ருசி பார்த்தோம்.

ஜே.கே. அவரால் எழுதப்படாத அவரது ரஷ்யப் பயண அனுபவங்கள் சிலவற்றை ரசிக்கும் படியாகப் பகிர்ந்தார். அவற்றை நானும் எழுத முடியாதுதான்.

இடையில் நான் அறிந்திராத இரண்டு தமிழர்களும், இரண்டு ரஷ்யர்களும் ஜே.கே. அருகில் வந்து நலம் விசாரித்துச் சென்றனர்.

அடுத்து வந்த ஓர் அழகிய உணவைக் காட்டி ஜே.கே. என்னிடம் 'அது என்னவென்று தெரிகிறதா?' என்று கேட்டார்.

ஒரு ஸ்பூன் அளவு, அடர் ஆரஞ்சு நிற ஜவ்வரிசி போன்ற ஏதோ ஒன்று ரஸ்க் அளவுள்ள ப்ரெட்டில் வெண்ணெயின் மேல் அழகாக வைக்கப்பட்டிருந்தது. அது என்னவென்று என்னால் கண்டுபிடிக்க முடியவில்லை.

அன்று சாப்பிட்ட எதைத்தான் என்னால் கண்டுபிடிக்க முடிந்தது? நெடி மிகுந்த வோட்காவின் கிறக்கத்தில் கொடுத்ததை எல்லாம் அரைத்து விழுங்கிக்கொண்டிருந்தேன். என்னால் கடலைமிட்டாயின் நினைவைத் தவிர்க்க முடியவில்லை என்பதே உண்மை.

ஆரஞ்சு நிற ஜவ்வரிசி என்று நான் நினைத்த பண்டம், மீன் சினையால் செய்யப்பட்டது என்று ஜே.கே. எனக்கு தெளிவுபடுத்தினார். அந்த சிவப்பு மீன் சினைகள் விலைமதிப்பு மிக்கவை என்றும் தகவல் தந்தார்.

அன்று சாப்பிட்ட பெயர் தெரியாத உணவுகளில் இன்றுவரை என்னால் மறக்க முடியாத ருசி மிகுந்த உணவு மீன் சினையால் செய்யப்பட்டதுதான்!

48. என் சினிமாக்கள்

என் தாத்தாவுக்கும் சினிமாவுக்கும் இருந்த எந்தத் தொடர்பும் எனக்குத் தெரியாது. அவர் என்னென்ன திரைப்படங்கள் பார்த்திருப்பார்? அல்லது, திரைப்படங்களையே பார்த்திருப்பாரா? என்று எதுவுமே தெரியாது. ஆனால் என் ஆயா(அப்பாயி) நீண்ட காலம் வாழ்ந்ததால், எங்களோடு சினிமா பார்த்த அனுபவம் உண்டு.

அடார்ந்த நிழல் தரும் நிலவொளியில், அடார்த்தியற்ற முருங்கை மரப்பின்னணியில், இருண்ட என் ஆயாவின் முகத்தைப் பார்த்தபடி, மடக்கிய அவரது கைமுட்டியில் தலைவைத்து, சிமெண்ட் பூசிய களத்தில் படுத்தவாறு, அவர் சிலநூறு முறைகள் சொன்ன இரண்டு சினிமாக் கதைகளை, கொஞ்சமும் ஆர்வம் குறையாமல் கேட்டு வளர்ந்ததுதான் என் பால பருவம். என் ஆயாவின் வாசனையோடு, நான் கிறங்கிக் கேட்ட ஒரு திரைப்படத்தின் பெயர், ‘பக்த கௌரி’. மற்றொன்று ‘நல்லதங்காள்’.

ஐந்து வயதில் என் ஆயாவிடம் கேட்ட கதையில் வந்த நல்லதங்காளை, வழிபடுவதற்காகக் கட்டிய கோவிலை, ஐம்பது வயதில்தான் பார்த்தேன். வத்திராயிருப்புக்கும், கூமாபட்டிக்கும் இடையில் கன்சாபுரம் வயல்வெளிக்கு நடுவே, சில அடர்ந்த மரங்கள் சூழ, கட்டப்பட்டிருந்த அந்தக் கோவில் கவர்ச்சிகரமாகவே இருந்தது. இன்னும் சில ஊர்களிலும் நல்லதங்காளுக்கு கோவில்கள் இருப்பதை அப்போதுதான் அறிந்தேன்.

காவிரியின் கடைமடை கிராமத்தில் வாழ்ந்த என் தந்தை, இளமையில் பல மைல்கள் சைக்கிள் மிதித்துக்கொண்டு போய், பார்த்த ஏராளமான படங்களில், இருபத்திரண்டு முறை பார்த்த

ஒரு படம் 'வஞ்சிக்கோட்டை வாலிபன்'. திருமணமாகும் வரை அவர் ஒரு தீவிர சினிமா ரசிகர். திருமணத்துக்குப் பின் வெறும் 'வியாபார காந்தம்'.

மேல்நிலைப் பள்ளிக்கல்வியை ஜெயங்கொண்டத்தில் முடிக்கும் வரை, 'பிரிமியர் கலா பேலசும்', 'ஜனகர் தியேட்டரும்' இடையில் கல்லக்கமிட்டி அருகில் சிலகாலம் வந்து, பெயர்கூட மறந்து போன கீற்றுகள் வேய்ந்த சினிமா கொட்டகையும் தவிர, எனக்கும் சினிமாவுக்கும் வேறு போக்கிடம் இல்லை. அதுவும் குடும்பத்தோடு, அவர்களின் சென்சார் கட்டுப்பாடுகளுக்குள் அடங்கிய படங்கள் மட்டும்தான். ஒருசில படங்கள் குடும்பத்தோடு கும்பகோணத்திலும், சென்னையிலும் பார்த்தது விதிவிலக்கு.

எனது கல்லூரி வாழ்க்கை 1981ல் சென்னையில்தான் தொடங்கியது. உண்மையில் அது ஒரு சுதந்திர காலம். பதினேழு வயதுவரை என்னைப் பூட்டி வைத்திருந்த அடிமைச் சங்கிலி உடைபட்ட காலம்.

கொஞ்சம் கதைகள்!

மிச்சம் சினிமா!

ஒன்றாகச் சேர்ந்தால்

என் கல்லூரிக் காலம்!

நின்றுகொண்டே படிக்க ஹிக்கின்பாதமும், கம்பீரமாக அமர்ந்தவாறு படிக்க கன்னிமாராவும் எனது கல்லூரி நேரங்களை நான் களவாடப் பயன்படுத்திய முக்கியத் தலங்கள்.

(சாந்தி தியேட்டருக்கு வெளியிலும், எதிரிலும் விற்ற 'சரோஜா தேவி இலக்கிய'ங்களை வாங்கிச் சென்று, மெரீனா பீச் மர நிழலில் நண்பர்களோடு வட்டமாக அமர்ந்து, ஒருவன் வாய்விட்டுப் படிக்க, நாங்கள் விழுந்து விழுந்து சிரித்து மகிழ்ந்ததெல்லாம் ஒரு ரகசிய வசந்தகாலம்.)

ஆனால், புண்ணியத்தலங்கள் என்றால் அவை சென்னையில் அப்போது உயிர்ப்போடு விளங்கிய எண்பதுக்கும் மேற்பட்ட திரையரங்குகள்தான். அதில் நான் எழுபதுக்கும் மேற்பட்ட திரையரங்குகளை ஆக்கிரமித்திருக்கிறேன். சினிமாவைப் போலவே

எனக்கு திரையரங்குகளைப் பார்ப்பதும் மிகப் பிடிக்கும். நான் பார்த்த திரையரங்குகளிலேயே என்னை மிகவும் கவர்ந்த முகப்புத் தோற்றம் கொண்ட ஒன்று ஜெயங்கொண்டம் பிரிமியர் கலா பேலஸ்'தான் (அந்தப் பருவத்தில்).

சென்னை திரையரங்குகளின் பட்டியலை என் நோட்டுப் புத்தகத்தில் எழுதி வைத்திருந்ததாலேயே இன்றும் என் மனதில் எண்ணிக்கை நிற்கிறது.

தெற்கே தாம்பரம் வித்யா, MR தியேட்டர், குரோம்பேட்டை வெற்றி, பல்லாவரம் லட்சுமி, தேவி தொடங்கி வடக்கே பழைய வண்ணாரப் பேட்டை மகாராணி வரை சென்னை மாநகரில் இருந்த மொத்த திரையரங்குகளில் ஆறு அல்லது ஏழு திரையரங்குகளே என் கால்கள் படாதவை. என்னை அதிக படங்கள் பார்க்க வைத்த பெருமை ஒரே ஒரு தியேட்டரையே சாரும். இப்போது திருமண மண்டபம் ஆகிவிட்ட அதன் பெயர் 'வேளச்சேரி ராஜலட்சுமி'. படம் ஆரம்பித்து, டிக்கெட் கௌன்டர் மூடி வெகுநேரம் ஆனாலும், எனக்கு அனுமதி கொடுக்கும் அளவுக்கு தியேட்டர் ஊழியர்கள் நெருக்கம். அப்போதெல்லாம் வேளச்சேரி, சென்னைக்கு அருகில் இருந்த ஒரு சிற்றூர். ஊரையொட்டி வயல்வெளிகள் வாழ்ந்த காலம்.

ஓரிரு படங்கள் மட்டுமே பார்த்த தியேட்டர்கள் என்றால், 'பட்ரோடு ஜெயந்தி', பரங்கிமலை 'ஜோதி', 'புதுப்பேட்டை சித்ரா', மினர்வா, பிராட்வே, பாரகன், பிளாசா, ஓடியன்(GP Road, பிற்காலத்தில் 'மெலொடி' என்று பெயர் மாற்றம் பெற்றது) போன்ற பழைய மற்றும் பராமரிப்பற்ற திரையரங்குகளே.

திரையரங்குகளும் அதில் பார்த்தத் திரைப்படங்களும் என்றும் இணைபிரியா நினைவுகளைக் கிளர்த்துபவை.

ஒரே நாளில் இரண்டு படம் நிச்சயம். ஆனால் மூன்று படமே லட்சியம்.

வீட்டில் சாப்பிடக் கொடுக்கும் ஐந்து ரூபாய் 'பாக்கெட் மணி'யில்,

பசியாற, 'மெக்ரென்னட்'டில் இரண்டு ரூபாய்க்கு முழு பிரெட் வாங்கித் தின்றுகொண்டே, ஆனந்த் தியேட்டரில் முதல் வரிசை

நாற்காலியில் முதுகை வளைத்துப் படுத்துக்கொண்டு, நீண்ட திரையில் வேகமாகச் சீறிப் பாயும் வாகனங்களை கழுத்தைத் திருப்பித் திருப்பிப் பார்த்து மிரண்ட 'மெல் கிப்சன்' கலக்கிய '*Mad Max 2*', மிட்லண்டில் பார்த்த 'மூன் ரேக்கர்', 'ஃபிஸ்ட் ஆஃப் ஃபியூரி', 'ஆக்டோபசி', கேசினோவில் பார்த்த 'ரெய்டர்ஸ் ஆஃப் தி லாஸ்ட் ஆர்க்', கலைவாணர் அரங்கத்தில் பார்த்த 'எஸ்கேப் டு விக்டரி', அலங்காரில் பார்த்த மிதுன் சக்ரவர்த்தியின் 'டிஸ்கோ டேன்சர்' மற்றும் 'ஏக் துஜே கே லியே', சஃபையரில் பார்த்த '36த் சேம்பர் ஆஃப் ஷாலின்', 'ப்ளூ டைமண்ட்'டில் பார்த்த (*Continuous show*) 'தி ப்ளூ லகூன்', தேவி கலாவில் பார்த்த 'சத்தே பி சத்தா', 'ஷவ்கீன்', திருவல்லிக்கேணி ஸ்டாரில் பார்த்த கமல்ஹாசனின் 'சனம் தெரி கசம்' இன்னும், இன்னும், இன்னும் ஏராளம்.

தமிழ்ப்படங்களுக்குத் தனிப் புத்தகமே போட வேண்டும்.

எனக்கு சினிமா பார்க்கக் கிளம்புவதென்பது சினிமா பார்க்கத்தான். அது என்ன சினிமா? யார் நடித்தது? என்ன மொழி? எந்தத் தியேட்டர்? என்ற எந்தக் கேள்வி முறையும் கிடையாது. மாதக் கணக்காய், வருடக்கணக்காய் அலைந்து திரிந்து யார்யாரோ எடுக்கும் படத்துக்காக நாம் மூன்று மணி நேரம் செலவு செய்யக் கூடாதா?

என் நண்பரொருவர் சொல்வார்.

"படத்த பாக்கதான போறோம். வாங்கவா போறோம்."

கூட்டம் நெரிந்த ஒன்றிரண்டு படங்களை ஓரத்தில் நின்று கொண்டே, முழுப் படத்தையும் பார்த்த அனுபவங்களும் உண்டு.

சென்னை வந்த புதிதில் ஒரே தியேட்டரில், காலைக்காட்சியும் மற்ற மூன்று காட்சிகளும் வேறுவேறு படங்கள் இருப்பது தெரியாமல், தி.நகர் ராஜகுமாரி தியேட்டரில் 'ஷோலே' படம் பார்க்கப் போய் உட்கார்ந்த எனக்கு சோபன்பாபு நடித்த தெலுங்குப் படம் ஓடியதும், ஒன்றுமே புரியவில்லை. மாறிவந்து மாட்டிக் கொண்டது புரியவே எனக்கு அரைமணி நேரம் ஆனது. ஆனால் அதன்பிறகு சோபன்பாபு என்னைக் கவர்ந்துவிட்டார்.

ஒரே நாளில் இரண்டு மூன்று படங்கள் பார்ப்பதில் பெரும்பாலும் சிக்கல் வராது. மயிலாப்பூர் காமதேனுவில் ஒருமுறை காலைக்

காட்சி 'இளமை ஊஞ்சலாடுகிறது' பார்த்துவிட்டு, அதே தியேட்டரில் மாட்னி ஷோ 'சிம்லா ஸ்பெஷல்' பார்த்த அன்றுதான் எனது மனது இரண்டையும் போட்டுக் குழப்பிக் கொண்டது. இதுபோன்ற சில அசம்பாவிதங்களுக்காக நான் எப்போதுமே சோர்ந்து விடுவதில்லை. எனது ஊக்கம் மேலும் மேலும் வலுப்பெற்றதே உண்மை. இப்படி வருடக்கணக்கில் வயிற்றைக் காயப் போட்டு படம் பார்த்ததில்தான் என் வயிற்றில் புண் வந்தது என்று என் பெற்றோருக்கு மட்டும் இன்றுவரை தெரியாது.

தினமும் ஒரு படம் வீதம் ஆயுள் முழுதும் பார்த்தால்கூட, எல்லா படங்களையும் பார்த்துத் தீர்த்துவிட முடியாதே என்ற கவலையுடன், வருடத்துக்கு நூற்றுக்கும் மேற்பட்டப் படங்கள் பார்த்துக்கொண்டிருந்த நான் ஐந்தாறு வருடங்களிலேயே வருடத்துக்கு நான்கைந்து படங்கள்கூட பார்க்க முடியாத மனநிலைக்குத் தள்ளப்பட்டேன்.

அதற்கு முக்கியக் காரணம் தூர்தர்ஷனில் நான் பொறுமையாகப் பார்த்து ரசிக்கப் பழகிய உலகின் 'புதிய அலை' சினிமாக்கள்தான். மொழி புரியாமலே 'மிருணாள் சென்'னின் 'கரிஜ்', சாருஹாசன் நடித்த, 'தபரன கதா' மற்றும் கொரிய, ஜப்பானிய திரைப்படங்கள் எனக்கு ரசனையின் புதிய பரிமாணங்களைக் காட்டின.

மெட்ராஸ் ஃபிலிம் சொசைட்டியில் உறுப்பினராகி, தென்னிந்திய திரைப்பட வர்த்தக சபை வளாகத்தில் உள்ள திரையரங்கில், அவர்கள் திரையிடும் உலகத் திரைப்படங்களை கண்டு ரசிக்கப் பயிலத் தொடங்கினேன். அதன்பிறகு அந்த வளாகம் எனக்கு மிக நெருக்கமான இடமானது. அங்குதான் இளம் தமிழ்ப் பெண் ஒருவர் அழகாக புகைப்பிடிப்பதை முதன்முதலில் கண்டு ரசித்தேன். எனது உலக சினிமா தொடர்புக்கு எந்த நண்பர்களும் கிடையாது. தனியே சென்று, தனியே அமர்ந்து, தனியே ரசித்து, தனியே திரும்புவேன்.

இந்த சினிமாக் கதையில் என் திருமணத்துக்கு முன்னும் பின்னுமாக சுமார் பத்து வருட இடைவேளை விடப்பட்டது.

மீண்டும் எனது சினிமா ஈர்ப்பை, ஞான ராஜசேகரன் அவர்களின் 'பாரதி' திரைப்படம் தொடங்கி வைத்தது. என் நண்பர்களின் குடும்பத்தினரை பிள்ளை குட்டிகளோடு தேவிபாலாவுக்கு

அழைத்துச் சென்று 'பாரதி' படத்தைக் காட்டினேன். மொத்தம் இருபத்து மூன்று டிக்கெட்டுகள்.

தி.நகர் கிருஷ்ணவேணி தியேட்டரில் முதல் வாரம் முடிந்தவுடன் தூக்கிவிட்டார்கள்.

'பாரதி' வெற்றிவிழா ராணி சீதை ஹாலில் கொண்டாடப்பட்டது. இயக்குனர் ஞான ராஜசேகரன் அவர்களுக்கு ஒரு பாராட்டுக் கடிதம் எழுதி DTP யில் அச்சிட்டு கையோடு கொண்டு சென்றிருந்தேன்.

விழா முடிந்து மேடை கலைந்த போது, மேலேறி அவரிடம் கொடுத்து கைக்குலுக்கித் திரும்பினேன். அவர் சட்டை மேல் பாக்கெட்டில் பத்திரப்படுத்தியது என் கண்ணில் பட்டது.

அடுத்த சில நாட்களில் ஜே.கே. சாரைப் பார்க்க நான் சென்ற ஒரு மாலையில், அந்தக் கடிதத்தின் நகலை அவரிடம் படிக்க நீட்டினேன்.

பொறுமையாகப் படித்துவிட்டு, எந்தவித பிரதிபலிப்புமற்ற முகத்துடன் திருப்பித் தந்தார்.

"ஒங்களோட 'உன்னைப்போல் ஒருவன்' மாதிரியே, அதே கிருஷ்ணவேணி தியேட்டர்ல ஒரே வாரத்துல இந்தப் படத்தையும் தூக்கிட்டாங்க சார்."

"உன்னைப்போல் ஒருவன் வந்தப்ப நீங்க பொறந்தே இருக்க மாட்டீங்க. என்னமோ நேர்ல பாத்த மாரி சொல்றீங்க!"

என் சிந்தை ஒருசில வினாடிகள் செயலிழந்து விட்டன.

"நீங்க எழுதுனத படிச்சதுதான் சார்!"

"நேர்ல பாத்த மாரில்ல சொல்றீங்க!"

எனக்கு வந்த கடுப்பை அடக்கிக் கொண்டு,

"நேர்ல பாத்தத மட்டுந்தான் பேசணும்னா அப்பறம் எதுக்கு சார் படிக்கறது?"

அவர் முகத்தில் திருப்தி தெரிந்தது. ஆனால் பதிலில்லை.

எனக்கும் கடுப்பு குறைய சில நிமிடங்கள் ஆனது.

ஒருசில நிமிடங்களில் அவர் பேச்சைத் திசைதிருப்பி, எங்கள் போக்கை வடிவமைத்தார்.

அதற்கு அடுத்த வருடம் திருப்பூர் பயணத்தின்போது, இயக்குனர் அம்ஷன்குமார் அவர்களை எனக்கு ஜே.கே. அறிமுகம் செய்து வைத்தார். திருப்பூரில் திரையிடப்பட்ட அம்ஷன்குமார் இயக்கிய 'பாரதி' ஆவணப்படத்தை அன்று நான் முழுவதும் பார்க்க வாய்க்கவில்லை. ஜே.கே.யோடு அறைக்குத் திரும்பிவிட்டேன். இரவு அறைக்கு வந்து சந்தித்த அம்ஷன்குமார் எனது படம் பார்க்கும் ஆவலை உணர்ந்து,

"கௌதம், நீங்க வீட்டுக்கு வாங்க. பேசிகிட்டே பாக்கலாம்" என்று என்னை வீட்டுக்கு அழைத்தார்.

சென்னை திரும்பி சில நாட்களில் அவர் வீட்டுக்குச் சென்றேன். அவரது இணையரும், பிள்ளைகளும் நான் சென்ற சிறிது நேரத்திலேயே அவர்களுள் நானும் ஒருவனாக என்னை உணர வைத்தார்கள். அவர்களோடு உண்ணவும் வைத்தார்கள்.

அதற்குப் பிறகுதான் அம்ஷன்குமார் அவர்களின் சிறப்பான திரையுலகப் பயணங்களை அறிந்தேன்.

அவருடைய 'சினிமா ரசனை' எனும் புத்தகம், மிருணாள் சென்னின் 'சினிமா ஒரு பார்வை' க்குப் பிறகு என்னை வெகுவாகக் கவர்ந்தது.

அவருடனான சந்திப்புகள் அடிக்கடி நிகழ்ந்தன. அவர் வீட்டிலேயே அவருடைய வீடியோ கேசட் சேகரிப்பில் இருந்து பல படங்களைப் போட்டுக் காண்பித்து எனக்கு அவை குறித்து விவரிப்பார். அவரது பேச்சு எனக்கு கல்லூரியின் விரிவுரையை நினைவுறுத்தும்.

அடுத்த இரு வருடங்களில் அவர் எடுத்த திரைப்படம்தான் 'ஒருத்தி'.

அது 'இந்தியன் பனோரமா'வுக்குத் தேர்வு செய்யப்பட்ட செய்தியை, முதலில் எனக்கு ஃபோனில் அழைத்துச் சொல்லும் அளவுக்கு, நான் அவருடன் நெருக்கமாகி இருந்தேன்.

49. ஒருத்தி ரிலீஸ்

சென்ற நூற்றாண்டின் எண்பதுகளின் பிற்பகுதியில் ஒரு நாள்...

சென்னை, அண்ணா மேம்பாலம் அருகிலுள்ள, தென்னிந்திய திரைப்பட வர்த்தக சபை திரையரங்கில், ஒரு சினிமா சம்பந்தமான கூட்டம். அதற்கு சில தமிழ் எழுத்தாளர்களும் வந்திருந்தார்கள்.

இந்தத் திரையரங்கில் பெரும்பாலும் சினிமா திரையிடலே நடக்கும். அரிதாகவே இதுபோன்ற கூட்டங்கள் நடைபெறும். கடுங்குளிரூட்டப்பட்ட அங்கு திரைப்படம் பார்க்கச் சென்றால், படம் முடிவதற்கு கொஞ்சம் முன்பாகவே கிளம்பி கழிவறைக்குச் சென்று விடுவேன். படம் முடிந்தபின் சென்றால் கூட்டம் அலை மோதும். எனக்குப் பின்னால் மக்கள் வரிசையாய் காத்திருக்கும் போது, எனக்கு சிறுநீர் வரமாட்டேன் என்று அடம்பிடிக்கும். வராமல் நின்று போய், போகாமல் திரும்பிவந்த அனுபவமும் உண்டு. மூச்சுத் திணறி விடும் என்று வைத்துக் கொள்ளுங்களேன்.

அன்று கூட்டம் நடந்து கொண்டிருந்த போதே இடையில் கிளம்பி, தனிக்காட்டு ராஜாவாக கழிவறையின் மார்பிள் தடுப்புகளுக்கிடையே போய் நின்று நிதானமாக ஆயத்தமானேன்.

கழிவறையின் கதவு திறக்கப்பட்டு, யாரோ மெதுவாக வந்து, என்னையொட்டி அமைந்த மார்பிள் தடுப்பருகே நின்று ஆயத்தமானார்.

பொதுவாக இது போன்று, அருகில் நின்று கழிப்பவர்களை நான் திரும்பிப் பார்ப்பது வழக்கமில்லை. நீண்ட வரிசையில் ஏராளமான மார்பிள் தடுப்புகள் காலியாக இருக்கும் போது அடுத்தடுத்து அருகில் வந்து நிற்கிறாரே என்று மெதுவாக இடப்புறம் திரும்பிப்

பார்த்தேன். அவரும் மெதுவாகத் திரும்பிப் பார்த்து சிரிப்பதற்கும், இளிப்பதற்கும் இடையிலான ஒன்றைச் செய்தார்.

நான் அதிர்ந்து போனேன். சிரிக்க முயன்ற அவர் எழுத்தாளர் அசோகமித்திரன். நான் படித்த அவருடைய ஒரேயொரு நாவலின் மூலமே என்னை மிகவும் கவர்ந்த எழுத்தாளர். அந்த நாவல், '18வது அட்சக்கோடு'. அறிமுகம் இல்லாதவர்களைக் கண்டு, அதிகம் சிரிக்காதவர்களின் நாட்டில் பிறந்து வளர்ந்ததால் நானும் சிரிக்கவோ, இளிக்கவோ முயற்சித்தேன். முயற்சி ஒருவாறு தோல்வியில் முடிந்தது.

கடமையை முடித்து, அவருக்கு முன்பே கழிவறையை விட்டு வெளியே வந்து, கூட்டத்தில் போய் அமர்ந்த பின்புதான், அவருடன் பேசக்கூட தோன்றாத என் மன அதிர்வு குறைந்தது.

இது நடந்து பல ஆண்டுகளுக்குப் பிறகு அம்ஷன்குமாரைச் சந்தித்த போது,

"கௌதம், ஒங்களுக்கு அசோகமித்திரன் அறிமுகம் உண்டா?" என்றார்.

மேலே குறிப்பிட்ட நிகழ்வை நான் சீரியசாகச் சொன்ன போது, அவர் தன் கட்டுப்பாட்டை இழந்து சிரித்தார். அவர் சிரிப்பிலும், பேச்சிலும் எப்போதும் கட்டுப்பாடு இருப்பது போன்றே தோன்றும்.

சாகித்ய அகாதெமிக்காக 'அசோகமித்திரன்' பற்றிய ஓர் ஆவணப்படம் எடுத்துக்கொண்டிருப்பதாக அப்போதுதான் குறிப்பிட்டார். அவருடைய அந்தப் படப்பிடிப்பொன்றில் ஒருநாள் கலந்துகொண்டு, வேடிக்கைப் பார்த்த அனுபவம் எனக்கு உண்டு.

அந்த ஆவணப் படம் நிறைவுற்று, திரையிடலில் ஜே.கே. யோடு நானும் பார்வையாளனாகச் சென்றிருந்தேன்.

அம்ஷன்குமார் அவர்களின் நுண்ணிய கலைத்திறன், சிறப்பாக வெளிப்பட்ட திரைக்கலை உருவாக்கங்களில் அதுவும் ஒன்று. எழுத்தாளர் அசோகமித்திரன் அவர்களுக்கு, அவர் வாழ்ந்த காலத்திலேயே சமர்ப்பிக்கப்பட்ட சிறந்ததொரு காணிக்கை அந்தப்படம். இப்போது YouTubeல் கிடைக்கிறது.

அசோகமித்திரன் அவர்களை அதன்பிறகு ஜே.கே.யுடனும், அம்ஷன்குமாருடனும் சில கூட்ட நிகழ்வுகளில் சந்தித்திருக்கிறேன். ஆழ்வார்பேட்டையில் நடந்த ஓர் இலக்கியக் கூட்டத்தில் அவரைப் படமெடுத்திருக்கிறேன். அவருடைய சிரிப்பற்ற முகத்திலிருந்து, சரளமாக வெளிவரும் அமைதியான உரையில், அவ்வப்போது மறைந்திருந்து வெளிப்படும் இதமான நகைச்சுவை என்னை மிகவும் கவர்ந்திழுக்கும்.

தன்னைவிட மூன்று வயது இளையவரான ஜெயகாந்தனின் மறைவுக்குப் பிறகு நடைபெற்ற ஒரு கூட்டத்தில் அசோகமித்திரன், 'தன் வீட்டு சிறிய நிகழ்வுகளுக்கு அழைத்தால்கூட, எவ்வித துவேஷமும் இல்லாமல் ஜெயகாந்தன் வந்திருக்கிறார்' என்று குறிப்பிட்டார்.

ஜெயகாந்தனை தம் வீட்டுக்கு அழைக்காத நண்பர்கள் மிகக் குறைவுதான். ஆனால் அழைப்பவர்கள் வீட்டுக்கெல்லாம் அவர் சென்று விடுவதில்லை. அழைப்பை மறுக்காமலே அழகாய்ப் புறமொதுக்குவதில் அவர் சமர்த்தர்.

அவரது எழுத்துகளை உயர்த்திப் பிடித்து, உலகைத் திரும்பிப் பார்க்க வைத்த, ஆனந்த விகடனின் அதிபருடைய அழைப்பை, ஜெயகாந்தன் தனது இறுதிக் காலம்வரை ஏற்கமுடியாமல் போனது ஓர் உதாரணம்.

அம்ஷன்குமார், 'ஒருநாள் ஜே.கே.வை வீட்டுக்கு அழைத்து விருந்தளிக்க வேண்டும்' என்று என்னிடம் ஓரிருமுறை கூறியதை, நானும் ஜே.கே.யிடம் தெரிவித்தேன். 2002ம் ஆண்டு மத்தியில் ஒரு நாள் இரவு விருந்துக்குத் திட்டமிட்டோம்.

நாங்கள் நால்வர். ஜெயகாந்தன், கே.எஸ்.சுப்பிரமணியன், அம்பத்தூர் செல்வம் மற்றும் நான். அம்ஷன்குமாரிடம் முதல்நாளே தெரிவித்துவிட்டேன்.

அம்பத்தூர் செல்வம் பற்றி இங்குக் குறிப்பிடவேண்டும். எழுத்தாளர் சா.கந்தசாமி அவர்கள் மூலம் ஜெயகாந்தனுக்கு அறிமுகமானவர். என்னைவிட ஒருசில வயது மூத்தவர். சிறந்த இலக்கிய ஆர்வலர். தனியார் தொலைக்காட்சிகள் தொடங்கப்பட்ட காலத்தில், தொலைக்காட்சித் தொடர் ஒன்றை தயாரித்தவர். நீண்ட

காலமாக அம்பத்தூர் தொழிற்பேட்டையில் சிறப்பாக வியாபாரம் செய்து வருபவர். என்னைப்பற்றி ஜெயகாந்தனிடம் விசாரித்து, பின் எனக்கு நண்பரானார். எனக்கு நட்பு என்றால் இடைவெளியற்ற நெருக்கம்தான். நெருக்கமில்லாத நண்பர்கள் என்று எனக்கு யாருமே இல்லை. இப்போதைக்கு இது போதும்.

மாலை வெளிச்சம் குறையும் வேளையில் கே.கே. நகரில் இருந்து கிளம்பி, பொறுமையாக போக்குவரத்து நெரிசலைத் தாண்டி, இருள்சூழத் தொடங்கிய ஏழு மணியளவில், கொட்டிவாக்கத்தில் இருக்கும் அம்ஷன்குமார் வீட்டை அடைந்தோம். ஜெயகாந்தனை வரவேற்பதில் அவரது குடும்பமே மகிழ்ச்சியில் திளைத்தது.

அம்ஷன் தன்னிடமிருந்த ஜெயகாந்தனின் அமெரிக்கப் பயண வீடியோக்களில் சிலவற்றை எங்களுக்குப் போட்டுக் காண்பித்தார். எங்களுக்கு எப்போதுமே பிடித்தமான 'ஓல்டு மாங்க்' பக்க வாத்தியங்களுடன் பரிமாறப்பட்டது. கொஞ்ச நேரத்திலேயே ஜே.கே. வீடியோவை நிறுத்தச் சொல்லிவிட்டார். அந்த வீடியோவை விட அவரது வாய்மொழியில் அமெரிக்க அனுபவங்கள் இன்னும் சுவைபடவே இருந்தன.

அம்ஷன்குமாரும் அவரது இணையரும், அவரது திரைப்படப் பணிகளுக்கு உற்ற தோழருமான சகோதரி தாரா அவர்களும், மிக விமரிசையாக விருந்து ஏற்பாடு செய்திருந்தார்கள். கடல் வாழ் உயிரினங்கள் விதவிதமாக சமைக்கப்பட்டிருந்தன. சிறப்பான சைவ உணவுகளும் இடம் பெற்றிருந்தன. அவை ருசிமிக்கதாகவும் இருந்ததே சிறப்பு.

நான் அடிக்கடி உணவைப் பற்றி எழுதுவதற்கு, எனது முன் உதாரணம் ஜே.கே.தான். அவரது உருவாக்கங்களில் உணவு முக்கிய இடம் வகிக்கும். உதாரணமாக 'உன்னைப் போல் ஒருவன்' திரைப்படத்தில், இடதுகையில் அம்மா ஊற்றிய குழம்பை நக்கிக் கொண்டு, சிட்டி பழையது சாப்பிடும் அழகு, நான் என் வாழ்வில் பலமுறை அனுபவித்து மகிழ்ந்த ஒன்று. மேலும் மனிதர்களின் நெருக்கமும், உரையாடலும் உண்ணும்போதே பொலிவு பெறும். உரையாடல் சூடானால் உணவை ஒதுக்க முயலும் மனித மனம். மனிதனின் மனப்போக்கை சிலநேரங்களில் உணவுகளும் தீர்மானிக்கின்றன.

சரி! அது கிடக்கட்டும்.

அம்ஷன்குமாரும், சகோதரி தாராவும் உபசரித்துப் பரிமாறிய ருசிகரமான உணவுகளை ஜெயகாந்தன் ரசித்தும், மகிழ்ந்தும் போற்றி உட்கொண்டார். அவருக்கு யார், எது கொடுத்தாலும் அவற்றை எவ்வகையிலாவது பாராட்டியே பெற்றுக்கொள்வார். அவர் எதையும் குறை சொல்லி நான் பார்த்ததே இல்லை. நான் அவருடன் நெருக்கமாகப் பழகியது கொஞ்ச காலங்கள்தான் என்றாலும், உணவு விஷயத்தில் அவர் எப்போதுமே, எவரிடமும் குறை கண்டதே இல்லை. மேலும் ரசித்துப் பாராட்டுவார்.

அம்ஷன்குமார் தம்பதியர் முகம் மலர, அகமகிழ்ந்து எங்களை வழியனுப்பினார்கள்.

ஜெயகாந்தனின் முதல் வரிசை நண்பர்கள் பட்டியலில் அம்ஷன்குமாரும் இணைந்துவிட்டார். அதன்பின் ஜே.கே. உடனான சந்திப்புகள் அவ்வப்போது தொடர்ந்தன. அம்ஷன்குமார் எங்களில் ஒருவரானார். ஜெயகாந்தனின் இறுதிக்காலம் வரை அவருடன் நட்பு பூண்டிருந்தார்.

அம்ஷன்குமார் அவர்கள் திரைக்கதை அமைத்து, இயக்கிய 'ஒருத்தி' திரைப்படம், எழுத்தாளர் கி.ராஜநாராயணன் அவர்களின் 'கிடை' எனும் கதையை மூலமாக வைத்து எடுக்கப்பட்டது.

'ஒருத்தி', 2003 ஆம் ஆண்டு 'இந்திய சர்வதேச திரைப்பட விழா'வுக்குத் தேர்வு செய்யப்பட்டு, 'இந்தியன் பனோரமா' பிரிவில் திரையிடப்பட்டது. மேலும் அது, புதுச்சேரி அரசின் சிறப்பு விருதினையும் வென்ற திரைப்படமாகும்.

புதுச்சேரி அரசின் சிறப்பு விருதினைப் பெறுவதற்கு, அம்ஷன்குமாருடன் பாண்டிச்சேரி சென்ற, எழுத்தாளரும், நடிகருமான பாரதி மணி உள்ளிட்ட திரைப்படக் குழுவினருடன் நானும் சென்றிருந்தேன். அந்த விழாவுக்கு வந்திருந்த எழுத்தாளர் கி.ராஜநாராயணன் அவர்களிடம், என்னை அம்ஷன்குமார் 'ஜே.கே. வின் நண்பர் கௌதமன்', என்று கூறி அறிமுகம் செய்து வைத்தார். வேறொன்றும் பேசும் சூழல் அங்கில்லை.

ஆனால் ஜே.கே.வுடன் கி.ரா. வின் நாற்பது ஆண்டுகளுக்கு மேலான நட்பைப் பற்றி, கி.ரா. எழுதி நான் படித்த நிகழ்வுகள்,

அவரை பிரமிப்புடன் என்னைப் பார்க்க வைத்தது. எப்போதோ படித்து விழுந்து விழுந்து சிரித்த, ஒரு கிராமத்தைப் பற்றிய அவரது சிறுகதையொன்று நினைவுக்கு வந்தது. அதன்பிறகு நான் அவரை சந்திக்கவே இல்லை.

ஜே.கே.வை விட பதினொரு வயது மூத்தவரான கி.ரா. மறைந்தபோது நான் கோயம்புத்தூர் வாசியாகிவிட்டேன். செய்தியறிந்து அம்ஷன்குமார் அவர்களுக்கு நான் ஃபோன் செய்தபோது, 'நீங்கள் சொல்லித்தான் தெரியும் கௌதம்' என்று அதிர்ச்சியுடன் கூறினார்.

'ஒருத்தி' இந்தியன் பனோரமாவில் தேர்வானாலும், தமிழ்நாட்டு மக்களின் பார்வைக்கு திரையிட வழியில்லாமலே இருந்தது. படத்தயாரிப்பிலேயே தன் சக்திக்கு மீறி செலவு செய்துவிட்ட இயக்குனர் அம்ஷன்குமார் (சுமார் இருபத்தெட்டு லட்சம்), சோர்வுற்ற நிலையில் மேற்கொண்டு வெளியீடு குறித்து எந்த முன்னெடுப்புமின்றி இருந்தார்.

நான் அவருடனான சந்திப்புகளின்போது, 'ஒருத்தி' திரைப்படத்தை மக்களிடம் கொண்டு சேர்க்க ஏதாவது செய்யவேண்டும் என்று வலியுறுத்தி வந்தேன்.

அந்தப் படம் ஆர்ப்பாட்டம் இன்றி சாதிய அநீதியைப் பேசியது. ஆங்கிலேய ஆட்சிக்காலத்தில், ஓர் ஆடு மேய்க்கும் பெண்ணின் ஆளுமையைப் பேசியது. பெண் கல்வியைப் பேசியது.

காதலர்கள் புரிந்த ஒரே கலவியில் கர்ப்பமாகி விடும் தமிழ் சினிமாவின் எழுதப்படாத விதியை, ஜெயகாந்தனின் 'சில நேரங்களில் சில மனிதர்கள்' திரைப்படத்துக்குப் பின் நீண்ட நெடுங்காலம் கழித்து உடைத்தது.

திரைப்படத்தைப் பார்த்த கி.ராஜநாராயணன், எனது கதையை மேலும் சிறப்படையச் செய்திருக்கிறீர்கள் என்று பாராட்டியதாக அம்ஷன்குமார் கூறினார். இலக்கியம் சினிமாவாக மாறும்போது, அதை எழுதிய எழுத்தாளரின் பாராட்டையும் பெறுவது என்பது, ஓர் அதிசய நிகழ்வுதான்.

என் தொல்லை தாங்காத அம்ஷன்குமார், 'ஒருத்தி'யை திரையிடும் முயற்சியை மேற்கொள்ளும் முன், தான் செலவு செய்ய

முடியாத சூழலில் இருப்பதை வெளிப்படையாக என்னிடம் கூறிவிட்டார்.

எனக்கும் எல்.ஐ.சி. கமிஷன் தவிர வேறெந்த வருமானமும் கிடையாதுதான். என் குடும்பச் செலவுகளுக்கே சிரமதசைதான்.

எப்படியோ அவருக்கு நம்பிக்கையூட்டி விட்டேன். என்னோடு அவரும் கிளம்பிவிட்டார். நாங்கள் முயற்சித்த முதல் திரையரங்கு ராயப்பேட்டையில் புகழ்பெற்ற சத்யம் காம்ப்ளக்ஸ்.

அங்கு அப்போது மேலாளராக இருந்தவர் பெயர் முனிக்கன்னையா. எங்களை மரியாதையுடன் வரவேற்று உபசரித்து, எங்களது 'ஒருத்தி' திரையிடும் ஆவலைக் கேட்டறிந்தார்.

பிறகு பொறுமையாக, இது போன்ற முயற்சிகளுக்கு பொதுமக்களிடம் ஆதரவு இருக்காது என்றும், மேலும் உங்களுக்குப் பண நஷ்டத்தைத் தவிர, வேறு எந்தப் பயனும் விளையாது என்றும் நீளமானதொரு அறிவுரை வழங்கினார். மேலும் இது போன்ற படங்களை காலியான தியேட்டரில் திரையிட்ட அனுபவம்தான் உள்ளது என்று எங்களை நல்வழிப்படுத்த முயன்றார்.

இதெல்லாம் தெரியாமலா ஒரு பாடலோ, சராசரி சண்டைக்காட்சியோ இல்லாமல் அம்ஷன் படமெடுத்தார்?

நாங்களும் விடாமல் எங்கள் நம்பிக்கையை அவருக்கு விளக்கினோம். ஒரு கட்டத்தில், 'பட்டுத் திருந்துங்கடா' என்ற மனநிலையில், சனி மற்றும் ஞாயிறு இரண்டு நாட்களுக்கு காலை 9 மணிக்கு ஒரேயொரு காட்சி மட்டும் திரையிட வாய்ப்பளிப்பதாக ஒத்துக்கொண்டார்.

நாங்கள் அடுத்தடுத்த வாரங்களிலும் இதே வாய்ப்பைக் கேட்டோம். "முதலில் இந்த இரண்டு காட்சிகளுக்கு அரங்கம் நிறைகிறதா? என்று பார்ப்போம்" என்று உரையாடலை முடித்தார்.

எங்களுக்கு ஒதுக்கிய அரங்கம், நூற்றுக்கும் கொஞ்சம் அதிகமான இருக்கைகள் கொண்ட மிகச் சிறியதுதான். ஒரு டிக்கெட்டின் விலை நூறு ரூபாய். திரைக்கு அருகில் இருக்கும் முதல் வரிசை இருக்கைகளுக்கு மட்டும் பத்து ரூபாய்.

நூறு ரூபாய் டிக்கெட்டுகளை நாம்தான் விற்றாக வேண்டும்.

முதலில் இந்த இரண்டு காட்சிகள் திரையிடவும், பத்திரிகையில் விளம்பரம் கொடுக்கவும், ஃப்ளெக்ஸ் பதாகை வைக்கவும், பத்திரிகை நிருபர்களுக்கு ஒரு காட்சி திரையிடவும், தொலைக்காட்சி விளம்பரத்துக்கு ஓரிரு நிமிட ட்ரெய்லர் தயாரிக்கவும் பணம் வேண்டும். யாரிடம் கடன் வாங்கலாம் என்று யோசிப்பதற்கு முன் மொத்த செலவுகளுக்கான திட்ட அறிக்கை தயாரித்தேன்.

பிறகுதான் வட்டியின்றி கடன் தரும் மனம் கொண்ட நல்ல நண்பர்களை மனதிற்குள் பட்டியலிட்டேன்.

50. நீங்க வரலன்னா விட்ருவோமா?

நான் எனக்காக கடன் வாங்குவதை ஏற்கெனவே நிறுத்தியிருந்தேன். 'ஒருத்தி' திரையிடல் முடிந்ததும் டிக்கெட் விற்று வரும் பணத்தைக் கொண்டு, வாங்கிய கைமாற்றுக் கடனை திரும்பச் செலுத்திவிடலாம் என்பதே எனது நம்பிக்கை.

கடன் கேட்க நான் போட்ட பட்டியலில், இருவரிடம் மட்டும் கேட்டேன். முதலாமவர் அம்பத்தூர் செல்வம். அவர் எந்த நிபந்தனையும் இன்றி, பெரும்பங்கை உடனே வட்டியில்லாக் கைமாற்றுக் கடனாகக் கொடுத்துவிட்டார். இரண்டாமவர் அப்போது அமெரிக்காவில் வசித்த எனது நண்பரும், உறவினருமான Orb ராஜா. அவர் மீதித் தொகையை கடனாக அல்லாமல் கொடையாகவே கொடுத்து உதவினார். மொத்தமாக வாங்கிய தொகை சுமார் நாற்பதினாயிரம் ரூபாய்க்குக் கூடகுறைய இருக்கலாம்.

நானும் இயக்குனரும் மும்முரமாக வேலையில் இறங்கினோம்.

ஜெயகாந்தனோடு பலமுறை சென்று பொழுது போக்கிய 'ட்ரைவ் இன் உட்லண்ட்ஸ்' (இப்போது செம்மொழிப் பூங்கா) ஓட்டலில், இயக்குனரும், எடிட்டரும், எங்களில் ஒருவருமான B.லெனின், இயக்குனர் அம்ஷன்குமார், உதவி இயக்குநர் மகேந்திரன் மற்றும் நான் ஆகியோர் கூடி கலந்து ஆலோசித்தோம்.

தொலைக்காட்சி விமர்சனத்துக்காக மூன்று நிமிடங்களுக்கும் குறைவான ட்ரெய்லர் ஒன்றை, ஒரு நாள் முழுக்க எங்களோடு செலவிட்டு நட்புக்காகத் தயாரித்துக் கொடுத்தார் எடிட்டர் B.லெனின். அருமையான அந்த ட்ரெய்லர் பயன்படாமலே போய்விட்டது. பாடல் இல்லாத படம் என்பதாலேயே அந்தத் துயரம்.

பத்திரிகையாளர்களுக்கான திரையிடலுக்கு, தென்னிந்திய திரைப்பட வர்த்தக சபை திரையரங்கை அணுகினோம். அப்போது திரையிடுவதற்கான கட்டணம் சுமார் ரூபாய் ஏழாயிரம் ஆனது.

பத்திரிகையாளர்களுக்கான காட்சி திரையிடலுக்கு, ஜெயகாந்தன் மற்றும் அவரது நண்பர்கள் குழாமையும் பார்வையாளர்களாக அழைத்தோம். திரையிடல் முடிந்ததும் அம்ஷன்குமார் சிறு உரையாற்றினார். ஜே.கே. படத்தைப் பாராட்டி, அம்ஷன்குமார் அவர்களை வாழ்த்தினார்.

இருபத்தைந்துக்கு மேற்பட்ட பத்திரிகையாளர்கள் வந்து படம் பார்த்தார்கள். வருகை புரிந்த பத்திரிகையாளர்களுக்கு ஆளுக்கு நூறு ரூபாய் வீதம் கவரில் இட்டு வழங்கினோம். அது ஒரு முறைமை என்றார்கள்.

நுங்கம்பாக்கத்தில் '10×10' ஃப்ளெக்ஸ் பேனர் தயாரித்து சத்யம் திரையரங்க அலுவலகத்தில் கொண்டு சேர்த்தேன். திரையிடலுக்கு நான்கைந்து நாட்களுக்கு முன்பே, திரையரங்கின் முகப்பின் மேலே பேனர் பொருத்தப்பட்டு, அனைவரின் கவனத்தையும் ஈர்த்தது.

இரண்டு தினசரி நாளிதழ்களில் சிறிய விளம்பரங்கள் வெளியிட்டோம்.

எங்கள் கைகளுக்கு வந்த டிக்கெட்டுகளைத் திட்டமிட்டு விற்க ஆரம்பித்தோம். திரையரங்குக்கு நிச்சயம் வருவோம் என்ற உத்திரவாதத்தோடே டிக்கெட் வழங்கினோம். தொண்ணூறு சதவீதம் பணம் வாங்காமல் யாருக்கும் டிக்கெட் கொடுக்கவில்லை. பணம் வாங்காமல் கொடுத்த பத்து சதவீதம் டிக்கெட்டுகளுக்கு இருபது வருடங்கள் ஆகியும் இன்றுவரை பணம் வரவில்லை.

இரண்டு நாட்கள், இரண்டே காட்சிகள். காலை ஒன்பது மணிக்கு திரையரங்கு நிறைந்திருந்தது. அதைவிட முக்கியம் தியேட்டர் கவுண்டரில் விற்ற பத்து ரூபாய் டிக்கெட்டுகளும் காலியாகி, பத்துக்கும் மேற்பட்டோர் டிக்கெட் கிடைக்காமல் திரும்பிப் போனார்கள்.

மறுநாளும், அதைத் தொடர்ந்தும் பத்துக்கும் மேற்பட்ட பத்திரிகைகள் 'ஒருத்தி' குறித்த சிறப்பான விமர்சனங்களையும், கட்டுரைகளையும் வெளியிட்டன. அப்போது அதிகம் விரிவாக்கம்

அடையாத மின்னிதழ்களில் பாராட்டுக் கட்டுரைகள் சிலவும் வெளியாயின. அதில் அமெரிக்காவில் இருந்து வெளியாகும் ஓர் இதழும் அடக்கம்.

நாங்கள் எதிர்பாராத இந்த வரவேற்பு, எங்களுக்கு மிகுந்த மகிழ்ச்சியை அளித்தது. பல பிரபலங்கள் அடுத்து எங்கு திரையிடுகிறீர்கள் என்று அம்ஷன்குமாரை தொலைபேசியில் அணுகி விசாரித்தார்கள்.

நாங்கள் மிகுந்த நம்பிக்கையோடு மீண்டும் சத்யம் தியேட்டர் மேலாளரை அணுகினோம். அவர் இரண்டு நாட்களும் 'ஹவுஸ் ஃபுல்' ஆனதைக் குறிப்பிட்டு எங்களிடம் ஆச்சரியப்பட்டார். அடுத்த சனி, ஞாயிறு திரையிடலுக்கு வேண்டுகோள் வைத்தோம்.

அவர் எந்தவித தயக்கமும் இன்றி உடனே வாய்ப்பே இல்லை என்று மறுத்தார். நாங்கள் கெஞ்சிக் கேட்காததுதான் குறை. மீண்டும் மீண்டும் எங்களது கோரிக்கையைக் கண்டு மனமிரங்கி, காலை ஏழு மணிக்கு என்றால் எடுத்துக்கொள்ளுங்கள் என்றார். அதைத் தவிர வேறு வாய்ப்பே இல்லை என்று உறுதியாக மறுத்துவிட்டார்.

ஒன்பது மணிக்கு வரவழைப்பதே எங்களுக்குப் பெரும் சங்கடமளித்தது. நெருங்கிய நண்பர்களும், உறவினர்களும் எங்களது அன்புக்குக் கட்டுப்பட்டவர்களும் வந்து இரண்டு காட்சிகளையும் சிறப்பித்தார்கள். காலை ஏழு மணிக்கே சினிமா பார்க்க வாருங்கள் என்று அழைப்பது, பல் துலக்காமலே படம் பார்க்க வாருங்கள் என்று அழைப்பதற்கு ஒப்பானது என்று உணர்ந்த நாங்கள் இருவரும், எங்கள் முயற்சிகளை மூட்டைகட்டி சத்யம் தியேட்டர் குப்பைத் தொட்டியில் போட்டு விட்டுக் கிளம்பினோம்.

ஆயினும் இன்னும் பலர் இந்தப் படத்தைப் பார்க்க ஆவலாய் இருப்பதை உணர்ந்து, தென்னிந்திய திரைப்பட வர்த்தக சபை திரையரங்கில் ஒரு சிறப்புக் காட்சிக்கு ஏற்பாடு செய்தோம். அந்தக் காட்சி திரையிடலுக்கு கே.எஸ்.சுப்பிரமணியன் அவர்கள் பண உதவி செய்தார். அம்ஷன்குமார் அவர்கள் அவரிடம் படம் பார்க்கும் ஆவலைத் தெரிவித்திருந்த எழுத்தாளர்கள், திரைத்துறையினர் மற்றும் சில பிரபலங்களுக்கு தெரிவித்தார். அந்தக் காட்சியைப் பார்க்க வந்த பலருள் எனக்கு இப்போது நினைவில் உள்ளவர்கள்,

எழுத்தாளர்கள் அசோகமித்திரன், சா.கந்தசாமி, பிரபஞ்சன், திலீப்குமார், கவிஞர் கனிமொழி, இயக்குனர்கள் S.கிருஷ்ணசாமி மற்றும் வசந்த் ஆகியோர் ஆவர்.

'ஒருத்தி' யை மக்களிடம் கொண்டு சேர்க்க முனைந்த எங்களது அயராத பணி, அத்தோடு முடங்கிப் போனது. அம்பத்தூர் செல்வம் அவர்களிடம் வாங்கிய பணத்தை முழுமையாகத் திரும்பக் கொடுத்து, நான் நிம்மதியாக மூச்சு விட்டேன்.

....

அடுத்த சில நாட்களில் ஆனந்த் தியேட்டர் வளாகத்தில் இருந்த ஒரு சிறிய அரங்கத்தில் ஜே.கே.கலந்து கொள்ளும் ஒரு மதிய நேர இலக்கியக் கூட்டம். நான் பேருந்தில் சென்றிருந்தேன்.

கூட்டம் மாலை ஆறு மணிக்கே முடிந்துவிட்டது. ஜே.கே.யோடு பெருங்கும்பல் தொடர்ந்து வந்தது. நான் வீட்டுக்குப் போகலாமா? என்று யோசித்துக் கொண்டு நின்றிருந்தேன். ஜெயகாந்தனை வழியனுப்ப காரைச் சுற்றி நண்பர்கள் நெருக்கினார்கள். காரின் பின் இருக்கையில் ஜே.கே. யோடு கே.எஸ். சுப்பிரமணியன் தவிர இன்னும் இரண்டு பேர் நெருக்கிக் கொண்டு ஏறினார்கள். ஜே.கே. அப்போதுதான் என்னைக் கவனித்தார்.

"கௌதம் வாங்க வந்து ஏறிக்கோங்க", என்றார்.

நான் தயங்கினேன்.

"மடில ஒக்காந்துக்கலாம், ஏறுங்க", என்று ஓங்கிக் குரல் கொடுத்தார்.

மறு பேச்சின்றி ஏறினேன். நடுவில் அமர்ந்திருந்த அவரின் மடியிலேயே என்னை அமர்த்திக் கொண்டார்.

நானோ முதுகை வளைத்து, தலையைக் குனிந்து அவர்மேல் முழுதும் உட்காரவும் முடியாமல், நிற்கவும் முடியாமல் தடுமாறிக் கொண்டிருந்தேன்.

"கொஞ்ச தூரம்தான, நல்லா ஒக்காந்துக்கோங்க", என்று அவர் அன்போடு சொன்னாலும், அவர் மேல் அழுத்தாமலே, கால்களிலும், முன் இருக்கைகளில் ஊன்றிய கைகளிலும் என் எடையின் பெரும்பகுதியை செலுத்திப் பயணித்தேன்.

நான் அதுவரை பார்த்தறியாத இருவர் எங்களோடு நெருக்கி அமர்ந்து பயணித்துக் கொண்டிருந்தனர்.

திடீரென்று ஜே.கே. ஒரு பிரபலமான இலக்கிய மாதப் பத்திரிகையை குறிப்பிட்டு, 'எவ்வளவு பிரதிகள் விற்பனையாகிறது?' என்று கேட்டார்.

பழம்பெரும் பத்திரிகையான அதைப்பற்றி பொதுவாகக் கேட்கிறார் என்று நினைத்த நான்,

"ரெண்டாயிரம் போனா அதிகம் சார்",

என்று முந்திரிக் கொட்டையைப் போல் பதில் சொன்னேன்.

"ஒங்களையா கேட்டேன்?, சும்மா இருக்கணும்", என்று கடுமையான குரலில் சிராட்டினார்.

எங்களோடு நெருக்கமாக அமர்ந்திருந்தவர்களில் ஒருவர்,

"ஐயாயிரம் போகுது ஜே.கே.", என்று சொன்னதும் தான் எனக்கு உரைத்தது. அந்தப் பத்திரிகையின் பதிப்பாளரே அவர்தான் என்று.

"பத்திரிகை போட்றவர விட ஒங்களுக்குத் தெரியுமா?",

என்று மீண்டும் ஜே.கே.வுடைய குரல் அவர் மடியில் அமர்ந்திருந்த என்னைக் கூசச் செய்தது. நான் செய்த அதிகப்பிரசங்கித்தனம் என்னைப் பெரும் அவமானத்துக்கு உள்ளாக்கியது.

ஜே.கே. குடிசைக்குள் போய் அமர்ந்த பின்னும் நான் கூனிக்குறுகினேன். அந்தப் பதிப்பாளர் எனக்கு நேரே மேசையின் மறுபக்கத்தில் அமர்ந்தார். அவர் முகத்தில் எந்தப் பகைமையும் தெரியவில்லை. ஜே.கே. சாரின் முகத்தில் மட்டும் அதிருப்தி தெரிந்தது. ஆனாலும் அன்றைக்கு மது எனக்கு சுவைக்கவில்லை.

இடையில், துவண்ட மனதுடன் படியிறங்கி கழிவறைக்குச் சென்று திரும்பி படியேறும் போது, எதிரில் அந்தப் பதிப்பாளர் படியிறங்கி வந்து கொண்டிருந்தார்.

அவரிடம் கைநீட்டினேன். அவரும் கை கொடுத்தார். என் பெயரைச் சொல்லி அறிமுகம் செய்துகொண்டு, என்னுடைய தவறுக்கு வருந்தி, மன்னிப்புக் கேட்டேன்.

அவர் அதையெல்லாம் பெரிதுபடுத்தாத பெருந்தன்மையுடனும், நட்புடனும் சிரித்தபடி, என்னைத் தேற்றி கைக்குலுக்கினார். மனம் லேசாகி மேலே வந்து அமர்ந்தபின் மெதுவாக இயல்புநிலைக்குத் திரும்பினேன்.

அன்று சபையில் டாக்டர் பூங்குன்றன் உட்பட பத்துக்கும் மேற்பட்ட நண்பர்கள் குவிந்திருந்தனர். நல்ல சினிமா சம்பந்தமான பேச்சின் இடையில் ஜே.கே. பெருத்த அதிருப்தியோடு ‘இப்ப தமிழ்ல ஒரு படங்கூட வரல’, என்ற பொருள்பட கூறினார்.

திருந்தவே முடியாத நான்,

“ஏன் சார், உதிரிப்பூக்கள் நல்லபடம் இல்லையா?” என்றேன்.

“ஒங்களுக்கு ரொம்பத் தெரியுமா?, நீங்க என்ன பெரிய பருப்பா?”,

என்ற அவருடைய கடுங்கோபமான வார்த்தைகள் என்னை முழு அமைதியாக்கின. அதன்பிறகு அன்று முழுதும் நான் பேசவில்லை. கிளம்பும்போது, இதுவே என் இறுதி வருகை என்று மனதில் வரித்துக் கொண்டாலும், அவரிடம் கைகுலுக்கி விடைபெற்றேன்.

அந்தப் பதிப்பாளரை புண்படுத்திய என்னை, ஜே.கே. பதிலுக்கு புண்படுத்திவிட்டார் என்று புரிந்தாலும், பத்துக்கும் மேற்பட்டோர் முன் எனக்கு நேர்ந்ததை அவமானமாகவே என்னால் ஏற்க முடிந்தது.

அந்தக் காலத்தில், தினமும் ஜே.கே. குடிசையில் ஆஜராகும் நான் அடுத்தடுத்து இரண்டு நாட்கள் செல்லவில்லை. மூன்றாவது நாள் இரவு ஜே.கே. வீட்டுக்கு கிளம்பிக் கொண்டிருந்த டாக்டர் பூங்குன்றன், என்னை விசாரித்தார்.

“கௌதம், ஜே.கே. ஒங்கள கேட்டாரு. வர்றீங்களா?”

“இல்ல சார். வரல. அவுரு பெரிய முந்திரி பருப்பாவோ, பாதாம் பருப்பாவோ இருக்கலாம். ஆனால் நானும் பருப்பு தான் சார். பயித்தம் பருப்பாவோ, தொவரம்பருப்பாவோ இருந்துட்டுப் போறேன்.”

“ஜே.கே. கேட்டா என்ன சொல்ல?”

“அவுரு வரலன்னு சொல்லிட்டாருன்னே சொல்லிடுங்க சார்”.

அதற்கு மேல் டாக்டர் என்னை வற்புறுத்தாமல், ஜே.கே. வீட்டுக்குக் கிளம்பிச் சென்றார்.

டாக்டரின் குடியிருப்பு முதல் மாடியில். அவரது அலுவலகம் கீழ்தளத்தில். அதற்குப் பின்புறம் உள்ள போர்ஷனில் நாங்கள் குடியிருந்தோம். மாலை நேரங்களில் அவர் வீட்டு கேட்டருகே நின்றபடி, காற்றாட கொஞ்சம் கதையாடுவோம். நேற்று டாக்டரிடம் சூடாக விடைபெற்றதை கருத்தில் கொண்டு, அவரோடு பேச முன்புறம் வந்தேன். இருவரும் ஜே.கே. வைத் தவிர்த்து பல்வேறு விஷயங்களை அளந்து கொண்டிருந்தோம். நன்றாக இருட்டி, தெரு முழுதும் விளக்குகளால் வெளிச்சம் பெற்றது.

டாக்டரிடம் விடைபெற்று கிளம்ப நான் எத்தனித்த போது,

“நீங்க வரலன்னா விட்ருவோமா?”,

என்றார் டாக்டர். எனக்கு உடனே புரியாமல்,

“என்ன சொல்றீங்க சார்?”

“இல்ல, நீங்க வரமாட்டேன்னு சொன்னா ஜே.கே. விட்ருவாரா?, நீங்க வரலன்னா என்ன! அவுரு வராரு” என்று குறும்பாகச் சிரித்தார் டாக்டர் பூங்குன்றன்.

“சார் கிண்டல் பண்ணாதீங்க சார்”

“உண்மையாத்தாங்க. ‘ரம்’ கூட அவரே எடுத்துகிட்டு வரேன்னு சொன்னாரு, இன்னேரம் ஆட்டோவுல கெளம்பி இருப்பாரு”.

அவரை இனி சந்திக்கவே மாட்டோம் என்ற என் மனநிலையில் இருந்து நான் வெளிவர தடுமாறினேன். வேகமாக என் இணையரிடம் சென்று, ஜே.கே. வரும் தகவலை சொல்லிவிட்டு, மீண்டும் டாக்டரிடம் வந்தேன்.

என்னுள் பதற்றத்துடனேயே டாக்டரிடம் பேசிக் கொண்டிருந்தேன்.

எங்கள் வீட்டு கேட்டின் முன்னே மெதுவாக வந்து நின்ற ஆட்டோவில் இருந்து இறங்கி, ஒரு கையில் தொங்கும் வேட்டியை தரையில் படாமல் தூக்கியவாறு, மறு கையில் பேப்பர் சுற்றி மறைக்கப்பட்ட ‘ஓல்டு மாங்க்’ குடுவையையும் பிடித்துக் கொண்டு, முகம் மலர்ந்த சிரிப்போடு, எங்களை நோக்கி நடந்து வந்தார் ஜெயகாந்தன்.

51. கிண், கிணாட்றி, டொய்யாங்

"அனாமிகா என்ன பண்றா?",
என்று விசாரித்த ஜே.கே., தொடர்ந்து எப்போதும்போல இயல்பாகவே உரையாடினார்.

அன்று டாக்டர் பூங்குன்றன் வீட்டு மொட்டை மாடியில், ஜே.கே. சபை தொடங்கியது. ஜே.கே. தலைமையில் உறுப்பினர்கள் நாங்கள் இரண்டே பேர்தான். வேறு யாரும் வந்து இணையும் வாய்ப்பும் கிடையாது.

நான் அப்போது வீட்டிலேயே மது அருந்தும் வழக்கத்தை, இடை நிறுத்தியிருந்தேன். ஆனாலும் கண்ணாடி மதுக்கோப்பைகள் இருக்கும் தானே! முன்னேற்பாடுகள் என்னுடையது. மொட்டை மாடி தரையில் அடர்நிற பிளாஸ்டிக் பாய் விரித்து, அதில் அமர்ந்து தொடங்கினோம்.

என் வீட்டிலிருந்து எடுத்துவந்த, வறுத்த உப்புக்கடலையும், வேர்க்கடலையுமே எங்களின் நொறுக்கு.

ஏதேதோ விஷயங்களுக்கு நடுவே எங்கள் பொழுது மகிழ்ச்சியாகவே போய்க்கொண்டிருந்தது.

ஒரு மணி நேரம் சென்றிருக்கும். அமெரிக்க நியதிகளைப் பற்றி பேச்சைத் திருப்பினார்.

ஒரு போக்குவரத்து அதிகாரியுடனான நிகழ்வை விவரித்தபின், 'அமெரிக்காவில் மது அருந்தி இருக்கும்போது ஏற்படும் நடத்தைப் பிழைகளுக்கு, சில சலுகைகள் தரப் படுகிறது. அவர்களின் சட்டமே அதைத் தருகிறது', என்று சொல்லி, தொடர்ந்து என்னைப் பார்த்து சிரித்தபடி,

“அதனால குடிச்சிகிட்டு இருக்கும் போது பேசறத பெருசா எடுத்துக்கப்டாது” என்று மீண்டும் சிரித்தார்.

நானும் புன்னகைத்தேன்.

ஆனால், என் மனது ஏற்கவில்லை. அதுவரை அவரோடு பழகிய அந்த ஒன்பது ஆண்டுகளில், ஒரேயொரு நாள் கூட அவர் உளறியதையோ, குழறியதையோ ஏன் சிறிதளவு கூட தடுமாறியதையோ நான் பார்த்ததில்லை. அதனால் எங்களில் பெரும்பான்மையோருக்கும் அதுபோல் நிகழ்ந்ததில்லை. வெளியூர் நண்பர்களின் ஓரிரு தடுமாற்ற நிகழ்வுகள் மட்டுமே என் நினைவில் இருக்கிறது.

எந்த வேலையாக இருந்தாலும் அதை முடித்த பின்போ அல்லது ஒதுக்கிய பின்போ, மாலை வேளைகளில் மட்டுமே ஜெயகாந்தன் மது அருந்துவார். ஜே.கே. சபையில் ‘போதை’ என்ற வார்த்தை அர்த்தமிழந்து, தன் மரியாதையும் இழந்துதான் இறுதிவரை வாழ்ந்தது.

ஆனாலும், அவர் என்னை சமாதானப் படுத்தவே இந்த விளக்கத்தை முன் வைக்கிறார், என்று புரிந்து கொள்ளும் அளவுக்கு, என் அறிவு அப்போது வேலை செய்தது. அவர் என்மீது வைத்திருந்த அன்பும், நட்பும் நினைக்கும் தோறும் என்னை நெகிழ வைப்பவை.

அடுத்தநாள் மாலை வழக்கம்போல், டாக்டருடன் நானும் ஜே.கே. குடிசைக்குக் கிளம்பினேன்.

•••

மதுரையில் ஒரு கல்லூரி நிகழ்வுக்கு ஜே.கே. உடன் நான் மட்டும் புறப்பட்டேன். பயணம் ரயிலில் தான். முதல் வகுப்பில் இருவர் மட்டும் பயணிக்கும் தனியறை (கூபே).

அவர் ரம் எடுத்து வருவதாகவும், நான் இட்லி வாங்கி வருவதாகவும் ஏற்பாடு. பாம்குரோவ் அருகில் அப்போது இருந்த கோமளா’ஸ் ரெஸ்டாரன்ட்டில் இருவருக்கும் இட்லி வாங்கிக் கொண்டு, நான் தனியே ரயில் நிலையம் போய் சில நொறுக்குகளும், தண்ணீர் பாட்டிலும் வாங்கியபின் அவருக்காகக் காத்திருந்தேன். அவரும் வந்ததும் ரயிலேறினோம்.

முதல் வகுப்பு டிக்கெட்டுகளை ஒதுக்கிக் கொடுக்க பயணச்சீட்டு பரிசோதகர் எங்களைக் காத்திருக்கச் சொன்னார். நாங்கள் இரண்டாம் வகுப்புப் பெட்டியில் காத்துக் கொண்டிருந்தோம். ஒருவரை கொஞ்சம் நகரச் சொல்லி ஜே.கே. வை உட்காரச் சொன்னேன். ப.சீ.ப. எங்களை காத்திருக்கச் சொல்லிவிட்டு, கையிலிருந்த பட்டியலை ஆழ்ந்து சோதித்துக் கொண்டிருந்தார்.

அப்போது எங்களைத் தாண்டிச் சென்ற சஃபாரி சூட் போட்ட ஒருவர் ஜே.கே. யைப் பார்த்தவுடன் பதற்றத்துடன் நின்று விசாரித்தார். அவர் தொலைக்காட்சி முன்னாள் இயக்குநர் நடராஜன். நான் முன்னரே அறிந்திருந்த அவர், நாங்கள் காத்திருக்கும் விஷயம் தெரிந்ததும், ப.சீ.ப. வை அழைத்து,

" ஐயாவுக்கு இந்த ரயிலையே கொடுக்கலாம். சீக்கிரமா சீட்ட குடுத்து ஒக்கார வைங்க",

என்று சொல்லிவிட்டு, என்னிடம் அவருடைய கோச் மற்றும் இருக்கை எண்ணை சொல்லி, "எதா இருந்தாலும் வந்து கூப்பிடுங்க" என்று கூறி ஜே.கே.யிடம் கைகொடுத்து, வணக்கம் கூறி விடைபெற்றார்.

எனக்கோ எல்லா சபை முன்னேற்பாடுகளோடு வந்தும், நேரம் விரையமாகிறதே என்ற கவலை.

அரைமணி நேரம் கழித்து எங்களை அழைத்துச் சென்று அறையை காட்டினார் ப.சீ.ப..

முதலிரவுக்குப் போவது போல் இருவரும் உள்ளே நுழைந்ததும் கதவை சாத்தித் தாளிட்டேன்.

அவர் லுங்கிக்கும், நான் வேட்டிக்கும் மாறியதும் சபை தொடங்கியது. இது போன்ற சமயங்களில் ஜே.கே. மனம் திறந்து பேசுவது, நமக்குப் பெருமகிழ்ச்சி தரும். நமது அனுபவங்களையும் தூண்டித்தூண்டிப் பேச வைப்பார்.

அரைமணி நேரமாக காத்திருந்த எனது கேள்வியை முதலில் வைத்தேன்.

"ஏன் சார் 'டை' அடிக்காம வந்துருக்கீங்க?"

அவரது இளைய மகள் தீபலட்சுமி,

'இன்னும் எதுக்குப்பா டை அடிக்கிறீங்க?',

என்று கேட்ட கேள்வி, அவரை 'டை' யை கைவிட வைத்ததாக சொன்ன அவரது பதில், என்னை அப்போது ஆச்சரியப் படுத்தியது.

என் தலைமுடியில் இருந்த சிறு திட்டு வெள்ளைக்காக, நான் முப்பத்தைந்து வயதில் 'டை' அடிக்க ஆரம்பித்தேன். ஆனால் பொதுவாக எல்லோரும் 'டை' அடிக்க ஆரம்பிக்கும் நாற்பத்து ஐந்து வயதில், நான் 'டை' அடித்துக் கொள்வதை நிறுத்தினேன்.

நான் நிறுத்தியதற்கும் ஜெயகாந்தனுக்கு நேர்ந்தது போன்ற அதே சம்பவம்தான் காரணம். என் மகளும் கொஞ்சமும் மாறாமல், அதே அர்த்தம் பொதிந்த கேள்வியைக் கேட்டபோதுதான், மகள்களின் வார்த்தைகளுக்கு மதிப்பளிக்கும் தந்தைமை புரிந்தது.

சரிசரி! ரயிலுக்கு வருவோம்.

எனது பதின்ம வயதிலிருந்து அவர் மீதிருந்த ஈர்ப்பையும், இருபத்தைந்து வயதில் எழுத்தாளர் பிரபஞ்சன் அவர்களைத் தொடர்ந்து சந்தித்த காலங்களில் ஜே.கே. குறித்து, நான் அவரிடம் கேட்ட சில கேள்விகளையும் பற்றி நான் மனந்திறந்து கொட்டியபோது, பிரபஞ்சன் ஜெயகாந்தனிடம் கேட்ட ஒரு கேள்வியையும் அவரது பதிலையும் என்முன் வைத்து சிரித்தார்.

"ஜே.கே., ஒங்கள பாக்க வர இளைஞர்கள்ல யாரும் ஃபயரோட (Fire) வராங்களா? "

"ஃபயரோடதான் வராங்க. ஆனால், நாளாக ஆக பஸ்பமா ஆயிட்றாங்க".

அவர் சிரித்தபடி கூறினாலும்,

இந்த பதில் என்னை எச்சரித்தது.

என் தந்தையைவிட நான்கு வயது மூத்தவர் ஜெயகாந்தன். அன்று எங்களது பேச்சு, எந்தவிதக் கட்டுப்பாடுகளும் இன்றி, பால்யகாலத் தோழர்கள் இருவரின் அந்தரங்க அரட்டைகளை ஒத்திருந்தது.

அன்றைய உரையாடலில் என்னால் வடிகட்டி சொல்ல முடிந்ததை மட்டும் உங்களோடு பகிர்கிறேன்.

“சில நேரங்களில் சில மனிதர்கள் ரிலீஸானப்ப ஜெமினி கணேசன் கேட்டாரு, ‘என்ன ஜே.கே.! என்னை மறந்துட்டீங்களே! ’ன்னு. ‘எது; வெங்கு மாமா கேரக்டருக்கா?’ ன்னு நான் சொல்லி சிரித்தேன். அவருக்கு பிரபு கேரக்டர் மேல ஆசை “.

(இந்த நிகழ்வின்போது ஜெமினி கணேசன் அவர்களின் வயது 57.)

ஜெயகாந்தனுடைய தனித்துவமும், தன்னிச்சையுமான நையாண்டியும், நகைச்சுவையும் தீர்க்கமான சிந்தனை வயப்பட்டவை.

“ஞானபீட விருதுக்கு வாழ்த்து சொல்ல, எழுத்தாளர் ஒருத்தர் ஃபோன் பண்ணி பேசினப்ப, ‘எழுதாம இருந்தாதான் ஞானபீடம் கொடுப்பாங்களோ?’ ன்னு சொன்னார். ‘ஏன், நீங்களும் எழுதாமத்தான் இருந்து பாருங்களேன், குடுக்குறாங்களா பாப்போம்” என்று ஜே.கே. பதிலளித்ததாக என்னிடம் கூறினார்.

எப்போதும் போல நான் அனுமானித்த அந்த எழுத்தாளரின் பெயரைக் குறிப்பிட்டு, ‘அவரா?’ என்றேன்.

எப்போதும் போல அவரும் கடுப்பாகி, ‘இதான வேணாங்கிறது’ என்றார்.

ஏதாவதொரு விஷயம் குறித்து நீண்டநேரம் விவாதம் சீரியசாகச் சென்று கொண்டிருக்கும்போது, திடீரென்று நிறுத்தி, நம் முகத்தை நேரே பார்த்து கண்ணடித்தபடி,

“ காரணமென்ன? “,

என்று கூறி நிறுத்துவார். நமக்கோ என்ன சொல்வதென்று தெரியாமல் விழிப்போம்.

“ பூம் சிகிடி “,

என்று குழந்தையைப் போல் சப்தமாகச் சொல்லி, தோள்களைக் குறுக்கியபடி குலுங்கிக் குலுங்கிச் சிரிப்பார். அது நம்மையும் தொற்றிக் கொள்ளும். சூழலும் இருக்கத்தில் இருந்து முற்றாக விடுபடும்.

புகையெடுக்கும்போது நண்பர்களில் ஓரிருவர் அதிக சிரிப்புக்கு ஆட்படுவர், சிலர் முற்றிலும் அமைதியாகி விடுவர். சிலர் ‘கொஞ்சம் படுத்துக்கிறேன் ஜே.கே.’, என்று படுத்தே விடுவர்.

இவர்களை ஜே.கே. வகைப்படுத்தி பெயர் வைத்தபோது, எனக்கு வந்த சிரிப்பை நீண்ட நேரம் அடக்க முடியவில்லை.

அவை முறையே,

கிண்!

கிணாட்றி!

டொய்யாங்!

இந்தப் பெயரிடலுக்குப் பிறகு, இவை எங்களுடைய சங்கேத வார்த்தைகளாயிற்று. புகை மயக்கத்துக்கு ஆட்படும் நண்பர்கள் முன்பாகவே நாங்கள் 'கிண்ணாயிட்டாரு' என்றும், 'இது கிணாட்றி' என்றும், சொல்லி, விழுந்து விழுந்து சிரிப்போம். அந்த நண்பர்களும் எங்களோடு சேர்ந்து சிரிப்பது, எங்களை மேலும் வயிறு வலிக்க சிரிக்க வைக்கும்.

சரி! மீண்டும் ஆடிக்கொண்டே, ஓடிக்கொண்டிருக்கும் ரயிலுக்கு வருவோம்.

திடீரென்று,

"என் கையத் தொட்டுப் பாருங்களேன்"

என்று கைரேகை சோசியரிடம் நீட்டுவதைப் போல் நீட்டினார்.

"ஏன் சார்?"

"தொட்டுப் பாருங்களேன்"

அவரது உள்ளங்கை குழந்தையுடையதைப் போல் மிருதுவாக இருந்தது என்னை ஆச்சரியப் படுத்தியது.

"என்ன சார் இவ்ளோ சாஃப்டா இருக்கு?"

"அதுக்குதான் தொட்டுப் பாக்க சொன்னேன். நீங்க என்னென்ன வேலையோ செய்றீங்களே! நான் ஒரு வேலையும் செய்ய மாட்டேன். அதோட அடையாளந்தான் இது".

அன்று நாங்கள் படுக்க மணி ஒன்றானது. கெட்டுப்போன தேங்காய் சட்னியை தவிர்த்து, சாம்பாரையும், காரச் சட்னியையும் தொட்டுக்கொண்டு சாப்பிட்டோம். அவர் இரண்டு இட்லிகள் தான். நான் அவருடையதையும் சேர்த்து அனைத்தையும் காலி செய்தேன்.

மறுநாள் காலையில் நாங்கள் தங்கியிருந்த விடுதிக்கு அருகிலேயே இருந்த கல்லூரிக்கு நடந்து போய்க்கொண்டிருந்த சிறிது நேர இடைவெளியில்,

“எல்லாரும் ‘மேல் சோவனிசம்’ பத்தி மட்டும் பேசறாங்களே, ‘ஃபிமேல் சோவனிசம்’ னு ஒன்னு இல்லையா?”

அப்போது நான் எந்த பதிலும் சொல்லாமல் ஆமோதித்தேன். சரியான கேள்வி என்றும் நம்பினேன்.

அந்தக் கல்லூரி மாணவர்களுடன் ஒரு கலந்துரையாடல் ஒரு வகுப்பறையில் நடந்தது. நானும் மாணவர்களோடு சென்று அமர்ந்து கொண்டேன். ‘அக்னிப் பிரவேசம் கதையைப் பற்றி மட்டுமே வெவ்வேறு கேள்விகளை சில மாணவிகள் முன் வைத்தனர்.

அந்தக் கலந்துரையாடலில் ஒரு மாணவியின் கேள்வி என்னை மிகவும் கவர்ந்தது.

“இந்தக் காலத்தில் நாங்கள் பின்பற்றுவதற்கு உரிய, நேர்மையான மனிதர்கள் யாருமே தெரியவில்லையே?”

“ஏன்! நான் இருக்கிறேனே!”,

என்ற ஜெயகாந்தனின் பதில் மாணவர்களை உணர்ச்சிமயமாக்கி உற்சாகத்தில் பலமாகக் கைத்தட்ட வைத்தது.

அன்று இரவு எங்களை வழியனுப்ப சுமார் முப்பது பேர்களுக்கு மேல் ரயில்நிலையத்தில் கூடியிருந்தார்கள். வாயிற் படியில் நின்றவாறு ஜே.கே. கையசைத்து விடைபெற்று, இருக்கைக்குத் திரும்பினார்.

“சார், எல்லா ஊர்லயும் ஒங்களுக்கு நிறைய அன்பர்கள் இருக்காங்க. அவங்கள ஒருங்கிணைச்சு ஒரு இயக்கமா எதாவது பண்ணலாமே சார்?”

“இப்டிதான் எதையாவது பண்ணி மாட்டிக்கப்டாது”.

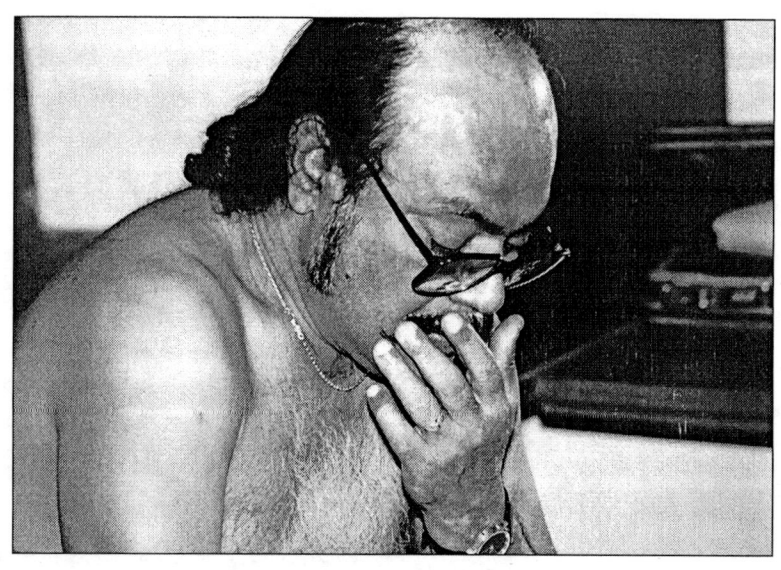

52. என் பேரு ஜெயகாந்தன்

அதிகாலை நான்கு மணிக்கெல்லாம் ரயில் சென்னையை அடைந்தது. நானும் ஜே.கே. சாரும் ஆட்டோ பிடித்து, நேரே என் வீட்டுக்கு வந்து சேர்ந்தோம். நாங்கள் புறப்படும் போதே அதுதான் எங்கள் திட்டம்.

நான் குடியிருந்த டாக்டர் பூங்குன்றன் வீட்டுக்கு நேர் எதிரில் ஒரு மருத்துவ ஆய்வகம்(Clinical Laboratory) இருந்தது. ஜெயகாந்தன் தனது ரத்தப் பரிசோதனை குறித்து எங்களது சந்திப்பில் பேசிக் கொண்டிருந்த போது, டாக்டர் இந்த ஆய்வகம் குறித்து தெரிவித்து இருந்தார். சர்க்கரை அளவு பரிசோதனை என்பதால் உணவு எடுத்தபின் இரண்டு மணிநேரம் கழித்து மீண்டும் ரத்தம் கொடுக்க வேண்டும்.

ஆகையால் என் வீட்டில் இருந்து இரண்டு பரிசோதனைகளையும் முடித்துக் கொண்டு, அவர் வீட்டுக்குப் போகலாம் என்பதே திட்டம்.

நான் குடியிருந்த வீடு, ஒரு படுக்கையறை கொண்ட, ஒரு போர்ஷன். ஒரு புதிய பிளாஸ்டிக் பாயை எடுத்து சிறிய ஹாலில் ஜே.கே. சாருக்காக விரித்தேன்.

"பாய் கலரும் டிசைனும் நல்லாருக்குதே",

என்று அதிகாலை நான்கரை மணிக்குக்கூட தன் ரசனையை வெளிப்படுத்தினார். அவருக்குத் தலையணை போர்வை கொடுத்து, தண்ணீரும் பக்கத்தில் வைத்துவிட்டு, கழிவறையையும் காட்டி விளக்கம் கொடுத்துவிட்டு நான் படுக்கையறையில் போய் படுத்தேன்.

தூக்கமே வரவில்லை. ஜே.கே. என் வீட்டில் வந்து படுத்திருப்பது எனது சமநிலையைக் குலைத்துதான் விட்டது. ஆனால் அவர் தூங்கிவிட்டார் என்பது மெல்லிய குறட்டையில் தெரிந்தது.

காலையில் ஏழு மணிக்கு எழுந்து காலைக் கடன்களை முடித்த வுடன், கிளம்பி விட்டோம். டிஃபன் சாப்பிட வந்து விடுமாறு அழைத்த என் இணையரிடம், ஜே.கே. சிரித்த முகத்தோடு மறுத்து விட்டார்.

எதிரில் சென்று பரிசோதனைக்கான ஜே.கே.யின் ரத்தத்தைக் கொடுத்துவிட்டு, நேரே ஊருக்குப் போகும் போது இட்லி வாங்கிச் சென்ற, கோமளா'ஸ் ரெஸ்டாரண்ட்டுக்கு வண்டியை விட்டேன். நன்றாக சாப்பிட்டு விட்டு எடுத்தால்தானே ரத்தத்தில் சர்க்கரையின் அளவில் ஏற்படும் வித்தியாசம் தெரியும்.

இருவரும் மினி டிஃபனே ஆர்டர் செய்தோம். எனக்கு அது 'மினி' தான். அவருக்கு 'மெகா' வாகத் தெரிந்தது.

"நீங்க எழுதுறவர் தான சார்? ஒங்கள பாத்தா மாரியே இருக்கு. எந்த பத்திரிகையில எழுதுறீங்க சார்? ".

எங்களுக்குத் தண்ணீர் கொண்டுவந்து வைத்த இளைஞருடையது தான் இந்தக் குரல்.

"சொல்றேன் ",

என்று ஜே.கே. சொன்னதும் சிரித்துக் கொண்டே அவர் வேறு மேசைக்கு சென்று விட்டார். எனக்கு ரசக்குறைவாகப் பட்டது. ஆயினும் ஜே.கே.யைப் பார்த்து புன்னகைத்தபடி சாப்பிட்டேன். ஒன்றுமே நடவாதது போல் உணவை சிலாகித்தபடி ஜே.கே.வும் சாப்பிட்டார். இருவருக்கும் அதே இளைஞர் காஃபி கொண்டு வந்தார்.

"அறிமுகம் இல்லாத ஒருத்தர்ட இப்டி கேக்கக் கூடாது. நீங்க யாரு? ஒங்க பேரு என்ன? ங்கறத மொதல்ல சொல்லிட்டு, அப்பறந்தான் நான் யாரு? ன்னு கேக்கணும். புரியுதா?, என் பேரு ஜெயகாந்தன். உங்க பேரு என்ன? "

ஜே.கே. அந்த இளைஞருக்கு எடுத்த வகுப்பை, நான் வாய்பிளந்து பார்த்துக் கொண்டிருந்தேன். அந்த இளைஞரின் பெயர்

எனக்கு இப்போது நினைவில்லை. ஆனால் இந்த நிகழ்வு என் நினைவில் என்றும் அழியாதது. உணவுக்கான பில் தொகையை என்னைக் கொடுக்க விடாமல் தடுத்து, அவரே கொடுத்தார்.

நேரே வீட்டுக்கு வந்து, ஜே.கே.சாரை காத்திருக்கச் சொல்லி விட்டு என் மகளை பள்ளியில் கொண்டுவிட்டுத் திரும்பினேன்.

இவ்வளவு நேரம் ஜே.கே. புகை போடாததே உலக அதிசயங்களில் ஒன்று. நான் வந்ததும் என்னிடம் ரகசியக் குரலில் 'வெளிய போய் போடலாமா?' என்றார்.

எனக்கு ஆச்சரியமாக இருந்தது.

"இங்கேயே ரெடி பண்ணிக்கலாம் சார். அப்பறம் வெளிய போகலாம்".

"அப்டியா சொல்றீங்க"

"என்ட்ட குடுங்க சார்"

அவர் ஹேன்ட் பேக்கிலிருந்து எடுத்து என்னிடம் கொடுக்க, நான் மேசைமீது வைத்துக் கொண்டு தயாரிக்கத் தொடங்கினேன். என் இணையர் எங்களைத் தாண்டிச் செல்லும் போது ஜே.கே.வுக்கு ஏற்படும் பதற்றம் என்னை அதிசயிக்கச் செய்தது.

இந்தத் தருணத்தில் என் வாழ்க்கை இயல்பொன்றை உங்களுக்கு சொன்னால்தான் இந்த நிகழ்வை சரியாகப் புரிந்து கொள்ள முடியும்.

எனக்குத் திருமணமாகி இருபது நாட்கள் கழித்து ஊட்டிக்கு 'ஹனிமூன்' சென்றோம். 'ஹனிமூன்' என்றதும் நீங்கள் கற்பனை குதிரையை தட்டிவிடாதீர்கள். 1991 ல் 1200 ரூபாயில் ஒரு பட்ஜெட் ஹனிமூன்.

இருபது நாட்கள் திருமண வாழ்க்கையில் ஏராளமான நம்பிக்கையை என் இணையரிடம் சம்பாதித்திருந்தேன். பணம் சம்பாதிக்கிறோமோ இல்லையோ, அந்த நம்பிக்கையை மட்டும் ஆரம்பத்தில் சம்பாதித்து விட வேண்டும். அதுதான் ஆயுள் வரை நம்மைக் காப்பாற்றும்.(இத நான் எனக்குச் சொன்னேன்)

அந்த நம்பிக்கையின் அடிப்படையில், ஊட்டியில் இறங்கிய அன்று காலையே, என் இணையரோடு சென்று வின்டேஜ் விஸ்கி

அரை வாங்கி, அறைக்குச் சென்று இணையர் மறுத்து விட்டதால், ஓர் ஐரோப்பியர் போல், நான் மட்டும் ஒரு லார்ஜ் எடுத்துக் கொண்டு, பிறகுதான் தாவரவியல் பூங்கா சென்றோம். என்னுடைய இரவல் கேமராவில் அன்றும் மறுநாளும் இணையரை நூறு படங்களுக்கு மேல் எடுத்தேன். ஃபிலிம் ரோலில் எடுத்த அவைகள் இன்றும் என்னிடம் பொக்கிஷமாக உள்ளன.

இரண்டாவது நாள் மாலை என் இணையருக்கு செப்டம்பர் மாத ஊட்டிக்குளிர் ஒத்துக் கொள்ளாமல் கடுமையான குளிர் ஜுரம். அந்த ஜுரத்திலும் என்னை, அவரே மதுவருந்தச் சொன்னபோது, பாதி அளவு விஸ்கி இருந்த அந்த பாட்டிலைத் திறந்து, வாஷ் பேசினில் கவிழ்த்து ஊற்றினேன்.

மகிழ்ச்சியற்ற சூழலில் நான் மது அருந்த மாட்டேன் என்பதை அன்று பதிவு செய்தேன். எங்களுக்குள் சண்டை போட்டுக் கொண்டிருக்கும் சூழலிலும் நான் மதுவருந்த மாட்டேன் என்பதை எதிர் வந்த காலங்களில் பதிவு செய்தேன்.

எனது மனக்கட்டுப்பாட்டின் மீதும், எனது குடும்ப அக்கறையின் மீதும் கொண்ட நம்பிக்கையும், அதையெல்லாம் விட என் மீது கொண்ட அளவிட முடியாத அன்பும் என்னை முழு சுதந்திரமாக இயங்க இணையரை அனுமதித்தது. எனது ஹனிமூன் விஸ்கி அனுபவத்தை, நெருங்கிய நண்பர்களிடம் பகிர்ந்த போது, நம்ப முடியாமல் வாயைப் பிளந்தார்கள்.

நான் ஒரு 'ஓல்டு மாங்க்' குடுவையை வாங்கி வீட்டில் வைத்தால், அதைத் தீர்ப்பதற்கு ஒன்றிலிருந்து இரண்டு மாதங்களுக்கு மேல் ஆகும். இதைப் பார்த்து தன் வீட்டில் வாங்கி வைத்த என் நெருங்கிய நண்பர் ஒருவர் மூன்றே நாட்களில் அதைத் தீர்த்துவிட்டு, குடுவைக்கும், அவருக்கும் அவப்பெயரைத் தேடிக் கொண்டார். அதன்பிறகு இன்றுவரை எந்தக் குடுவையும் அவர் வீட்டுக்குள் நுழைய முடியவில்லை. சுய கட்டுப்பாட்டைப் பேண இயலாதவர்கள் அதை உணர்ந்து, எச்சரிக்கையோடு எட்டியிருப்பதே அவருக்கும், அவருடன் இருப்பவர்க்கும் நலம் பயக்கும்.

(இத நான் எனக்குச் சொல்லவில்லை.)

ஜே.கே. கொடுத்த மூலிகையை பதமாக்கித் தயாரித்து, வெளியே நின்று புகைத்தவாறு உரையாடிக் கொண்டிருந்தோம். சரியாக

நாங்கள் சாப்பிட்டு முடித்தபின், இரண்டு மணி நேரம் ஆனதும் ரத்த மாதிரி கொடுக்க சாலையைக் கடந்து ஆய்வகம் சென்றோம். ரத்த மாதிரி எடுத்த ஓர் இளம்பெண் சிரித்தபடி ஒரு நோட்டின் முதல் பக்கத்தைக் காட்டி ஜே.கே.விடம் ஆட்டோகிராஃப் கேட்டார். ஜே.கே. எழுதுவதை நான் எட்டிப் பார்த்தேன்.

'அன்புடையார் இன்புற்றிருத்தல் இயல்பு'

என்று எழுதி கீழே கையெழுத்திட்டார்.

மீண்டும் வீட்டுக்கு வந்து என் இணையரிடம் சொல்லிவிட்டு அவர் வீட்டுக்குக் கிளம்பினார். அவரை ஆட்டோ பிடித்து அனுப்பிவிட்டு, வீட்டுக்கு வந்து என் இணையரிடம் கேட்டேன்.

'மேசை மீது வைத்து நாங்கள் என்ன செய்து கொண்டிருந்தோம் என்று தெரியுமா?'.

'நான் பார்க்கவில்லையே' என்றார். பிறகு விளக்கமாக நான் எடுத்துச் சொன்னேன். அவரைக் கண்டு ஜே.கே. அச்சமுற்றதையும் சொல்லி ஆச்சரியப் பட்டேன். ஜே.கே. உண்மையில் பெண்களைக் கண்டு அஞ்சுவதென்பது, அவர்களுக்கு அவர் கொடுக்கும் மரியாதை என்றே நான் புரிந்து கொண்டேன்.

...

எல்.ஐ.சி. ஏஜெண்ட்டாக நான் காலம் தள்ளிய ஒரு நாளில், தி.நகர் ஜீவா பார்க்கில் அமர்ந்து 'விழுவதும் எழுவதும்' நாவலை எழுதிக் கொண்டிருந்தேன். குனிந்தபடி எழுதிக் கொண்டிருந்த என் தலை, நிமிர்ந்த போது பார்க்கின் நுழைவாயிலுக்கு வெளியே, நன்கு அறிமுகமானவரின் முதுகுப் பக்கம் தெரிந்தது. நான் கண்டுகொண்டேன். ஜெயகாந்தன் சபையில் ஓரிருமுறை சந்தித்து அறிமுகமான அவர்தான் முனைவர் ம.ராஜேந்திரன். அப்போது அவர் 'தமிழ் வளர்ச்சித்துறை' இயக்குனர் பொறுப்பில் இருந்தார். பின்னாளில் தஞ்சை தமிழ்ப் பல்கலைக் கழக துணைவேந்தராகவும் பதவி வகித்தார். அவருடைய எழுத்துகள் எதுவும் நான் படித்ததில்லை.

நான் எழுதிய நாவல் நோட்டுப் புத்தகத்தை மூடி எனது எல்.ஐ.சி. 'பேக்'கில் வைத்துக் கொண்டு அவரை நோக்கி நடந்தேன். அவரும்

என்னைப் பார்த்தவுடன் கண்டுகொண்டு நலம் விசாரித்தார். நான், 'உள்ளே உட்கார்ந்து நாவல் எழுதிக் கொண்டிருந்தேன்' என்று சொல்லும் அளவுக்கு முட்டாள் இல்லை! எல்.ஐ.சி. விஷயமாக ஒரு வாடிக்கையாளரை பார்த்துவிட்டு வந்து கொண்டிருந்தேன் என்று நம்பும் படியான பொய் சொன்னேன்.

நம்ப முடியாத பொய்களை நான் எப்போதுமே சொல்வதில்லை. என் மகளுக்குக் கூட நான் அதையே போதித்தேன்.

"மாட்டிக்கிற மாதிரி பொய் சொல்றத விட, உண்மைய சொல்லி மாட்டிக்கிறதே மேல்"

இதான் நம்ப தத்துவம்.

ம.ரா. என்னைப் பற்றி கனிவோடு கேட்டறிந்தார். அவரும் யாரோ ஒரு நண்பரின் வரவுக்காகக் காத்திருக்கிறார் என்று பேச்சில் தெரிந்தது. ஜெயகாந்தன் உடனான எனது தொடர்பு பற்றி வினவினார்.

எனது அச்சிடப்பட்ட, 'ஜெயகாந்தன் நாவல் வெளியீட்டு விழா' உரையை பையிலிருந்து தேடியெடுத்து அவரிடம் நீட்டினேன். பெற்றுக் கொண்டார். ஒரு சில நிமிடங்களில் நான் விடை பெற்றேன். 'பார்க்'கை சுற்றிக் கொண்டு என் 'பைக்' நிறுத்தப்பட்டிருந்த ஜீவா பார்க்கின் பின்புற கேட்டருகே வந்து நின்று திரும்பிப் பார்த்த போது, ம.ரா. என்னுடைய உரையை படித்துக் கொண்டிருப்பது தெரிந்தது. அப்படியே தூரத்தில் நின்றபடி அவரை வேடிக்கை பார்த்துக் கொண்டிருந்தேன். ஆறேழு நிமிடங்களில் முழுவதையும் படித்துவிட்டார் என்று எனக்கு உறுதியானதும், மகிழ்ச்சியோடு அங்கிருந்து கிளம்பினேன்.

எழுதியவனுக்கு மகிழ்ச்சி அடுத்தவர் படிப்பதில்தானே!

53. மணிக்கொடி சீனிவாசன்

1980 களின் இறுதியில், நுங்கம்பாக்கம், மகாலிங்கபுரம் அடையார் பேக்கரியில் ஒரேயொரு ப்ரெட் (Bread) வாங்குவதற்காக, தி.நகர் சாரி தெருவில் இருந்து, எனது பக்கத்து வீட்டுக்காரரான தாடித் தாத்தா, எனது மருந்துக் கடை வழியாக தினந்தோறும் நடந்து செல்வது வழக்கம். நான் அந்தக் கடையை விட்டபிறகும், எனக்குத் தெரிந்து இருபத்தேழு வருடங்கள், அவரது இறுதிக் காலம்வரை அந்தப் பழக்கத்தை அவர் தொடர்ந்தார்.

அப்படி ப்ரெட் வாங்கச் சென்ற போது ஒரு நாள் என் கடைக்குள் வந்து அமர்ந்து பேசிக் கொண்டிருந்தார். என் தந்தை வயதொத்தவர். என் பதின்ம வயதிலிருந்தே என்னைவிட அதிக வயதானவர்களே எனக்கு அதிகம் நண்பர்களாக வாய்த்தார்கள். என் மேசையின் மீது இருந்த ஜெயகாந்தன், புஷ்கின் மற்றும் டால்ஸ்டாய் புத்தகங்களைப் பார்த்துவிட்டு,

"என் அப்பாகூட தமிழ் இலக்கியத்துல ரொம்ப ஆர்வம் உள்ளவர். தமிழ்ல பத்திரிகை கூட நடத்தினார். திருக்குறள அதே மாதிரி ரெண்டடில, இங்கிலீஷ்ல ட்ரேன்ஸ்லேட் பண்ணிருக்கார்", என்றார்.

தாடித் தாத்தா ஒரு கணிதப் பேராசிரியர். ஃபிரான்ஸ் பல்கலைக் கழகம் ஒன்றில் பணியாற்றிக் கொண்டிருக்கும் போது, ஏதோவொரு புரிந்துணர்வு ஒப்பந்த அடிப்படையில் தென்னமெரிக்காவில் உள்ள வெனிஸ்யுவெலாவில் அமைந்துள்ள பல்கலைக்கழகம் ஒன்றுக்கு பணி மாற்றலாகிச் சென்றார். பணி ஓய்வு பெறும் வரை அங்கேயே வாழ்ந்துவிட்டு, 1980 களின் தொடக்கத்தில் இந்தியா வந்து சேர்ந்தார். இந்தியா வந்ததும் அவருடைய உடை மாறியது. கதர்

வேட்டி, V கழுத்து வைத்து, கை பக்கங்கள் மேலேற்றி தைத்த கதர் பனியன், இரு தோள்களையும் போர்த்திய சிறு கதர் துண்டு. இது தவிர அவரது இறுதி முப்பது ஆண்டுகளில் நான் வேறு உடையில் அவரைப் பார்த்தது இல்லை.

எங்கள் தெருவிலுள்ள அனைவரும் அவரை 'தாடித் தாத்தா' என்றே அழைப்போம். ஆனால் அவருக்கு 'தாடி அப்பா' வயதுதான். நரைத்த முடியுள்ளவர்கள் கூட மழுங்க ஷேவ் செய்திருந்தால் 'அங்கூள்' ஆகி விடுகிறார்கள். குறைந்த நரையே இருந்தாலும் தாடி வைத்திருந்தால் தாத்தாவாக்கி விடுவது நமது சமூக நடைமுறையாகவே உள்ளது. (மாப்ள! இவந்தான் எங்கியோ செமத்தியா வாங்கிருக்கான்!)

"ஒங்க அப்பா பேரு சார்?"

"சீனிவாசன் தான் பேரு. ஸ்டாலின் மாதிரி பெருசா மீசை வச்சிருப்பாரு. அதனால 'ஸ்டாலின் சீனிவாசன்'னுதான் கூப்பிடுவாங்க"

"நான் கேள்விப்பட்டதில்ல சார்"

"அவரு இங்கிலீஷ்லதான் நெறைய எழுதிருக்காரு. ஆனால் அவரு ஃப்ரெண்ட்ஸ் கூட சேந்து 'மணிக்கொடி' ன்னு ஒரு பத்திரிகை நடத்தினார். அதுல கொஞ்சம் தமிழ் கட்டுரையெல்லாம் எழுதியிருக்கார். அவர 'மணிக்கொடி சீனிவாசன்'னும் கூப்பிடுவாங்க"

அவ்வளவுதான்!

'அப்டியே நான் ஷாக்காயிட்டேன்'.

புதுமைப்பித்தனை நமக்களித்த 'மணிக்கொடி' மீது நான் மாளாக் காதல் கொண்டிருந்த காலம் அது. தோழர் பொதியவெற்பன் வெளியிட்டிருந்த 'மணிக்கொடி' பற்றிய புத்தகமான, கருமை நிற அட்டை வடிவமைப்பு கொண்ட சிறப்பிதழும், எழுத்தாளர் வல்லிக்கண்ணன் எழுதிய 'சரஸ்வதி காலம்'(மணிக்கொடி முதல் சரஸ்வதி வரையிலும்) மற்றும் 'மணிக்கொடி எழுத்தாளர்கள்' தமிழுக்கு வாரி வழங்கிய கதைகளும் என்னை ஏற்கெனவே பிரமிப்பில் ஆழ்த்தியிருந்தன.

அந்த நிலையில், எனது பெற்றோர் பிறக்கும் முன்பே பிறந்த அந்த இதழுக்கு, 'மணிக்கொடி' என்று பெயரிட்டு, தமிழுக்கு வழங்கியவர் பெற்ற மகன், என் எதிரில் அமர்ந்திருக்கிறார் என்பது என்னை மகிழ்ச்சிக்கும் அதிர்ச்சிக்கும் இடையில் தள்ளியது.

அன்று அவரிடம் வெகுநேரம் உரையாடிக் கொண்டிருந்தேன். மணிக்கொடி சீனிவாசன் வீட்டுக்கு பக்கத்து வீட்டுக்காரன் நான் என்று நெஞ்சம் விம்மியது. அந்த வீட்டுக்கு 'அக்ரகாரத்து அதிசய மனிதர்' என்று அறிஞர் அண்ணாவால் போற்றப்பட்ட பாரதியின் சீடர் வ.ரா. நாள்தோறும் வருவார் என்றும், மணிக்கொடியை இலக்கியப் பத்திரிகையாக எடுத்துச் சென்ற பி.எஸ்.ராமையாவும், தினமணி ஆசிரியர் ஏ.என்.சிவராமனும் வாரந்தோறும் வருவார்கள் என்றும் அவர் சொல்வதை நான் அரை மயக்கத்தில் கேட்டுக் கொண்டிருந்தேன். 'தர்ம சக்ர' என்ற பெயர் கொண்ட அவர்கள் வீட்டில் வாரந்தோறும் 'வெள்ளி வட்டம்' என்ற பெயரில் தமிழின் பரிணாம வளர்ச்சி குறித்து மட்டுமே சிந்திக்கவும், பகிரவும் தமிழறிஞர்கள் கூடுகை தொடர்ந்து நடை பெற்றதாகவும் அப்போது அவர்களுக்குள் நடைபெற்ற சுவையான உரையாடல்களையும் அவருக்குத் தெரிந்தவரை கூறியதை, கேட்கக் கேட்க நான் அவரோடு மிகவும் நெருக்கமானதாக உணர்ந்தேன்.

அதன்பின் அவருடன் எனது நட்பு விரிவடைந்தது. அவர் உருவாக்கிய 'சாரி தெரு குடியிருப்போர் நலச்சங்க' த்தில் முனைப்போடு பங்கெடுத்தேன். சென்னை மாநகராட்சி தேர்தலில் எங்கள் பகுதி கவுன்சிலர் பொறுப்புக்கு சுயேட்சையாக அவர் நின்ற போது, வீடுவீடாக பிரச்சாரத்தில் ஈடுபட்டேன். வாக்கு எண்ணிக்கை மையத்தில் முகவராக நின்று, தோல்வியை பரிசாகப் பெற்று வந்தேன்.

ஏராளமான பழமரங்களும், சில பாம்புகளும் சூழ்ந்திருக்கும் அவருடைய வீட்டு முகப்பில் அமர்ந்தபடி, அவருடைய தந்தையைப் பற்றியும் அவரது எழுத்துகளில் சிலவற்றை தொகுத்து வைத்திருப்பது பற்றியும், அவற்றை பதிப்பித்து வெளியிட்டு, மக்களிடம் கொண்டு சேர்க்க முடியவில்லையே என்ற வேதனை யையும் என்னிடம் கொட்டுவார்.

1933 ல் 'மணிக்கொடி சீனிவாசன்' தனது இரண்டு ஆண்டுகள் சிறைவாசத்தின்போது, தமிழிலிருந்து ஆங்கிலத்துக்கு மொழிபெயர்த்து எழுதிய திருக்குறளை இன்றுவரை வெளியிட முடியாததை நினைத்து வருந்துவார். (இவை நடந்து இருபத்தைந்து ஆண்டுகள் கடந்தும், இன்றும் அது வெளிவராதது தமிழுக்கு இழுக்குதான்.) இந்தத் திருக்குறள் மொழிபெயர்ப்பின் சிறப்பு என்பது, வள்ளுவரைப் போலவே ஆங்கிலத்திலும் இரண்டே அடிகளில் கவிதை வடிவில் அமைந்ததுதான். அதுபோல் இன்றுவரை ஆங்கிலத்தில் எவரும் பெயர்க்கவில்லை எல்லா ஐரோப்பியர் உட்பட.

கனடாவில் பிறந்து இந்தியாவில் வாழ்ந்து இங்கிலாந்தில் மறைந்த ஜி.யு.போப், 1886 ஆம் ஆண்டு, அவரது மிகவும் பிரபல உருவாக்கமான திருக்குறள் ஆங்கில மொழிபெயர்ப்பை வெளியிட்டார். ஆயினும் தமிழிலும், ஆங்கிலத்திலும் பெரும் புலமை பெற்ற 'மணிக்கொடி சீனிவாசன்' மொழிபெயர்ப்பு கவித்துவம் மிக்கது.

உதாரணமாக ஒரேயொரு குறள்:

திருக்குறள்(391)

கற்க கசடறக் கற்பவை கற்றபின்

நிற்க அதற்குத் தக.

ஜி.யு.போப்

So learn that you may full and faultless learning gain,

Then in obedience meet to lessons learnt remain.

மணிக்கொடி சீனிவாசன்

Learn and learn it without faults

Live and live by what is learnt.

மேற்கண்ட குறளைப்போல், முழுமையான திருக்குறளின் மொழிபெயர்ப்பு இன்றிலிருந்து 90 ஆண்டுகளுக்கு முன்பு, ஆங்கிலேயர் ஆட்சியில் அரசியல் கைதியாக நாசிக் சிறைவாசத்தில்

இருந்தபோது, ஒரு தமிழரால் எழுதப் பட்டது. இன்னும் வெளிவரவில்லை.

இந்த வேதனை தாடித் தாத்தா தொடர்பினால் என்னையும் தொற்றிக் கொண்டது. இது என்னுள்ளேயே பல ஆண்டுகளாக ஊறிக்கிடந்த போதுதான், ஜெயகாந்தன் குடிசையில் தமிழ் வளர்ச்சித்துறை இயக்குநர் ம.ராஜேந்திரன் அவர்களை, மீண்டும் ஒருநாள் சந்திக்க வாய்த்தது. ஜெயகாந்தன் சபையில் இருக்கும் போது, நான் வேறு யாருடனும் உரையாடலில் ஈடுபட மாட்டேன். அவர் கீழே இறங்கிப் போனபோது ம.ரா. அவர்களிடம் மெதுவாகத் தொடங்கினேன். அவரது இயல்பேயான மென்மையோடு பொறுமையாகக் கேட்டார்.

மணிக்கொடி சீனிவாசன் வீட்டுக்கு அடுத்த வீட்டில் நான் வசிப்பதையும், அவருடைய எழுத்துகள் முடங்கிக் கிடக்கும் வரலாற்றையும் சுருக்கமாகக் கூறினேன்.

“அவர நாங்க தேடிக்கிட்டு இருக்கோங்க. தவறாம அவசியம் அழைச்சுகிட்டு வாங்க. இல்ல, நான் வரதுன்னாலும் வரேன்”,

என்று சொல்லிக்கொண்டே தன் அலுவலக விசிட்டிங் கார்டை எடுத்து என்னிடம் நீட்டினார். எனக்கு மகிழ்ச்சி பொங்கியது. அடக்கிக் கொண்டேன். உயர்நீதிமன்ற வளாகம் எதிரேயுள்ள குறளகத்தில்தான் அவரது தமிழ் வளர்ச்சித்துறை அலுவலகம் அப்போது இருந்தது.

நானும், ஜெயதேவ் சீனிவாசனும் (இதுதான் தாடித் தாத்தாவின் பெயர். இவரைத்தான் என் வீட்டுக்கு ஜே.கே. வந்திருந்தபோது அறிமுகப்படுத்திய விபரங்களை 23 வது அத்தியாயத்தில் குறிப்பிட்டிருக்கிறேன்.) குறளகத்தின் பராமரிப்பற்ற மாடிப் படிகளில் ஏறி, தமிழ் வளர்ச்சித்துறை அலுவலகம் அடைந்ததும் இயக்குனர் ம.ரா. அவர்களின் விசிட்டிங் கார்டை கொடுத்தேன். ஓரிரு நிமிடங்களில் ம.ரா. வே வெளியில் வந்து எங்களை மிகுந்த மரியாதையோடு வரவேற்றார்.

ஜெயதேவ் எடுத்து வந்திருந்த மணிக்கொடி சீனிவாசன் எழுத்துக்களின் தொகுப்புகளை அவரிடம் எடுத்துக் கொடுத்தார்.

அவற்றை பார்த்துக் கொண்டிருந்தவர், அதில் அவருடைய பிறந்த நாளைப் பார்த்துவிட்டு,

"அப்பாவுக்கு நூற்றாண்டு விழா கொண்டாடலாமா?", என்றார்.

"நூறு முடிஞ்சு நாலு வருஷம் ஆயிடுச்சே!", என்றார் ஜெயதேவ்.

"அவருக்கு எதாவது செய்யனுங்க. சரி முயற்சி பண்ணிப் பாப்போம்", என்றார்.

நாங்கள் எடுத்துச் சென்ற தொகுப்புகளைக் குறித்து பிறகு பேசுவோம் என்று ஒத்தி வைத்தார்.

அவருடைய அன்பான உபசரிப்புக்குப் பிறகு விடைபெற்றோம்.

ஓரிரு நாட்களில் ம.ரா. விடம் இருந்து மணிக்கொடி சீனிவாசன் அவர்களுக்கு கலைவாணர் அரங்கில் அரசே நூற்றாண்டு விழா கொண்டாடப் போகும் செய்தி வந்தது. அந்த விழாவில் அவருடைய புகைப்படக் கண்காட்சி அமைக்கும் வேலையை ம.ரா. என்னிடம் கொடுத்தார். மேலும் கணையாழியில் பிரசுரிக்க ஜெயதேவிடம் ஒரு பேட்டி எடுத்து தரும் பணியையும் என்னிடமே கொடுத்தார். புகைப்படக் கண்காட்சி ஏற்பாடுகளுக்கு என்னுடைய இரண்டு நாட்களை முழுதாக அர்ப்பணித்தேன். மருந்துக் கடை இல்லாத எல் ஐ சி முகவர் பணி எனக்கு வசதியாக இருந்தது.

ஜெயதேவ் சீனிவாசன் அவர்களை பேட்டி எடுத்து எழுதிக் கொண்டு சென்று ம.ரா.விடம் அளித்தேன். அவர் அதைப் படித்து விட்டு,

"நல்லா வந்துருக்கு கௌதம். இத கட்டுரையா மாத்தி கொடுத் தீங்கன்னா விழா அன்னைக்கு காலையில தினமணில போட சொல்லலாம்".

"சரி சார்".

"ஜெயதேவ் பேர்லயே போட்டுல்லாமா? அவருக்கு ஒரு மரியாதை செஞ்ச மாதிரி இருக்கும்"

"அதுக்கென்ன சார். அவரு பேர்லயே போடலாம்".

"அப்ப அவரோட ஒரு ஃபோட்டோவும் வாங்கிட்டு வந்துடுங்க".

"சரி சார்".

மறுநாள் மாலை ஐந்து மணியளவில் கட்டுரையையும், ஃபோட்டோவையும் கலாக்ஷேத்ராவில் ஒரு கச்சேரி பார்க்கச் சென்றிருந்த ம.ரா. விடம் கொண்டு சேர்த்துவிட்டேன்.

அந்தக் கட்டுரை ஜெயதேவ் சீனிவாசன் பெயரில் நூற்றாண்டு விழாவன்று காலை தினமணியில் வெளிவந்தது. என்னுடைய கட்டுரை வரிகள் அச்சாகி வெளிவந்த அந்த தினமணியை இன்றும் பத்திரமாகப் பாதுகாத்து வருகிறேன்.

கலைவாணர் அரங்கில் அமைச்சர் தலைமையில் விழா சிறப்பாக நடைபெற்றது. ஜெயகாந்தன் மற்றும் அவரது நண்பர்கள் குழாம் முதல் வரிசை விருந்தினர்களாக வருகை புரிந்தார்கள். புகைப்படக் கண்காட்சி அனைவரையும் கவர்ந்தது. மேடையில் பாராட்டினார்கள். என்னிடம் ம.ரா. கொடுத்த இரண்டாயிரம் ரூபாயிலேயே செலவை முடித்திருந்தேன்.

பின்னர் 'மணிக்கொடி சீனிவாசன் எழுத்துக்கள்' என்ற தலைப்பில் ஜெயதேவ் சீனிவாசன் தொகுப்பு ஒன்றை கணையாழி படைப்பகம் வாயிலாக ம.ரா. வெளிக் கொண்டு வந்தார். ஆனால் ஆங்கிலத் திருக்குறள் மட்டும் அப்படியே முடங்கிப் போனது.

மணிக்கொடி சீனிவாசன் குறித்து எழுதுவதற்கு ஏராளமாய் இருந்தாலும், என்னைக் கட்டுப் படுத்திக் கொண்டு அவர் குறித்து நான் எழுதி 30.12.2003 தினமணி இதழில் வெளியான கட்டுரையை மட்டும் உங்களுக்குத் தருகிறேன்.

'தனித்துவம் மிக்க மனிதர்'

தன்னலமற்ற சமூகச்சிந்தனையும், தனக்கென சில வாழ்நெறி முறைகளும் கொண்டு, தர்மத்தையும் சத்தியத்தையும் இறுதிவரை பிறழாது கைக்கொள்ளும் மனிதர்கள், தற்காலத்தில் பிரபலமாகத் தெரிவதில்லை. சுதந்திரப் போராட்டக் காலத்தில் பிரபலமாவதற்கு மேற்சொன்ன தகுதிகள் தவிர்க்க முடியாதவை. இதில் உண்மை என்னவென்றால், இத் தகுதிகள் கொண்ட மனிதர்கள் எப்போதுமே பிரபலத்தை நோக்கமாகக் கொள்ள மாட்டார்கள்,

மனோதைரியமும், தன்னடக்கமும் ஒருங்கே அமைந்த மனிதர்களை நாம் சென்ற தலைமுறையினரில் அதிகம் காண்கிறோம்.

அப்படிப்பட்ட சிறந்த சிந்தனாவாதிகளில் ஒருவர்தான் மணிக்கொடி கு.சீனிவாசன். திருக்குறளை, குறளைப் போலவே இரண்டடியில் மிகச்சிறப்பாக ஆங்கிலத்தில் மொழி பெயர்த்திருக்கிறார். இது நடந்தது 70 ஆண்டுகளுக்கு முன், நாசிக் சிறையில்.

பத்திரிகையையும் இலக்கியத்தையும் தம் இரு கண்களாகப் பாவித்து வாழ்ந்தவர் எம் தந்தை மணிக்கொடி கு.சீனிவாசன்.

மணிக்கொடி இதழ் பற்றிய கனவு அவரது மனத்தில் தோன்றிய விதத்தை அவரது வார்த்தைகளில் சொல்ல விரும்புகிறேன்.

"பரந்த ஆசையில் பிறந்தது 'மணிக்கொடி'. இந்திய விடுதலை, பாரதமாதாவின் விசுவரூபம், உலக வரலாற்றின் ஏட்டுத் திருப்பம், மானுடம் ஓங்கி தெய்வீக எல்லையைக் கிட்டும் பேரெழுச்சி, கலி மறைந்து கிருதயுகம் தோன்றும் கவர்ச்சி இவற்றில் முளைத்தது. ராம் மோகன்ராய், ரிஷி தயானந்த், விவேகானந்தர், அரவிந்த கோஷ், திலகர், ரவீந்திர நாத், காந்தியடிகள் முதலியவர்கள் கொண்டிருந்த குறிக்கோள்கள், காட்டிய நெறிகள், வகுத்த முறைகள் இரும்பைக் காந்தம் இழுப்பது போல இளமனங்களை ஈர்த்த காலம். அவைகளையே 'மணிக்கொடி' தனது சங்கல்பமாக ஏற்றுக்கொண்டது. பாரதியாரின் 'இந்தியா' பத்திரிகையும், வ.வே. சு. ஐயரின் 'பால பாரதி'யும் தொட்டுவிட்டுப் போன பணியைத் தொடர்ந்து நடத்த வேண்டும் என்பது அவா".

இவ்வாறு பன்முக நோக்கில் ஆரம்பிக்கப் பட்ட 'மணிக்கொடி', அக் காலத்தில் லட்சிய வாதிகள் தொடங்கிய எல்லா பத்திரிகை களையும்போல் பணக்கஷ்டத்தில் மூழ்க ஆரம்பித்தது. அதைக் காப்பாற்றி வளர்த்தெடுப்பதற்காகவே, மணிக்கொடியின் பொறுப்பை நண்பர்களிடம் ஒப்படைத்துவிட்டு பணம் சேகரிக்க, பம்பாய் புறப்பட்டார் சீனிவாசன். அங்கு சென்றும் அவரால் பண நெருக்கடியிலிருந்து மீள முடியாததால், மணிக்கொடியின், அரசியல், சமூக வாழ்வு, இலக்கியம், உலக அறிவு என்ற பன்முக நோக்கம், இலக்கியம் மட்டும் என்ற ஒரே நோக்கமாகக் குறைந்தது.

அந்த ஒரே நோக்கம் கொண்ட மணிக்கொடி, வ.ரா.வினாலும், பின்னர் ராமையாவின் உறுதியாலும், தன்னால் இயன்ற வரை முயன்று தமிழுக்கு வளம் சேர்த்து, அதற்கே உரமானது.

இந்தியாவில் ஏற்பட்டிருந்த புதிய அரசு, பத்திரிகையாளர்களின் பெயர்ப் பட்டியல் ஒன்றைத் தயார் செய்ய ஆணையிட்டிருந்தது. அதில் ஒவ்வொரு பத்திரிகையும் யாரைச் சார்ந்து கருத்துகளை வெளியிடும் என்று வகைப்படுத்தினார்கள். தந்தையார் பெயர் வரும்போது, 'கோயங்காவின் ஆள்' என்று கூறியிருக்கிறார்கள். அப்போது எங்கள் தந்தையை நீண்டகாலம் நெருக்கமாய் அறிந்திருந்த சர்தார் வல்லபாய் படேல், "சீனிவாசன் தனித்துவம் மிக்க மனிதர். அவரை யாரும் தனக்குள் அடக்க முடியாது. தனக்கு சீனிவாசன் கட்டுப்பட்டவர் என ஒருவர் நினைத்தால், அப்போதே அவரிடம் இருந்து விலகும் தன்மையுள்ளவர் அவர். அவரைத் தனியாகவே குறிப்பிடுங்கள்" என்று கூறியிருக்கிறார்.

எங்கள் தந்தையும், வ.ரா.வும், சொக்கலிங்கமும் 'மணிக்கொடி' ஆரம்பித்தபோது முதல் இதழ் வெளிவந்ததும், வாழ்த்துத் தெரிவிக்க கல்கி ஓடோடி வந்ததாக ராமையா கூறக் கேட்டிருக்கிறேன். தந்தையின் மீது கல்கிக்கு மிகுந்த மரியாதை இருந்தது.

அவருடைய வாழ்வின் பெரும்பகுதி பத்திரிகைப் பணிகளிலேயே கழிந்தது. அச்சேறும் கொஞ்ச நேரம் முன்பாகவே, கடைசி செய்தி வந்த பிறகே, தலையங்கம் எழுதுவார். அச்சிட்டு வெளிவரும் முதல் இதழைப் பார்த்த பிறகே வீட்டுக்கு வருவார். ஆகையால் நாங்கள் (ஐந்து மகன்கள், ஒரு மகள்) தூங்கிக் கொண்டிருக்கும்போது அவர் வீட்டுக்கு வருவதும், அவர் தூங்கிக் கொண்டிருக்கும் போது நாங்கள் பள்ளிக்குச் செல்வதும் வழக்கமாயிருக்கும். எங்களோடு அவர் அதிக நேரம் செலவழிக்க வாய்ப்பிருந்ததில்லை. எங்களோடு இருக்கும் நேரங்களில் நட்புடனேயே பழகுவார். அதிகாரம் இருக்காது. வீட்டில் பேசும்போதும் காவியங்களில் இருந்தும், காப்பியங்களில் இருந்தும் உதாரணங்கள் வந்து விழுந்து கொண்டிருக்கும்.

சமஸ்கிருதம், ஹிந்தி, ஆங்கிலம், பிரெஞ்ச் ஆகிய மொழிகளில் சிறந்து விளங்கினாலும், வெளிநாடுகளிலும் வெளிமாநிலங்களிலும் வாழ்வின் பெரும்பகுதியைக் கழித்திருந்தாலும், தமிழின்பால்

அவருக்கிருந்த மோகம் அளவிடற்கரியது. தமிழ்ச் சொற்களை அவர் உபயோகிக்கும் விதமே சந்த இனிமையும், கவித்துவமும் கலந்து விளங்குவதாய் அமைந்திருந்தது.

தந்தையும், வ.ராவும் ஆங்கிலத்தில் நிறைய எழுதியிருக்கிறார்கள். எங்கள் தந்தையார் ஆரம்பத்தில் ஆங்கிலத்திலேயே நிறைய கட்டுரைகள் எழுதிக் கொண்டிருந்தார். ஆந்திரகேசரி T.பிரகாசம் தமிழில் 'ஸ்வராஜ்யா' இதழை ஆரம்பித்த போது, தந்தையை அதில் ஈடுபடுத்தினார். அப்போது நெருக்கமாய் இருந்த வ.ரா.தான் எந்தக் கருத்தையும் அழகு தமிழில் விவரிக்க முடியும் என்று தந்தைக்கு உரமேற்றினார். அதன் பின்னரே அவருள்ளிருந்த தமிழ் ஈடுபாடும், தமிழறிவும் முனைப்போடு வெளிக் கிளம்பின.

பம்பாய் ஃப்ரீ பிரஸ் ஜர்னலி'ன் பத்திரிகைகளில் ஒன்றான, எங்கள் தந்தையே துவக்கிய 'பாரத் ஜோதி' இதழில் 1965 - ம் ஆண்டு ஓர் ஆங்கிலக் கட்டுரை எழுதியிருந்தார். இந்திய பாகிஸ்தான் போர் முடிந்திருந்த சமயம். பாகிஸ்தான் ராணுவ ஜெனரல் மூஸா, போர் நடந்து கொண்டிருந்தபோது ஆற்றிய உரையில், 'வீரர்களே! உங்களது பற்கள் இந்தியாவின் சதையில் நன்றாகப் பதிந்துள்ளன. நீங்கள் அழுத்திப் பதித்து இழுப்பதைப் பொறுத்தே, நமக்குக் கிடைப்பது இருக்கும்' என்று கூறியிருந்தார்.

தமது கட்டுரையில் அதற்குப் பதிலளிக்கும் வகையில், 'உங்கள் தாடைகளிலும், இந்தியாவின் சதையினிலும் அழுந்தப் பதிந்திருந்த பற்கள் இப்போது உங்கள் கைகளில்!' என்று எழுதியிருந்தார் சீனிவாசன்.

பஞ்ச தந்திரக் கதைகளிலும், புராணக் கதைகளிலும் இருந்து நிகழ்ச்சிகளைச் சொல்லி, அதனோடு முழுவதும் பொருந்தும் இன்றைய அரசியல் நிகழ்ச்சிகளை விளக்கும் அவரது எழுத்து, படிப்பவர் மனத்தில் பதிந்து நினைவில் மிதக்கும்.

எங்கள் தந்தைக்கு நிரந்தர வருமானமோ, மிதமிஞ்சிய சொத்துகளோ கிடையாது. கையில் கிடைக்கும்போது குடும்பச் செலவுக்கு அம்மாவிடம் பணம் கொடுப்பார். அம்மாதான் குடும்ப நிர்வாகத்துக்கு முழுப்பொறுப்பு. என் மூத்த அண்ணன் வாங்கிய பாடப் புத்தகங்களையே எல்லாப் பிள்ளைகளும் படித்து

கடைசிப் பிள்ளையான நானும் படித்தேன். அந்தக் காலத்தில் படிப்புச் செலவு அப்படியொன்றும் பெரிதாக இல்லை. தந்தையின் இலக்கிய மற்றும் பத்திரிகை உலக நண்பர்களின் மனைவியர் என் தாய்க்கு உற்ற தோழிகளாய் விளங்கினார்கள். நாங்கள் பம்பாய்க்குக் குடிபெயரும்போது, தினமணி ஆசிரியர் ஏ.என்.சிவராமனின் மனைவியாரும், என் தாயாரும் தங்களது இனிய நினைவைப் போற்ற, இட்லி பாத்திரங்களை மாற்றிக் கொண்டது என் நினைவில் பசுமையாக இருக்கிறது.

எழுபது ஆண்டுகளுக்கு முன் தந்தையார் எழுதிய கட்டுரைகள், பத்திரிகைத் தலையங்கங்கள், பிளேட்டோவின் வசன மொழிபெயர்ப்பு, ஆங்கிலக் கட்டுரைகள், திருக்குறள் ஆங்கில மொழிபெயர்ப்பு ஆகியவை விரைவில் வெளிவர உள்ளன.

54. குறிப்பு சாமி

ஜெயகாந்தன் குடிசை.

ஜெயகாந்தனோடு நாங்கள் மொத்தம் ஆறு பேர். அதில் மூவர் திருப்பத்தூர் நண்பர்கள். அந்திமாலை தொடங்கிய மகிழ்ச்சி, சிறுகச் சிறுக வளர்ந்து நள்ளிரவை நெருங்கிக்கொண்டிருந்தது.

மறுநாள் மாலை வாணியம்பாடியில் கவிக்கோ அப்துல் ரகுமான் அவர்களோடு, ஜெயகாந்தன் கலந்துகொள்ளும் ஒரு பொதுக்கூட்டம். அதற்குக் கிளம்பிச் செல்ல பயணத்தோடு வந்த நாங்கள், ஜெயகாந்தனின் மகுடிக்கு ஆடியபடி சிரித்து மகிழ்ந்து, அருந்தி கிறங்கி அடக்கி வாசித்துக்கொண்டிருந்தோம்.

பயணத்தை நினைவூட்டிய நண்பரை நோக்கி,

"கோயம்பேடுதானப்பா! கௌம்புனா பத்து நிமிஷத்துல போயிடலாம்" என்று ஜே.கே. அடக்கிவிட்டார்.

நள்ளிரவு 12ஐ தாண்டித்தான் கிளம்பினோம். புதிதாகத் திறக்கப்பட்ட கோயம்பேடு பஸ்ஸ்டாண்டில் அப்போது ஒரேயொரு ஓட்டல்தான் இருந்தது. வயிற்றுக்குக் கொஞ்சம் போட்டுக்கொண்டு, மணி ஒன்றை நெருங்கும்போது கடைசி பஸ்ஸில் ஏறிவிட்டோம். கடைசி இருக்கைக்கு முந்தைய மூவர் அமரும் இருக்கைகளில் நாங்கள் நால்வர் அமரும் படியான கூட்டம். பஸ் முழுதும் ஆண் பயணிகளே நெருக்கியடித்து நின்றுகொண்டிருந்தார்கள். நாங்கள் மட்டுமே மது அருந்தியிருக்கவில்லை என்பதை நன்றாக உணர முடிந்தது.

பஸ் கிளம்பிய சிறிது நேரத்தில், ரம் கலந்த ப்ளாஸ்டிக் டம்ளர், குலுங்கியபடி ரகசியமாய்ச் சுற்றுக்கு விடப்பட்டது. ஜே.கே.யின்

நெருங்கிய நண்பர்களான நாங்கள் அதில் நல்ல திறமைசாலிகள். கூட்ட நெரிசலை மனதளவில் குறைக்கச் செய்த, மாயவித்தைதான் அது. ஜே.கே. தலையில் முண்டாசு கட்டிக்கொண்டு கம்பியில் சாய்ந்து கண் அசந்தார்.

ஒருமுறை ரயில் பயணத்தின்போது, புகையையும் மதுவையும் மனதில் கொண்டு, சீரியசாகக் கேட்டேன்...

"இந்த நாத்தம் மத்தவங்களுக்கு டிஸ்டர்பென்ஸ்தான சார்?"

"குசுகூடத்தான் நாறும். விடாம இருக்க முடியுமா?" என்று அவரும் சீரியசாகத்தான் சொன்னார். நான்தான் சிரித்துவிட்டேன்.

மறுநாள் மாலை வாணியம்பாடியில் பிரம்மாண்டமான பொதுக்கூட்டம். கவிக்கோ, ஜே.கே.யோடு முன்னாள் அமைச்சர் ஆர்.எம்.வீரப்பனும் கலந்துகொண்டு பேசினார். நாங்கள் சாலையின் ஓரத்தில் நின்றபடி உரைகளைக் கேட்டோம்.

இரவு தங்கலுக்கு ஜவ்வாது மலை அடிவாரமான ஆலங்காயம் செல்லும் வழியில், ஆசிரியர் ஆறுமுகம் ஊரான வெள்ளக் குட்டைக்குச் சென்று, அவர் வீட்டின் மாடியில் தங்கினோம். விடிந்தபோதுதான் அது ஓர் அழகிய கிராமத்துக்கு வெளியே அமைந்த மலைகள் சூழ்ந்த ஏகாந்தமான வீடு என்பதைக் கண்டு மயங்கினேன்.

மலைகளற்ற பகுதியில் வளர்ந்த எனக்கு, மலைகளின் மீது தீராக் காதல் எப்போதும் உண்டு; இப்போதும் உண்டு. என் சிறுவயதில் ஜெயங்கொண்டத்தில் இருந்து சென்னைக்கு ரயில் பயணம் என்பது, விருத்தாசலம் பேருந்துநிலையம் வந்திறங்கி, மாட்டுவண்டியிலோ, குதிரைவண்டியிலோ ரயில்நிலையம் சென்று, நள்ளிரவில் ரயிலுக்குக் காத்திருந்து ரயிலேறுவதும், ரயிலோ, பஸ்ஸோ, போகும் வழியில் இருட்டில் தென்படும் சிறுசிறு மலைகளைப் பார்க்கக் காத்திருந்து காணாமலே தூங்கிவிடும் துயரம் நிறைந்ததும் ஆகும். விடிந்தபின், மலையைக் காணாத துயரம், சென்னை சென்றபின்தான் நீங்கும்.

2014 மத்தியில், என் ஐம்பதாவது வயதில் சென்னையையும், பணம் சம்பாதிப்பதற்கான தொழிலையும் முற்றாகக் கைவிட்டு, வெளியேறிவிட வேண்டும் என்று முடிவுசெய்து, வரும்

காலத்தில் இருப்பதை வைத்து வாழப்போகும் ஊரை, கூகுள் மேப்பில், தமிழ்நாடு முழுவதையும் சலித்துச்சலித்துத் தேடிக் கொண்டிருந்தேன். என் பூர்வீகத்தை நாடாதது தனிக்கதை.

அந்தச் சமயத்தில் யூ ட்யூபில் சிக்கியவர்தான் இயற்கை வாழ்வியல் நம்மாழ்வார். 25 வயதில் ராகுல் சாங்கிருத்யாயன் எப்படி 'ஊர்சுற்றிப் புராணம்' என்ற புத்தகத்தால் என்னை ஊர்சுற்ற, வீட்டை விட்டுத் துரத்தினாரோ, அதேபோல் எனது 50 வயதில் நம்மாழ்வார், தனது யூ ட்யூப் வீடியோக்களால், தனது 'வானகம்' பண்ணைக்கு ஈர்த்தார். வானக அனுபவமும் தனிக்கதைதான்.

52வது வயதில், 35 வருடங்கள் வாழ்ந்த சென்னையைக் காலி செய்துவிட்டு கிளம்பிய, எனது இனிய காற்றையும், நீரையும் தேடிச்சென்ற பயணத்தில், முதலில் நான் தேர்வு செய்தது திருப்பத்தூர்தான். அதற்கு முக்கிய காரணம் அங்கிருந்து இருபது கிலோமீட்டர் தொலைவில் நீண்டு படுத்திருந்த ஜவ்வாது மலைத்தொடரின் எழிலுருவம்.

ஏழைகளின் ஊட்டியான ஜவ்வாது மலை அடிவாரத்தில், எஞ்சிய வாழ்வை இயற்கையோடு கழிக்கலாம் என்று நானும் என் இணையரும் முடிவுசெய்து, இடம் தேடும் படலம் தொடங்க, வந்து தங்கிய அருகமைந்த ஊர் திருப்பத்தூர். அப்போது அது மாவட்டத் தலைநகர் ஆகவில்லை. அங்கு எங்களை வரவேற்று, வசிக்க வாடகைக்கு வீடு கொடுத்தது ஆசிரியர் வெள்ளக்குட்டை ஆறுமுகம்தான். அப்போது, ஜே.கே. மறைந்து ஒரு வருடம் ஆகியிருந்தது. என்னுடைய நெருங்கிய நண்பர்கள் பட்டாளத்தில் பலரும், நான் சென்னையை விட்டுக் கிளம்பும்போது,

"நீங்கள் போகும் இடம் அமையவில்லை என்றால் சென்னைக்குத்தானே திரும்பி வருவீர்கள்?" என்று வினவினார்கள். இல்லையென்று மறுத்து, நான் சென்னையை விட்டேகி, ஏழு வருடங்கள் முடிந்துவிட்டன.

நாங்கள் நல்ல காற்றுக்கும், நீருக்கும்தான் சென்னையில் இருந்து வெளிக் கிளம்பினாலும், அவற்றோடு மட்டுமே மனிதன் வாழ்ந்துவிட முடியுமா என்ன? பார்க்கவும், பழகவும், ஊடவும், கூடவும் மனிதர்கள் இல்லாமல் மனம் மகிழும் வாழ்க்கை மனிதனுக்கு ஏது?

பணமும், அதிகாரமும், பொறாமையும், சாதியும் மனிதப் பண்புகளைப் பாழாக்கி வைத்திருக்கும் சூழல் எங்களை திருப்பத்தூரில் இருந்தும் துரத்தியது. மீண்டும் கூகுள் மேப்தான் எங்களுக்கு வழிகாட்டியது.

ஓடினோம்..! ஓடினோம்..!

தமிழ்நாட்டின் ஓரத்துக்கே ஓடினோம்!

இரண்டு வருட திருப்பத்தூர் வட்டார ஜவ்வாது மலை நண்பர்களுடனான வாழ்வனுபவங்களுடன் 'டேரா'வை கோவைக்குத் தூக்கியதும், அங்கு ஒரு சிறு குன்றில், மாடிக்குச் சென்றால் மலைகளைப் பார்க்க வாய்க்கும் வாடகை வீட்டில் வசிப்பது... இன்றும் நீளும் தொடர்கதை. ஆயினும் மலைமீது கொண்ட காதலுக்கு முடிவே இல்லை.

சரி! வெள்ளக்குட்டைக்கு வருவோம்.

ஆறுமுகம் சார் வீட்டருகே விரவிக் கிடந்த ஜவ்வாது மலைத்தொடர், இமயமலைத் தொடரைவிட பழைமையானது என்று ஓர் ஆதாரமற்ற செவிவழிச் செய்தி சொல்லியது. அந்த மலைகளில் மாடுமேய்த்த அனுபவங்களை ஆசிரியர் ஆறுமுகம் மென்மையாகக் கூறினார். ஆமாம்! அவருக்கு மென்மையாக மட்டுமே பேசத் தெரியும்.

சென்னையிலிருந்து டாக்டர் பூங்குன்றன் அவருடைய காரை ஓட்டிக்கொண்டு வந்து எங்களோடு ஐக்கியமானார். ஆறுமுகம் சார் வீட்டு மாடியிலேயே ஓர் இரவும் பகலும் முழுமையாகக் கழித்தோம். மதியம் சிறப்பான கறி விருந்து புசித்தோம்.

இரவு நெருங்கும்போது, டாக்டர் பூங்குன்றன் ஊரான பச்சூருக்குக் கிளம்பினோம். எங்களோடு ஆறுமுகம் சாரும் கிளம்பி விட்டார்.

ஆந்திரத்தின் கடைக்கோடி தெற்கு எல்லையான குப்பம் தொகுதியை ஒட்டியமைந்த தமிழ்நாட்டு கிராமம் பச்சூர். இதே பெயரில் வேறுசில ஊர்களும் தமிழ்நாட்டில் உண்டு. இது நாட்றாம்பள்ளிக்கு அருகில் உள்ள பச்சூர்.

ஜெயகாந்தனின் இலக்கியம் சாராத, இறுதிக்கால நண்பர்களில் மிகவும் நெருக்கமானவர் டாக்டர் பூங்குன்றன். இவரது தந்தையான

க.பெருமாள் அவர்கள் தமிழ்ப் பேராசிரியராகவும், சிறந்த எழுத்தாளராகவும் விளங்கியவர். பேராசிரியர் மு.வ. அவர்களின் வழிகாட்டுதலால் கல்வியில் உயர்ந்தவர். கோவை பி.எஸ்.ஜி. கல்லூரியில் பேராசிரியராகவும், சென்னை மாநிலக் கல்லூரியில் தமிழ்த்துறைத் தலைவராகவும், பின்னர் சில கல்லூரிகளில் முதல்வராகவும் பணியாற்றியவர்.

இவருடைய புத்தகங்கள் அனைத்தையும் டாக்டர் பூங்குன்றன் என்னிடம் காட்டியபோது, ஒவ்வொன்றிலும் ஒரு பிரதியை நான் எடுத்துக்கொண்டேன்.

அவை பின்வருமாறு:

- பெரிய இன்பம்
- நிலைத்த உண்மை
- பெரிய வெற்றி
- நல்லுலகம்
- மாபெரும் அறம்
- இன்ப வெள்ளம்
- ஆணவத் திருவிளையாடல்
- அருள் வெள்ளம்
- இமயத்தில் இந்திரா

இவற்றுள் 'பெரிய இன்பம்' என்ற நாடகம், 1979ஆம் ஆண்டு தமிழக அரசின் சிறந்த நாடகப் புத்தகத்துக்கான முதல் பரிசைப் பெற்றது. இவருடைய 'பெரிய வெற்றி' என்ற புத்தகம், அப்போதே மரம் வளர்ப்பின் அவசியம் குறித்துப் பேசுகிறது. இவர் ஆங்கிலக் கவிதைகளையும் தமிழில் மொழிபெயர்த்துள்ளார். இலங்கைத் தமிழர்களின் பால் பேரன்பு கொண்ட இவர், அவர்களின் துயர வாழ்வையும், இந்திரா காந்தியின் சிறப்புகளையும் தனித்தனி புத்தகங்களில் கவிதைகளாக வடித்துள்ளார்.

தந்தையின் தமிழுக்கும், டாக்டர் பூங்குன்றனுக்கும் எவ்விதத் தொடர்பும் இல்லையென்பதைப்போல், ஜெயகாந்தனின் தமிழுக்கும் டாக்டருக்கும்கூட எந்தச் சம்பந்தமும் இல்லை என்பதை இங்கு நான் கூறிவிடுவதே உண்மைக்கு அழகு. ஆனாலும் ஜெயகாந்தன் தனது நெஞ்சுக்கு நெருக்கமாக வைத்திருந்த மிகச்சில நண்பர்களில் இவரும் ஒருவர். தனது பால்ய கால நினைவுகளைத் தூண்டும் சென்னையின் பூர்வ பகுதிகளுக்கு டாக்டரை அழைத்துக்

கொண்டு, ஜே.கே. வெறுமனே சுற்றிவிட்டு, டீ குடித்து திரும்பியதை நானறிவேன். இவர்கள் இருவரும் என்னையும் அழைத்துக் கொண்டு, சென்னையைச் சுற்றிய இடங்கள் எண்ணிலடங்காது.

பச்சூரில் பயன்படுத்தப்படாத ஒரு பழைய வீடு எங்களுக்காக தயார்படுத்தப்பட்டிருந்தது. வழக்கம்போல் இனிமையான மதுவும், எளிமையான உணவும் முடித்து, வழக்கத்துக்கு மாறாக விரைவில் படுத்துவிட்டோம்.

காலை எழுந்தவுடன் 'டீ' கிடைத்தது. காலைக்கடனை முடிக்க, ஜே.கே. தவிர, ஆறுமுகம் சார் உட்பட நாங்கள் நால்வர் மட்டும் வீட்டுக்குப் பின்புறம் இருந்த திறந்த வெளியை தாண்டிக் கொண்டிருந்தோம். என் செருப்பணியாத காலில் குத்திய நெருஞ்சிமுட்களை எடுக்கத் தாமதித்து, நான் இருபதடி தூரம் பின்தங்கிவிட்டேன்.

காலைத் தட்டிக்கொண்டு நடக்க ஆரம்பித்த என்னை, இடதுபுறம் இருபதடி தூரத்தில் இருந்து, வெட்டவெளியில் மேய்ந்துகொண்டிருந்த ஒரு காளைமாடு கண்கொட்டாமல் பார்த்துக் கொண்டிருந்ததை யதேச்சையாகத் திரும்பிப் பார்த்தேன். எங்கள் இருவரின் கண்களும் சந்தித்த அடுத்த கணம், அது ஜல்லிக்கட்டு ஆக்ரோஷத்துடன் என்னை நோக்கிப் பாய்ந்து வந்தது.

"சார்..!" என்று கத்திக்கொண்டே அதற்கு எதிர்திசையில் நான் வேகமாக ஓட்டமெடுத்தேன். ஆறுமுகம் சார் ஏதோ சத்தமாக சொல்கிறார். எனக்கு அது மேலும் வேகமாக ஓடச் சொல்வதாக தோன்ற இன்னும் வேகமெடுத்தேன். ஆனாலும் ஆறுமுகம் சார் என் பெயரைச் சொல்லி அழைத்துக்கொண்டே இருக்கிறார். எனக்குத் திரும்பிப் பார்க்கக்கூட நேரமில்லாமல் ஓடிக்கொண்டிருந்தேன். மாடு அருகில் வந்து விட்டதோ என்ற பேரச்சத்தில் லேசாகத் திரும்பிப் பார்த்தால், மாடு நின்ற இடத்திலேயே நிற்கிறது. நான்தான் வெகு தொலைவு ஓடி வந்துவிட்டேன்.

நின்று திரும்பிப் பார்த்தால் ஆறுமுகம் சாரோடு சேர்ந்து நண்பர்கள் சிரித்துக்கொண்டிருக்கிறார்கள். வேகவேகமாக மூச்சு வாங்க, பதறிய நெஞ்சும், அசந்த உடலுமாக அவர்களை நெருங்கினேன்.

"மாடு கட்டியிருக்குன்னு கத்திகிட்டே இருக்கேன். நீங்க திரும்பியே பாக்காம ஓடுறீங்களே கௌதம்" என்று ஆறுமுகம்

சார் சொன்னதும்தான், மாட்டை மிக நீளமான கயிற்றால் கட்டியிருந்ததை நான் கவனிக்கவில்லை என்பதை உணர்ந்தேன். ஆனால், 'கட்டாமல் இருந்தாலோ, கயிறு அறுந்திருந்தாலோ நிச்சயம் பிரச்னைதா'ன் என்று சொன்ன ஆறுமுகம் சார், 'சில மாடுகள் இப்படி புது மனிதர்களைக் கண்டால் வெறித்துப் போவது உண்டு' என்றார். அன்று நான் மட்டும் பேண்ட் அணிந்திருந்தது ஒருவேளை அதற்குப் பிடிக்கவில்லையோ என்னவோ!

அன்று பச்சூரில், வாழ்வில் முதல் முறையாக திராட்சைத் தோட்டத்தைப் பார்த்தேன். பச்சூரிலும் கறி விருந்துதான். மதியம் உண்ட களைப்பைச் சிறிதே உட்கார்ந்தபடி தீர்த்துவிட்டு வெயில் சாயும் முன்பே கிளம்பிவிட்டோம். ஜெயகாந்தன், டாக்டர் பூங்குன்றன் மற்றும் கௌதமன் தவிர மற்ற அனைவரும் விடை பெற்றார்கள். அறுவராய்ச் சென்று மூவராய்த் திரும்பினோம்.

இந்தப் பயணத்துக்கு சில மாதங்கள் கழித்து, மீண்டும் திருப்பத்தூரில் இருந்து 'பீசா' தலைமையில் நண்பர்கள் சென்னைக்கு வந்திருந்தார்கள். அந்தச் சமயத்தில் நண்பர் அம்ஷன்குமார் என்னை அழைத்து, 'நான் ஜே.கே. வீட்டுக்குச் செல்கிறேன், நீங்கள் வர வாய்ப்பிருக்கிறதா?' என்று விசாரித்தார். 'கொஞ்சம் தாமதமானாலும் அவசியம் வருகிறேன்' என்று அவருக்கு உறுதியளித்தேன்.

என் வேலைகளை முடித்துவிட்டு ஜே.கே. சபைக்கு செல்லும்போது நன்றாக இருட்டிவிட்டது.

நான் உள்ளே நுழைந்ததும்,

"வாங்க கௌதம்" என்று ஜே.கே. வரவேற்று கை கொடுத்தார். என்னைப் பொறுத்தவரை இது எப்போதுமான நடைமுறை. சபை நுழைதலும், விடைபெறுதலும் கைகுலுக்கியே நிகழும்.

"அப்டியே ஒங்க கிளாஸ எடுத்துக்கோங்க..." என்ற அவருடைய உபசரிப்பை ஏற்று கிளாஸை எடுக்க அடி வைத்தேன்.

"எனக்கு ஒரு குறிப்பு சாமி கெடச்சுட்டார்" என்றார் ஜெயகாந்தன். அடுத்த வினாடி,

"கௌதமா, ஜே.கே.?" என்றார் பீசா.

அன்று சபையில் அம்ஷன்குமார் மற்றும் திருப்பத்தூர் நண்பர்களைச் சேர்த்து எட்டு பேருக்கும் மேல் அமர்ந்திருந்தனர்.

எனக்குள் ஒரு பரவச உணர்வு பரவியது. ஜெயகாந்தன் சொல்லச் சொல்ல அவருடைய கதைகளையும், கட்டுரைகளையும் எழுதிய நெருக்கமானவர்கள் சிலர் உண்டு. ஆனால், ஜே.கே.யால் 'குறிப்பு சாமி' என்று குறிப்பிட்டு அழைக்கப்பட்ட ஒரேயொருவர், எங்களால் 'பீசா' என்று அன்போடு அழைக்கப்படும், ஆசிரியர் பி.ச.குப்புசாமி அவர்கள் மட்டும்தான்.

ஜெயகாந்தனின் புகழ்பெற்ற 'விழுதுகள்' எனும் குறுநாவலை ஒரு நீளிரவில் ஜே.கே. சொல்லச்சொல்ல எழுதியவர் 'பீசா' தான்.

தமிழர்கள் பலரின் மனம் கவர்ந்த,

'ஒரு மனிதன், ஒரு வீடு, ஒரு உலகம்" நாவலின்,

"லாரியில் மொத்தம் ஏழு பேர் இருந்தார்கள்" என்று தொடங்கும் முதல் வரியை ஜெயகாந்தன் சொல்ல எழுதியவர் இவர்தான். திருப்பத்தூரில் இருந்து வந்து தங்கி, ஜே.கே. க்கு கைகளாக இருந்து இவர் எழுதியவை கணிசமான ஆக்கங்களாகும்.

"குறிப்புசாமி கெடச்சுட்டார்" என்று ஜே.கே. சொன்னது, என்னை அன்று முழுதும் மகிழ்ச்சியில் திளைக்கத்தான் செய்தது. அந்த மகிழ்ச்சியில் இருந்து வெளிவந்து யோசிக்க, எனக்குச் சிறிது காலம் தேவைப்பட்டது.

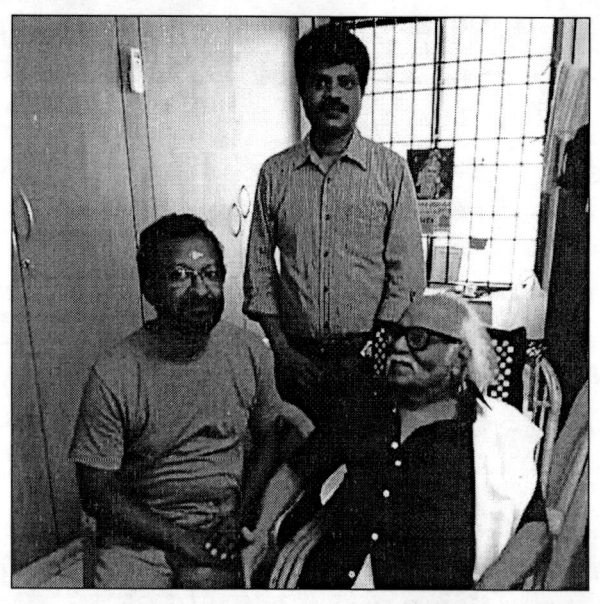

428 | ஜே கே சார்

55. இறுதிப் பிரிவு

ஜெயகாந்தனுடன் சென்னையில் நான் சுற்றிய பல்வேறு பகுதிகளின் நிகழ்வுகளும், சென்னையைத் தாண்டிய பல்வேறு ஊர்களின் பயண அனுபவங்களும் முழுவதுமாக என்னால் எழுதி முடிக்க இயலாதவைதான். ஆயினும் அவசியம் சொல்லவேண்டிய எதையும், நினைவின்மையால் தவற விட்டுவிடக்கூடாது என்ற எச்சரிக்கையோடே இதுவரை எழுதியிருக்கிறேன்.

ஜே.கே.யுடன் நட்பு கொண்ட ஆரம்ப நாட்களில் ஒருநாள், என்னுடைய பிறந்த நாளைக் கேட்ட அவர்,

"அம்முவுக்கும் ஒங்க வயசுதான். ஐந்தாறு மாதம்தான் வித்தியாசம்" என்றார்.

அவர் 'அம்மு' என்று குறிப்பிட்டது அவரது மூத்த மகளான ஆசிரியர் திருமதி காதம்பரி ஆவார். அவருடைய இணையரான தோழர் மாதவராஜ் அவர்கள், எனது ஜே.கே. நட்பு தொடங்கிய ஆரம்பகாலத்தில் இருந்தே என்னை நன்கு அறிவார். ஜே.கே. என்ற இளைஞரின் சபையில் கூடும் கிழவர்களுக்கு மத்தியில் நாங்கள் இருவரும் இளைஞர்களாக ஒன்றிணைவோம்.

நான் ஜே.கே.வை சந்தித்தத் தொடக்கக் காலத்தில் அவரது வீட்டில் ஓர் ஆட்டோ இருந்தது. மஞ்சள் நிறமற்ற மாற்று வண்ணம் கொண்ட பிரைவேட் ஆட்டோ.

அந்த ஆட்டோ பயனற்று வீட்டில் நின்றுகொண்டு இருப்பதாகக் கருதிய ஜே.கே., அதைத் தனது மகள் காதம்பரி வாழ்ந்து கொண்டிருந்த சாத்தூருக்குக் கொண்டுபோய் அவரிடம் சேர்க்கத் திட்டமிட்டார். நாங்கள் திருப்பத்தூர் பயணம் சென்றுவந்து சிறிது காலமே ஆகியிருந்தது.

“கௌதம், ஆட்டோவுல சாத்தூர் போவோமா? அங்கங்க நிறுத்தி நிறுத்தி, ஜாலியா பேசிகிட்டே போயிட்டு, ஆட்டோவ அங்கேயே உட்டுட்டு, வரும்போது ட்ரெயின்ல வந்துல்லாம்!”

இது போன்ற பயணங்கள் எனக்கு மிகவும் பிடித்தமானவை. அதுவும் ஜே.கே.யோடு என்பது சுவாரஸ்யம் மிக்கது. ஒரு வினாடி கூட தாமதிக்காமல் உடனே ‘OK’ சொன்னேன். ஆனால் அதன்பிறகு அந்தப் பயணமும் நிறைவேறவில்லை. அந்த ஆட்டோவையும் காணவில்லை. அவரிடம் அதுபற்றி நான் கேட்கவும் நினைவில்லை.

ஆனாலும், ஒரு மதுரைப் பயணத்தின்போது, மதுரையில் இருந்து சாத்தூருக்கு எங்களை அழைத்துச் சென்றார். எங்களை என்றால் பாண்டிச்சேரி நாகராஜன், பழனி மற்றும் நான். அப்போதுதான் எழுத்தாளர் தனுஷ்கோடி ராமசாமி அவர்களை முதன்முதலாகச் சந்தித்தேன். அனைவரும் ஒன்றாகவே மதியம் விருந்துண்டோம். நாங்கள் சாத்தூரிலிருந்து கிளம்பும் வரை எங்களுடனேயே இருந்தார். என்னோடு ஒட்டி வாழ்ந்த கேமராவில் மாதவராஜின் குழந்தையான (அப்போது) ப்ரீத்து என்கிற ‘ஜ்யோதிஷ்னா’வை ஓரிரு படங்கள் பிடித்தேன்.

அதன்பின் சில ஆண்டுகள் கழித்து மதுரையில் நடைபெற்ற ஜெயகாந்தன் குறுநாவல்களின் தொகுப்புகள் வெளியீட்டு விழாவில் கலந்துகொண்டு, நான் மட்டும் ஒரு வேலையாக கோவில்பட்டி செல்ல வேண்டியிருந்தது. என்னோடு வந்த தோழர் மாதவராஜ், வழியில் வந்த சாத்தூரில் அன்போடு இறக்கி, வீட்டுக்கு அழைத்துச் சென்று உபசரித்து, மீண்டும் கோவில்பட்டிக்கு பஸ் ஏற்றி அனுப்பி வைத்தார். அப்போது அவருக்கு இரண்டாவதாக மகன் பிறந்திருந்தான். அதன்பிறகு ஜே.கே.யின் பிறந்தநாள் கொண்டாட்டங்கள் அல்லது அவரது வீட்டு விசேஷங்களில் தொடர்ந்து சந்தித்து அளவளாவி மகிழ்வோம். நீண்டகால இடைவெளிக்குப் பிறகு ஜே.கே.யின் கடைசி பிறந்தநாள் அன்று, பார்த்தவுடன் ஓடிவந்து அணைத்துக் கொண்டார்.

ஜெயகாந்தனோடு பழக ஆரம்பித்து பன்னிரண்டாவது ஆண்டில்தான் நான் ‘குறிப்புசாமி’ பட்டம் பெற்றேன். அந்தப் பட்டம் என்னைச் சிலநாட்கள் குழப்பசாமி ஆக்கியது.

எனது எல்.ஐ.சி. முகவர் பணி தொய்வடைந்திருந்ததால் எனது வருமானம் மிகக் குறைந்துபோனது. டாக்டர் பூங்குன்றன் வீட்டுக்கு வாடகை கொடுக்க இயலாத சூழல் ஏற்பட்டது. அவரிடம் கொடுத்த வீட்டு அட்வான்ஸ் தொகையும் கழிய ஆரம்பித்தது.

அவருடைய வீட்டைவிட குறைந்த வாடகைக்கு ஓர் ஒண்டுக்குடித்தன வீட்டுக்குக் குடி பெயர்ந்தேன். நான் அதிகபட்ச ஏழ்மை வாழ்க்கையை அந்தக் காலத்திலேயே அனுபவித்தேன். என் இணையரும், எட்டு வயது மகளும் என் இயலாமையிலும், என்னோடு அன்புடனேயே காலம் கழித்தார்கள். இல்லாமை எங்களை எந்தத் தருணத்திலும் சோர்வடையச் செய்யவில்லை.

ஜே.கே. என்னிடம் ஒருமுறை கேட்டார்.

"எனக்கு எதாவது பாலிசி போட முடியுமா?"

"ஒங்க வயதுக்கு போடுவது லாபகரமானது இல்ல சார்."

இவ்வாறு பதிலளிக்கும் ஒரு எல்.ஐ.சி. முகவர் விளங்க முடியுமா? இது தவிர நான் எல்.ஐ.சி. விஷயமாக அவரிடம் எதுவுமே பேசியது இல்லை. அப்போது அவரது பிள்ளைகள் வேலைக்குப் போய்க்கொண்டிருந்தாலும் அவர்களுக்கான பாலிசிக்காகக்கூட நான் அவரிடம் கேட்டதில்லை.

ஆனாலும், எனக்கு எல்.ஐ.சி.யைத் தவிர வேறு போக்கிடம் இல்லாமல் இருந்தது. அன்றாட மற்றும் மாதாந்திர செலவுகள் என்னை விரட்டியது.

நான் எழுதி முடித்த நாவல் பரணில் கிடந்தது. ஜெயகாந்தனோ இலக்கியமோ என் குடும்பத்தைக் காப்பாற்ற எந்த உதவியும் செய்ய முடியாது என்பதோடு, நானும் உதவி கேட்கும் இயல்பற்றவன்.

ஜெயகாந்தனோடு நெருக்கமாக இருந்த ஒரு சந்திப்பில் அவருக்குத் தெரிந்தவர்களில் 'வீணாப் போனவர்கள் லிஸ்ட்' ஒன்றை எனக்குச் சொன்னார். அந்த லிஸ்டில் நானும் இடம்பெற்று விடக்கூடாது என்ற எச்சரிக்கை என்னுள் ஒலிக்கத் தொடங்கியது.

இறுதியில் உறுதியாக ஒரு முடிவெடுத்தேன். குடும்பம் தன்னிறைவு அடைவதும், அதற்குத் தேவையான பணம் ஈட்டுவதுமே என் முன்னுள்ள, நான் முன்னுரிமை கொடுக்க

வேண்டிய முக்கியப் பணி. அதனால் எல்.ஐ.சி. முகவர் பணியை முழுமூச்சாக மீண்டும் தொடங்கினேன்.

காலையில் சாப்பாடு கட்டிக்கொண்டு கிளம்பிவிடுவேன். கையில் பாலிசி எடுக்கும் வாய்ப்புள்ள வாடிக்கையாளர் பட்டியல் இருக்கும். அவர்களுக்கு ஃபோன் செய்துவிட்டு, அவர்கள் சொன்ன நேரத்துக்கு ஓடினேன். பத்து பேரைப் பார்த்தால் ஒருவர் நிச்சயம் என்பது எங்கள் பயிற்சியில் சொல்லிக் கொடுத்த சந்தை உபாயம். எனக்கு பத்துக்கு மூன்று அல்லது நான்கு பாலிசிகள் கிடைத்தன. எனது உழைப்பு இரவு பத்து மணி வரை கூட நீடிக்கும்.

ஜெயகாந்தன் சந்திப்புகள் தானே குறைய ஆரம்பித்தது. சந்திப்பு இடைவெளிகள் வாரங்களாகிப் பின் மாதங்களாயின.

ஜே.கே. மூலம் எனக்கு நெருக்கமான நண்பராகி இருந்த அம்பத்தூர் செல்வம், எனது ஓய்வில்லாத அலைச்சலைக் கண்டு,

“கௌதம், நீங்க இப்டி அலையக்கூடாதுங்க. நான் ஒங்களுக்கு ஒரு லட்சம் ரூபாய் தரேன். நீங்க எப்போ வேணாலும் திருப்பித் தாங்க. வட்டியெல்லாம் கெடையாது. நீங்க பார்மசி படிச்சுருக்கீங்க. முதல்ல ஒரு மெடிகல் ஷாப் ஆரம்பிங்க. சம்பாரிச்சு திருப்பிக் கொடுங்க” என்று உரிமையோடு என்னைக் கட்டாயப் படுத்தினார். எனக்கு அந்த முடிவை ஏற்க மேலும் ஒரு வாரம் யோசிக்க வேண்டியிருந்தது.

ஒரு வாரம் கழித்து அவரைப் பார்க்கச் சென்றேன். ஒரு லட்ச ரூபாய் காசோலையை ஒரு கவரில் வைத்து என்னிடம் நீட்டினார். நான் நெகிழ்ந்து போனேன்.

நான் உடனே வேகமெடுத்தேன். கோடம்பாக்கம் மேம்பாலத்தில் தொடங்கி, போரூர் தாண்டி மதனந்தபுரம் வரை கடைக்கு இடம் தேடி அலைந்தேன். ஓரிரு வாரங்களில் தி.நகரிலேயே இடம் கிடைத்தது.

எனது பழைய மருந்துக்கடை நட்புகள், கடை தொடங்க பேருதவி புரிந்தார்கள். கடையைத் தொடங்கியவுடன், ஒன்றரை லட்ச ரூபாய்க்கு ஒரு சீட்டு போட்டு, ஆறேழு மாதங்களில் அம்பத்தூர் செல்வத்திடம் வாங்கிய ஒரு லட்ச ரூபாய் வட்டியில்லாக் கடனை அடைத்தேன்.

இனி வாழ்க்கை முழுதும் மருந்துக் கடைதான் என்று என் மனதை பக்குவப் படுத்திக்கொண்டேன். இலக்கிய வாசிப்போ, வாசனையோ சுத்தமாக அற்றுப் போனது.

ஜே.கே. சார் சந்திப்பு இரண்டு மூன்று மாதங்கள் இடைவெளியை அடைந்தது. பிறகு வருடாவருடம் புத்தாண்டு மற்றும் அவரது பிறந்தநாள் சந்திப்பாக மாறியது.

ஜே.கே. சார், அவரது இளைய மகள் தீபலட்சுமி அவர்களின் சீமந்தத்துக்கு அலைபேசியில் அழைத்தார். குடும்பத்துடன் கலந்துகொண்டேன். அவரது உடல்நலம் பாதிக்கப்பட்ட போது, இசபெல்லா மருத்துவமனைக்கும், அப்போலோ மருத்துவமனைக்கும் சென்று பார்த்து வந்தேன். பிறகு நலமடைந்து வீட்டுக்கு வந்ததும் வீட்டுக்கும் சென்று விசாரித்து வந்தேன்.

நாங்கள் மகிழ்ந்து வாழ்ந்த அந்தக் குடிசை அமைந்த வீடு அடுக்ககமாக உருமாற்றம் பெற்றபோது, சிவன் பார்க் அருகிலிருந்த வேறொரு வாடகை வீட்டில் வசித்த ஜே.கே. சாரைப் பார்க்க ஒரேயொரு முறை என் மகளோடு சென்றேன்.

அடுக்ககம் வேலை முடிவு பெற்று, புதுமனை புகுவிழாவுக்கும் மறக்காமல் அலைபேசியில் அழைத்தார்.

அடுக்ககத்தின் தரைதளத்தில் குடியிருந்த அவரைப் பார்க்க நானும் ஒரு நண்பரும் சென்றபோது, எங்களுக்கு காஃபி, பிஸ்கட் கொடுத்து உபசரித்தார்கள். அது என்னை மிகுந்த தொந்தரவு செய்தது. முதுமையில் விருந்தினரை உபசரிப்பதுகூட தொல்லையே என்ற எனது எண்ணம், பிறந்தநாள் தவிர இனி போய் அவர்களை தொந்தரவு செய்யக்கூடாது என்ற முடிவெடுக்கத் தூண்டியது.

அவருடைய பிறந்தநாள் சந்திப்பு மட்டும் பெரும்பாலும் தவறியதில்லை.

24.04.2014.

இந்தப் பிறந்தநாள்தான் அவருடன் நான் பேசிய கடைசி நாள்.

நானும், நண்பர் பெர்னார்டும், எனது மகளும் அவர் இருந்து கொண்டாடிய இறுதியான பிறந்தநாளில், அவருக்கு வாழ்த்து சொல்லச் சென்றோம்.

ஜே.கே. அமர்ந்திருந்த அறைக்குள் நுழைந்ததும், என் தாடியை கிண்டல் செய்வதுபோல்,

“அனாமிகாவ பாத்துதான் ஒங்கள கண்டுபிடிச்சேன்” என்று அவர் இன்முகத்துடன் கூறிய நகைச்சுவை, என்னைப் பெரும் மகிழ்ச்சிக்குள்ளாக்கியது.

நண்பரும், நானும், எனது மகளும் ஜே.கே.யின் பாதம் பணிந்து வாழ்த்தினோம். கிறிஸ்தவரான பெர்னார்டும், கடவுள் நம்பிக்கையற்றவர்களான நானும், எனது மகளும் அவரிடம் பணிவோடு எங்கள் நெற்றியைக் காட்டி, திருநீறு பூசிக்கொண்டோம்.

அவரின் விருப்பத்துடன், அவர் முன் அமர்ந்து என் மகள்,

‘மனரே.. ராம சரண சுக பாயோ’ என்ற பஜன் பாடினாள். கண்மூடி மெய்மறந்து பாடலை ரசித்த அவர், பாடி முடித்ததும், திரும்பி என்னைப் பார்த்து,

“நாம மட்டும் கேட்டா போதாது. எல்லாரையும் கேக்க வைக்கணும்” என்று கூறினார். அன்று அவரிடம் கை கொடுத்து விடைபெற்றேன். அதுவே இறுதியான விடைபெறுதல் ஆயிற்று.

அவரைப் பார்த்துத் திரும்பிய நான்கே மாதங்களில், என் வியாபாரத்தில் இருந்து முற்றிலும் விடுபட்டு, நம்மாழ்வாரின் வானகத்தில் வாசம் புரிந்தேன். அந்தச் சமயத்தில்தான் ஆசிரியர் பி.ச.குப்புசாமி அவர்கள் ‘இந்து தமிழ் திசை’ நாளிதழில் ‘ஜெயகாந்தனோடு பல்லாண்டு’ என்ற தொடர் எழுதிக் கொண்டிருந்தார். அதில் நான் ஜே.கே. சாரை எடுத்த படங்கள் பலவும், தோழர் தினமணி நடராஜன் அவர்களின் முயற்சியால் வெளியானது. ஜெயகாந்தனைப் பற்றி அவரது நண்பர்கள் எழுதி வெளிவந்துள்ள புத்தகங்களில் சிறப்பானதென்றால் இதையே நான் குறிப்பிடுவேன். இந்தப் புத்தகத்தின் பெரும்பகுதி ஜெயகாந்தனின் ஒப்புதலோடே வெளிவந்தது என்பது இன்னும் சிறப்பு. ‘வானக’த்து கீற்றுக் கொட்டகையின்கீழ் அமர்ந்துதான் இந்தக் கட்டுரையின் பெரும்பகுதியை வாசித்தேன்.

வானகத்தில் இருந்தபோதும், அவ்வப்போது சிறு பயணங்கள் மேற்கொள்வது என் இயல்பாகவே இருந்தது. அதன்படி நண்பர் ஒருவருடன் இயற்கையை நாடி, சதுரகிரி மலைக்கு

மேற்கொண்ட பயணத்தின்போது, மதுரையில் ஜங்ஷன் அருகில் இரவு உணவை முடிக்கும் தருவாயில், என்னை வானகம் வெற்றிமாறன் அலைபேசியில் அழைத்தார்.

"அண்ணே! ஜே.கே. தவறிட்டாருண்ணே!"

இயற்கையை உள்மனது உணர்ந்தாலும், அதிர்ச்சியை என்னால் அடக்க முடியவில்லை.

அடுத்தடுத்து இரண்டு அழைப்புகள்.

ஜே.கே.யைப் பற்றி எதையேனும் கேள்விப்படும் போதெல்லாம், என் நினைவும் வந்துவிடும் நண்பர்கள் சிலர், உடனே என்னை அழைத்துப் பேசுவதுண்டு. அதுவும் ஜே.கே.யின் மறைவு அவர்களை உடனே என்னைத் தொடர்புகொள்ளத் தூண்டியதில் ஆச்சரியம் இல்லை.

என் பயணம் சென்னையை நோக்கி உடனே திரும்பியது. உடன் வந்த நண்பரும் என்னோடே கிளம்பினார். ஜங்ஷனுக்குள் நுழைந்ததும் சென்னைக்கு ரயில் தயாராக இருந்தது. முன்பதிவு செய்யப்படாத பெட்டியே காலியாக இருந்தது. ஒருவேளை புதன்கிழமை என்பதாலோ, என்னவோ!

ரயில் புறப்பட்டவுடன் அம்பத்தூர் செல்வம் அழைத்தார்.

அப்போது சென்னையில் வசித்த என் இணையருக்குத் தெரிவித்தேன்.

ஆட்டமும், சப்தமுமாக ஓடிக்கொண்டிருந்த ரயிலில் படுத்தபடி, ஜே.கே.யோடு நான் பயணித்த ரயில் பயணங்களை அசை போட்டுக் கொண்டிருந்தேன். அவர் சுவைபட சொன்ன ரயில் ஜோக்குகளும், நிகழ்வுகளும் என் நினைவுகளை ஆக்கிரமித்ததால் சரியான தூக்கம் இன்றியே விடிந்தபின் தாமதமாக வந்த ரயிலில் சென்னை வந்து சேர்ந்தேன்.

இணையரோடும், உடன் வந்த இளைஞரோடும், மாலையோடும் ஜே.கே.வை இறுதியாகப் பார்க்கச் சென்றேன்.

குடிசையில் இருந்தபோது மணிக்கணக்கில் பேசாமல், கீழுதட்டை மேலுதட்டில் அழுத்தியபடி யோசனையில் மூழ்கியிருக்கும் பாவனையே எனக்குத் தெரிந்தது. சுமார் ஒரு

நிமிடம் அவரை ஆழ்ந்து பார்த்தேன். முகத்தில் அமைதி தவழ்ந்தது.

அதன்பிறகு அங்கு நிற்க எனக்கு மனமில்லை. என் இணையரை வீட்டுக்கு அனுப்பிவிட்டு, அங்கேயே இருந்தேன். பிரபலங்களும், பத்திரிகையாளர்களும் பரபரப்பாகக் காணப்பட்டனர். ஜே.கே.யின் நண்பர்கள் இழப்பின் வலியோடு அமைதியாக இருந்தனர்.

பாரதியின் இறப்புக்கு வராத தமிழ்ச்சமூகம் ஜெயகாந்தனின் இறப்பில் அதை நேர் செய்துகொண்டிருந்தது.

மணிக்கொடி சீனிவாசன் அவர்களின் 104வது ஆண்டில் நூற்றாண்டு விழா கொண்டாட, ஒப்புதல் அளித்த அன்றைய முதலமைச்சர் செல்வி ஜெயலலிதா அவர்கள், தனிப்பட்ட காழ்ப்பில், தமிழ்நாட்டின் தலைசிறந்த இலக்கியவாதிக்கு அரசு செய்ய வேண்டிய கடமைகளைச் செய்யத் தவறினார்.

இயலாத முதுமையிலும் 'டாக்டர் கலைஞர்' அவர்கள், தம் நண்பரான ஜெயகாந்தனைக் காண இல்லம் தேடி வந்தார்.

பெசன்ட் நகர் மின் மயானத்துக்கு உறவினர்களின் இழப்புகளுக்காக நான் பலமுறை சென்றிருக்கிறேன். வாழ்நாள் முழுதும் தனித்த மாண்புடன் விளங்கிய ஜெயகாந்தன் மறைவிலும் தனிச்சிறப்பு விளங்கவே பயணித்தார்.

தகனம் முடிந்ததும் காலியாகிவிடும் மின் மயானம் அன்று காலியாக மறுத்தது. நண்பர்கள் கலைய மனமின்றியும், செல்ல போக்கிடம் இல்லாதது போலவும், தனித்தனிக் குழுக்களாக நின்று பேசிக்கொண்டே இருந்தார்கள். தனித்தனியாகத்தான் பேசினார்கள்; ஆனால், ஒரேயொருவரைப் பற்றித்தான். ஜெயகாந்தன் வெவ்வேறு வடிவங்களில் அனைவரது உரையாடல்களிலும் அருவமாய் வாழத் தொடங்கினார்.

அந்தக் கூட்டம் மேய்ப்பர் இல்லாத ஆடுகளைப் போல் தயங்கித் தயங்கி தேங்கியது.

அது வெறும் கூட்டமும் அல்ல.

அனைவரும் தமிழ்நாட்டின் மிகச்சிறந்த இலக்கியவாதிகள், பேராசிரியர்கள், பதிப்பாளர்கள், வாசகர்கள்...

அங்கேயே ஒரு சிறு இரங்கல் கூட்டம் நடைபெற்றது. அதன் பின்னும் கலைய மனமின்றி பின்னிப் பின்னி நின்று கொண்டிருந்தவர்களில் நானும் ஒருவன். என் கண்களில் நீர் வரவில்லை. ஆனால் ஆதரவிழந்ததைப்போல் உள்ளம் பாரமாக அழுத்தியது.

வெயில் சரிந்து, இருள் சூழக் கிளம்பி, கோயம்பேடு பேருந்து நிலையம் எதிரில் இருந்த நெருக்கடி மிகுந்த பாரில், ஜே.கே. நினைவாக 'ஓல்டு மாங்க்' அருந்தும்போதுதான் என் கண்கள் கசிந்தன. அதற்கு முன்பு ஒரு வருடகாலம் தற்காலிகமாக ஒதுக்கியிருந்த, எப்போதும் மகிழ்ச்சியில் இருக்கும்போது மட்டுமே கையிலெடுக்கும் மதுவை அன்று அவரின் நினைவை மீட்க அருந்தினேன்.

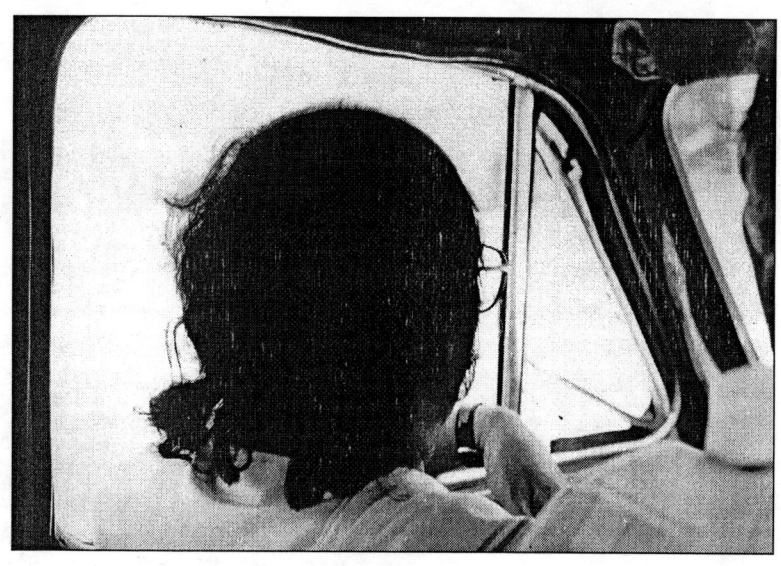

எனது நன்றிக்குரிய புத்தக, இசை மற்றும் திரைப்பட ஆக்கங்கள்

- 'The Shawshank redemption' - *(1994) American prison drama flim Directed by Frank Darabont*
- 'மறுபடியும்' - *(1993)* தமிழ்த் திரைப்படம், இயக்குனர் பாலுமகேந்திரா
- சத்யஜித் ராய் - மொழிபெயர்ப்பு - லதா ராமகிருஷ்ணன், முதல் பதிப்பு 1991, வெளியீடு - சென்னை பிலிம் சொஸைடி, 'ராயைப்பற்றி ராய்' - பயிற்சிப் பருவம், பக்கங்கள் 119,120, 59, 151.
- 'ஒரு மனிதனும் சில எருமை மாடுகளும்' - ஜெயகாந்தன், நான்காம் பதிப்பு (2002), வெளியீடு - மீனாட்சி புத்தக நிலையம், அத்தியாயம் 1, பக்கங்கள் 13,14, 5
- 'ஓர் இலக்கியவாதியின் கலையுலக அனுபவங்கள்' - ஜெயகாந்தன்.
- 'மகாத்மா காந்தி நூல்கள்' தொகுப்பு - 1 வெளியீடு - வர்த்தமானன் பதிப்பகம், 'இந்திய சுயராஜ்யம்' - அத்தியாயம் 18 (கல்வி), பக்கம் 777.
- 'கரு' - ஜெயகாந்தன், இரண்டாம் பதிப்பு 1986, வெளியீடு - மீனாட்சி புத்தக நிலையம், பக்கங்கள் 32, 45, 47, 48, 49, 50, 87, 88, 101, 67, 76, 77, 78, 83, 97, 99.
- 'மகாத்மா காந்தி நூல்கள்' - தொகுப்பு - 4 'ஆரோக்கிய வாழ்வு' வெளியீடு - வர்த்தமானன் பதிப்பகம், பக்கங்கள் 477, 559.
- 'புலனடக்கம்' - மகாத்மா காந்தி, மொழிபெயர்ப்பு N.ராமரத்னம், மூன்றாவது பதிப்பு (1980), தமிழ்நாடு காந்தி நினைவு நிதி வெளியீடு - 14, பக்கம் 12.

- 'காந்தி' - திரைப்படம் (1982), இயக்குனர் ரிச்சர்டு அட்டென்பொரோ.
- 'சினிமாவுக்குப் போன சித்தாளு' - ஜெயகாந்தன், ஏழாம் பதிப்பு (2002), வெளியீடு - மீனாட்சி புத்தக நிலையம், பக்கங்கள் 5, 76, 104, 6, 21,
- 'பிம்பச் சிறை' எம்.ஜி.ராமச்சந்திரன் - திரையிலும் அரசியலிலும் - எம்.எஸ்.எஸ்.பாண்டியன், தமிழில் : பூ.கொ.சரவணன், வெளியீடு - பிரக்ஞை, பக்கங்கள் 96, 97, 107, 100, 99, 38, 160.
- 'ஜெயகாந்தன் ஆய்வடங்கல்' - ந.அறிவழகன், முதற்பதிப்பு 1978, அமராவதி பதிப்பகம். பக்கங்கள் 165, 166, 167, 149, 150, 151, 152, 154, 155, 156.
- 'பேசும் பொற்சித்திரம்' - அம்ஷன் குமார், முதல் பதிப்பு 2007, காலச்சுவடு பதிப்பகம், பக்கங்கள் 52, 54, 55, 56, 57, 58, 59.
- 'உன்னைப் போல் ஒருவன்' - (1964) தமிழ்த் திரைப்படம், இயக்குனர் ஜெயகாந்தன்.
- 'ஜெயகாந்தன் குறுநாவல்கள்' - முதற் பதிப்பு 2001, வெளியீடு - - மீனாட்சி புத்தக நிலையம், இலக்கணம் மீறிய கவிதை, பக்கங்கள் 227, 239, 240, 245,
- 'காஞ்சனை' - புதுமைப்பித்தன், வெளியீடு - ஐந்திணைப் பதிப்பகம், ஐந்தாம் பதிப்பு 1985, புதிய கூண்டு, பக்கம் 20.
- 'ஜயஜய சங்கர' ஜெயகாந்தன் நாவல்கள் - மூன்றாம் தொகுதி, முதல் பதிப்பு 2001, வெளியீடு - வர்த்தமானன் பதிப்பகம்.
- 'ஞானரதம்' - சுப்பிரமணிய பாரதியார், வெளியீடு - பாரதி புத்தக நிலையம், மதுரை.
- 'ஓர் இலக்கியவாதியின் அரசியல் அனுபவங்கள்' - ஜெயகாந்தன், இரண்டாம் பதிப்பு 1988, வெளியீடு - மீனாட்சி புத்தக நிலையம், பக்கங்கள் 428, 429, 430.
- 'ஜெயகாந்தன் நாவல்கள்' - முதல் தொகுதி, முதல் பதிப்பு 2001, வெளியீடு - வர்த்தமானன் பதிப்பகம், மதிப்புரை, பக்கங்கள் 5, 6.

- ‘ஜவஹர்லால் நேரு - சுயசரிதை’ - தமிழாக்கம்: ஜெயா அருணாசலம், B.A., மறு பதிப்பு 1978, வெளியீடு - கார்த்திகைப் பிரசுரம், முகவுரை, பக்கம் viii.
- ‘மனித வாழ்க்கையும் காந்தியடிகளும்’ - திரு.வி.க., வெளியீடு - வர்த்தமானன் பதிப்பகம்.
- ‘வாழ்விக்க வந்த காந்தி’ - ரொமெய்ன் ரோலந்து, தமிழில்: ஜெயகாந்தன், வெளியீடு - வர்த்தமானன் பதிப்பகம்.
- ‘பறவைக்குக் கூடுண்டு’ - அனைவருக்கும் வீடு, லாரி பேக்கரின் கனவு - எலிசபெத் பேக்கர், தமிழில்: ஈரோடு வெ.ஜீவானந்தம், முதல் பதிப்பு - 2013, வெளியீடு - பூவுலகின் நண்பர்கள்.
- ‘கக்கூஸ்’ - தமிழ் ஆவணப் படம் (2017), இயக்குனர் திவ்ய பாரதி.
- ‘தவிர்க்கப்பட்டவர்கள் : இந்தியாவின் மலம் அள்ளும் மனிதர்கள்’ - பாஷாசிங், இரண்டாம் பதிப்பு 2016, வெளியீடு - விடியல் பதிப்பகம், பக்கம் 256.
- ‘திருவருட்பா திருவமுதத் திரட்டு’ - திரு அருட்பிரகாச வள்ளலார், 2001 பதிப்பு, தொகுப்பு: கீதா போதகர் நா.கிரிதாரி பிரசாத்.
- ‘பாரீசுக்குப் போ!’ - ஜெயகாந்தன், வெளியீடு - மீனாட்சி புத்தக நிலையம்.
- *‘How to Name It?’ (1986) - Instrumental Indian - Western fusion album by Ilaiyaraaja.*
- *‘Nothing but wind’ (1988) - Album by Ilayaraaja.*
- ‘வந்தேமாதரம்’ (1997) - இசை ஆல்பம், ஏ.ஆர். ரஹ்மான்.
- ‘ஜன கன மன’ (2000) - இசை ஆல்பம், ஏ.ஆர். ரஹ்மான்.
- ‘சரஸ்வதி காலம்’ மணிக்கொடி முதல் சரஸ்வதி வரையிலும் - வல்லிக்கண்ணன், வெளியீடு - இலக்கியத் தேடல்.
- ‘தமிழில் சிறு பத்திரிகைகள்’ - வல்லிக்கண்ணன், முதல் பதிப்பு 2004, வெளியீடு - மணிவாசகர் பதிப்பகம்.
- ‘புதுமைப்பித்தன்’ - வல்லிக்கண்ணன், வெளியீடு - சாகித்திய

அக்காதெமி, முன்னுரை, பக்கம் 8.
- 'ஒரு மனிதன், ஒரு வீடு, ஒரு உலகம்' - ஜெயகாந்தன், வெளியீடு - மீனாட்சி புத்தக நிலையம்.
- 'புதுமைப்பித்தன் கதைகள்' - வீ.அரசு, முதல் பதிப்பு 2021, வெளியீடு - சீர் வாசகர் வட்டம்.
- 'அன்னா கரீனினா' - லியோ டால்ஸ்டாய், தமிழில்: பேராசிரியர் நா.தர்மராஜன், எம்.ஏ., முதல் பதிப்பு 2006, வெளியீடு - பாரதி புக் ஹவுஸ், மதுரை.
- 'கங்கை எங்கே போகிறாள்?' - ஜெயகாந்தன், வெளியீடு - மீனாட்சி புத்தக நிலையம், மதுரை.
- 'டால்ஸ்டாய்' வாழ்க்கையும், உபதேசமும் - கு.ப.ரா. இரண்டாம் பதிப்பு 1998, வெளியீடு - அல்லயன்ஸ்.
- 'இமயத்துக்கு அப்பால்' - ஜெயகாந்தன், முதல் பதிப்பு 1979, வெளியீடு - மோதி பிரசுரம்.
- 'குழந்தைகளுக்கான குட்டிக்கதைகள்' - லேவ் தல்ஸ்த்தோய், வெளியீடு - ராதுகா பதிப்பகம், மாஸ்கோ, விற்பனையாளர்கள் - NCBH Pvt Ltd, Chennai.
- 'பாரதி பாடம்' - ஜெயகாந்தன், மூன்றாம் பதிப்பு 1985, வெளியீடு - மோதி பிரசுரம்.
- 'ஒருத்தி' - தமிழ்த் திரைப்படம், இயக்குனர் அம்ஷன் குமார்.
- 'மணிக்கொடி சீனிவாசன் எழுத்துக்கள்' - தொகுப்பாசிரியர்: ஜயதேவ் சீனிவாசன், முதல் பதிப்பு 2003, வெளியீடு - கணையாழி படைப்பகம்.